சினிமா என்ற பெயரில்...

வெங்கட் சாமிநாதன்

சினிமா என்ற பெயரில்...	:	கட்டுரைகள்
	:	வெங்கட் சாமிநாதன்
	:	© ஆசிரியருக்கு
முதற்பதிப்பு	:	டிசம்பர் 2013
அட்டை வடிவமைப்பு	:	பாஸ்கரன்
வெளியீடு	:	வம்சி புக்ஸ்
		19, டி.எம்.சாரோன்,
		திருவண்ணாமலை - 606 601
		செல்: 9445870995, 04175-251468
அச்சாக்கம்	:	மணி ஆப்செட், சென்னை-600 077
விலை	:	₹ 300/-
ISBN	:	**978-93-80545-85-1**

Cinema Endra Peyaril	:	Essays
	:	Venkat Saminathan
	:	© Author
First Edition	:	December 2013
Cover Design	:	Baskaran
Published by	:	Vamsi books
		19 D.M.Saron,
		Tiruvannamalai - 606 601
		9445870995, 04175-251468
Printed at	:	Mani Offset, Chennai - 600 077
Price	:	₹ 300/-
ISBN	:	978-93-80545-85-1

vamsibooks@yahoo.com * www.vamsibooks.com

சில வார்த்தைகள் மறுபடியும்

புத்தகத்தைத் திறந்த உடனேயே சில வார்த்தைகள் மறுபடியும் என்று சொன்னால் என்ன அர்த்தம்? இந்த மறுபடியும் என்ற வார்த்தை இப்போது இந்த புத்தகத்தைத் திறந்த உடனேயே என்ற சந்தர்ப்பத்தில் அல்ல. அப்படியும் எடுத்துக்கொள்ளலாம். அது இப்போது படிக்கத் தொடங்கியவர்களுக்கு. இதன் முதல் பக்கத்தின் முதல் கட்டுரையிலேயே நான் எழுதத்தொடங்கிய 1960-ல் சொன்ன சில கருத்துக்களைத் திரும்ப நினைவு படுத்தித்தான் தொடங்குகிறேன்

வேறு யாருக்கும், இந்தியாவில் உள்ள எந்த மொழி பேசும் மக்களுக்கும், நம் தமிழ் மக்களுக்கு சொல்லவேண்டியிருப்பது போல, ஒரே விஷயத்தைப் பன்னிப் பன்னி சொல்ல வேண்டியிருக்கிறதா என்று தெரியவில்லை. பல விஷயங்களில், பல வாழ்க்கை அம்சங்களில். எனக்கு வயது எண்பது தாண்டியாகிவிட்டது. என் ஏழு வயதிலிருந்தோ அல்லது இன்னும் தாராளமாக பத்து வயதிலிருந்து என்று வைத்துக்கொள்ளலாம், சரி பத்து வயதிலிருந்து என்னைச் சுற்றியுள்ள உலகை, மக்களை வாழ்க்கையை ஒருவாறாக விவரம் அறிந்து பார்த்ததை நினைவில் கொண்டிருப்பேன் என்று கொள்ளலாமா? ஓரளவுக்கு நான் அப்போது வாழ்ந்த ஒரு சிறிய டவுன் மக்களையும், அவர்கள் வாழ்க்கையையும், ஊரையும் மக்கள் மனப் போக்கையும் பற்றி என் நினைவில் பதிந்தவற்றை இப்போது நினைவுக்குக் கொண்டு வந்தால், இப்போது அது ஒவ்வொன்றும் படிப்படியாகச் சீரழிந்து கொண்டு தான் வந்துள்ளது என்பது எனக்கு நிச்சயமாகத் தெரிகிறது. முன்னைவிட படித்தவர்க்ள் அதிகம், வசதிகள் அதிகம். பண வருவாயும் அதிகம். ஆனால் கலாச்சாரம், நாகரீகம், மக்கள் பண்பு எல்லாமே சீரழிந்து

வருகிறது. ஆச்சரியமாக இருக்கும். இடுப்பில் ஒரு கோவணம், தலையில் ஒரு துண்டு சுற்றியிருக்கும் இபபடி ஒரு ஏழ்மையைப் பார்த்திருக்கிறேன். அதிசயமாக அல்ல. சாதாரணமாக. அவனிடம் காணப்பட்ட பண்பு தன் ஏழ்மையிலும் பொது வாழ்வைக் கெடுக்கும் எதையும் தான் செய்யக்கூடாது என்ற குணம் அவனிடம் இயல்பாகப் படிந்த ஒன்று. இன்று பல பத்தாயிரம் கோடி சொத்தும் நாட்டையே மாற்றி அமைக்கும் அரசியல் அதிகாரம் கொண்டவர்களுக்கு மக்களைப் பற்றிய அந்த அக்கறை இல்லை. தன் சமூகம் சீரழிவதைப் பற்றிக் கவலை இல்லை. தனக்கு அதிகாரமும், செல்வமும் கிடைக்குமானால், தன் சமூகத்தை பலியாக்குவது பற்றி அந்தத் தலைவனுக்கு, பிரமுகனுக்கு கவலை இல்லை. இது படிப்படியாக சீரழிந்த சரித்திரம். இவர்கள் கொள்ளைக் காரர்களாக, சமூக விரோதிகளாக அல்ல, வாழ்க்கையில் வெற்றி பெற்றவர்களாக, சாமர்த்தியசாலிகளாக, தலைவர்களாக, சரித்திரம் படைப்பவர்களாக, போற்றப்படுகிறார்கள். நாம் வாழும் இடமும், சுற்றுச் சூழலும், எந்த வசதியும் அற்ற அன்றைய ஏழை கிராமத்தின் சுத்தத்தை ஆரோக்கியத்தை அறவே இழந்து காணப்படுகின்றன. இவை இன்னமும் சீரழிந்து கொண்டுதான் இருக்கின்றன.

இது நம் வாழ்க்கையின் எல்லா அம்சங்களையும் பாதித்துவரும் ஒன்று. இதைப் பற்றிய பிரக்ஞை யாருக்கும் இல்லை. இது பற்றிக் கவலைப்படுபவர் ஒரு சிலர் சொன்னால் அது பற்றி யாருக்கும் கவலை இல்லை. ''அது சரிங்க. அதுக்கு இப்போ என்ன செய்யச் சொல்றீக. இன்னிக்கு நேத்துலெர்ந்து நடக்கற சமாசாரமா இது. காலம் மாறிக்கிடக்கு. அது தெரியாம நீங்க என்னமோ கதை பேசீட்டிருக்கிஹ'' என்று பதில் வந்து விடும்.

இது கண்ணுக்குத் தெரிகிற சாதாரண லௌகீக சமாசாரம். இது சரி, இது தப்பு, இது நல்லது, இது கெட்டது என்று குறளோ அதன் எந்த உரையோ படிக்காமலேயே ஒரு சாதாரண கிராமத்தானுக்கு தெரிகிற விஷயம். உரை எழுதுகிறவர்களே கண்டுக்காமல் தம் காரியத்தில் முனைந்திருக்கிற காலம் இது. அப்படியிருக்கும் ஒரு காலத்தில், நான் 1960லிருந்து சொல்லி வரும்

ஒரு சில அடிப்படையான விஷயங்கள், உள்ளுணர்வினால் மாத்திரம் தெரிந்து கொள்ள வேண்டிய விஷயங்கள், எப்படி சாதாரண, அன்றாட வாழ்வில் உழலும் மக்களுக்கு புரிய வைக்க முடியும்? வாழ்க்கையின் வசதியோ வசதியின்மையோ மாத்திரமல்ல, தர்மங்களும் மாறிவிட்டன. வாழ்க்கையின் நோக்கங்கள் மாற, அதற்கேற்ப தர்மங்களும் மாறிவிட்டன.

நமக்கு சினிமா என்ற ஒன்று தோன்றியதிலிருந்து அது நமக்கு புரியாத, அன்னியப்பட்ட ஒன்றாகவே இருந்து வந்துள்ளது. நாடகம் என்ற பெயரில் நம்மிடையே வளர்ந்துவந்த ஒன்றை புகைப்படம் பிடித்து சினிமா என்று சொல்லி வந்திருக்கிறோம். சினிமா என்ற தொழில் நுட்பத்தில் பிறந்த கலையை நாம் தொழில் நுட்பமாகவும் உள்வாங்கிக்கொள்ளவில்லை. கலையாகவும் அதை வளர்க்கவில்லை. பாரம்பரிய கலையாக இருந்து வந்த இசை நாடகத்தைத் தான் நாம் ஆரம்ப காலத்தில் நாடகமாகவும் பின்னர் அதையே சலனப்படமாக்கி சினிமாவாகவும் சுமார் 70 - 80 வருடங்களாக போற்றிக்கொண்டாடி வருகிறோம். தொடக்க காலத்தில் மேடையில் பாடி, ஆடியதையே இன்றும் செய்து வருகிறோம். அன்று நாடகத்தில் பாடியதைக்கேட்க, புகழ் பெற்ற சங்கீத கலைஞர்கள் கொட்டகைக்கு வந்தார்கள். ஆனால் இன்றைய சினிமாவின் வடிவமும் அதில் நம் பார்வையும் சினிமா என்ற புதிய கலைவடிவத்தின் பெயருக்கு தகுதி அறவே அற்ற போதிலும், முன்னர் இருந்த ஆட்டமும் பாட்டமும் இன்றும் தொடர்ந்தாலும் அந்த ஆட்டம் இடையில் நாற்பதுகளில் எந்த பொருட்காட்சியிலும் திருட்டுத்தனமாக இடம் பெற்று வந்த ரிகார்ட் டான்ஸ் எனற அலங்கோலமாக சீரழிந்து விட்டது. பாட்டும் ருக்குமிணி, ருக்குமிணி... யாக சீரழிந்து இருக்கிறது. இது மணிரத்தினத்தின் பார்வையிலோ. சிம்புவின், சங்கரின் பார்வையிலோ அது என்னவாகும்?

ஒரு ஆரம்ப சூரத்தனத்தில், நண்பர்களின் உதவியில் சேர்க்கப்பட்ட முதலீட்டில் (ரூ 80,000 என்று சொல்லப்பட்டது) ஜெயகாந்தனின் உன்னைப் போல் ஒருவன் வெளிவந்தது. புழுதியில் புரண்டவனை

இழுத்து வந்து குளிப்பாட்டி, ஒரு நல்ல துண்டை இடுப்பில் கட்டியது போன்ற காரியம் 1964-ல் நிகழ்ந்தது இது. ஆனால் ''எந்த கொம்பனுக்கும் நான் பணிந்து போகவேண்டியதில்லை'' என்றோ என்னவோ இது போன்ற நிஜமான அந்தக் காலத்திய ஆரம்ப சூரத்தனம் அதிக காலம் நீடிக்கவில்லை. அந்த ஆரம்ப எளிமை கதையின் எளிமை, படமெடுக்கப்பட்ட எளிமை பின்னர் கைவிடப்பட்டது. சுற்றியிருந்த சினிமா தொழில்காரர்களின் எதிர்ப்பையும் சமாளிக்கமுடியவில்லை.

காரணம் தமக்கு பழக்கப்பட்டது, தமக்கு புகழ் தருவது, பணம் அள்ளிக் கொட்டும் ஒன்று, ஒரு புதிய பாதையை, தனக்கு கைவராத பாதையை அது ஏற்காது. அம்பானியின் தொழிற்சாலைக்குப் பக்கத்தில் ஒரு எளிய பெட்டிக்கடை இருப்பது சாத்தியமில்லை. அதனால் எந்த பாதிப்பும் இல்லையென்றாலும். வெகு சுலபமாக, ஒரு ஓரப் புன்சிரிப்புடன், ''ஆமாய்யா, பணம் சம்பாதிக்க இல்லாமே வேறே என்னத்துக்குய்யா? பணம் சம்பாதிக்கிறது என்ன தப்பா?'' என்று ஒரு கேள்வி எதிராளியை விழுத்தாட்டி விட்டது போல நம் மேல் வீசப்படும். ஒரு ஹோட்டல் ரூமில் உடகார்ந்து என்னென்ன மசாலா, யாருடைய மசாலா சேத்தா வசூல் அந்தாலே வந்து கொட்டும்லே'' என்று சொல்லி செய்யப்படும் ஒரு மசாலா படத்தை, அர்ஜெண்டினா போய் டான்ஸ் ஷூட்டிங் முடித்து விட்டு வந்தால், அந்த முதல் வார 100கோடி வசூலுக்கு கூவம் கரையில் குடிசை போட்டிருக்கும் ஜனங்களை அவர்கள் ரசனைக்கு தீனி போட்டு மயக்கி வசூலிப்பது கலை பண்ணுவதும் இல்லை. பணம் சம்பாதிபபதும் இல்லை. இந்த வித்தியாசத்தை புரிய வைப்பது, பணம் பண்றது பாபமாய்யா, மக்களை சந்தோஷப்படுத்துவது தப்பா, பின்னே என்னத்துக்கு படம் எடுக்கறது என்று கேட்கும் கலாசாரம் ஒரு அசிங்கமான, ஆபாசமான தார்மீகம் அற்ற கலாசாரம். இது இப்போதைய அலங்கோலம். இது படிப்படியாக சீரழிந்த கதை.

அதற்கு முன்னாலேயே நம் சினிமா வசனங்களின் ஆக்கிரமிப்பில் அடிமைப் பட்டுக்கிடந்தது. அந்த அலங்கார ஆவேச வசனங்களுக்கு நம்மை பழக்கியது இளங்கோவனின் வசனங்கள். காட்சி பூர்வமான

வடிவம் என்பதை நாம் என்றுமே புரிந்து கொண்டதில்லை. இன்று வரை. சினிமாவின் காட்சி அனுபவம் என்பது ஓடும் ரயிலின் மேல் சையான் சையான் என்று கூத்தாடுவதில்லை. ஒரு ரோடு பூராவும் சாயம் பூசி, கோலம் போட்டு, லாரிகளை அசிங்கமாக அலங்கரித்து ஊர்வலம் ஆட்ட பாட்டத்தோடு வருவதில்லை. ''அண்டங் காக்கா கொண்டைக்காரி, அச்சு வெல்லம் தொண்டைக்காரி'' என்று பாடி ஆடுவது, சங்கீதமும் இல்லை. நடனமும் இல்லை. இது அன்றைய ரெக்கார்ட் டான்ஸின் இன்றைய பதிப்பு தான்.

கலை, சினிமா, உணர்ச்சிப் பெருக்கு, வெற்றிப் படம், கலைப்படம் என்பதற்கெல்லாம் நாம் மிகமிக அபத்தமான, அருவருப்பு மிகுந்த அர்த்தங்களைக் கொண்டிருக்கிறோம். அசிங்கமான அலங்காரம், இரைச்சலிடும் பாட்டு, அருவருப்பான ஆட்டம், அர்த்தமும், வாழ்க்கைக்கு எந்த சம்பந்தமுமற்ற கதை நமக்கு சந்தோஷமளிக்கச் செய்யப்பட்டு விட்டன,அவற்றிற்கு கௌரவம், செல்வாக்கு தரப்பட்டு விட்டன. அரசியல் அதிகாரம், சமூக அந்தஸ்து இவற்றின் மீதே கட்டமைக்கப்பட்டு வருகிறது. கேவலமாகக் கருதப்பட்ட, பின்னிரவு நேரத்தில் தலையில் துண்டைப் போட்டுக்கொண்டு, திருட்டுத் தனமாகப் பார்க்கப்பட்ட ரிகார்ட் டான்ஸ் இன்று அனேகமாக எல்லாத் தொலைக்காட்சிகளிலும் இன்றியமையாத எல்லோராலும் விரும்பிப் பார்க்கப்படும் நடனமாகி விட்டது. அதற்கு சிறுவர்கள் பயிற்றுவிக்கப் படுகிறார்கள். அவற்றிற்கு பரிசு வழங்க, பாராட்ட நீதிபதிகளும் மேடையில் அமர்ந்து விமர்சனம் செய்கிறார்கள். புகழ்கிறார்கள். ரிகார்ட் டான்ஸ் இன்று எல்லொரும் விரும்பி பயிலும் கலையாகிவிட்டது.

இது சமூகம் முழுதும், அதிலும் அதிகாரத்தின், செல்வத்தின், சமூகமதிப்பில் மேற்தட்டில் இருப்பவர்களும் கொண்டாடும் விரும்பி வரவேற்கும் ஒன்றாகிவிட்டது.

இந்த சூழலுக்கு சமூக மதிப்புகளுக்கு கிட்டத்தட்ட இரண்டு தலைமுறை காலம் நாம் பழக்கப்பட்டு விட்டோம் அதை ரசிக்கப் பழக்கப்பட்டு விட்டோம். தப்பு. அதைத்தான் ரசிக்கப் பழக்கப்படுத்தப் பட்டிருக்கிறோம்.

மாயா ஜாலக் காட்சிகளோ, அல்லது அருவருப்பு மிகுந்த பாட்டும், டான்ஸும் கூத்தாட்டமும் கொண்டதோ, வெளியான முதல் வாரத்தில் 100 கோடி வசூல் ஆகிவிட்டால் அதுவே எல்லாரும் அடைய வேண்டிய லட்சியமாகிறது. இது ஹிந்தி பட உலகில் நடப்பது.

ஆனால் அதே ஹிந்தி பட உலகில் ஒரு ஷாம் பெனிகல், வாழ முடிகிறது. அவருக்கும் ஒரு இடம் உண்டு. அந்த இடம் தன்னது, இது இந்த சமூகத்திற்கு தரப்பட வேண்டும் என்று முனைந்து தர முடிகிற இடம். மற்ற வணிக சூழலின் ஆக்கிமிப்புக்கு அப்பால் உள்ள, வாழ் உரிமை பெற்றுவிட்ட ஒரு இடம் அது. அது உண்மையும், நேர்மையும், கலையும் நிறைந்த இடம்

நமது தமிழ் சினிமா உலகில் அம்மாதிரியான இடம் உருவாவதில்லை. பாலு மகேந்திரா தொடர்ந்து இயங்க முடிவதில்லை. இப்போது அவர் எங்கிருக்கிறார்? அவரை நாம் எப்படி வரவேற்றோம்?

பணம் பண்ணனும், எல்லோருக்கும் பணம் வேண்டும் தான். பிழைக்க வேண்டும் தான். ஆனால் எதைக் கொடுத்து, எதைக் கெடுத்து, நாம் பணம் பண்ணுகிறோம் என்பது ஒரு தார்மீக பிரச்சினை மாத்திரமில்லை. கலைசார்ந்த பிரசினையும் தான்.

கடந்த சனிக்கிழமை இரவு லோக் சபா தொலைக்காட்சியில் பங்கன்வாடி என்று ஒரு மராத்தி படம் பார்த்தேன். ஹிந்தி வணிக சினிமாவில், ஒரு அப்பாவியாக, அசடாக, தட்டுத் தடுமாறி காதல் என்று அசடு வழியும் இளைஞனாக அல்லது மற்றவர்களை அசடு வழியச் செய்யும் அசட்டு வேடதாரியாக, அல்லது, ஒரு சினிமா நக்ஷத்திரத்தைக் கல்யாணம் செய்து கொண்டு விழிக்கும் மாமா ப்ளஸ் கணவனாக இப்படி எத்தனையோ வித பாத்திரங்களாக நடித்த, அபஸ்வரம் இல்லாது, ஆபாச உணர்வு எழுப்பாது, இரைச்சலிடாது எளிய வணிகப்படங்களில் தோன்றி தானும் மகிழ்ந்து பார்வையாளரையும் மகிழ்வித்த அமோல் பலேகர் இயக்கிய படம். ஒரு சுவாரசியமான விஷயம். பூமிகா என்ற படம் ஹம்ஸா வாடேகர் என்ற அந்தக் காலத்திய மராத்தி நடிகையின் சுய சரித்திரத்தை ஆதாரித்து எடுக்கப்பட்ட படம். நம் நடிகர்கள், நடிகைகள்,

அரசியல்வாதிகள் தம் சுயசரித்திரத்தை நடந்தவாறு எழுதக் கூடுமானால் நான் ஆவலோடு எதிர்பார்ப்பேன். அமோல் பாலேகர் சினிமா மாத்திரமன்றி, நாடகங்களிலும் தனக்கென தனியான கலைஞன் என்று அங்கீகரிக்கத்தக்க இடத்தை உருவாக்கிக்கொண்ட அமோல் பலேகரின் படம் ஒன்று, பங்கன்வாடி பார்க்கக் கிடைத்தது.

பங்கன்வாடி மகாராஷ்ட்ராவின் மிக வறண்ட, ஏழ்மையில் வாடும், எந்த வளமுமற்ற பகுதியின் ஒரு கிராமம். கதை நடப்பது 1939-ல். ஒரு மகாராஜாவின் ஆளுமைக்குட்பட்ட கிராமம். 7வது படித்த ஒரு இளைஞன் அந்த கிராமத்துக்கு பள்ளி ஆசிரியராக அனுப்பப்படுகிறான். அவனுடைய கிராம வாழ்க்கையைச் சொல்கிறது பங்கன்வாடி. பாலைவனம் போல் ஒரு பூண்டு பச்சை இல்லாத வரண்ட புழுதி படிந்த நிலம் கண்ணுக்கெட்டும் வரை. ஆடுமேய்த்து வாழ்க்கை நடத்தும் கிராம வாசிகள். மண் குடிசைகள். மகாராஷ்ட்ரத்தின் வறண்ட பகுதிகளின் மக்கள் வாழ்க்கையை, அவர்கள் தர்மங்களை, செய்திப் படமே போன்ற வடிவில் சொல்கிறது பங்கன்வாடி.

இது போன்ற தமிழ் வாழ்க்கையைச் சித்தரித்து ஆவணமாக்கும் கதைகள், படங்கள், ஒன்று, ஒன்றே ஒன்று, 80 வருட சினிமா வரலாற்றில்? கோடம்பாக்கத்தை கிராமத்தில் பதியன் செய்யும் பாரதிராஜாவைச் சொல்ல வேண்டாம். பெரிய வெற்றிப் படம் என்று சொல்லிக்கொள்ளும் மகேந்திரனின் போடா பொக்கை என்று குத்தாட்டம் போடும் காட்சியைச் சொல்ல வேண்டாம். அமோல் பலேகரின் பங்கன்வாடி பல சர்வதேசிய விழாக்களில் பங்கு பெற்றுள்ளது. பரிசுகளும் பெற்றுள்ளது. 1939 கிராமம் என்று அடையாளம் சொல்லக்கூடிய கிராமத்தை அமோல் பலேகர் முன்னிறுத்தியது ஏதும் ஆர்ட் டைரக்டரின் சாதனையா அல்லது அப்படி ஒரு கிராமம் மகாராஷ்ட்ராவின் ஒரு வறண்ட மழையற்ற பகுதியில் இன்னும் காணக் கிடைக்கும் ஒன்றா என்பது தெரியவில்லை.

நான் ரூ 100/'200 கொடுத்து வெயிலில் வரிசையில் நின்று டிக்கட் கிடைத்த பரவசத்தில் அமோல் பலேகரின் கட் அவுட்டுக்கு பாலாபிஷேகம் அவர் ரசிகர் மன்றம் செய்து கொண்டிருக்கும் காட்சியைப் பார்க்கும்

சொர்க்க போக அதிர்ஷ்டம் எனக்கு இல்லை. சனிக்கிழமை இரவு 9 மணிக்கு டிவி முன் உடகார்ந்தால் லோக் சபா டிவி என் அறைக்கு அமோல் பலேகரைக் கொண்டு சேர்க்கிறது.

கல் தோன்றி மண் தோன்றாக்காலத்துக்கு முன் தோன்றிய மூத்த குடி தமிழனிடமிருந்து இன்றுவரை ஒரு எளிய கலைஞனை தமிழ் சினிமாவில் காணமுடியவில்லை. ஒரு சினிமாவை மண் தோன்றாக் காலத்து தமிழன் தர முடிந்ததில்லை. நிறைய பாலாபிஷேகங்கள் செய்த மொட்டை அடித்து முடியிறக்கிய சந்தோஷங்கள். உலக நாயகர்கள் இயக்குனர் இயமயங்கள், நடிகர் திலகங்கள் தான் தமிழனுக்கு கிடைப்பவை.

இதையெல்லாம் இவர் முன்னாலேயே சொன்னது தானே. எத்தனையோ தடவை கேட்டுக் கேட்டுச் சலித்த விஷயங்கள். ஏதாவது புதுசா இவர் சொல்கிறாரா என்ற புகார் தமிழ் ஸ்டுடியோவில் நான் எழுதி வந்தபோது அடிக்கடி பலரிடமிருந்து கேட்டு வந்தது. வருஷத்துக்கு வருஷம் திருக்குறள் புதிதாக எழுத முடியாது இல்லையா. பொய்யும், ஆபாசமும், அலங்கோலமும் ஆரவாரத்தோடு ஊர்வலம் வரும் வரை இதைத்தான் நான் திரும்பத் திரும்ப சொல்ல வேண்டி வரும். 1960-லிருந்து சொல்லி வருகிறேன். நான் சுட்டிக் காட்டும் பொய்மையும் அபத்த ஆரவாரமும் இன்னும் பெரிதாக வளர்ந்து வருகின்றனவே தவிர ஏதும் பாதிப்பு இருப்பதாகத் தெரியவில்லை. முதல் வார 100 கோடி வசூலில் வெற்றிப் படங்களின் கொக்கரிப்பு தான் பலமாகிக் கொண்டிருக்கிறது. எனவே மறுபடியும் மறுபடியும் அதே சில வார்த்தைகள் இன்னும் எத்தனை காலத்துக்கு நான் இதையே திருப்பித் திருப்பிச் சொல்ல விதிக்கப்பட்டிருக்கிறேனோ, தெரியவில்லை.

வெங்கட் சாமிநாதன்

27.11.2013

தமிழ் சினிமாவின் அக்கறையிலிருந்து

தமிழ் சினிமா அதன் ஆரம்பங்களிலும் சினிமாவாக இல்லை. அதன் ஒவ்வொரு கட்ட மாற்றத்திலும் அந்த மாற்றங்கள் சினிமா என்ற கலை பெறும் மாற்றங்களாக இருந்ததில்லை.

- வெங்கட் சாமிநாதன்.

தமிழ்நாட்டின் மாபெரும் கேளிக்கையாக மாறிவிட்ட சினிமாவைப் பற்றிய வெங்கட் சாமிநாதனின் பார்வை மிக முக்கியமானது. 1961 இல் பதேர் பாஞ்சாலியை சென்னை பிராட்வேயில் திரையிட்டபோது, அந்தப் படத்தை பார்க்க அதிகபட்சம் 20 பேர் வரை கூடியிருப்பார்கள் என்று ஓரிடத்தில் பதிவு செய்திருக்கிறார். கிட்டத்தட்ட 50 வருடங்கள் கழித்தும் இன்னமும் அதே நிலைதான் தமிழ்நாட்டில் நிலவி வருகிறது. இந்தியாவின் மிக சிறிய மாநிலங்களில், மிக குறைந்த அளவிலேயே மக்கள் தொகை இருக்கும் மொழிகளில் இருந்தெல்லாம் உலகமே வியக்கும் அளவிற்கு திரைப்படங்கள் வெளிவந்து கொண்டிருந்த சூழலில் தமிழில் பராசக்தி போன்ற படங்கள் வெளிவரத் தொடங்கியது. தமிழ்நாட்டில் சினிமா, ஒரு மிக பெரிய பிரச்சார கேந்திரமாக உருமாறத் தொடங்கியது. பிரச்சாரத்தைக் கூட கலைத்தன்மையோடு செய்யலாம் என்கிற குறைந்தபட்ச அறிவு கூட தமிழ்நாட்டுத் திரைப்பட கலைஞர்களிடையே தோன்றாமல் போனது மிகப் பெரிய ஏமாற்றமே. புராணங்களில் இருந்தும், பாடல்களில் இருந்தும் தமிழ் சினிமாவை விடுவிக்கிறோம் என்று சொல்லிக்கொண்டே தமிழ்சினிமாவை பிரச்சாரக் கேந்திரமாகவும், மிக பெரிய கேளிக்கை ஊடகமாகவும் தமிழ் திரைப்படக் கலைஞர்கள் வார்த்தெடுத்து இருக்கிறார்கள். நாடகத்தின் நீட்சிதான்

சினிமா என்கிற மிக மோசமான கற்பனாவாதத்தை தமிழ் சினிமா இன்னமும் நம்பிக்கொண்டிருப்பது அதன் சாபக்கேடுகளில் ஒன்று.

ஒட்டுமொத்தமாக தமிழ் சினிமாவின் பொழுதுபோக்குத் தன்மையை சாடுவது போல் வெங்கட் சாமிநாதனின் கட்டுரைகள் இருந்தாலும், ஒரிஸ்ஸாவில் அவர் பணியாற்றிக் கொண்டிருந்தபோது, அங்கே பராசக்தியும் ஓடுகிறது, ரித்விக் கட்டக், சத்யஜித் ராய் போன்றவர்களின் படங்களும் ஓடுகிறது. அந்த மக்கள் சினிமாவை சமப்படுத்திக் கொள்ளத் தெரிந்து வைத்திருக்கிறார்கள் என்று சொல்வதன் வாயிலாக, அவர் இங்கேயும் ஒருவித சமநிலைத் தன்மையைத்தான் நாடுகிறார் என்று நாம் தீர்க்கமாக நம்பலாம். சினிமாவில் உண்மையாகவே, பொழுதுபோக்கு சினிமா, கலைப் படங்கள் என்கிற பிரிவெல்லாம் இல்லவே இல்லை. சினிமா என்பது ஒருமொழி, அந்த மொழியை ஒழுங்காக கையாளத் தெரிந்தால், நாம் இப்படி சினிமாவை வெவ்வேறு பிரிவாக பிரித்து வைத்துக்கொண்டு விவாதிக்கத் தேவையே இல்லை.

பதேர் பாஞ்சாலி திரைப்படம் வெற்றிகரமாக திரையரங்கில் ஓடிக்கொண்டிருக்கும்போது, ராஜ்கப்பூரிடம் செய்தியாளர்கள், நீங்கள் ஏன் இப்படியான ஒரு திரைப்படம் எடுக்கவில்லை என்று கேட்டபோது, அது கலைப்படம், நான் எடுப்பது வணிகப் படம் என்று சப்பைக்கட்டு கட்டியிருக்கிறார். இங்கிருந்தே இந்திய சினிமாவில் இப்படியான பிரிவுகள் உருவாகியிருக்கக் கூடும் என்று தியடோர் பாஸ்கரன் சொல்லக் கேட்டிருக்கிறேன். ஆடத் தெரியாதவன் தெரு கோணல் என்று சொன்னது போல, சினிமாவை உருப்படியாக உள்வாங்கிக் கொள்ளாமல், சினிமா மொழி பற்றி எவ்வித புரிதலும் இல்லாமல் இயங்கியவர்கள், இப்படியான பிரிவுகளுக்குள் மிக பாதுகாப்பாக தங்களை இணைத்துக் கொள்கிறார்கள்.

ஆனால் தமிழில் வெங்கட் சாமிநாதன் போன்றவர்கள், தொடர்ச்சியாக சினிமாவின் வடிவம், அழகியல் பற்றி எழுதியும், அத்தகைய படங்களை தங்களுடைய வாசகர்களுக்கு அறிமுகப்படுத்தியும், தமிழ் சினிமா ரசிகர்களுக்கிடையே நல்ல சினிமா பற்றிய புரிதலை ஏற்படுத்த முயற்சி செய்து கொண்டிருக்கிறார்கள்.

தமிழ் ஸ்டுடியோ இணையத்தில் தொடராக வெளிவந்து பெரும் வரவேற்பை பெற்ற வெங்கட் சாமிநாதனின் இந்த கட்டுரைகள், தமிழ் சூழலில் மிக முக்கியமான அதிர்வுகளை ஏற்படுத்தக் கூடியது. எந்திரன் படம் பற்றிய ஒரு கட்டுரையில், தமிழ் சினிமாவில் கலைப்பிரிவை இவ்வாறு சாடுகிறார். 'மளிகை, ஜவுளிக்கடை வியாபாரம் போல, சினிமாவும் ஒரு வியாபாரம் என்பது தான் அவர்கள் புத்தியில் பட்டிருப்பது. அது தான் அவர்கள் பேணும் மரபும். Last Emperor படம் எடுக்க வந்தவர்களுக்கு பெய்ஜிங்கில் இருக்கும் அரண்மனையை வெளிப்புறத்தில் இருந்து கூட படம் எடுக்க சீன அரசு மறுத்து விட்டது. பின்னர் அந்த மாளிகை ஒரு செட்டில் வேறு நாட்டில் உருவாக்கப்பட்டது.அந்த செட் 40 பேருடன் ரஜனி சாரோ கமல் சாரோ டான்ஸ் பண்ணுவதற்கல்ல சைனாவின் கடைசி வாரிசுவின் கதை, புரட்சியில் அல்லாடும் கதையைச் சொல்ல பெய்ஜிங் அரண்மனை தேவைப்பட்டது. யாருக்காவது படம் பார்த்தவர்களுக்கு அது உருவாக்கப்பட்ட செட் என்பது தெரிந்ததா? அதில் அதை உருவாக்கிய கலைஞனும், இப்படிச் செயல்படும் ஒரு நாட்டின் கலைஉணர்வும், பண்பாடும், பெருமைப்படத்தக்க ஒன்று. சிவாஜி படத்துக்கும் எந்திரன் படத்துக்கும் போட்ட செட் கலையும் இல்லை. அதை வேண்டிய தயாரிப்பாளரோ, இயக்குனரோ அல்லது அதைப் பார்த்து வாய்பிளக்கும் சமூகமோ, சினிமா சம்பந்தப்பட்டவர்கள் இல்லை'.

தமிழ்நாட்டில் புனிதப் பிம்பங்கள் என்று நாம் வரையறுத்து வைத்திருக்கும் பல நடிகர்களின் மீது, அவர்களின் நடிப்பு சார்ந்தும், அரசியல் சார்ந்தும் வெங்கட் சாமிநாதன் முன்வைக்கும் விமர்சனம் கவனத்திற்குரியது. கமலஹாசனின் எல்லா ஃப்ரேம்களிலும் தான் தெரிய வேண்டும் என்கிற மோசமான எண்ணத்தையும், சிவாஜி கணேசனின் நாடகத்தனமான நடிப்பையும் பற்றி தொடர்ந்து இந்த கட்டுரைகளில் பதிவு செய்து வந்திருக்கிறார். இந்த மாதிரியான புனித பிம்பங்களின் கட்டுடைப்புதான், நமது அறியாமையை விலகச் செய்து, அதன் வழியே படைப்புகள் சார்ந்த ஒரு புரிதலை ஏற்படுத்த வழிவகை செய்யும்.

போதும் போதும் என்கிற அளவில், தமிழ்நாட்டில் திரைப்பட ஊடகம், மோசமான எதிர்விளைவுகளை சந்தித்துவிட்டது. தொடர்ச்சியான மெயின் ஸ்ட்ரீம் என்கிற நிலையில் இருந்து, அதற்கு மாற்றாக நிறைய திரைப்படங்கள் உருவாக வேண்டிய அவசியம் இருக்கிறது. அந்தத் தேவைகளை வெங்கட் சாமிநாதன் போன்றவர்களின் திரைப்படக் கட்டுரைகளும், அதனூடாக அவர்கள் முன்வைக்கும் வாதங்களும், வாசகர்களுக்கு அவர்கள் அறிமுகம் செய்யும் படங்களும் பூர்த்தி செய்யும் என்று நம்புவோம்.

தமிழ் ஸ்டுடியோ இணையத்தில் வெளிவந்து, பெரிதும் பாராட்டப்பட்ட இந்த தொடரை, புத்தகமாக வெளியிட இசைந்திருக்கும், வம்சி பதிப்பகத்தின் ஷைலஜாவிற்கும், பவா செல்லதுரைக்கும் தமிழ் ஸ்டுடியோவின் நன்றிகள் என்றும் உரியது.

நன்றி,

அருண் மோ.

மெய்த்துவிட்ட ஒரு கசப்பான ஆரூடம்

1

ஐம்பது வருடங்களுக்கு மேலாயிற்று. நான் எழுதிய முதல் கட்டுரையிலே நாம் தமிழ்ச் சமூகத்திலிருந்து என்னென்ன எதிர்பார்க்கலாம், எது அறவே தமிழனுக்கு சிந்திக்க இயலாத குணங்கள் என்று குறிப்பிட்டிருந்தேன். அவற்றைத் தான் திரும்பச் சொல்கிறேன். நான் எழுத முயன்ற முதல் முயற்சி. சிந்திக்க இயலாத குணங்கள் என்றால் இனி வருங்காலத்தில் என்றுமே தமிழனுக்கு சிந்திக்க இயலாது என்று நான் கருதுவதைச் சொன்னேன். நான் ஏதும் மரத்தடி கிளி ஜோஸ்யம் பார்த்தோ, ஆருடம் பார்த்தோ, கை ரேகை சாஸ்திரம் படித்தோ, ஜாதகம் கணித்தோ, பூஜை அறையில் விளக்கேற்றி பூ போட்டுப் பார்த்தோ அல்லது ஏதோ பூசாரியைக் கூப்பிட்டு அவனை சாமியாட வைத்துக் கேட்ட சமாசாரமோ அல்ல. எனக்குக் கிடைத்த அனுபவத்தின் கசப்பில் எனக்குத் தோன்றியதைச் சொன்னேன்.

பாலையும் வாழையும், பான்ஸாய் மனிதன் என்று இரண்டு கட்டுரைகள் ஒன்றையடுத்து மற்றொன்றாக எழுதினேன். அவை இரண்டிலும் எடுத்து வைக்கப்பட்டிருந்த விஷயங்களின் சுருக்கமாக நான் எழுதியிருந்த ஒரு பாராவின் சுருக்கத்தை மாத்திரம் தான் இங்கே நான் திரும்பச் சொல்லமுடியும். அதை அதே வார்த்தைகளில் சொல்ல என்னிடம் இங்கு, பங்களூரில் பழைய எழுத்து இதழ்களோ, அல்லது அந்த கட்டுரை வெளியான பாலையும் வாழையும் அல்லது பான்ஸாய் மனிதன் புத்தகமோ இல்லை.

"எதிர்காலத்தில் தமிழ்நாடு எப்போதாவது பொருள் வளம் செழித்த நாடாகலாம். அனைவரும் சிறந்த கல்வி பெற்றவர்களாகலாம். கல்விக்கூடங்கள், தொழிற்சாலைகள், மாளிகைகள் எல்லாம் நம்மைச்

சுற்றி எழலாம். அதெல்லாம் சரி. நடக்கக் கூடிய விஷயங்கள். திட்டமிட்டு பெறக்கூடிய விஷயங்கள் தான். ஆனால் நாம் என்றாவது கலையுணர்வு பெற்ற மனிதர்களாக, உலகத்துக்கு நமது கொடை எனத் தரத்தக்க கலைச் செல்வங்களை சிருஷ்டிக்கும் வல்லமை பெற்றவர்களாக ஆவோமா என்பது சந்தேகமே'' என்று எழுதியிருந்தேன். இதே வார்த்தைகளில் அல்ல. எழுதியிருந்ததன் பொருள் இது தான்.

அது 1961-ம் வருடம் எழுதியது. எழுத ஒரு வாய்ப்பு கிடைத்த போது. ஆனால் இந்த முடிவு அனேகமாக அதற்கு முன் பல வருடங்களாக என் மனதை வதைத்துக்கொண்டிருந்ததுதான். சென்னையை விட்டு நீங்கி 1950-ல் ஒரிஸ்ஸாவில் வேலை தேடிக்கிளம்பிய காலத்திலிருந்து சுமார் 10 வருடங்களாக நான் கலை இலக்கிய உலக நடப்புகளைத் தமிழ் நாட்டிலும், தமிழ்நாட்டுக்கு அப்பாலும் பார்த்து வந்ததனால் இப்படிப்பட்ட ஒரு முடிவுக்கே அந்த நடப்புகள் என்னை இழுத்துச் சென்றிருந்தன.

இப்படிப்பட்ட ஒரு முடிவை நான் முன் வைத்தபோது, பலர் தமிழ் நாட்டின் இலக்கிய கலை நடப்புகளோடு அதிருப்தி கொண்டிருந்தாலும், என்னுடைய 'இனி, தமிழ்நாடு உருப்படப் போவதில்லை' என்ற பாணியிலான அபிப்ராயத்தை ஏதோ கோபத்திலும் அலுப்பிலும் வெளிப்படும் வார்த்தைகள் என்றே நினைத்தனர். அப்படி என்ன உருப்படாமலா போகும்? எல்லா இடங்களிலும் மாற்றங்கள் நிகழும்போது, தமிழ்நாடு மட்டும் உருப்படாமல் போக, சாபக்கேடா என்ன? என்ற நினைப்பில் மெத்தனமாக இருந்தனர். இலக்கியம், ஓவியம் போன்ற ஒரு சில துறைகளில் மாற்றங்கள் துளிர்க்கத் தொடங்கியதையும், அவர்கள் பார்த்திருக்கிறார்கள்.

ஆனால் அம்மாற்றங்களின் துளிர்ப்பையும் கூட, ஜனநாயகம் என்று சொல்லிக்கொள்ளும் அரசும், பெரிய வியாபார ஸ்தாபனங்களும் மக்கள் ரசனையையே நம்பியிருந்த காரணத்தால் ஒன்று அலட்சியம் செய்தன; அல்லது எதிர்த்தன. ஆனால், யாரும், என்னையும் சேர்த்து, எனது 1961-ம் வருட மிகக் கசப்பில் உதிர்த்த வார்த்தைகள் உண்மையாகிவிடும்

என்று எதிர்பார்க்கவில்லை. 'நீ நாசாமாத்தான் போவே' என்று பாட்டி திட்டினால், எந்த பேரப்பிள்ளை, கிட்டிப்புள் விளையாடிக் கொண்டிருப்பவன், மாட்டினி ஷோ பார்க்கப் போகிறவன் உடனே பயந்து பாடப் புத்தகத்தைத் தேடப்போவான்?. அவனுக்கு பாட்டியின் எரிச்சல் கேலியாகத்தான் இருக்கும். இன்று என் ஆருடம் மெய்த்துப் போனதைப் பற்றி யாரும் கவலைப்பட்டார்களா என்று தெரியாது. இல்லை என்று தான் நினைக்கிறேன். ஏனெனில், இன்றைய தமிழ் புத்திஜீவிகளும் பாமரர்களும் ஒரே அலைவரிசையில் தான் இருக்கிறார்கள். இன்றைய ஆபாச பாமரத்தனம் இன்றைய அறிவுஜீவிகளால் மகோன்னத சிகர சாதனைகளாகப் பெருமிதத்துடன் கொண்டாடப்படுகிறது.

பார்ப்போமே. என் கசப்பு தொடர்ந்த ஆபாச இரைச்சலின் தாக்குதலில் பிறந்தது. அவ்வளவையும் சொல்ல வேண்டிய அவசியமில்லை. அதைத் தொடர்ந்த ஆபாச இரைச்சலின் சில எல்லைத் திருப்பங்களைக் குறிப்பிட்டால் போதும் என நினைக்கிறேன். இப்போதைக்கு நான் சினிமாவை மாத்திரம் எடுத்துக்கொள்கிறேன்.

1950-லிருந்து 1956- ம் வருட முடிவு வரை நான் வாழ்ந்திருந்தது ஒரிசாவின் பழங்குடி மக்கள் நிறைந்திருந்த சம்பல்பூர் என்னும் ஜில்லாவில் மகாநதியின் இரு கரைகளிலுமிருந்த, புர்லா, ஹிராகுட் என்னும் இரண்டு அணைக்கட்டுக் குடியிருப்புகளில். அங்கு ஒரு தற்காலிக சினிமா கொட்டகை. 1951-52-லிருந்து தொடங்கியது. ஒரு பஞ்சாபி முதலாளியாக இருந்த அந்தக் கொட்டகையில் நான் ஆரம்ப வருடங்களில் பார்த்த படங்கள், ரித்விக் கட்டக்கின், அஜாந்த்ரிக், மேக் டாகெ தாரா, குல்தீப் சைகல் நடித்த ஹிந்தி தேவ்தாஸ், கல்கத்தா நியூ தியேட்டர்ஸ் தயாரித்த முதல் வங்க மொழி தேவதாஸ். கன்னன் பாலா நடித்திருந்த தொர்ப்ப சுன்னா, நீல் கமல், யாத்ரிக், மார்லன் ப்ராண்டோவின் On the Water Front ஆகியவை. ஞாபகத்திலிருந்து எழுதுகிறேன். இவையும் இப்போது நினைவுக்கு வராத இது போன்ற இன்னும் பலவும். அந்த ஒரிஸ்ஸா குடியிருப்பில் பார்க்கக் கிடைத்த இந்தப் படங்கள் எல்லாம் எனக்கு ஒரு புதிய சினிமா உலகை அறிமுகப்படுத்தின. சினிமா பற்றிய என் பார்வைகளையும் ரசனையையும் மாற்றின.

1953-ல் அணைக்கட்டு வேலை மும்முரமாகவே, அப்போது அணைக்கட்டின் பிரதமப் பொறியாளராகச் சேர்ந்த திருமலை ஐயங்கார், தான் முன்னர் பொறுப்பேற்றிருந்த துங்கபத்ரா அணைக்கட்டில் வேலை பார்த்துக்கொண்டிருந்த வேலையாட்கள் அனைவரும். அவர்கள் தமிழர்கள் ஹிராகுட் அணைக்கட்டு வேலைக்கு பல்லாயிரக்கணக்கில் சேர்ந்தனர். அவர்கள் அனைவரையும் குடும்பத்தோடு ஒவ்வொரு நாள் மாலையும் சினிமாக் கொட்டகை வாசலில் ஏதோ திருவிழாக் கூட்டம் போல மொய்த்திருப்பதை நாங்கள் அலுவலகம் முடிந்ததும் காணும் காட்சியாயிற்று. இந்தக் கூட்டம் முழுவதையும் தினம் கவர்ந்தது மூன்று அல்லது நான்கு நாட்களுக்கு ஒரு முறை மாற்றி மாற்றி தமிழ்ப் படங்களாகவே அந்த கொட்டகையில் திரையிட்டதுதான். அங்கு தான் நான் தமிழ் சினிமாவில் ஒரு சூறாவளியாகவே வீசி தமிழ் சினிமாவின் ரசனையையும் போக்கையும் முற்றிலுமாக மாற்றியமைத்த பராசக்தியைப் பார்த்தேன். அதைத் தொடர்ந்து எதிர்பாராதது போன்ற படங்கள் ஒன்றன் பின் ஒன்றாக, 1956 வரை. இங்கு நான் சொல்ல விரும்புவது, பராசக்தி அதன் பின்வரும் தமிழ் சினிமாவின் குணத்தையும் தீர்மானித்து, இரண்டு பெரிய சக்திகளாக சிவாஜி கணேசன், மு.கருணாநிதி இருவரையும் அதன் உச்ச சாதனைகளாக உருவாக்கித் தந்ததுதான். இன்று வரை 60 ஆண்டுகளுக்குப் பிறகும் அந்த சாதனைகள் சாதனைகளாகவே நிலை பெற்றுவிட்டதுதான். வேடிக்கை என்னவென்றால், தமிழ் சினிமா அதன் ஆரம்பங்களிலும் சினிமாவாக இல்லை. அதன் ஒவ்வொரு கட்ட மாற்றத்திலும் அந்த மாற்றங்கள், சினிமா என்ற கலை பெறும் மாற்றங்களாக இருந்ததில்லை.

1961-லோ என்னவோ, நான் விடுமுறையில் சென்னை வழியே செல்லும்போது, ப்ராட்வேயின் மறு எல்லையில் இருந்த ஒரு சின்ன தியேட்டரில் அதன் மாடியில் சத்யஜித் ரேயின் பதேர் பாஞ்சலி திரையிடப்பட்டிருந்தது. திரும்ப இன்னொரு முறை பார்க்க வாய்ப்புக் கிடைக்கிறதே என்று சந்தோஷப்பட்டுக்கொண்டு சென்றேன். அந்த ஹாலில் படம் பார்க்கக் கூடியவர்கள் சுமார் இருபது பேருக்கு மேல் இல்லை. அந்த சின்ன ஹால் கூட நிரம்பியிருக்கவில்லை. அந்த மாஸ்டரின்

படம் வெளிவந்து உலகப் புகழ் பெற்று ஆறு வருடங்கள் கழிந்த பின்னரும், சினிமாவிலேயே தம் வாழ்க்கையை மூழ்கடித்துக்கொள்ளும் வெறிபிடித்துள்ள தமிழ்ச் சமூகத்தில் அதைப் பார்க்க இருபது பேருக்கு மேல் விருப்பமில்லை.

அதற்குள் ஸ்ரீதர் ஒரு வித்தியாசமான, சிந்தனையில் ஆழ்ந்த கலைஞராக தன்னை முன் நிறுத்திக் கொண்டாயிற்று. அந்தக் காலங்களில் அவர் தன் தாடையில் கைவைத்து சிந்தனையில் ஆழ்ந்திருப்பதான ஒரு போஸ் கொண்ட போட்டோ தான் அதிகாரபூர்வமாக அவர் தன்னை விளம்பரப்படுத்திக் கொள்ள பயன்படுத்தியது. கருணாநிதியும், சிவாஜி கணேசனும் நீண்ட சொற்பொழிவுகளை அலங்கார வார்த்தைகளில் உரத்துக் கூச்சலிட்டுக் கொட்டுவது கலையாகியபோது, ஸ்ரீதர் சின்ன சின்ன வாக்கியங்களை சாமர்த்தியம் தொனிக்கத் தருவதும் மேஜைக் கால்களிடையேயும் சாவித்துவாரத்தினூடேயும் காட்சிகளைத் தருவது கலையென தமிழ் சினிமா ரசிகர்களை நம்ப வைத்தார்.

தமிழ் சினிமா மாறிக்கொண்டுதான் வந்தது. ஆனால் சினிமாவாக அது மாறவில்லை.

வாழ்க்கையின் எல்லாத் துறைகளிலும் (கல்வி, பொருளாதாரம், நவீன வாழ்க்கை வசதிகள், தொழில் நுட்பம் இப்படி சொல்லிக் கொண்டே போகாலாம்) பின் தங்கியதாகக் கருதப்படும் ஒரிஸாவில் ஒரு தற்காலிக குடியிருப்பில் தொடங்கப்பட்ட ஒரு எளிய தோற்றமுடைய சினிமா கொட்டகையில், நான் ஒரு கால கட்டம் வரையில் அன்றைய தினம் இந்தியாவின் சிறந்த கலைத் தரமான, சினிமா என்றால் என்னவென்று சொல்லும் படங்களை பார்க்க முடிந்திருக்கிறது. ஆனால் தமிழர் கூட்டம் பெருகவே, அந்த வாய்ப்புக்கு ஒரு முற்றுப்புள்ளி வைக்கப்பட்டு உரத்த நாடகத்தனமான, தமிழ் நாட்டு கட்சி அரசியல் நோக்கங்களுக்காக எழுதப்பட்ட, பிரசார அல்லது வெற்று கற்பு, காதல் வசனங்கள் கொண்ட போதனைக் கதைகள் பேசும் படங்களின் ஆக்கிரமிப்பு தொடங்கிவிட்டது. எங்கு? ஒரிஸ்ஸாவில். அதன் பின் வெகு அபூர்வமாகவே சினிமா என்று சொல்லத்தக்க படங்களை நான் பார்த்தேன்.

அது ஏன் அப்படி மாறிற்று? அந்த கொட்டகையை நடத்தியவன் ஒரு பஞ்சாபி. வியாபார நோக்கத்திற்காகத் தான் அதை நடத்துகிறானே தவிர, கலை உத்தாரணம் செய்யும் லட்சியங்கள் ஏதும் அவனுக்கு இல்லை. வியாபார நோக்கோடேயே செயல்படும் அவனுக்கு சிறந்த படங்களை திரையிட முடிந்திருக்கிறது. ஒரு கால கட்டம் வரை. ஆனால் தமிழர்கள் கூட்டம் பெருகியதும், அவர்களது தினசரி கூட்டமே தனக்கு லாபகரமாக இருப்பதைக் கண்டதும், பல மொழிகள் பேசும், பல பிராந்தியங்களிலிருந்து வந்துள்ள மக்கள் நிறைந்த அந்த இடத்திலும் அவன் தமிழ்ப் படங்களையே திரையிட்டுக் கொண்டிருந்தான். தமிழ்க் கலைக்கு சேவை செய்வதாக அவன் சொல்லிக்கொள்வானானால், தமிழ் சமூகம் கட்டாயம் அவனை அப்படியே போற்றும். இப்போது நாம் யார் யாரையெல்லாம் தமிழ் சினிமாவின் இமயம், சிகரம், புலவர், கலைஞர், என்றெல்லாம் போற்றிக்கொண்டாடுகிறோமோ அதே குணத்தில், அதே தகுதியில். இன்றைய நம் சிகரங்களும் திலகங்களும் தங்களைப் பாராட்டிக்கொள்வது போல அந்த பஞ்சாபிக்கு சிந்தனை செல்லவில்லை. அவன் சொல்லிக் கொண்டதெல்லாம் 'இவங்களுக்குப் பிடித்ததைக் கொடுக்கிறேன். எனக்கும் அதில் லாபம் கிடைக்கிறது' என்பதே.

இந்தத் தரவுகளை வைத்துக்கொண்டு தான் நான் 1961-ல் தமிழன் வேறு எந்தத் துறையில், பொருளாதார வளத்தில், கல்வியில் வளர்ச்சி பெறக்கூடும். ஆனால் ஒரு கலை உணர்வுள்ள சமூகமாக, உலகத்துக்கு தன்னது என ஒரு கலைப்படைப்பைத் தரும் ஆற்றல் உள்ளவனாக மாறுவான் என்ற நம்பிக்கை எனக்கில்லை என்றேன்.

ஒரு கசப்பில், ஏமாற்றத்தில், பிறந்த வார்த்தைகள் எதிர்கால ஆருடம் சொல்லும் வடிவம் பெற்று உண்மையின் நிரூபணமும் பெற்றுவிட்டது, என் ஜோஸ்யம் பலித்துவிட்டது எனக்கு உவப்பான விஷயம் இல்லை. 'பார் என் ஜோஸ்யம் பலித்து விட்டது!' என்று பெருமை பேசுவதற்கும் நான் இதைச் சொல்லவில்லை.

2

பணம் பண்ணவேண்டுமென்றுதான் ஒரிஸ்ஸா போன்ற ஒரு பின் தங்கிய பிராந்தியத்தில் ஒரு தாற்காலிக குடியிருப்பில் தியேட்டர் தொடங்கி சினிமா படங்களைத் திரையிடுகிறான். 1951-ல். அவனால் ரித்விக் காட்டக்கைத் திரையிட்டுப் பணம் பண்ணமுடிகிறது. தமிழ் நாட்டில் ஒரு புரட்சியையே விளைவித்த அதன் பின் தமிழ்ப்படங்களின் குணத்தையே மாற்றியமைத்த பராசக்தியையும் அவனால் அங்கு அணைக்கட்டில் உழைக்க வந்த தமிழர்களின் கலைத்தாகத்தைத் தீர்க்க திரையிட்ட பின்னும், சத்யஜித் ரேயின் பதேர் பஞ்சலி வெளிவந்த ஒன்றிரண்டு மாதங்களில் ஹிராகுட்டிலும் திரையிட்டு பணம் பண்ண முடிந்திருக்கிறது.

இது தமிழ் நாட்டில் ஆறு வருடங்களுக்குப் பின்னும், அது உலகப் புகழ் பெற்று, இந்தியத் திரைப்பட விழாவிலும் தங்கமயில் பரிசு பெற்ற பின்னும், தமிழ்நாட்டின் தலைநகரில், 1930 களிலிருந்து சினிமா என்ற கலைக்கே தன்னை அர்ப்பணித்துக் கொண்ட கல் தோன்றுமுன்னேயே தோன்றிவிட்ட தமிழ் இன மக்களிடையே அது கலையாக பெயர் பெறாத காரணத்தால், அதன் விளைவாக அதை வைத்துப் பணம் ஈட்ட முடியாது போன காரணத்தால், அந்த மாதிரி சமாசாரங்களுக்கு தமிழ் நாட்டில் இடமில்லை. 1961-லும் இடமில்லை என்று நிரூபணமானது. நாற்பது வருடங்களுக்குப் பின்னும் அந்த ரசனையில் எந்த மாற்றமும் இல்லை.

இன்னும் ஒரு சில சம்பவங்களைப் பற்றிப் பேசிவிட்டு மேல் செல்கிறேன். மறுபடியும் 1950 தான். ஹிராகுட்டில் இல்லை. அப்போது எங்கள் குடியிருப்பில் தியேட்டர் வராத காலம். பக்கத்தில் பத்து மைல் தூரத்தில் இருந்த சம்பல்பூர் என்னும் ஒரு சிறிய பட்டணத்துக்குப் போய்த்

தான் சினிமா பார்க்க முடியும். வாரம் ஒரு முறை போய்ப் பார்த்து இரவு நடந்தோ பஸ்ஸிலோ அல்லது அங்கு ஏதோ ஒரு வீட்டு முகப்பில் தூங்கிவிட்டோ காலையில் எழுந்து அவசர அவசரமாகக் குடியிருப்புக்குத் திரும்புவோம். 1950 களில், திண்டிவனம், விழுப்புரம் எப்படி இருக்கும்? அப்படித்தான் இருந்தது சம்பல்பூர் என்னும் மாவட்ட தலைநகரம். இரண்டு சினிமா கொட்டகைகள். 1950- களில் தமிழ் சினிமா எப்படி இருந்தது என்று ஒரு கோடி காட்ட வேண்டுமானால், சந்திரலேகா, ஓர் இரவு, மந்திரி குமாரி, ஆயிரம் தலைவாங்கி அபூர்வ சிந்தாமணி போன்ற படங்களை நினைவுக்குக் கொண்டு வர முடிந்தவர்கள் எவ்வளவு பேர் இருப்பார்களோ இப்போது தெரியாது. இதில் ஓர் இரவு மாத்திரம் கருத்துள்ள சமூகக் கதைப்படம் என்று பெயர் வாங்கியது. அண்ணாவின் கதை. திமுகவின் திரையுலக பிரவேசத்துக்கும் கட்சிப்பிரசாரம் கருத்துள்ள கதையாக உருவான காலம். அலங்கார பிரசங்கங்கள், வீர வசனங்கள் சினிமாவான காலம். அண்ணாதுரை 'பெர்னாட்ஷா' வாக கொண்டாடப்பட்ட காலம். இபபடியான மாற்றங்களுக்கு கொணர்ந்தவை தான் இந்த திரைப்படங்கள். மறுபடியும் கட்சிப் பிரசாரமோ, அலங்கார வசனமோ, கருத்துப்படமோ எதாகிலும் மக்களைக் கவர்ந்தன. அந்தக் கவர்ச்சியில் பணம் பண்ணமுடிந்தது. எது பணம் பண்ண வழி வகுக்கிறதோ அது தான் கலை; அது தான் கருத்து; அது தான் புரட்சி எல்லோரும் கலைஞர்கள் தான்.

பம்பாய் பட உலகில் ஷா என்று எல்லோரையும் போல ஒரு பணம் பண்ணும் தயாரிப்பாளர். முழுப் பெயர் எனக்கு நினைவில் இல்லை. அவர் தயாரித்த ஜோகன் என்று ஒரு படம் வந்தது. நடித்தவர்கள் அந்த காலத்தில் முன்னணி நட்சத்திரங்கள் தான். நர்கிஸும் திலீப் குமாரும். கதை இது தான். தனக்குப் பிடிக்காத இடத்தில் மணம் புரிந்துகொள்ள வற்புறுத்தலைத் தாங்காது ஒரு மடத்தில் தஞ்சம் புகுந்து சன்னியாசினியாகிறாள் ஒரு இளம் பெண். அந்த கிராமத்துக்கு தன் உறவினர் வீட்டுக்கு வந்த ஒரு இளைஞன் அந்த சன்னியாசினியைப் பார்க்கிறான். அவளை அவனுக்குப் பிடித்துப் போகிறது. முதலில் அவள் அந்த சந்நியாசினி இதை அறிந்தவளில்லை. அவன் திரும்பத் திரும்ப

தன்னிடம் நெருங்கி வருவதை தடுக்க முடியாது அவள் கடைசியில், "என்னிடம் உனக்கு உண்மையிலேயே அன்பு இருக்குமானால், இனி இந்த மரத்தைத் தாண்டி என் பின் வராதே" என்று சொல்லிச் செல்கிறாள். அவள் போவதையே பார்த்துக்கொண்டு அங்கேயே நின்று விடுகிறான் அவன். அவ்வளவே கதை.

படம் முழுதும் அவள் இருவரும் சந்திப்பதும் அவர்கள் பரிமாறிக்கொள்ளும் பேச்சுக்களும் தான். பெரும்பாலும் இருவரது க்ளோஸ் அப் களிலேயே கதை சொல்லப்படுகிறது. இருவரது பேச்சுக்களும் அருகிலிருக்கும் இருவரது குரல் எவ்வளவு உயரவேண்டுமோ அதற்கு மேல் உயர்வதில்லை. நீண்ட வாதங்கள் இல்லை. அழுகை இல்லை. துயரம் தோய்ந்த முகங்களும், ஏமாற்றத்தின் வெளிறிய முகங்களுமே நாம் க்ளோஸ் அப்பில் பார்ப்பது. இரு இளம் உள்ளங்களிடையே நிகழும் உணர்ச்சிக் கொந்தளிப்பை, அவர்கள் முகமும் சன்னமாக ஒலிக்கும் வேதனைக் குரலும் இடையே விழும் நீண்ட மௌனங்களும் தான் சொல்லும். அது தான் சினிமா. நீண்ட பிரசங்கங்களும் அலங்கார வசனங்களும், நாடக பாணி கதறலும் சொல்லமாட்டா. அவை எவ்வளவு தான் கைத்தட்டல்களையும் கூச்சல்களையும் தருவதாக இருந்தாலும் சரி. அவையெல்லாம் மோசமான பிரசங்கப்பாணி நாடகங்கள் தான். நல்ல நாடகம் கூட இல்லை...

இடையிடையே ஐந்தாறு மிக இனிமையான மீரா பஜனை பாட்டுக்களைக் கேட்போம். பாடியது கீதா தத் என்று நினைவு.

சரி. இந்த இடத்திலிருந்து இதே பாதையில் செல்லக்கூடும் சிலர் ஹிந்தி சினிமா உலகில் பின் வருடங்களில் தோன்றினார்கள். 1950-ல் ஜோகன், அவர்களுக்கு சற்று விலகிய அவர்களுக்குப் பிடித்த பாதையாக இருந்தது. இது வியாபாரத்துக்கு ஒத்துவராது என்று ஒதுக்கியவர்கள் இல்லை. அதைத் தொடர்ந்து மஹல், ஷிகஸ்த், பரிநீதா என்று நான் அக்காலத்திய படங்களைச் சொல்லிக்கொண்டு போகமுடியும். அது 2010 தமிழர்களுக்கு எந்த அர்த்தத்தையும் கொடுக்காது. ஆனால் ஒன்று நான் ஜோகன் படத்தைப் பற்றிச் சொன்ன விவரங்களிலிருந்து இன்று 2010-ல்

தமிழ் சினிமா இம்மாதிரி ஒரு படத்தைத் தரும் சக்தியோ? தினவோ உண்டா? என்று யோசித்தோமானால், சிவகாசியும், சிவாஜியும், தசாவதாரமும் புழங்கும் ஒரு நாகரிகத்தில் ஏதோ சம்பந்தமில்லாத வேற்று உலக நடப்பைப் பேசுவதாகத் தான் அர்த்தமற்றுத் தோன்றும்.

1950-ல் ஒரு பஞ்சாபி ஒரு ஒரிஸ்ஸா மக்களிடையே தன் சினிமாப்படம் திரையிடும் வியாபாரத்தை எந்தத் தரத்தில் செய்யமுடிந்திருந்தது என்று சொன்னேன். அது 60 வருடங்கள் கழித்து தமிழ்நாட்டில் சாத்தியமில்லாது போவதைப் பற்றியும் சொன்னேன்.

அந்த ஒரிஸ்ஸாவில் கடந்த பத்து இருபது வருடங்களாக, ஒரு சில ஒடிய மொழித் திரைப்படங்கள் ஒடியா நடிகர்களும், ஒடியா இயக்குனர்களும் பங்கேற்றுள்ள திரைப்படங்கள் வந்துள்ளன. மிக எளிய முயற்சிகள். ஒரிஸ்ஸாவில் எனக்குத் தெரிந்து ஸ்டுடியோக்களோ, லாபரேட்டரிகளோ கிடையாது. ஸ்டுடியோக்களுக்கு அவர்கள் கொல்கத்தா தான் போகவேண்டும். ஒரு காலத்தில் நாம் புனேக்கும் பம்பாய்க்கும் படையெடுத்தது போல. தியாகராஜ பாகவதர் போகட்டும் ஆனால், கதை வசனம் எழுதிய புதுமைப்பித்தன் கூட புனேக்குப் போகவேண்டி இருந்தது. அங்கு போய் நோய்வாய்ப்பட்டது நமக்குத் தெரியும். எல்லா திரையரங்குகளிலும் பெரும்பாலும் ஹிந்தி படங்களே திரையிடப்படும். இடையிடையே வங்காளிப் படங்களும் திரையிடப்படும். வங்காளியை ஒரிஸ்ஸா வாசிகள் புரிந்து கொள்வார்கள்.

ஆக, ஒரிய வாழ்க்கையை, அதன் மணத்தோடும், நாதத்தோடும் எடுக்க விழையும் சில கலைஞர்களைக் கொண்ட கலாச்சாரம் அது. அவர்களுக்கு ஸ்டுடியோக்கள் தேவை இல்லை. கிராமத்து மண் குடிசைகளும், அங்கிங்குமாகக் காணப்படும் பழம் காரை வீடுகளுமே போதும், அந்த வாழ்க்கையைப் பிரதிபலிக்க. தமிழ் வாழ்க்கையிலிருந்து ஒதுங்கி, அல்லது அதை அறவே ஒதுக்கிய வியாபாரிகளுக்குத் தான் பிரம்மாண்ட செட்கள், தோட்டா தரணி, பின்னணி இசைக்கு நாற்பது வாத்ய கருவிகள். நடனப் படப்பிடிப்புக்கு வெளிநாட்டு பயணங்கள், ஸ்டண்ட் மாஸ்டர்ஸ் எல்லாம் தேவைப்படும். அது உலக

நாயகனானாலும் சரி, சூப்பர் ஸ்டாரானாலும் சரி, மேதை என்று எல்லோராலும் பாராட்டப்படும் மணிரத்னமானாலும் சரி. அவருக்கும் நடனக்காட்சிகளுக்கு அருவிகளும் மலைச் சரிவுகளும், தேவைப்படுகிறது. ('டான்ஸ் சீக்வென்ஸில் தான் விஷுவலில் ஏதாவது செய்யமுடிகிறது' என்று அந்த சினிமா மேதை சொல்லியிருக்கிறார்) 'ஆமாம், சினிமான்னா அவருக்கு ஏதாவது தெரியும்னு அவருடைய படத்திலேர்ந்து தெரியறதா உங்களுக்கு?' என்று பிலிம் இன்ஸ்டிட்யூட் டைரக்டர் ஒருவரிடம் கேட்டேன். அவர் சினிமாவைப் பற்றி பேச வந்திருந்தார். ''அவருடைய நரேட்டிவ் ஸ்டைல் அது'' என்று வெகு சுருக்கமாக பதில் அளித்தார். அதற்கு மேல் அவர் வேறு எதுவும் சொல்லவில்லை.

அந்த நாரேடிவ் ஸ்டைல் அவரது மட்டுமல்ல. அது தான் எல்லா தமிழ் சினிமாவின் ஸ்டைலும். ஸ்டைல் என்ன அதை நம்பித்தான் வியாபாரமே நடக்கிறது. உலக நாயகன் கூட டோரண்டோ போய் தான் அந்தத் தெருக்களில் சிம்ரனோடு டான்ஸ் பண்ணுவார். இங்கே எல்லாம் டான்ஸ் பண்ண அவர் கால் இப்போ கொஞ்ச நாளா சிரமப்படுகிறது. காசு கொடுக்கிறவன் வேறே எவனோ ஒருத்தன். இந்த இளைய தளபதி, உலக நாயகன், இயக்குனர் சிகரம், சூப்பர் ஸ்டார்கள் நிறைந்த நெரிசலில் 'வீடு' என்று அன்றாட தமிழ் வாழ்க்கையின் பிரதிபலிப்பாக எந்த ஆரவாரமும் இல்லாது அமைதியாக எடுத்த பாலு மகேந்திரா போன இடம் தெரியவில்லை. அவரும் பாவம் இடையே இந்த ரக மசாலா சேர்க்க, ஒரு கனவுக்கன்னியை ஆட வைத்துப் பார்த்தார். ஏன் தான் மற்ற கோமாளிகளைப் பார்த்து தானும் கோமாளி வேஷம் போட ஆரம்பித்தாரோ. மற்ற கோமாளிகள் நிஜ கோமாளிகள். இவர் வேஷம் போட முயற்சித்த கோமாளி தானே. நம்மால் பரிதாபப்படத்தான் முடியும்.

இந்த அவஸ்தைகள் எல்லாம் பட வேண்டியிராத மணிப்பூர், ஒரு சில லட்சங்களே மக்களும் அவர்கள் மெய்தெய் பாஷையும் பேசுபவரும் கொண்ட வேறு எந்த வசதியும் இல்லாது, ஒவ்வொன்றுக்கும் கல்கத்தா ஓட வேண்டிய பழங்குடி மக்கள் பிரதேசத்திலிருந்து 'இமாகி நிங்தம்'

என்று ஒரு படம், ஒரு சிறுவனின் பால்ய வாழ்க்கையின் சின்னச் சின்ன துக்கங்களையும் பாசங்குகளையும் மனம் நெகிழச் செய்யும் (என்றால் கதறி அழச்செய்யும் என்ற நமது வழக்கமான அர்த்தம் இல்லை) படம் எடுக்க முடிந்திருக்கிறது. அவர்கள் என்னமோ கல் தோன்றி, மண், மரம் தண்ணீர் எல்லாம் தோன்றிய பின் தோன்றியவர்கள் தான். ஆகவே நம்மைப் போல் அவ்வளவு பெருமை பெற்றவர்கள் இல்லை

ஒரிஸ்ஸாவைப் பற்றிப் பேசினேன். மஹாபாத்ரா என்றபெயர் அந்த இயக்குனரது. முழுப் பெயர் எனக்கு நினைவில் இல்லை. படத்தின் பெயரும் நினைவில் இல்லை. இரண்டு படங்கள். இரண்டும் ஒரு நடுத்தர குடும்பத்தின் அன்றாட வாழ்க்கையைச் சொல்லும் படங்கள் தான். ஒன்றில் கிராமத்தின் மண் குடிசைகளிலும் மற்றதில் க்ஷீணமடைந்திருக்கும் ஒரு பெரிய வீட்டிலும் நடக்கும் கதை. பெரிய வீழ்ச்சி ஏதும் இல்லை. ஆரவாரமாகக் கொண்டாடவும் ஏதும் பெரிய நிகழ்வுகள் இல்லை. வெகு சாதாரணமான, அன்றாட வாழ்க்கையில் சாதாரணமாக என்றும் நிகழும், நாம் சிறிது கஷ்டப்பட்டு எதிர்கொள்ளும், அல்லது முடியாது தோற்றுவிடும் சம்பவங்கள், வாழ்க்கைச் சிக்கல்கள்.

அந்த பிற்பட்ட, பொருளாதார முன்னேற்றம் காணாத, இன்னமும் இருபதாம் நூற்றாண்டின் முன் பத்துக்களிலேயே சிறைப்பட்டு விட்டதாகத் தோற்றம் தரும் அந்த சமூகத்திலிருந்து, தம் கலைகளின் மகோன்னதம் பற்றி ஏதும் தம்பட்டம் அடித்துக் கொள்ள முடியாத சமூகத்திலிருந்து வெகு சீரியஸான, சினிமா என்ற ஊடகத்தைப் புரிந்து கொண்ட மனிதர்களைப் பார்க்க முடிகிறது. சொல்லப் போனால் ஒரிஸ்ஸா முதலமைச்சருக்கு ஒடியா கூட சரியாகப் பேசத்தெரியாது என்று கேலி பேசுவார்கள். கலைஞராவதோ, உலக ஒரிய இனக் காவலர் ஆவதோ, மூ-ஒரிய வேந்தர் ஆவதோ ரொம்ப தூரத்து லட்சியங்கள்.

3

தமிழ் சினிமா உலகில் பெரிய மேதைகளாகக் கருதப்படுபவர்கள் விமர்சகர்கள். சினிமா 'கலைஞர்'கள் எல்லோரும் பேசுவதைக் கேட்கும் போது, அவர்கள் பேசும் வார்த்தைகளுக்கு நாம் புரிந்து கொள்ளும் அர்த்தம் ஒன்றாகவும், அவர்கள் தர நினைக்கும் அர்த்தம் முற்றிலும் வேறாகவுமே இருப்பது இப்போதெல்லாம் வெகு சகஜமாகி வருகிறது. என்னென்னமோ பெரிய பெரிய வார்த்தைகளில் ஒரு காரக்டரைப் பற்றி, மேதை மணிரத்தினமும், விக்ரமும், அபிஷேக் பச்சனும் ரொம்பவும் சீரியஸாக முகத்தை வைத்துக்கொண்டு பேசினாலும், நமக்கு அடுத்துக் காட்டப்படும் காட்சி, உடம்பு பூராவும் மண்ணைப் பூசிக்கொண்டு, வெறிபிடித்தமாதிரி இருபது பேர் ஆடுவதைத்தான் காட்டுகிறார்கள். இப்படி ஆடுவது ஒரு புத்தி பிறழ்ந்த மனிதக் கூட்டமாகத்தான் இருக்க முடியுமே தவிர, எந்த ஒரு குறிப்பிட்ட குணச்சித்திரமும் கொண்ட மனித ஜீவனாக இருக்க முடியாது. சினிமா பற்றி ஃபிலிம் இன்ஸ்டிட்யூட்டில் படித்து வந்துள்ள சுஹாசினி, எந்த ஒரு படத்தைப் பற்றிப் பேசும் போதும், அவர் அந்த படத்தில் வரும் பிரச்சினைகளையும் கதாப்பாத்திரங்களைப் பற்றியும் அவை எந்த வகைப்பட்டவை (genre) என்று வகைப் படுத்தலிலும் ரொம்ப சீரியஸாக பகுத்து ஆராய்வதாகக் காட்டிக்கொண்டாலும், அடுத்து நமக்கு பார்க்கக் கிடைப்பது ஒரு கூட்டம் டான்ஸ் பண்ணுவதைத்தான். எப்போதுமே அப்படித்தான். அவர் விமர்சிக்கும் படத்தில் வரும் டப்பாங் குத்துக்கள் என்ன என்பதைக் காட்டினால் தான் அந்த படம் விலை போகும் என்று தான் எல்லோரும் நினைப்பதாகத் தோன்றுகிறது. அதை இவர்கள் பாஷையிலியே டான்ஸ் என்று தான் சொல்லவேண்டும். அது நடனம் என்றோ, நாட்டியம் என்றோ சொல்ல அருகதையற்றது. அருகதையுள்ளதோ அல்லவோ, அது என்ன

குணச்சித்திரத்தை வெளிப்படுத்த அல்லது நடக்கும் சம்பவத்திற்கான சம்பந்தத்தைச் சொல்ல வந்தது என்பது தெரியாது. திடீரென முப்பது நாற்பது பேர் என்னவோ உடற்பயிற்சி செய்வது போல தெருவை அடைத்துக் கொண்டு கூத்தாட்டம் ஆட ஆரம்பித்து விடுகிறார்கள். அதற்கு ரஹ்மான் 'சார்' இசை. வாலி 'சாரோ' இல்லை, வைரமுத்து 'சாரோ' பாடல், யாரோ பிருந்தாவோ அல்லது யாரோ, இவர்களுக்கு 'சாரும்' இல்லை 'மேடமும்' இல்லை, பெயரெல்லாம் யாருக்கு நினைவிலிருக்கிறது, அவருக்குக் கூட ஏதோ ராணி, கலை ராணியோ, அல்லது ஏதோ அரசியோ என்னவோ ஒரு பட்டம், அந்த அரசி/ராணி அம்மையாரின் நடனம்...சரி, இவர்களுக்கு என்ன ஆயிற்று, எல்லோருமே கூட்டாக ஊமத்தங்காயைத் தின்று தொலைத்து விட்டார்களா என்று நமக்கு தோன்றும்.

இன்னொரு தொலைக்காட்சியில் அபிஷேக் 'சார்' கேட்பார். அதற்கு பதில் அளிப்பவர், 'டைரக்டரோ இல்லை தயாரிப்பாளரோ தெரியாது' சொல்வார் அவர், 'நம்ம கிட்ட ஒரு ப்ராஜெக்ட் இருக்கு. அதை மக்களுக்கு எடுத்துட்டுப் போகணும். அது முக்கியம். நம்ம கதையை மக்கள் பாக்கலைன்னா அதிலே அர்த்தம் இல்லை. அதுக்கு மக்களைக் கவரும்படியா அதை மக்கள் கிட்டே எடுத்துட்டுப் போகணும்' என்றார். விஷயம் சந்தைக்கு சரக்கை தயார் செய்வது பற்றி அவர் பேசுகிறார். ஒரு மேதை கூட அந்த டான்ஸ்ங்கற சமாசாரம் எப்படி சினிமாவின் கதைக்கோ குணச்சித்திரத்திற்கோ உதவுகிறது என்பதையோ, எப்படி அது சம்பந்தமும் அர்த்தமும் உள்ளதாகிறது என்பதையோ சொல்வதில்லை. இது போலத் தான் ஒரு ஹீரோ பத்து பேரை விளாசித் தள்ளுவதும். இதில் ஒவ்வொருவராக முறை வைத்து அடிவாங்கிக் கொண்டு போவார்கள். அதுவும் ஒரு சர்க்கஸ் வித்தை மாதிரி இருக்குமே தவிர நிஜ சண்டையாக இராது. பத்து பேர் இருந்தாலும், வாழ்க்கையில் நடப்பது போல எல்லோரும் சேர்ந்து ஹீரோவை ஒரே மொத்தாக மொத்திவிட்டு காரியம் முடிந்தது என்று போக மாட்டார்கள். ஒவ்வொருத்தரும் தனியாக வந்து தான் ஹீரோவுடன் மோதி அடி வாங்கிக்கொண்டு எங்கோ உருண்டு விழுவார்கள். அதுவும் மிக அழகாக

சர்க்கஸ் காட்சி மாதிரி ஆகாயத்தில் படுக்கைவாட்டில் உருண்டு கொண்டே விழுவார். நாம் அப்படி விழவும் மாட்டோம். விழுந்தால் எலும்பு முறிந்து தரையில் கிடப்போம். ஆனால் இவர்கள் மறுபடியும், மறுபடியும் ஹீரோவிடம் அடிவாங்கிக் கொண்டு சுருண்டு விழப் போவார்கள். எத்தனை நிமிடங்களுக்கு இந்த சண்டைக் காட்சி என்று முன்னதாகத் தீர்மானிக்கப் பட்டிருக்கிறதோ, அவ்வளவுக்கு இந்தக் காட்சி நீளும். இதெல்லாம் என்ன பேத்தல் என்று ஒருவர்கூட சினிமா உலகில், பத்திரிகை உலகில் கேட்டது கிடையாது. நம் உலக நாயகர்களும் சுப்ரீம் ஸ்டாரும் ஃப்ராங்க்பர்ட் இல்லை டோரண்டோ தெருக்களில் பித்துக்குளித்தனமாக டான்ஸ் பண்ணுவது அவர்களுக்கே வெட்கமாக இராதா? அங்கு பார்க்கிறவர்கள் இவர்களைப் பார்த்து எதுவும் சொல்லமாட்டார்கள்தான். ஆனால் கேலியாக சிரிக்க மாட்டார்களா? இவர்களுக்கு என்ன காக்கா வலிப்பா, இல்லை பைத்தியமா? பைத்தியமானால் அவர்கள் வீட்டுக்குள் இருந்து கொண்டு அடுத்தவருக்குத் தெரியாமல் பாயைச் சுரண்டக்கூடாதா? இவ்வளவு பணம் செலவழித்து, இங்கு வந்துதான் இந்தக் கூத்து அடிக்கணுமா? என்று தமக்குள் உதட்டில் கேலிப் புன்னகை வழிய பேசிக்கொள்ள மாட்டார்களா? சாதாரண பொதுப் புத்திக்கு இது ஏற்கிறதா? நம் சினிமா சம்பந்தப்பட்ட எதுவும் பொதுப்புத்திக்கு ஏற்காததுமாக, பித்துக்குளித் தனமாகவுமே இருப்பது ஏன்? ‘ஓடினாள், ஓடினாள், வாழ்க்கையின் ஓரத்திற்கே ஓடினாள்’ என்ற 15 நிமிடமோ, இல்லை அரைமணி நேரமோ, வசனம் பேசி ஒரு புது திராவிடக் கழக மாடல் கோர்ட்டையும் விசாரணையையும் வாக்கு மூலங்களையும் தமிழ் சினிமாவுக்குக் கொண்டு வந்ததிலிருந்து அவ்வப்போது நம் சினிமாக்கள் புதுப்புது ரக பித்துக்குளித்தனங்களையே முன் வைத்து அதைப் புரட்சிகர மாற்றங்கள் என்றும், நம் சினிமா பெரிய பெரிய மாற்றங்களைக் கொணர்ந்துள்ளதாகவும், நாம் தொழில் நுட்பத்தில் எங்கேயோ உச்சத்துக்குப் போய் விட்டதாகவும் பெருமைப்பட்டுக் கொள்வதெல்லாம், வேடிக்கையாகத்தான் இருக்கிறது. வித விதமான பித்துக்குளித்தனங்களையே நாம் கண்டுபிடிப்பதில் முனைந்து வருவதாகத் தோன்றுகிறது.

நம் சினிமாவும் நம் கதைகளும் நம் சினிமா மனிதர்களும் ஏன் தம் இயல்பில் இருப்பதில்லை?. ஏன் அவர்கள் நாம் அடையாளம் காணக்கூடியவர்களாக இருப்பதில்லை?. ஏன், என்ன செய்தாலும் என்ன பேசினாலும் பித்துக்குளிக்களாகவே தம்மை ஆக்கிக் கொள்கிறார்கள்?

வேடிக்கை என்னவென்றால், எவரும் தாமாகத் தம் இயல்பில் இருப்பதும், நம் வாழ்க்கையின் அர்த்தங்களைத் தேடுவதும், நம்மை நாமே கேள்விக்குள்ளாக்குவதும், வாழ்க்கையின் உண்மையான நம்மை வருத்தும் பிரச்சனைகளைச் சொல்வதும் இவர்களுக்கு சினிமா இல்லை. இவர்கள் பார்வையில், இவையெல்லாம் ஆர்ட் சினிமா; விருதுக்காக எடுக்கப்படும் சினிமா. மக்களைப் பற்றிக் கவலைப்படாத, அவர்கள் சந்தோஷத்துக்கல்லாது, ரசனைக்கல்லாது, தங்கள் மகிழ்ச்சிக்காக, தாமே படம் எடுத்து, தாமே பார்த்து திருப்திகொள்ளும் ரகங்கள் என்றெல்லாம் பேசப்படுகிற விஷயமாகிவிட்டது. இயல்பாக இருப்பது மக்கள் விரோதமான ஒன்றாகவும், இயல்பற்ற, வேண்டுமென்றே செய்துகொள்ளப்படும் பித்துக்குளித்தனங்கள் தான் ரசிக்கத் தகுதியான விஷயங்கள் என்றும் ஆகிவிட்டன. இதற்கு அரசியல் பிரச்சாரம்; கோடிக்கணக்கில் செலவழியும் பணம். பத்திரிகைகள், அறிஞர் குழாம் எல்லாம் ஏகோபித்து தம்மையும் ஏமாற்றிக்கொண்டு மக்களையும் சீரழித்த காரியமாகிவிட்டது. தொடர்ந்து ஒரே குரலில், செய்து வந்த ஒரே ரகப்பட்ட காரியத்தால்.

எல்லா ஊர்களிலும், இந்தியாவின் எல்லா பிராந்திய மொழிகளிலும் இந்த ரக பைத்தியக்காரத்தனங்கள் நடந்து வருகிறது உண்மைதான். ஒரு காலத்தில் சாந்தாராம் என்றால் என்னவோ ஏதோ என்று புகழ்ந்து பேசப்பட்டது. இன்று அந்த சாந்தாராமை எந்த விவேகமுள்ளவனும் சினிமா என்று சொல்ல மாட்டான். ராஜ்கபூர் பேசப்பட்டது, செல்லுமிடமெல்லாம் பரவசப்பட்டுப் போனது வாஸ்தவம் தான். இன்று ராஜ் கபூர் ஒரு show man தான். வெறும் show man தான். இவையெல்லாம் ஒரு பக்கம் என்றும் நிரந்தரமாக வியாபாரமே குறியான ஒரு பிரவாஹமாக ஓடிக் கொண்டிருக்க, அதை ஒட்டி அதன் பக்கத்தில் சின்ன சின்ன ஓடைகளும் ஓடிக்கொண்டிருக்கின்றன. தான் ஒரு சேகர் கபூர், ஒரு

ஷாப்னா ஆஸ்மி, ஒரு ஷ்யாம் பெனகல், ஒரு நாசருதீன் ஷா என்று. ஆனால் கலைஞர்கள் நிறைந்த தமிழ் நாட்டில் இங்கு ஓடுவது ஒன்றே ஒன்று தான் பெரும் பிரவாஹமாக. கூவம் மாதிரி. சூப்பர் ஸ்டார், உலக நாயகன், இளைய தளபதி இத்யாதி எல்லாம் அந்த சிறிய பெரிய கூவத்தில் மிதப்பவர்கள் தான். இவற்றிலிருந்து மாறி ஒரு வித்தியாசமான, தனித்து ஓடும் சிறு ஓடை கூட இங்கு கிடையாது. தோட்டா தரணி இங்கு ஒரு அர்த்தமற்ற படாடோபமான செட் போடத்தான் வேலைக்கு அமர்த்தப்படுவார். ஒரு ரஹ்மான் வெகு எளிய, கால்கள் தாளம் போடுவதற்கேற்ற இசை அமைத்துத்தருவதாக இருந்தால் தான் கடை பரத்தலாம். வெகு எளிய சொற்களில் சொல்வதாக இருந்தால் எந்த பெரிய கலைஞனும் சொன்ன வேலையைச் செய்து தரும் ஒரு வேலையாளாகத் தான் சம்பளத்துக்கு அமர்த்தப்படுவார். அந்தத் தாளக் கட்டமைப்பு வேலை முடிந்ததும், ஒரு கவியரசர் அதற்கேற்ற பாட்டெழுதுவார். இந்த ரக வேலைகள் சமூக மதிப்பு பெறுவது அதன் உள்ளார்ந்த கலையால் அல்ல. அவை சந்தையில் பெறும் கோடிக்கணக்கிலான சம்பளத்தால்தான். எல்லாம் சந்தையில் விலை போகும் கணக்கால் அளக்கப்படுகிறதே தவிர, சினிமா என்ற சாதனத்தைப் புரிந்து கொண்டதாலோ செயல்படும் தரத்தின் சிறப்பாலோ, அல்லது சொல்ல வந்த வாழ்க்கை சுட்டும் அர்த்தத்தின் ஆழத்தாலோ, அல்லது கதையை நம் முன் காட்சிப்படுத்திய நடிகர்களின் இயக்குனரின் திறத்தாலோ அல்ல. இவை எதுவும் எப்படி இருந்தாலும் கவலை இல்லை. கடைசியில் இவையெல்லாம் மக்களைப் போதைக்கு ஆளாக்கி, அவர்கள் துய்ப்பது கலை என்று ஏமாற்றி அவர்களை நம்ப வைத்து, எத்தனை கோடிகள் தம் முயற்சியில் அவர்களிடமிருந்து கறக்க முடிகிறது என்னும் கணக்கே, இதைக் கலையென்றும், மக்கள் ரசனை என்றும் விளம்பரப்படுத்தி கர்வம் கொள்ளும் வழியையும் தீர்மானிக்கிறது. இது பங்குச்சந்தையில் ஆடும் சூதாட்டம் போலத்தான்.

இன்று இரண்டு செய்திகள், இரு வேறு தரப்பிலிருந்து, ஒன்று பத்திரிகைகள் கொணர்ந்த செய்தி. கர்நாடகாவில் திரையிடப்படும் வேற்று மொழிப் படங்கலால் கன்னடப் படங்கள் தோல்வியடைகின்றன என்று வேற்று மொழிப்படங்கள் திரையிடப்படுவதை மட்டுப்படுத்த

கர்நாடக திரையுலகம் முயல்கிறது. இதற்கு முன்னாள் கர்நாடக முதல் அமைச்சர் குமாரஸ்வாமி மறுப்பு தெரிவித்துச் சொல்கிறார். கன்னடப் படங்கள் மற்ற மொழிப்படங்களை விட தரம் தாழ்ந்து இருப்பதால் தான் அவை மக்கள் ஆதரவைப் பெறவில்லை. தரமான கன்னடப் படங்கள் தயாரியுங்கள். மக்கள் ஆதரவு பெறும் என்று மற்ற மொழிப்படங்கள் தடை செய்யப்படுவதை எதிர்த்திருக்கிறார். கன்னட படத் தயாரிப்பாளர்களின் தடையோ கலப்படமற்ற மொழி வெறியில் பிறந்தது, குமாரஸ்வாமி அதைக் கண்டனம் செய்தது சரி என்று வரவேற்றாலும் அவர் படங்களின் தரம் பற்றிப் பேசியது வேடிக்கை.

பெரும்பாலான கன்னடப் படங்கள் தமிழ்ப்படங்கள் மொத்தத்தையும் போலவே தரம் தாழ்ந்தவைதான் என்றாலும், அங்கும் நம்மூர் சிவாஜி கணேசன் அச்சில் ஒரு ஜூனியர் சிவாஜியாக, ராஜ்குமார் கோலோச்சினாலும், இந்த காரிருளிலும் மின்னல் கீற்றுக்களாக கிரீஸ் காஸரவல்லி, கிரீஷ் கர்னாட், பி.வி.காரந்த் போன்றோர் தனித்து இயங்க முடிகிறது; கன்னடத் திரைப்படத்தை உலக அரங்கிற்கு கொண்டு செல்ல முடிந்திருக்கிறது. தமிழ்நாட்டின் திரை உலகம், வெறும் பருத்தி, புளி, பருப்பு மொத்த வியாபாரிகள் அடங்கியது தான்; மணிரத்தினத்தையும் சேர்த்து. அவரும் திரைப்பட பங்கு மார்க்கெட்டில் விளையாடுகிறவர்தான். அவருடைய ராவணன், (picture postcard போன்று அழகாகக் காட்சி தரும் இடங்களில் ஷூட்டிங், மழையில் கூத்தாட்டம், சண்டை என்று எல்லா மசாலாக்களும் சேர்த்து தயாரிக்கப்பட்டது தான்) பங்கு மார்க்கெட்டில் சரிந்து விட்டதாக இன்னொரு ஊடக செய்தி வந்துள்ளது. ஆக, குமாரஸ்வாமியின் பார்வையில், கன்னடத் திரையுலகம் தடை செய்ய விரும்பும் ராவணன் (பட வெளியீட்டுக்கு முன் பெரும் சந்தை வெற்றியைத் தரும் என் எதிர்பார்த்த) தரமான தமிழ்ப் படமா? அல்லது (வெளியீட்டுக்குப் பின் இப்போது தெரிந்து விட்ட) மக்கள் ஆதரவில்லாத காரணத்தால் தரமற்ற படமா?

இதை இன்னொரு வகையில் கூடச் சொல்லிப் பார்க்கலாம் என்று தோன்றுகிறது. சன் தொலைக்காட்சி, சன் பிக்சர்ஸ் அதிபர்களைக் கேட்டால், அவர்கள் தம் தாத்தாவைப் பற்றி வெகு உயர்வாக, அலங்கார

வார்த்தைகளில் தான் பேசுவார்கள், அவர் எவ்வளவு பெரிய கலைஞர். அவர் கதை எழுதிய படங்கள் என்ன புரட்சியைச் சாதித்தன, எத்தகைய காலத்தால் அழியாத வரலாறு படைத்தன என்றெல்லாம் பரவசத்தோடு பேசுவார்கள் தாம். ஆனால் அவர்கள் தயாரிப்புச் செலவுகளை ஏற்பதோ, அல்லது வினியோகத்துக்கு வாங்குவதோ, அல்லது டாப் டென் மூவீஸில் தொடர்ந்து முதல் இடத்தில் இருப்பதாகச் சொல்வதோ, அந்த மகா கலைஞர் தாத்தாவின் படமாக, கதையாக இருப்பதில்லை. அத்தகைய பெரிய கலைஞர் தம் தாத்தாவாகவே இருக்கும் அதிர்ஷ்டத்தைப் பெற்றவர்கள், ஏன், 'பெண் சிங்கம்' படத்தையோ, 'உளியின் ஓசை' படத்தையோ 'நாங்கள் தான் தயாரிப்போம்'' என்று முன் வரவில்லை. அவை ஏன் டாப் டென்னில் ஒரு தடவை கூட டாப் மூவியாக வரவில்லை? காரணம், சந்தை, சந்தை, சந்தை. கலைஞர் என்று உரக்கப் பேசுவது வேறு; சந்தை வேறு. மக்கள் ரசனை அந்தப் பக்கம் திரும்ப மறுக்கிறது. கழகத்தவர்களையும், பள்ளிச் சிறுவர்களையும் கட்டாயமாகப் பார்க்கச் செய்தும் கூட அது 'வெற்றிப் படமாக' வில்லை சந்தையில்.

சந்தை வெற்றிக்கும், படத்தின் கலைத் தரத்திற்கும் என்ன சம்பந்தம் என்ற கேள்வி நியாயமாக எழவேண்டும், ஒரு ஆரோக்கியமான சமூகத்தில்தான் அந்தக் கேள்வி எழும். ஆனால், தமிழ் சமூகமும், அதன் அறிஞர், கலைஞர் கூட்டமும் அந்த எண்ணமோ, நம்பிக்கையோ கொண்டவர்கள் இல்லை. சந்தை வெற்றிதான் எந்தத் துறையிலுமான, எந்த செயல்பாட்டுக்குமான அளவு கோல் என்று ஸ்தாபிக்கப்பட்டுள்ளது.

ஆக, எந்த பித்துக்குளித்தனமும், வாழ்க்கைக்கும், இயல்புக்கும், முரணான எதுவுமே மக்களுக்கு கிளுகிளுப்பூட்டும் எதுவுமே தான் நம் செயலாகும் போது, நம் சினிமா வாழ்க்கையோடும், கலை உணர்வுகளோடும், எந்த அர்த்தத் தேடலோடும் விரோதப்பட்டுப் போகின்றன. சாதாரண வாழ்க்கையும், தன் இயல்பில் வாழும் மனிதனும், ஏதோ அன்னிய கிரஹ ஜீவனாக பார்க்கப்படும் அவலம் தமிழ் சினிமாவின் குணமாகிப் போயிற்று.

சினிமா என்ற சாதனத்தை கலையாகப் பார்த்து நம் தமிழ் திரையுலகத்துடன் பேசத் தொடங்கினால், ஃபிலிம் இன்ஸ்டிட்யூட்டில்

படித்து வந்தவர்கள் கூட, 'ஓ, கலைப் படக்காரரா?' என்று ஒரு ஏளனப் புன்னகை வெளிப்படும். இந்த மசாலாக் கலவைகளையே சந்தைக்கு கொண்டு போகும் பழக்கம் திரைப்பட ஆரம்ப காலத்திலிருந்தே தமிழ் சமூகத்தில் வேரூன்றி விட்டது. அந்த ஆரம்ப கால படங்களை இன்றும் பார்க்கத் தகுந்ததாகச் செய்தது, அவை நமக்குத் தந்த கர்நாடக இசை தான்.

ஸ்டுடியோ கதை இலாக்கா சம்பளக்காரர்களும், 'நான் ஒரு ப்ராஜெக்ட் வச்சிருக்கேன்'' என்று இன்ஷ்யூரன்ஸ் ஏஜெண்ட் பாணியில் கதை எழுதி ஸ்டுடியோக் கதவுகளைத் தட்டுபவர்களும், இளைய தளபதிக்கும், சூப்பர் ஸ்டாருக்கும், உலக நாயகர்களுக்கும் கதை தயாரிப்பவர்களும் பின்னர் வந்து குளறுபடி செய்ய ஆரம்பித்த காலத்திலிருந்து, திரையுலக மேதைகள், கலைப் படங்கள் என்று பொதுப்புத்தியை கேவலப்படுத்தாத, சாதாரண அன்றாட வாழ்க்கை பற்றி, தெருவில் தோளுரசிச் செல்லும் மனிதர்களைப் பற்றிப் பேச ஆரம்பித்தாலே, 'ஓ நீங்க கலைப் பட ஆள் இல்லையா, யதார்த்தம் வேண்டுபவர் இல்லையா?' என்று நாம் ஏதோ ஸ்பீல்பர்க் படத்திலிருந்து வந்த விநோத பிறவிகள் போல நம்மை ஏளனமாகப் பார்ப்பார்கள்.

4

நான் இங்கு பல சினிமாத்துறையின் வல்லுனர்கள் பெருமையுடன் சொல்லக் கேட்டிருக்கிறேன். தமிழ் சினிமா தொழில் நுட்பத்தில் பம்பாயைக் கடந்து முன் சென்று விட்டதாக. ஹாலிவுட் சினிமாவுக்குக்கூட டிஜிட்டல் க்ராஃபிக்ஸ் வேலைகள் இங்கு தான் செய்து தரப்படுகின்றன அத்தைகைய தொழில் நுட்பத் திறமை தமிழ்நாட்டில் இருப்பதாக. நமது சினிமாடோக்ராஃபியைப் பற்றி மிகவும் பெருமைப் பட்டுக்கொள்வதையும் நான் பல முறை கேட்டிருக்கிறேன்.

இதே போல் ஒரு சில காட்சிகளுக்கும் டான்சுக்கும் போடப் பட்டிருக்கும் செட்களைப் பார்த்து மக்கள் வாய் பிளந்து வியப்பதும், பத்திரிகைகளும் தயாரிப்பாளர்களும் செட் போட்ட கலைஞர்களும் தாம் செய்துள்ள மாயத்தைப் பற்றி மெய்சிலிர்த்துப் பேசுவதும் மிக சகஜமாக நாம் பார்க்கும், படிக்கும் விஷயங்கள். எனக்கு இந்த அறியாத்தனத்தைப் பார்த்து சாதாரண மக்கள் வாய் பிளப்பது பற்றி ஆச்சரியப்படுவதற்கு ஏதும் இல்லை தான். 'பார் பார் பட்டணம் பார்' பயாஸ்கோப் பார்த்து இந்த அதிசயத்தைப் பற்றி அந்தக் காலத்தில் பேசிய காட்சி தான் இன்று நாம் காணும் காட்சியும். இரண்டும் ஒரே குணத்தவை. அதே அறியாமையை வெளிப்படுத்துபவை. பார் பார் பட்டணம் பார் வெற்றுக் காட்சியாக இருந்த காரணத்தால் அந்த வாய் பிளப்பு மன்னிக்கத்தக்க அறியாமை. ஆனால் இன்றைய செட் வாய் பிளப்புகள், சினிமாடோக்ராஃபி வாய் பிளப்புகள் மன்னிக்கத் தக்க அறியாமை அல்ல.

சினிமா பற்றிய எதுவுமே, முக்கியமாக அதன் தொழில் நுட்பம் நம்மை மாற்றி விடுவதில்லை. ஒரு தொலைக்காட்சிப் பெட்டி, உலகின் சிறந்தது அனைத்தையும் நம் முன் கொண்டு வைக்கும் திறன் கொண்டதாக

இருந்தாலும் அதன் அதிகபட்ச சாத்தியம் தொலைக்காட்சிப் பெட்டி நம்மிடம் இருக்கும் ஒரே காரணத்தாலேயே அந்த சாத்தியம் நமக்குக் கிடைத்து விட்டதாகக் கொள்ளக்கூடாது. குடிசையில் வாழும் தமிழனாக இருந்தாலும், பெரிய மாளிகையில் வாழும் தமிழ்ப் பெருமகனாக இருந்தாலும் கடைசியில் அந்தத் தொலைக் காட்சிப் பெட்டியில் அவன் பெற்றுக் கொள்வது, மானாட மயிலாடவோ அல்லது வருடக்கணக்கில் ஓடும் சீரியலாகவோ தான் இருக்கிறது. 1890-களில் எப்போதோ ஒரு வருடம் லூமியர் சகோதரர்கள் மனித சலனத்தை படம் பிடிக்கமுடியும் என்று கண்டபோது, அவர்கள் படம் பிடித்தது ஒரு ரயில் என்ஜின் நம்மை நோக்கி விரைவதைத்தான். அதற்கு முப்பது வருடங்களுக்குப் பின் தமிழன் கையில் அந்த காமிரா கிடைத்ததும் அவன் படம் பிடித்தது, காளிதாஸ் என்னும் நாடகத்தை. ஒருவன் வாழ்க்கையின் ஒரு காட்சியைப் படம் பிடிக்க, இன்னொருவன் ஒரு நாடகத்தைப் படம் பிடித்தான்.

சினிமாடோக்ராஃபியோ, அல்லது செட் அமைப்போ, வாழ்க்கையைப் பதிவு செய்யத்தான். நமது வர்த்தகம் ஆகிப்போன சினிமா உலகத்தில், வித்தியாசமாக சிந்திப்பவராக செயல்படுபவராக தன்னைக் காட்டிக்கொள்ளும், பறையறிவித்துக் கொள்ளும் தங்கர் பச்சான் தொடக்கத்தில் ஒரு நல்ல எழுத்தாளராக எனக்கு அறிமுகமானார். ‘ஒன்பது ரூபாய் நோட்டு’ என்ற அவரது நாவல் எனக்கு வித்தியாசமாகச் சிந்திக்கும், சுரணையுள்ள ஒரு எழுத்தாளரைக் காட்டியது. ஒரு சினிமாக்காரர் இப்படி எழுதுகிறாரே என்று எனக்கு ஆச்சரியமாக இருந்தது. அவர் தன்னை ஒளிச் சிற்பி எனச் சொல்லிக் கொண்டார். அவ்வாறு தனக்கு ஒரு பட்டத்தை அவர் சூட்டிக்கொண்ட போதே இது டிபிகல் தமிழ் மனமும் சிந்தனையுமாக அல்லவா இருக்கிறது என்று நான் ஒரு நிரடலை உணர்ந்தேன். இவருக்கும் முன்னால், ‘என்னா காமிரா வொர்க்குங்கறேன், அசத்தறாரையா இந்த ஆள்’ என்று வின்செண்ட் என்ற காமிராக்காரரைப் பற்றி வியந்து வாய் பிளந்தது, முன் பெஞ்ச்காரர்கள் மட்டுமில்லை. பத்திரிகைகளும், விமர்சகர்களும், அறிஞர் பெருமக்களும் தான். அத்தோடு மூக்கில் விரலை வைத்து போஸ் கொடுத்தால் அது தன்னை சிந்தனையாளராகக் காட்டும் என்ற ரக

சிந்தனை கொண்ட ஸ்ரீதர் என்ற புதுமை இயக்குனர் அறிமுகப்படுத்திய காமிராக்காரராக்கும் வின்செண்ட் என்றால் அது இன்னமும் கொஞ்சம் அதிகமாகவே வாய் பிளக்க உத்வேகமாயிற்று.

அந்த வின்செண்ட் பெருமகனின் காமிரா மேதையின் முத்திரை சாவித் துவாரத்தின் வழியாக காட்சிப்படுத்தலும், மேஜையின் அடியில் காமிராவைக் கொண்டு போதலுமான காரியங்கள், தமிழ் சினிமா முன் பெஞ்ச் ரசிகப் பெருமக்களையும் தமிழ் கலை மேதைகளையும் வியக்க வைத்தது. எதற்கு இந்தக் கஷ்டம் என்று யாரும் சொன்னதில்லை. ஒரு மண் குடிசையின் அறைக்குள்ளே நிழல் விழாத மிருதுவான வெளிச்சம் இருக்க காட்சிப் படுத்துவது எப்படி என்பது ஒரு சவால். அதன் பின் இருந்த யோசனைகளும் சோதனைகளும் முயற்சிகளும் படம் பார்ப்பவர்களுக்குத் தெரியாது. இதற்கெல்லாம் போகவேண்டாம். அந்த குடும்பம் இருக்கும் அறையில் அந்த அறைக்கும் நேரத்துக்கும் பொருந்தாத பளிச்சிடும் வெளிச்சத்தையும் நிழலையும் தவிர்த்திருக்கிறார்கள், இயற்கையில் அந்த அறையின் வெளிச்சம் எவ்வாறு இருக்குமோ அவ்வளவே இருக்கச் செய்திருப்பது சினிமா காமிராக்காரரின் தொழில் நுட்பமும் திறமையும் என்பது பார்ப்பவர்களுக்குத் தெரியாது. இப்படி ‘பார் பார், என்னெல்லாம் மாயம் செய்திருக்கிறேன் பார்’ என்று தம்பட்டம் அடிக்காத காமிராக்காரன் தான் திறமையானவரும் ஒரு கலைஞனுமாவான் என்பது நம்மில் யாருக்கும் புரிந்ததில்லை.

இதே தான் ஒரு சிறந்த செட் அமைப்பாளரை அடையாளம் காட்டுவதும். ஒரு செட் போட்டிருப்பது தெரியாது அதை செட் எனத் தோன்றவைக்காது செய்யும் திறன் தான், திறன். அத்தைகைய செட் தான் செட். செட் தன்னை மறைத்துக்கொள்ளவேண்டும். திரும்பவும் என்னமா நடிச்சிருக்கார்ய்யா நம்ம சிவாஜி, கொன்னுட்டார் என்று சொல்ல வைப்பது, ‘பார் பார் பட்டணம் பார்’ சமாச்சாரம் தான். நம் ரசனைகளை இப்படியேதான் ஆபாசப்படுத்தி, கொச்சைப்படுத்தி வளர்த்துக் கொண்டிருக்கிறோம். இவையே தான் திரும்ப வசனத்துக்கும், காட்சி

அமைப்புக்களுக்கும். எங்கு அதீதமும், இரைச்சலும் செயற்கையும் நுழைந்து விடுகின்றனவோ அங்கு ஒரு ஆபாச இரைச்சல் மிகுந்த விளம்பரம் முன் நிற்கும்; கலை அல்ல. தமிழ் சினிமாவின் குணத்தையே ஒரு நிமிடக் காட்சியில் அடையாளப்படுத்த வேண்டுமானால், நாம் சுமார் இருபது வருடங்களாகத் தினமும் சில நிமிடத்துக்கொரு முறை கேட்டுக்கொண்டிருக்கும், 'உலகத் திரைப்பட வரலாற்றிலேயே முதன் முறையாக, திரைக்கு வந்து சில நாட்களே ஆன......' என்ற ஆண்குரலையும் 'குங்குமம்......' என்ற பெண்குரலையும் ஆபாசத்துக்கும் இரைச்சலுக்கும் தமிழ் சினிமா குணத்துக்குமான முத்திரைகளாகக் காணவேண்டும். இந்த இரண்டும் தமிழ் ரசிகர்களுக்குப் பிடித்துப் போன காரணத்தாலும், விளம்பரமாக அவை பெரிதும் வெற்றி பெற்றதன் அடையாளமாக இதே குரலும், இதே இரைச்சலும் பல இடங்களில் விரும்பி வரவேற்கப்படுகிறது போலும்.

ஐம்பது வருடங்களுக்கு முன் பார்த்த ஒரு படம், ஒரு காட்சி. வேண்டுமென்றே தான் ஐம்பது வருடங்களுக்குப் பின் போகிறேன். ஒரு ஆற்றின் கரையில், புல் வெளியில் ஒரு பெண் உட்கார்ந்திருக்கிறாள். மடித்த முழங்கால்களைக் கட்டியவாறு, மடித்த கால்களின் மேல் சாய்த்த தலை சற்றுத் தள்ளி மல்லாக்கப் படுத்திருக்கும் இளைஞனைப் பார்த்திருக்கிறாள். அவன் ஒரு கை தலைக்கடியில் மற்றொரு கை ஒரு புல் இதழைக் கடித்துக் கொண்டே ஆகாயத்தைப் பார்த்துக் கொண்டிருக்கிறான். ஓடிக்கொண்டிருக்கும் ஆற்றின் மிகமெல்லிய இரைச்சல். ஓரிரு பட்சிகளின் கூவல். அவள் முகத்தில் கவலையும் பாசமும். யாரும் எதுவும் பேசிக்கொள்ளவில்லை. நேரம் கடக்கிறது. பின் அவள் கேட்கிறாள், மெல்லிய குரலில், ''போல்பே நா துமி பாபாகே'' (அப்பா கிட்டே பேசித் தான் பாரேன், மாட்டியா?) .அவன் பேசவில்லை. நேரம் கடக்கிறது. பின் சொல்வான் ''கிச்சு ஹோபே நா'' (பேசி ஒண்ணும் நடக்காது) என்றோ அல்லது ''கீ ஹோபே'' (என்ன பிரயோஜனம்?) என்றோ, சரியாக ஞாபகமில்லை. கதை வசனம் இன்னார் என்று விளம்பரம் செய்து கூட்டம் கூட்டும் குணம் கொண்டதல்ல இந்த வசனம். ஆனால் இந்த காட்சியின் கவிந்திருக்கும் ஆதங்கமும், பாசமும், அது

உணர்த்தும் சோகமும் அவர்களிடையே இருக்கும் காதல் பிணைப்பும் அவ்வளவின் ஆழமும் அதை உணர்த்தும் நிசப்தங்களும் இன்னமும் நினைவிலிருக்க வைத்திருக்கின்றன. கவித்துவமான உணர்வுகள் கவித்துவம் நிறைந்த காட்சியாக்கத்திற்கு இது ஒரு எளியதும் சிறந்ததும் வெற்றிகரமானதுமான இதன் எளிமையும் இயற்கையும் தான் கவிதையும் சினிமாவும் ஆகும். இம்மாதிரியான கணங்கள் நம் ஒவ்வொருவரின் வாழ்விலும் யுகம் யுகமாக திரும்பத் திரும்ப பலவேறு இடங்களில், பல்வேறு ரூபங்களில் நிகழ்ந்து கொண்டுதான் இருக்கின்றன. ஆனால் நமது 70-80 வருட சினிமா வரலாற்றில் இத்தனை பத்தாயிரக்கணக்கில் குவிந்து கூளமாகிக்கிடக்கும் தமிழ் படங்களில், ஒரு படத்தில் கூட, ஒரு முறை கூட ஒரு க்ஷணம் கூட நாம் பார்த்ததில்லை. அந்த மெல்லிய சோகமும் பாசப் பிணைப்பும் நிறைந்த சங்கீத இழையாக.

ஒரு பெண் வேகமாக பல மாடிகள் படியேறி வருவாள். அந்த வேகத்தில் துடிப்பும் இரைப்பும். அவள் முகத்தில் தெரியும் கலைந்த தலையும் துளித்த வேர்வையும். ஒரு கதவின் முன் நின்று தட்டுவாள். கதவைத் திறந்த பெண், "ஷே தோ சொலே கலோ" (அவன் போய் விட்டான்) என்பாள். "கொதாய்?" (எங்கே?) என்று இவள் கேட்பாள். அவள் பதில் சொல்லும் முன் காட்சி மாறும். கல்கத்தாவின் தெருக்களும், கடைகளும், வேகமாக விரையும் திரையில். அரை நிமிடம் விரையும் திரையில் அடுத்து உடனே காட்சி வெட்டுப்பட்டு நாம் காண்பது விரைந்து கொண்டிருக்கும் ரயில் பெட்டி ஒன்றில் ஒரு இளைஞன் அவன் ஜன்னலுக்கு வெளியே பார்த்துக்கொண்டிருக்கிறான். முன்னர் ஒரு கணத்தின் கவிதை காட்சிப்படுத்தப்பட்டுள்ளதைச் சொன்னேன். இது ஒரு கணத்தின் உணர்வுப் பெருக்கத்தின் நாடகம், காட்சிப்படுத்தப்பட்டதற்கு ஒரு சிறந்த உதாரணம். நாடகம் என்றால் கூச்சலையும் வசனப் பெருக்கத்தையும் தான் நாம் கற்றுக்கொண்டிருக்கிறோம்.

இம்மாதிரி கதை சொல்லலையும் நான் தமிழ் சினிமாவில் பார்த்தது கிடையாது. எந்த இயக்குனர் சிகரமும், மேதையும் சினிமாவை இப்படிப் பார்த்ததோ உணர்ந்ததோ கிடையாது.

நமது தொடக்கமே தவறான, செயற்கையான, ஒரு புதிய சாதனத்தைப் புரிந்து கொள்ளாத தொடக்கம். ஒருவன் அதன் ஆரம்ப கட்டத்திலேயே விரையும் ரயிலின் விரையும் சலனத்தைப் பதிவு செய்கிறான். இங்கு நாம் முப்பது வருடங்களுக்குப் பின்னும் ஒரு நாடகத்தை நாடகமாகவே பதிவு செய்தால், அந்தப் பாதை எங்கு இட்டுச் செல்லும். அவன் ராமனோ, ராவணனோ, சேற்றைப் பூசிக்கொண்டு, நாற்பது பேருடன் டான்ஸ் பண்ணச் சொல்லும். அருவியின் பின்னணியில் காதலையோ பிணக்கையோ பிக்சர் போஸ்ட் கார்டு மாதிரி படம் எடுக்கச் சொல்லும். 'என்னா போட்டோக்ராஃபி? என்னா போட்டோக்ராஃபி, சும்மாவா சொல்றாங்க, மேதைன்னு?' என்று வாய் பிளக்க வைக்கத்தான் அது பயன்படும். இதெல்லாம் என்ன இழவுக்கு என்று யாரும் தன்னையே கேட்டுக்கொண்டதுமில்லை. யாரும் அந்த மேதைகளை, சிகரங்களை கேட்டதுமில்லை.

நம் தொடக்கமும் சினிமா இல்லை. பின் இன்று நிற்கும் இடமும் சினிமா இல்லை. இடைப்பட்ட நீண்ட பாதையும் சினிமா இல்லை. நாம் கற்றது அனைத்தையும் மறந்து, புதிதாகத் தொடங்கவேண்டி இருக்கிறது. ஆனால் அது நடக்கும் என்றோ, அந்த விவேகம் நம்மிடம் இருப்பதாகவோ எனக்குத் தோன்றவில்லை.

நாம் திரும்ப வேண்டுவது நம் இயல்புக்கும் எளிமைக்கும். நம் நாடகமும் கவிதையும் நம்மைச் சுற்றியே இருக்கின்றன. அதை நாம் எந்த வசன கர்த்தாவிடமுமோ, எங்கடா மலைச் சாரல் இருக்கிறது காதலைச் சொல்ல, எங்கே அருவி கிடைக்கும் கூடி கும்மாள கூத்தாட என்று தேடும் மேதையிடமுமோ காணமுடியாது. நம்மைச் சுற்றியிருக்கும் நாடகத்தையும் கவிதையையும் திரும்பக் காட்சிப்படுத்துதலில் தான் நம் மேதையும் கலைத்துவமும் இருக்கிறது.

5

தமிழ் சினிமாவின் சுமார் என்பது வருட சரித்திரத்தில், அது தந்துள்ள சினிமா குப்பை குவியலில் சினிமா என்று சொல்லக்கூடியது ஒன்று கூட இல்லையென்றும், ஐம்பது வருடங்களுக்கு முன் நான் பார்த்த பழைய படங்களின் சில காட்சிகளைச் சுட்டிக் காட்டி, இம்மாதிரியான காட்சிகள் நம் ஒவ்வொருவர் வாழ்க்கையிலும் அன்றாடம் நிகழ்ந்த போதிலும், அவற்றுடனே நாம் வாழ்ந்து வந்தபோதிலும், அத்தகைய காட்சிகளை நம் தமிழ் சினிமாவில் காண்பதற்கில்லை என்று நான் சொன்னதும், அன்பர்கள் சிலருக்கு வருத்தமும், சிலருக்கு கோபமும், இன்னம் சிலருக்கு ஏதோ நான் தமிழனை, தமிழ் சினிமாவைத் தாழ்த்திக் கேவலப்படுத்துவதற்கே எழுதுவது போலும், அவர்கள் தமிழ் ரத்தம் கொதிக்கத் தொடங்கியுள்ளது. தமிழ் ரசனைக்கேற்ற படங்கள்தான் என்று அவர்கள் உரத்துச் சொல்கிறார்கள். வேறொரு இணையத்தில் ஒரு பட்டியலையே கொடுத்து இவையெல்லாம் சிறந்த படங்கள் என்று என் முன் வைத்திருக்கிறார்கள். அந்தப் பட்டியல் இதோ:

சந்தியாராகம்,

வீடு,

உன்னைப் போல் ஒருவன்,

உதிரிப் பூக்கள்,

முள்ளும் மலரும்,

உச்சி வெயில்,

சில நேரங்களில் சில மனிதர்கள்,

ஒரு நடிகை நாடகம் பார்க்கிறாள்,

அவள் அப்படித்தான்,
அழியாத கோலங்கள்,
கண் சிவந்தால் மண் சிவக்கும்,
மெட்டி,
ராஜ பார்வை,
மகா நதி,
குணா,
அந்த நாள்,
முதல் மரியாதை,
ஹே ராம்,
ஒருத்தி,
நாயகன்,
மொழி,
சுப்பிரமணியபுரம்,
சென்னை 28,
ஆயுத எழுத்து,
வெயில்,
புதுப்பேட்டை,
பருத்திவீரன்,
அஞ்சாதே,
நண்பா நண்பா,
இரண்டு பேர் வானத்தைப் பார்க்கிறார்கள்,
சங்க நாதம்,
அக்ரஹாரத்தில் கழுதை,
விருமாண்டி

இவையெல்லாம் நல்ல தமிழ் படங்கள் இல்லையா என்று கேள்விகள் எழுந்துள்ளன. இந்த படங்களின் பட்டியல், 32 Best Tamil Movies & Best Art house films & 10 Hot & ல் கொடுக்கப்பட்டுள்ளது போக இன்னும் சில சேர்க்கப்பட்டுள்ளன, அன்பர்களால்.

கேட்க வேண்டிய கேள்விதான். இந்தப் பட்டியலும் சர்ச்சைக்கு எடுத்துக்கொள்ள வேண்டிய ஒன்றுதான். இப்பட்டியலுக்கும் கேள்விகளுக்கும் பதில் அளித்தே ஆகவேண்டும்.

முதலில் எனக்குத் தோன்றுவது கவனமாகத் தயாரிக்கப்பட்டுள்ள இந்தப் பட்டியலில், மோகமுள், பாரதி, பெரியார் போன்ற படங்களை இயக்கிய ஞான ராஜசேகரனின் படங்களோ, கிராமத்து மண் வாசனையைத் தன் படங்களில் கொணர்ந்தவராக, ஸ்டுடியோவை விட்டு கிராமத்துக்குக் காமிராவை எடுத்துச் சென்ற பெருமை படைத்தவராகப் பாராட்டப்படும் பாரதிராஜாவின் படங்களோ (ஒன்றைத் தவிர) ஏன் இடம் பெறவில்லை என்று எனக்கு யோசிக்கத் தோன்றுகிறது. இவர்களை ஒதுக்கும் என் காரணங்களும் பார்வையும் வேறு. ஆனால் மேற்கண்ட பட்டியலைத் தயாரிக்க ஐம்பது வருடங்கள், உன்னைப் போல் ஒருவனைத் தொட (1963 அல்லது 1964 என்று நினைக்கிறேன்) பின்னோக்கிச் சென்றவருக்கு ஞான ராஜசேகரனையும் பாரதிராஜாவையும் சேர்க்கத் தோன்றவில்லையே, ஏன்?

இப்பட்டியலில் காணும் பல படங்கள் வித்தியாசமானவை, வழக்கமான தமிழ்ப் படங்களிலிருந்து விலகி வேறு தடத்தில் பயணிக்கவேண்டும் என்ற எண்ணமும் முயற்சியும் காணும் படங்கள் தான் என்பது எனக்குத் தெரியும். அனேகம் படங்கள் வேறு தடத்தில் பயணிப்பதாகக் காட்டிக்கொள்ள வேண்டும் என்ற எண்ணமும் செயல்பாடுமே கொண்ட படங்களும் உண்டு. உதாரணமாக, கமல ஹாஸனின் படங்கள் அத்தனையும். இனி வரப் போவனவற்றையும் சேர்த்து. அவரது ஆளுமை தன் படங்களில் தானே மையமாகவும் தன்னைச் சுற்றியே உலகம் இயங்குவதாகவும் காட்டிக்கொள்ளும் ஆசை கொண்ட ஆளுமை அவரது. ஒவ்வொரு படமும் முந்தையதிலிருந்து

வித்தியாசமாக முயற்சிக்கப்பட்டதாகக் காட்டிக்கொள்ளலாம். காட்டிக்கொள்ளலாம் தான். அவ்வளவே.. மையம், அவரே தான். இதெல்லாம் போக, ஒரு படம் அசாதாரண வெற்றி பெற என்னென்ன மசாலாக்கள் இருக்கவேண்டும் என்பது சினிமா உலகில் இப்போதைய கால கட்டத்தில் தீர்மானமாகியுள்ளதோ அவையெல்லாம் கொண்ட ஒரு தயாரிப்பைத்தான் அவரது வித்தியாசமான படங்களும் தரும். இதையே மணிரத்தினத்திற்கும் சொல்ல வேண்டும். இவையெல்லாம் சினிமாவே அல்ல. இவை எதுவும் சினிமா என்ற கலை சார்ந்தவை அல்ல. சினிமா என்ற சூதாட்டமாகிப்போன வியாபாரம் சார்ந்தவை.

கமலஹாஸன் நல்ல நடிப்புத் திறமையுள்ளவர் என்பதை நான் ஒப்புக் கொள்கிறேன். அவரிடம் திறமை மட்டுமே உண்டு. அந்தத் திறமையை அவர் என்றும் ஒரு கலையாக பரிணமிக்க விட்டதில்லை. அவரது திறமையெல்லாம் தன்னைப் பூதாகாரமாக முன்னிறுத்திக் கொள்வதற்கும், அதை முதலீடாக வைத்து, சந்தைக்கான மசாலாக்களையும் சேர்த்து வியாபாரம் செய்யும் வணிகர் தான் அவர். லாவகமாக உடல் வளைத்து ஆடத் தெரிந்தால், ரிக்கார்ட் டான்ஸ் ஆட தேர்ந்துகொள்வது போன்றதே, கமலஹாஸனின் நடிப்புத் திறமை பெற்ற வடிகால். இந்த வணிகத்தில் அவர் கணக்குகள் தவறாகி நஷ்டம் ஏற்பட்டால் அது ஒரு கலைஞனின் புதிய பாதைத் தேர்வில் எதிர்ப்படும் தோல்வி அல்ல. பங்குச் சந்தைக்காரனின் கணக்குகள் தோற்கும் சமாச்சாரமே அது. இது அவருக்கு மட்டுமல்ல, சினிமா வர்த்தகம் ஒரு சூதாட்டமாகி இதில் தம் அதிர்ஷ்டத்தைச் சோதிக்க வந்தவர்கள் எல்லோருக்கும் நேர்வதுதான். மணிரத்னத்துக்கும் ரஜினிகாந்துக்கும் ஷங்கருக்கும் நேர்வதுதான். எஸ். எஸ். வாசனுக்கும் நேர்ந்ததுதான். இயக்குனர் சிகரத்துக்கும் நேர்ந்தது தான். இது கலைத் தோல்வி அல்ல. பங்குச் சந்தையில் சூதாடிக் கிடைத்த தோல்வி. இதில் சாமர்த்தியமாக தான் தப்பித்துக் கொண்டு தயாரிப்பாளர் தலையில் விழச் செய்வதில் தான் நம் உலக நாயகர்கள். சூப்பர் ஸ்டார்கள், இளைய தளபதிகள் இத்யாதிகள் கவனமாக இருப்பார்கள்.

ஆனால் உண்மையிலேயே இந்த வணிகப் பாதையின் சூதாட்டத்திலிருந்து விலகி, சீரிய முயற்சிகள் சில செய்து பார்க்க

வேண்டும் என்று துணிந்தவர்கள் என முதலில் ஜெயகாந்தனைச் சொல்வேன். பின் அதைத் தொடர்ந்தவர்கள் என பாலு மகேந்திராவையும் மகேந்திரனையும் ஞான ராஜசேகரனையும் சொல்வேன். இவர்களைப் பற்றி பேசலாம்.

அறுபதுகளின் ஆரம்பத்தில் ஜெயகாந்தனிடம் இருந்த வேகமும் போராட்ட மனமும் உன்னைப் போல் ஒருவனை உருவாக்கச் செய்தது. ரூ. 80,000 மட்டுமே அந்தப்படத்தைத் தயாரிக்க செலவாகியது என்று சொல்லப்பட்டது. அந்தப் பணமும் ஜெயகாந்தனிடம் மிகுந்த நம்பிக்கை கொண்டிருந்த ரசிக நண்பர்கள் உதவியது என்றும் சொல்லப்பட்டது. (இது அறுபதுகளின் 80,000 ரூபாய் என்றாலும் இன்றைய பணவீக்கத்தைக் கணக்கில் எடுத்துக் கொண்டாலும் இது மிக சல்லிசாகத் தயாரிக்கப்பட்டது தான்). ஆனாலும் அது ஒரு landmark என்று சொல்லக்கூடிய அந்தஸ்து பெற்றதுதான். சினிமாவா இல்லையா என்பதெல்லாம் பின்னர் வாதித்துக்கொள்ள வேண்டிய விஷயங்கள். ஏன் அது ஒரு landmark?

ஜெயகாந்தன் தன் முதல் படத்தில் முயன்றது, தன் கதை ஒன்றை படமாக்கியது தான். அதை அவர் நேராக, மற்ற எந்த சாய்வுகளுக்கும் இடம் கொடாமல் செய்தது முதன் முறையாக தமிழ் சினிமாவில் நடந்த நிகழ்வு. அதுவரை தமிழ் சினிமாவில் சந்தைக்குத் தயாராக்க எந்தெந்த மசாலாக்கள் சேர்க்க வேண்டும் என்று மரபு இருந்ததோ அதையெல்லாம் பற்றிய சிந்தனை எதுவுமில்லாமல், ஒரு நேரிய முயற்சி செய்தார். அதில் அவர் கதை சலனம் பெற்றது. அவ்வளவே. தமிழ் சினிமாவின் அது வரையிலான பாதையை முற்றிலுமாக ஒதுக்கி புதிய பாதையில் முதல் அடிவைப்பு என்று சொல்ல வேண்டும். முதல் அடி வைப்பு. ஒரே அடிவைப்பு அன்றைய தினம். இது அறுபதுகளின் ஆரம்பத்தில். இது நான் முதன் முதலாக 1950 மார்ச் ஏப்ரலில் சம்பல்பூர் விஜய லக்ஷ்மி டாக்கீஸில் பார்த்த வங்கப் படத்தில் நிகழ்ந்திருந்தது. எந்த வித ஆரவாரமும், இல்லாது. முதல் அடி வைப்பு, சோதனை முயற்சி என்ற கோலாகல டமாரம் ஏதும் இல்லாமலே. ஏனெனில் அது தான் வங்கப் படங்களின் வழமையாக இருந்தது. அந்தப் படத்தை இப்போது யாரும் நினைவு

கொள்வதில்லை, நாம் உன்னைப் போல் ஒருவனை ஒரு புரட்சிகர முயற்சியாக நினைவு கொள்வது போல.

இதிலிருந்து ஜெயகாந்தன் தன் அடுத்த அடி எடுத்து வைக்கவில்லை என்பது முக்கியமான விஷயம். அவரது படம் ஏதும் மகத்தான வணிக வெற்றி அல்ல. இருப்பினும், ஜெயகாந்தன் அந்தப் பாதையில் தொடர்ந்து விடக்கூடாது என்பதில் அன்றைய சினிமாப் பெருந்தலைகள் முனைந்திருந்ததாக செய்திகள் வந்தன. இது எவ்வளவு தூரம் உண்மை என்பது தெரியாது. அது உண்மையல்ல என்று இருந்தாலும், ஜெயகாந்தனே பின்னர் தான் முதலடி எடுத்து வைத்த பாதையில் தொடர முடியவில்லை. நாகேஷ் வர ஆரம்பித்தார். லக்ஷ்மி கதாநாயகியானார். கண்ணீரையும் கதறலையும் வசனப் பெருக்கத்தையுமே உணர்ச்சிச் சித்திரம் என்று பெயர் சூட்டி மெய்சிலிர்த்துப் போகும் தமிழ்மரபில் பெயர் வாங்கியவரான பீம்சிங் 'சில நேரங்களில் சில மனிதர்கள்' படத்துக்கு இயக்குனரானார். அந்தக் கதையே ஒரு ரகம் தான். பொதுவாகவே தன் கருத்துக்களையே பாத்திரங்களாக்கும் சிறப்புக்குரியவர் ஜெயகாந்தன். அந்த விதத்தில் இந்த நாவலும் ஜெயகாந்தனுக்கே உரிய புரட்சிகர கருத்துக்களையே பாத்திரங்களாகக் கொண்டது. இம்மாதிரியான ஒரு ஜோடியை ஜெயகாந்தனின் சிந்தனையிலும் கற்பனையிலும் தான் பார்க்கமுடியும். ஒரு தொடர்கதை எழுத்தாளனை, நாலு பெண்கள் காதலிக்கிறார்கள் என்றால் அதை அகிலனுக்கே உரிய கற்பனையிலும் அவர் எழுதும் தொடர்கதையிலும் தான் பார்க்கமுடியும் என்பது போல...

பின் தமிழ் சினிமாவில் ஜெயகாந்தன் போன்ற ஒரு போராளியே அதிக நாள் இருக்க முடியவில்லை. உன்னைப் போல் ஒருவன் எடுத்து வைத்த முதல் அடிக்குப் பின் அடுத்து வந்த அடிகள் பின்னோக்கியவை தான். முதல் அடியே சினிமா இல்லை; இனி வரப்போகும் சினிமாவுக்கான முதல் அடி தான் என்னும் போது மற்றவை பற்றி என்ன சொல்ல? 1950-ல் நான் பார்த்த முதல் வங்காளிப் படம் முதல் அடி வைப்பு அல்ல. அது நிலைத்துவிட்ட பாரம்பரியத்தின் தொடர்ச்சி ஒன்றுடன் நான் பெற்ற அறிமுகம். அது நிலைத்த பாரம்பரியமானதால் தான் அடுத்த சில

வருடங்களில் அங்கு ஒரு ரித்விக் காடக்கையும், சத்யஜித் ரேயையும் அடுத்த வளர்ச்சிக் கட்டங்களாகக் காணமுடிந்தது.

கழிசடைகளை எல்லாம் கழித்துச் சுத்தப்படுத்திய வெற்றிடத்தில் வைத்த முதல் காலடி வைப்பே நமக்கு அறுபதுகளில். அதுவும் பின்னர் ஒரே படத்துடன் முடிந்த கதையாகிவிட்ட பிறகு.....? என்ன நடப்பது சாத்தியம்? இங்கு ஆட்சி செலுத்திய சினிமா கலாச்சாரமே எந்த எளிய முயற்சியையும் ஒன்றுமில்லாமல் ஆக்கிவிடும் அசுர சக்தி கொண்ட வணிக கலாச்சாரமாக இருக்கிறது.

6

ஞான ராஜசேகரனைப் பற்றிப் பேசலாம். மற்றவர்கள் நினைவில் வைத்துக் கொள்ளாத, எடுத்துச் சொல்லாத பெயர். ஆரம்ப கால ஞான ராஜ சேகரனை எனக்குத் தெரியுமாதலால் சொல்கிறேன். 1974-75 களில் அவருடன் பழக்கம் ஏற்படத் தொடங்கியதால் சொல்கிறேன்.

தமிழ் சினிமாவைக் கேலி செய்வது அவரது மனம் மகிழும் பொழுது போக்கு. மிக ஆரோக்கியமான கேலி அது. தமிழ் சினிமாவே எத்தகைய கேலிக்கூத்து என்பதை அவர் அறிந்துவைத்திருந்தார். அந்நாட்களில் அவருக்கு மிகவும் பிடித்த எழுத்தாளர் தி. ஜானகிராமன். அவரது மோகமுள் நாவலை படமாக்க வேண்டும் என்பது அந்நாட்களிலிருந்தே அவரது கனவாக இருந்து வந்தது. பிறகு அவரும் ஒரு ஐ.ஏ.எஸ் அதிகாரியாகி, கேரள அரசில் சேர்ந்த பிறகும் அவரது கனவு மறையவில்லை. நானும் அவரும் மோகமுள் படமெடுக்க யாரிடமோ அந்த நாவல் விற்கப்பட்டுவிட்டதென கேள்விப்பட்டு, நான் சென்னை வந்திருந்த போது சிட்டியையும், ஜானகிராமனது புத்திரர்களையும் தேடிச் சென்றோம். இது நடந்தது எண்பதுகளின் பின் பாதியில். பின் இந்த சிக்கல் ஒருவாறாக தீர்ந்தது. நானும் ஞான ராஜசேகரனும் தில்லியில் உள்ள கேரள ஹவுஸில் இரண்டு நாட்கள் தங்கியிருந்து ஜானகிராமனின் நாவலை வைத்துக்கொண்டே அவரது வார்த்தைகளைக் கொண்டே திரைக்கதையின் வரைகோட்டையும் தீர்மானித்தோம். கதை நிகழுமிடங்கள் ஜானகிராமன் குறிப்பிட்டிருக்கும் கும்பகோணம் தெருக்களே. அன்று நாங்கள் தீர்மானித்திருந்த படத்தின் ஆரம்பம், நாவலின் கடைசிக் கட்டமான பாபுவின் வடநாட்டுப் பிரயாணம். சங்கீதம் கற்க அவனுக்கு வழியனுப்பும் காட்சி. ரயில் புறப்படுகிறது. அதே ரயில் பெட்டியில் பாபு

உட்கார்ந்திருக்கும் காட்சி, தொடர்ந்து கதையின் ஆரம்பமும் ஆகிறது. அது பாபு கும்பகோணத்துக்கு வரும் காட்சி. படத்தின் கடைசி காட்சி, முதல் காட்சியான வடநாட்டுப் பிரயாணத் தொடக்கம், விரைந்து செல்லும் ரயில் பெட்டியில் பாபு. கேரளா ஹவுஸில் எழுதிச் சென்ற வரைகோடு மறக்கப்பட்டுவிட்டது. அதற்கு அவருக்கு உரிமை உண்டு. அவர் ஜானகிராமனுக்கும் அவரது நீண்ட நாள் லட்சியக் கனவுக்கும் திரைப்படத்தில் சாட்சியம் தந்திருக்க முடியுமானால் கடைசியில் கண்டது, தோற்றத்தில் தான் ஜானகிராமன். ஆனால் பாத்திரங்களும், கண்ட காட்சிகளும் ஜானகிராமனாக இல்லை.

திரையிடப்பட்ட மோகமுள் எனக்கு நிறைந்த எதிர்பார்ப்புகளையும் ஏமாற்றத்தையும்தான் கொடுத்தது. இதைப் பற்றி எழுதுவது சிறிது சிரமமான காரியம்தான். நான் எழுதும் ஒவ்வொரு வார்த்தைக்கும் நான் கொள்ளும் அர்த்தம் ஒன்றாக இருக்கும். வாசிப்பவர்களில் பெரும்பாலோர் அதை வேறு விதமாக அர்த்தப்படுத்திக் கொள்வார்கள். அழகு, உணர்ச்சி, சோகம், துக்கம், கவிதை, என்பதற்கெல்லாம் நான் கொள்ளும் பொருள் ஒன்றாக இருக்கும். ஆனால் பெரும் பாலானவர்களால் அதன் அர்த்தம் அதீதமாக ஆபாசம் என்று சொல்லும் அளவுக்கு மிகைப்படுத்தப்படும்.

தி.ஜானகிராமனின் எழுத்தில், மோகமுள் நாவலில், பின்னர் அதை படமாக்க வேண்டும் என்ற நீண்ட நாள் ஆசையில் ஞான ராஜசேகரன் ஆழ்ந்திருந்ததில் எனக்கு சிறிதும் சந்தேகமில்லை. அதை மிகச் சிறப்பாக ஜானகிராமன் எழுதிய இயல்பிலேயே படமாக்க வேண்டும் என்றும் அவர் ஆசைப்பட்டார். அதிலும் எனக்கு சந்தேகமில்லை. ஆனால், யதார்த்தம், இயல்பு, என்று அவர் நினைத்துக்கொண்டு பாத்திரங்களை இயக்கியதும், காட்சிகளை அமைத்ததும் படத்தில் பார்க்கும் போது அவ்வளவு ஒன்றும் இயல்பாகவோ உயிர்ப்புடனோ இல்லை என்பது சோகம். இதை எப்படி விளக்குவது என்பது தெரியவில்லை. ஆற்றில் இடுப்பளவு தண்ணீரில் நின்று கொண்டு பாபு சாதகம் செய்கிறான்; அதை நாம் பார்க்கிறோம். பாடுகிறான்; கேட்கிறோம். அவன் செய்துகொண்டிருப்பதை நாம்

பார்வையாளர்கள் எப்படியோ மறைந்து நின்று கொண்டு பார்க்கிறோம் என்ற நினைப்பு நமக்கு வருவதில்லை. பாபுவை ஆற்றில் இறங்கி நில்; காமிராவைப் பார்; பாடு என்று சொல்ல அவன் செய்வதாகவே நடிப்பதாகவே தான் நாம் உணர்கிறோம். கவிதையை பற்றி தொ.மு. பாஸ்கர தொண்டைமான் சொல்வார். கவிதைக்கும் கவிதையாகத் தெரியும் செய்யுளுக்கும் உள்ள வித்தியாசம், மின்னோட்டம் உள்ள செல்லுக்கும் மின்னோட்டம் செத்துவிட்ட செல்லுக்கும் உள்ள வித்தியாசம்தான். இரண்டுமே பார்ப்பதற்கு ஒன்றே போலத்தான் இருக்கும். ஒன்றில் உயிர் உண்டு மற்றது செத்தது. இது இரண்டும் ஒன்றே போலத் தோன்றும் காட்சியைப் பற்றி. ஆனால், ராஜசேகரனோ ஜானகிராமனின் வார்த்தைகளை வைத்துக்கொண்டு அபத்தமான காட்சி அமைத்திருக்கும் விவகாரங்கள் வேறு தனி. கடைசியில் பாபுவின் ஆசையைத் தீர்த்த ஜமுனா, அவனைக் கேட்கிறாள், ‘‘பாபு, இதுக்குத்தானா இவ்வளவு நாளா......’’ ஜானகிராமனின் எழுத்துக்கும் ராஜசேகரனின் படத்தில் காணும் காட்சிக்கும் உள்ள ஒற்றுமை ஜமுனாவின் அந்தக் கேள்வி தான். காட்சியிலோ, ஜமுனாவும் பாபுவும் அந்தக் காட்சிக்கு உயிர் கொடுத்திருப்பதிலோ அல்ல. ராஜசேகரனின் காட்சிப்படுத்தல் விகாரமானது. இத்தோடு ஜானகிராமன் எழுதாத காட்சிகளை ஆபாசமாக புகுத்திய விவகாரங்களும் தனி. மோகமுள்ளை படமாக்கவேண்டும் என்ற கனவு, அந்த கால கட்டத்தில் சினிமாவின் மசாலாக்களை அறவே ஒதுக்கிய மனம், இதற்கெல்லாம் நாம் அவரை பாராட்டலாம். ஒரு நல்ல சினிமா கனவு கண்டவர்.

ஆனால் இதன் பிறகு, அவரது பாரதியும், பெரியாரும் இன்னமும் படிப்படியாக கீழ்நோக்கிய பயணத்தையே சொல்கின்றன. ராஜசேகரனின் பாரதி, பாரதி இல்லை. ராஜ சேகரனின் பாரதி, பத்து பேர் முன்னிலையில் தன் மனைவியை அவமானப்படுத்துகிறவர். அணைக்கிறவன் முதுகில் பூணூல் இருக்கிறதா என்று தடவிப்பார்க்கிறவர். ஓடுகிற ரயில் வண்டியில் நின்றுகொண்டு ஆவேசமாக பாடுகிறவர். அவரது பாரதி ஒரு கிறுக்கன், மற்றவர்கள் மனத்தை நோக அடிப்பவன். மாலையில் வீடு திரும்பாது கடற்கரையில் தனித்து கஞ்சா போதையில் உட்கார்ந்திருக்கும் பாரதியை

யதுகிரி அம்மாள் எழுதியிருக்கிறார். அது ஒரு பாரதி. ஆனால் ராஜசேகரனின் பாரதி எஸ்.வி.சுப்பையாவின் பாரதியே அபத்தம் அதை இன்னும் அபத்தமாக்கியது. பாரதியில் மிக நன்றாக ஒரு பாத்திரத்தை உருவாக்கிக்கொடுத்திருப்பது, தமிழ் சினிமா.அந்நாட்களில் ஒரு கவர்ச்சிக்கன்னியாக ரசிகர்களுக்கு ஆக்கிக் கொடுத்திருந்த தேவயானி தான் செல்லம்மாவை திரும்ப சினிமாவில் உயிர்ப்பித்துக்கொடுத்து விட்டு அவர் திரும்ப தமிழ் சினிமாவின் கவர்ச்சிக்கன்னியாகச் சென்றார். அவரால் இது சாத்தியமாகியிருப்பது கண்டு எனக்கு ஆச்சரியம் தான். எவரையும் தமிழ் சினிமாவால், தமிழ் சினிமா மேதைகளால், தமிழ் சினிமா ரசிகர்களால் கெடுத்து விடமுடியும் என்ற உண்மை எனக்குத் தெரிந்தது. மராத்தி நாடகங்களும் நான் பார்த்திருக்கிறேன். சிவாஜி ராவ் ஷிண்டேயை மராத்தி நாடகக்காராகக் கூட இல்லை, தமிழ் நாடகக்காரனாக, எஸ்.வி. சுப்பையாவின் இன்னொரு பதிப்பாக ஆக்கிக் காட்டியிருக்கிறது ராஜசேகரனின் பாரதி. அந்த பாரதியில் ராஜசேகரன் முதுகைத் தடவி பூணூல் இருக்கிறதா என்று பார்க்கும் ஒரு பாரதியை உருவாக்கி தமிழ் அரசியல் சாயத்தையும் கூட ஏற்றியிருக்கிறார். திராவிட கழகங்களுக்கு இருக்கவேண்டிய அக்கறை பாரதிக்கு ஏன்?

அது ஏன் என்று பெரியார் படத்தை தயாரிக்க திட்டமிடலிலிருந்து அது உருவாக்கிய வரை வந்து விட்ட ஞானசேகரன் தருவார். மோகமுள் பற்றி பல வருடங்கள் கனவு கண்ட தி.ஜானகிராமன் ரசிகர் என்ற புள்ளியிலிருந்து பெரியார் பட ஞான ராஜசேகரன் வெகுதூரம் பயணம் செய்துவிட்டார் என்று தான் சொல்லவேண்டும். பெரியார் பட ராஜசேகரன், ஒரு சினிமா இயக்குனர் மாத்திரமல்ல; ஒரு திராவிட கழக பிரசாரகராகவும் வளர்ந்திருக்கிறார். இது ஒரு பிரச்சார படம் தான். சினிமா இல்லை. ஒரு திமுக பிரமுகராகவும் அரசின் கருணைக்குப் பாத்திரராகவும் ஆகியுள்ளார். ஒரு கலைஞனின் பயணம் அல்ல இது. வணிக வெற்றி, பிரபல்யம், அரசின் தயவு என்று ஒருவர் தேடிச்சென்றால் அதற்கு மாறுசொல்ல நாம் யார்?

ஆனால் சினிமாவை ஒரு கலையாக, பார்க்க வந்த ஒருவனுக்கு பெரியார் ஒரு சினிமா இல்லை, அது ஓர் இரவு, பராசக்தி போன்றவை

போல ஒரு உரத்த கொள்கைப் பிரச்சார படம் என்று சொல்வதற்கு உரிமை உண்டு. ஒரு பிரச்சார படத்தில் எல்லாமே உரத்துச் சொல்லப்படும். மற்றவற்றை நிராகரிக்க அவை கொச்சைப் படுத்தப்படும். ஒரு ஒற்றைப் பரிமாண வாதமே படம் முழுதிலும் நிரவிக் காணப்படும். அந்தப் படம் அந்த காரிய நிறைவேற்றலில் கிடைத்த வெற்றிக்குச் சான்றுதான் அதற்குக் கிடைத்த அரசுச் சலுகைகள்.

பாரதி ராஜாவுக்கு உரிய ஒரு பாராட்டு, கிராமத்துக் கதையைச் சொல்ல சென்னை ஸ்டுடியோவை விட்டு கிராமத்துக்கு காமிராவை எடுத்துச் சென்ற நேர்மைக்கும் இயல்பான சிந்தனைக்கும். அது ஒன்று தான் சட்டென பளிச்சிட்டுத் தெரியும் ஒரு மாற்றம். அதுவும் சொல்லிக் காட்டப்படும் மாற்றம். ஆனாலும், கிராமத்துக்கு எடுத்துச் சென்றாரே ஒழிய, அதில் நம் நடிகர்கள் கிராமத்து மக்களாக நம்முன் உயிர்ப்புடன் நடமாடவில்லை. வாழவில்லை. திரும்பவும் நடிக்கத்தான் செய்தார்கள்.

கிராமத்து வாழ்வின் ஜீவனை அவர்கள் உணரவுமில்லை. நமக்கு உணர்த்தவுமில்லை. இயல்பாக இருத்தல் என்பது மிகக் கடினமான விஷயம். அது ஒருவருக்குக் கிடைப்பது என்பது அபூர்வம் தான். நடித்துவிடலாம். உரத்து, அல்லது வசனம் பேசி, கை கால்களை, கண்களை அதீதமாகப் பயன்படுத்தி, என்னவோ செய்துவிடலாம். நடிகர் திலகமும் சரி, வந்துட்டான்யா சாம்பார் சாதம் என்று சிவாஜி ரசிகர்களால் கேலி செய்யப்பட்ட ஜெமினி கணேசனும் சரி, அல்லது தன் நல்ல மனிதன் இமேஜிலேயே தமிழ் சினிமாவில் அசாதாரண வெற்றி பெற்று விட்ட எம்.ஜி.ஆரானாலும் சரி, இவர்கள் இடையே நீளும் எல்லைக்கோட்டிலே நாம் காணும் அத்தனை நடிகர்களும் தம் கருத்தில் எது நடிப்பு என்றும் எப்படி நடித்தால் ரசிகர்களைக் கவரலாம் என்றும் கருதுகிறார்களோ அப்படி எத்தனையோ ரகங்களை நாம் பார்த்து வருகிறோம். தம்மால் முடிந்த வரை மசாலாக்களைக் குறைத்து, முடிந்த வரையில் அடங்கிய குரலில் பாரதிராஜா தந்த முதல் மரியாதை படத்தில் சிவாஜிக்கு அவருடைய நடிப்பு கோமாளித்தனங்களை மறுத்தது, அவருக்கு தன் சிறப்பான ஆளுமையையே மறுத்தது மட்டுமல்லாமல், தன் ரசிகர்களையும் ஏமாற்றிவிட்டதாகவே சிவாஜிக்கு மனம் வெறுத்துப்

போயிருந்திருக்கிறது. 'என்கிட்டே சரியாவே வேலை வாங்கத் தெரியலைய்யா அந்த ஆளுக்கு' என்பது சிவாஜி, பாரதிராஜாவைப் பற்றிச் சொன்னதாக வந்த செய்தி. அதாவது சிவாஜியை பார்த்து எல்லா தயாரிப்பாளர்களும் சொல்வார்களே, 'அண்ணே உங்களுக்குன்னே எழுதியிருக்கிற காரக்டரண்ணே. உங்களைத் தவிர வேறே யாரும் செய்திர முடியாது பாத்துக்கிடுங்க,' என்று சிவாஜிக்குப் பூச்சூட்டி மகிழ வைக்கும், வயிற்றை எக்கிக் கொண்டு கத்த வேண்டிய எட்டு பக்க 'ஓடினாள் ஓடினாள்' ரக வசனத்துக்கும், விழி பிதுங்கும் கண் உருட்டலுக்கும்' வாய்ப்பில்லாது போய்விட்டது அவருக்கு வருத்தம்.

இப்படியே மஞ்சள் தண்ணியை ஊத்தி, தலையாட்ட வைக்கப்படும் பலி ஆடுகளாகவே, நம் தமிழ் சினிமாக்காரர்கள் எல்லோருமே வளர்க்கப் பட்டிருக்கிறார்கள். இந்த மாதிரி நவரச உருட்டலையும் மீசை முறுக்கல்களையும் பார்த்து பேரறிஞர் அண்ணாவே 'மார்லன் ப்ராண்டோவே நம்ம சிவாஜியிடமிருந்து நடிப்புக் கற்றுக் கொள்ளவேண்டும்' என்று சொன்னதான பிரச்சாரம் இன்னும் கள் குடித்த மயக்கத்தைக் கூட்டும். பேரறிஞர் அண்ணா யாரைத்தான் பாராட்டவில்லை? பிரச்சார எழுத்தும் அடுக்குத் தொடருமாகவே வாழ்ந்தவர் அவர். குறிப்புணர்த்துதல்தான் கலை, சொல்லாமல் சொல்வதுதான் கலை என்பதை பிரச்சாரகர்கள் என்றுமே அறியமாட்டார்கள். உடைந்து சிதிலமாகிக் கிடக்கும் கதவு காற்றில் அசைய அது எழுப்பும் கிறீச்சொலி போதும், சுற்றி எல்லாம் நாசமடைந்து மனித ஜீவனின் அடையாளமே இல்லாது போய்விட்ட பயங்கரத்தைச் சொல்ல என்பது நம் சினிமாக்காரர்கள் யாரும் புரிந்து கொள்ளாததும், புரிந்து கொள்ள விரும்பாததும். காரணம் அப்படிப் பட்ட ரசனையை ஒரு முக்கால் நூற்றாண்டு காலமாக வளர்த்தாயிற்று, அந்த சூழலிலிருந்து வெளி வர முயற்சிக்கும் பாரதிராஜா, வழமையாகி விட்ட தமிழ் சினிமா கதை சொல்லும் சட்டகம் இருக்கிறதே (the narative structure of a tamil film). அதை மீறாமல் ஒரு கிராமத்துக் கதையைச் சொல்ல முயலும் போது, சங்கடங்களை எதிர்கொள்ளத்தான் வேண்டும். தான் அறிந்து சிலவும் அறியாமல் பலவும், அந்த சட்டகம் தன்னைத் தொடர்வதை பாரதிராஜா

அறிய மாட்டார். திரும்பவும் அதே வாசகத்தைத் தான் நான் சொல்ல வேண்டியிருகிறது. தமிழ் சினிமாவில் காலம் காலமாகச் சேர்ந்திருக்கும் கசடுகளையெல்லாம் நீக்கும் முயற்சி தான். அதில் அவர் நீக்கும் கசடுகளும் உண்டு. கசடு என்று நினைக்காத கசடுகளும் உண்டு. பாட்டும், கிராமம் போலச் செய்தலும், கிராம மனிதர்கள போலச் செய்தலும். 'குடிசைகள் இருக்கா இல்லியா பாரு, சட்டை போடாமல் துண்டைத் தானே தோளிலே போட்டிருக்காங்க பாரு, கிராமம் மாதிரி இருக்கா இல்லியா? என்று கேட்டுப் பயன் இல்லை. ஒரு காரை வீடானாலும் கிராமம் என்ற நம்பகத் தன்மை ஏற்படவேண்டும். பாரதிராஜாவாலும் ஒரு அசட்டுத் தனமும் அதீத நாடகத்தனமும் இல்லாது இருக்க முடியவில்லை. வசனம் பேசாமல், கண்களை உருட்டாமல், உணர்வைச் சொல்லும், மிக ஆழமாகவே சொல்லிவிட முடியும் என்பதை தமிழ் சினிமாவில் யாராவது உணர்ந்ததுண்டோ. கிராமம் போல ஒன்றைக் காட்ட முடியுமே தவிர கிராமத்து ஜீவனை உணரச் செய்யமுடியுமோ, முடிந்திருக்கிறதோ? பாரதிராஜா முழுவதையும் நாம் இப்படித் தான் பார்க்க வேண்டியிருக்கிறது.

7

மிக நல்ல படங்களாக, தமிழ் சினிமாவில் மாற்றங்களைக் கொணர்ந்த படங்களாகக் கொடுக்கப்பட்டுள்ள பட்டியலில் பல படங்களை நான் பார்த்ததில்லை. பழசிலிருந்து சிலவும், புதியனவற்றில் பலவும் நான் பார்த்ததில்லை. அந்த நாள் படம் பார்த்திருக்கிறேன். அது ஒரு புதுமையான சோதனை முயற்சி என்றே எடுக்கப்பட்ட படம். அது சம்பிரதாயமான பாட்டு நடனம் போன்ற மசாலாக்களையும், நீண்ட கனல் கக்கும், அல்லது கத்திப் புலம்பி கண்ணீர் மல்கும் வசனங்களையும் தவிர்த்த ஒரு படம். கதை ஒரு துப்பறியும் கதை என்று ஞாபகம். அது சோதனை என்று பேசப்பட வாய்ப்பளிக்கும், இயக்குனருக்கு ஒரு வரி பெருமையாகப் பேச வாய்ப்பளித்த படம் என்பதற்கு மேல் அது தமிழ் சினிமாவில் எதையும் சாதிக்கவில்லை. தமிழ் சமூகம் சாதிக்க விடவில்லை. மசாலாக்கள் தான், வீர தீர வசனங்கள் தான் வேணும் என்று சந்தைத் தீர்ப்பைத் தந்தது. அது ஒரு நீர்க்குமிழியாக தோன்றி அடுத்த க்ஷணம் மறைந்துவிட்டது. ஒரு சின்ன ஓடையாகக் கூட அது தன்னை ஸ்தாபித்துக்கொள்ளவில்லை. அதைத் தொடர்ந்து பல படங்கள் வந்து ஒரு சிறிய சந்தையையாவது தோற்றுவித்திருந்தால் அது பெரிய விஷயம் தான். எடுக்கும் படங்கள் எல்லாம் சந்திரலேகாவாக வெற்றி பெற வேண்டும் மற்றதெல்லாம் கையைச் சுட்டுக்கொள்ளும் விவகாரம் என்ற பாடத்தையே எல்லோரும் படித்தால், நமக்கு அவ்வப்போது வந்த உடனேயே டப்பாவுக்குள் மறைந்து விட்ட நீர்க்குமிழிகளையே தான் பார்க்க இயலும். அப்படித்தான் இன்று வரை நடந்துள்ளது. அந்த நாள் வீணை பாலசந்தரின் படமா? அப்படித்தான் நினைவு. சரி பார்த்துக்கொள்ள என்னிடம் இப்போது ஏதும் இல்லை. இதை அடுத்து அவர் 'பொம்மை' என்று ஒரு படம் எடுத்ததாக அல்லது முயற்சித்ததாக

படித்த நினைவு. அந்தப் படத்தில் பயன்படுத்த என்று ஒரு பொம்மை கூட எங்கோ ஜப்பானிலிருந்தோ எங்கிருந்தோ ஸ்பெஷலாக வரவழைத்ததாகவும் படித்திருக்கிறேன். அந்த நாள் பேசப்பட்ட அளவு கூட அது முக்கியத்துவம் பெறவில்லை.

இது போக, வீணை பாலசந்தரே கொஞ்சம் அலட்டிக்கொள்கிற மனிதர்தான். ஒரு காலத்தில் அவர் வீணையில் என்னென்னவோ மாயங்கள் செய்வதாக வியந்து பேசப்பட்டது. அப்போது ஜானகிராமன் தான் எழுதியிருந்தார். அதுவும் எழுத்து பத்திரிகையின் முதல் இதழிலோ இரண்டாம் இதழிலோ வந்திருந்தது. 'ஏன்யா, வீணையை வச்சிண்டு ரம்பம் அறுக்கற மாதிரி வாசிக்கிறேன் பாரு'ன்னு ஒருத்தன் சொன்னான்னா, அதை என்னன்னு சொல்றது. ரம்பம் அறுக்கறா மாதிரி சத்தம் வந்தா அது எப்படி சங்கீதம் ஆகும்? ரம்பம் அறுக்கறதுக்கு வீணை என்னத்துக்கு? ரம்பமே அறுக்கலாமே. வீணையிலேர்ந்து வீணையின் நாதம் தான், சங்கீதம் தான் வரணும். அதில்லாமே இதெல்லாம் ஒரு சோதனையா?

நம்ப தமிழ் சினிமாக்காரன்லாம் செய்கிற வித்தியாசமான, சோதனையான காரியங்கள் எல்லாம் இந்த மாதிரி சினிமா சம்பந்தமே இல்லாத விஷயங்களாகத்தான் இருக்கும். உன் கதை மதுரைக்காரன் கதையா இருந்தா அந்த கிராமத்துப் பெண் வாடிப்பட்டிலேயே டான்ஸ் ஆடணும்? டோரண்டோ போய் என்னத்துக்கு ஆடணும். டோரண்டோ போய் ஷூட்டிங் முடிச்சிட்டு வந்திருக்கோம்னு ஒரு பெருமையா? இவங்கள்ளாம் இட்லி, தோசை வடைன்னு சாப்பிடறாங்களா, இல்லே ஊமத்தங்காய தின்னுட்டு இந்தக் கூத்து ஆடறாங்களா? செய்யற விஷயம் கொஞ்சமாவது பொதுப்புத்திக்கு சரின்னு படவேண்டாமா?

'திக்கற்ற பார்வதி'யைப் பற்றிச் சொல்லியிருந்தார்கள். பார்த்த ஞாபகம் இருக்கிறது. இது மிக நேரான படம். ராஜாஜியின் கதையை 'திக்கற்ற பார்வதி' என்ற தலைப்பில் படமெடுத்திருந்தார்கள். நம் தமிழ்ப் பட சூழ்நிலையில் இது பார்த்த பின் நம்மை வேதனைப் படுத்தும் படமில்லை. இந்த மாதிரி தமிழ்ப்பட சந்தர்ப்பத்தில் பேசுவதே

வேடிக்கையும் பைத்தியக் காரத்தனமுமாக இருக்கிறது. நாம் ஒரு விஷயத்தை, பொருளை, மனிதனைச் சிறப்பாகச் சொல்வதென்றால் அது பற்றிய அசாதாரண, சிறப்பான குணங்களைச் சொல்லி அறிமுகப் படுத்துவோம். ஆனால் நாம் வித்தியாசமான படம், தரமான படம் என்று தனித்துச் சிறப்பிப்பது, 'இது யதார்த்தமாக எடுக்கப்பட்டிருக்கிறது, இயல்பாக மிகையில்லாமல் நடித்திருக்கிறார்கள், பாட்டு கூத்து எல்லாம் இல்லை' என்று தான். அது யதார்த்தம் தானா, இயல்பான நடிப்பு தானா என்பது ஒரு புறம் இருக்க, இப்படிச் சொல்வது, 'இந்த ஆள் தரமான ஆள், பக்கத்திலே போனா நாறாது, கோணவாயால் பேசமாட்டான், நேரா பேசுவான், பேசுவது புரியும், கண்ணு மாலைக்கண்ணு இல்லை, சப்பை மூக்கு இல்லே' என்றா சொல்லி ஒருவனது பெருமையைச் சொல்வோம். இப்படி தமிழ்ப் படம் பற்றிப் பேசும்போதே, நம்ம விவகாரங்களே ஒரு மாதிரித்தான் என்பது தெளிவாகவில்லையா?

'திக்கற்ற பார்வதி' பற்றிப் பேச வந்தோம். இந்தப் படமும் பட்டியலில் இல்லாது போனாலும், ஒரு அன்பர் குறிப்பிட்டிருந்தார். இதைப்பற்றியும் அதிகம் எழுத இப்போது என் நினைவில் ஏதும் பதிந்திருக்கவில்லை. ஆனால் உன்னைப் போல் ஒருவன் (1965) பற்றி எழுதிய கட்டுரையின் பின் குறிப்பாக 1974-75ல் எழுதிய குறிப்பு ஒன்றை 'திரை உலகில்' (காவ்யா பிரசுரம் - 2003) என்னும் என் சினிமா பற்றிய புத்தகத்திலிருந்து எடுத்துத் தரலாம் என்று நினைக்கிறேன்.

'திக்கற்ற பார்வதி'யில் லக்ஷ்மியின் நடிப்பு வெகுவாக சிலாகிக்கப் பட்டிருந்தது. தமிழ்த் திரைப்படச் சகதியில் சிக்கிப் பாழாகும் நல்ல திறனை உடைய நல்ல நடிகை அவர் என்பது என் அபிப்ராயம். நான் பார்த்த ஒரே படம் ஜீவனாம்சம். இருப்பினும் 'திக்கற்ற பார்வதி' அவர் நடிப்பு விளக்கம் எனக்கு உடன் பாடான ஒன்றல்ல. பின் ஏன் நிறைய பாராட்டு பெற்றது அவர் நடிப்பு? நம் நடிகர் திலகங்களின், நட்சத்திரங்களின் அங்க சேட்டைகளைப் பார்த்துப் பார்த்து வெறுத்துப்போன மனதிற்கு லக்ஷ்மியின் அடங்கிய, குரல் எழுப்பாத நடிப்பு கவர்ச்சிகரமாகத் தோன்றியது தான். இது புரிகிறது. நடிப்பு என்பது ஒரு பாத்திரத்தின்

பொதுத் தன்மைகளையும், தனிப்பட்ட குணச்சித்திரத்தையும் பெறும் வெளிப்பாடு பற்றி அபிப்ராய பேதங்கள் இருக்கலாம்.

ஆனால் பொதுத்தன்மைகள் எந்த நடிகரும் கற்றுத் தெரியவேண்டிய தொழில் திறன். அது லக்ஷ்மியின் பார்வதியில் இல்லை.

லக்ஷ்மி ஏற்று நடித்திருந்த பாத்திரம் ஒரு ஏழை கவுண்டர் குல ஏழை விவசாயக் குடும்பப் பெண்ணினதாகும்.

பொதுவாகவே தமிழர்களின் பேச்சும் நடையும் உரத்த தன்மையுடையது. அதிகம் படித்திராத ஏழைகளிடம் இது இன்னமும் அதிகம். ஒரு ஏழை கவுண்டர் ஜாதி விவசாயப் பெண்ணின் பேச்சு நடை பாவனைகளில் அடங்கிய குணம் (restrained) ஆக இராது. தேவைக்கு மீறிய உரத்த அளவில் பேச்சும் நடை பாவனைகளும் இருக்கும். (gesticulations will be loud and demonstrative)

லக்ஷ்மியின் நடிப்பில் ஒரு மத்தியதர பிராமணக் குடும்பத்தின் படித்த பெண்ணைத்தான் காணமுடிந்தது. ராஜாஜியின் பார்வதி அப்படிப்பட்ட பெண்ணாக இருந்திருந்தால் லக்ஷ்மியின் நடிப்பு சிலாகிக்கத் தகுந்ததே''

மற்றபடி, 'அந்த நாள்' படத்தைப் பற்றிச் சொன்னதெல்லாம் 'திக்கற்ற பார்வதி'க்கும் பொருந்தும். திரும்பச் சொல்ல வேண்டியதில்லை. இது எல்லா 'வித்தியாசமான' 'யதார்த்தமான' 'சோதனை பூர்வமான' 'நல்ல' என்றெல்லாம் அடைமொழிகள் கொடுக்கப்பட்டு சிறப்பிக்கப்படும் அத்தனை படங்களுக்கும் பொருந்தும். அவை வெற்று நீர்க்குமிழிகள். அடுத்த க்ஷணம் மறைந்து சுவடற்றுப் போய்விடுபவை. அவை ஒரு சின்ன ஓடையாகக் கூட பின் தொடரப் படுவதில்லை. சின்ன ஓடைகூட ஒரு ரசிகர் கூட்டத்தை, சந்தையை, எவ்வளவு சிறிதானாலும் உருவாக்கி விடவில்லை. அவ்வப்போது ஒவ்வொருத்தரும் தம் ஆசைக்கு, ஒரு சிலாகிப்புக் குறிப்பிற்கு வந்து போகிறவை.

மணிரத்னம் நிறைய படங்கள் எடுத்திருக்கிறார். வித்தியாசமான விளம்பரமும் சர்ச்சைகளும் புகழாரங்களும் அவர் படத்துக்குக் கிடைத்து வருகின்றன. அகில இந்திய தொலைக்காட்சியின் ஆங்கில சானல்களில்

அவர் மேதை என்றே புகழப்படுகிறார். சினிமா நட்சத்திரம் என்ற அறிமுகத்தோடு கூடும் கூட்டத்தில் நிற்கும் ஒரு கிராமத்தான், அந்த நட்சத்திரத்தை அறிந்திராவிட்டாலும், 'என்ன அம்சமா இருக்காரையா, சும்மாவா சொல்வாங்க' என்று பரவசமடைவதைப் போலத்தான் மணிரத்னத்தின் மேதைப் புகழும், அவரது வித்தியாசமான சினிமா படைப்புகளும். ஒன்று அடிப்படையான விஷயம். மற்றவர்களை விட இவரது டம்பம் அதிகம். Tomb Raiders படப்பிடிப்பிற்கு கம்போடியாவின் அங்கோர்வாட் சிதைவுகளில் இருக்கும் ராணியின் புதைவிடத்தைத் தேர்ந்தெடுப்பதன் உண்மை, நேர்மை, நியாயம், கலைத் தாகம் நமக்குப் புரிகிறது. ராவணன் சீதையைக் கவர்ந்து செல்ல ஒரு மலை உச்சியும் அதன் பின்னணியில் ஓர் பிரம்மாண்ட நீர்வீழ்ச்சியும் தேவையாயிருக்கிறது மணிரத்தினத்திற்கு. இதற்கும் கமலஹாசனும், ஷங்கரும், குஞ்சுமோனும், நடனக் காட்சிகளைப் படம் பிடிக்க விக்டோரியா, சிங்கப்பூர், டோரண்டோ, சுவிட்சர்லாந்து என்று அலைந்து வருவதற்கும் என்ன வித்தியாசம்? இரண்டு பேரின் மனநிலையும் சம்பந்தமில்லாத பின்னணியில் காட்சியமைத்து, 'பார் பார் பட்டணம் பார்' பாடும் கதைதானே. இதில் மணிரத்தினம் மாத்திரம் எப்படி மேதையாகிறார்? இவர் எடுக்கும் எந்த சரித்திர சம்பவத்தின் உண்மை மனிதர்கள் உண்மை நிகழ்வுகள் பதிவாகியிருக்கின்றன? இருவர், பம்பாய், உயிரே எல்லாம் உண்மையைச் சந்திக்க பயந்து செய்துள்ள சமரசங்கள். தீட்டியுள்ள பொய்கள் எத்தனை? கூட்டமாக ஆடி பாடி ஓடி, நீர்வீழ்ச்சியில் நனையும் காட்சிகள் தானே மணிரத்தினத்தினதும். அது இல்லாமல் ஒரு படம் கூட அவரால் எடுக்க முடியவில்லையே. அநாவசியமாக, அழகாகப் படம் பிடிக்கவேண்டும் என்பதற்காகவே, பாத்திரங்களுக்கும், சம்பவத்துக்கும் எள்ளளவு கூட சம்பந்தமில்லாத காட்சியமைப்புகளின் தொகுப்பாகத்தானே அவர் சினிமா இருக்கிறது. ஒரு தலைமுறைக்கு முன்னர் போட்டோ ஸ்டுடியோவில், நீர் வீழ்ச்சி, பங்களா, தாஜ்மஹால் போன்று திரைத் துணிகளின் பின்னணியில் தான் கிராமத்துக் காதலர்கள் படம் பிடித்துக்கொள்வார்கள். இந்த மனோபாவனையிலிருந்து, இந்தத் தரத்திலிருந்து எவ்விதத்தில்

மணிரத்தினம் என்னும் மேதை வித்தியாசமானவர்? ஷங்கரின் அர்த்தமே இல்லாத பிரம்மாண்டமான செட்டுகள் வெற்று டம்பம் போல, கமலஹாஸனின் படத்துக்குப் படம் புதுப் புது வேஷங்கள் வெற்று டம்பம் போல, அதுவும் ஹாலிவுட் மேக்கப்மானாக்கும் செய்தது என்பது ஒரு கூடுதல் டம்பம். இதற்கேற்பவே கதை, தயாரிப்பு. இவர்கள் சந்தைக்காக புதுசு புதுசாக என்ன செய்யலாம் என்று நினைக்கிறார்களே தவிர, இவர்களுக்கென்று ஒரு சமூக அக்கறை, ஒரு பார்வை, ஒரு தரிசனம், மக்களுக்கு எடுத்துச் சொல்ல வேண்டும் என்ற ஒரு தீவிரம், என எதையாவது இவர்கள் தொடக்கத்திலிருந்து இன்று வரையிலான செயல்பாட்டில் செய்திருக்கிறார்களா? எதைக் கொண்டு இவர்கள் படங்களை சினிமா என்று சொல்வது? சமீபத்தில் 'பகல் கனவு' என்று ஒரு படம். கதை, திரைக்கதை, வசனம், இயக்கம் மணிரத்தினம் என்று ஒரு படத்தைப் பார்த்தேன். அந்தக் கண்றாவியை என்னவென்று சொல்வது? இதுதான் மணிரத்தினம் என்னும் மேதையின் ஆரம்பமா? எல்லாத் தமிழ்ப் பட கண்றாவிகளையும் போல இதுவும் ஒன்று.

டம்பம் ஏதும் இல்லாத கண்றாவி. டம்பங்களும், மசாலாக்களும் சேர்த்த கண்ராவிகள் பின்னர் தான் வந்து மணிரத்தினம் என்ற மேதை முத்திரை தாங்கி வர இருக்கின்றன என்று நினைத்துக்கொண்டேன்.

8

இது காறும் நான் முழுவதுமாகப் பார்த்த படங்களைப் பற்றியே பேசி வந்திருக்கிறேன். சில பழைய படங்கள், நினைவிலிருப்பவை. அனேகமாக புதியவை மிகக் குறைவாகவே பார்த்திருக்கிறேன். தியேட்டருக்குப் போய்ப் படம் பார்ப்பது என்ற பழக்கம் விட்டு நாற்பது வருடங்களுக்கு மேலாயிருக்கும். ஃபிலிம் சொஸைட்டி திரையிடும் படங்களையோ அல்லது உலகத் திரைப்பட விழாக்களிலோ கிடைப்பது அவ்வளவையும் ஒரு வெறி பிடித்துப் பார்ப்பதில்தான் பின் வந்த வருடங்கள் கழிந்தன. ஒரு விபத்தில் கால் எலும்பு முறிவு ஏற்பட்டதிலிருந்து தமிழ்ப் படங்களில் என்ன நடக்கிறது என்று தெரிந்து கொள்ளவேண்டும் என்ற காரணத்திற்காக தொலைக்காட்சியில் வருவனவற்றை மாதிரிக்கு அவ்வப்போது பார்ப்பதுண்டு. அப்படிப் பார்த்த அனுபவத்தில் தான் எண்பதுக்களுக்குப் பிறகு வெகுவாகப் பேசப்பட்ட நட்சத்திரங்கள், சூப்பர் ஸ்டார்கள், வெற்றிப் படங்கள், கலைத்தரம் மிக்கவை என்று சொல்லப்பட்டவை எல்லாம் பார்த்தது. வெகு சமீபத்தில் வந்த, புதிய பாதையில் செல்வனவாகச் சொல்லப்படும் படங்கள் பெரும்பாலானவற்றை நான் அவ்வப்போது தொலைக் காட்சியில் உதிரியாகக் காட்டப்படும் காட்சிகளைப் பார்த்ததோடு சரி. ஒரு சிலவற்றை முழுவதுமாகப் பார்த்திருக்கிறேன். அவை சந்தர்ப்பத்தைப் பொறுத்து என்று சொல்ல வேண்டும். ஆதலால் முழுதுமாகப் பார்த்த சிலவற்றை வைத்தும், மற்றவற்றை படத் துணுக்குகளாகப் பார்த்ததையும் வைத்துத் தான் நான் பேசுகிறேன்.

பத்து வருடங்களுக்கு முன் நடந்த ஒரு கருத்தரங்கில் நான் தமிழ்ப் படங்களைப் பற்றிப் பேசியபோது, தமிழ்த் திரைப்பட ரசிகர்களாக,

தமிழ்ப் பற்றாளர்களாக, குறும்படத் தயாரிப்பாளர்களாக அல்லது இவை எல்லாமே தம் ஆளுமையில் கலக்கப் பெற்றிருந்த தகைமையாளர்களும், 'நீ எல்லா தமிழ்ப் படங்களையும் சொல்லிவிடவில்லை. எல்லாத்தையும் பார்க்காமல் எப்படி கருத்து சொல்லலாம் என்பதையே வலியுறுத்தி படங்களையும் பார்த்திருக்கிறீர்களா? இல்லையே, பின் எப்படி இப்படி ஒட்டு மொத்தமாகப் பேசலாம்? உங்களுக்கு இது பற்றிப் பேச என்ன தகுதி இருக்கிறது?' என்று கூச்சல் போட்டார்கள். இது என்னமோ மிக நியாயமான கேள்வி போலத் தோற்றம் அளித்தாலும் எந்த மனித ஜீவனும் எல்லாவற்றையும் பார்த்திருக்க முடியாது. இரண்டாவது மிகச் சிறப்பாக, சினிமா என்று சொல்லத் தகுதி பெற்ற எதுவும் வந்திருப்பதாக எனக்குத் தகவல் வந்தால் அதைக் கட்டாயம் பார்த்திருப்பேன். அப்படி ஏதும் இல்லை என்று சொன்னது அவர்களுக்கு சம்மதமாயில்லை. வித்தியாசமானது என்று அவர்கள் எதையும் கூச்சலிட்டார்கள். அப்போது அவர்கள் கூச்சல் தான் ஹாலை நிறைத்தது.

இதே போல ஒரு சந்தர்ப்பத்தில் ஜெயகாந்தனும், சுந்தர ராமசாமியும் சொன்ன பதில்கள் சுவாரஸ்யமானவை. ஜெயகாந்தன் பதில் சொன்னது தமிழ் சினிமாவைப் பற்றி அவர் சொன்ன கருத்துக்கு என்னைக் கருத்தரங்கில் மடக்க வீசிய கேள்விகளே தான் அவர் மீதும் வீசப்பட்டது. அதற்கு ஜெயகாந்தன் ஸ்டைலிலேயே பதிலும் தரப்பட்டது. அவர் என்னைப் போல வாதம் செய்தெல்லாம் தன்னை அதிகம் சிரமப் படுத்திக்கொள்ளமாட்டார். 'இத்தனை நாளா நானும் தமிழ் சினிமா பார்த்துக்கொண்டு வருகிறேன். நான் பார்க்காத படங்களும் இருக்கும். எல்லோரும் எல்லாவற்றையும் பார்த்துவிட முடியாது. நான் பார்த்த தமிழனெல்லாம் எவ்வளவு அடி உயரம் என்று எனக்குத் தெரியும். திடீரென்று எட்டடி உயரத்தில் தமிழர் கொஞ்ச பேர் இருக்கிறார்கள் என்று நீங்கள் சொல்கிறீர்கள். அது எப்படிய்யா தமிழன் திடீரென்று எட்டடி உயர்ந்து விடுவான்? என்று அகிலனின் 'சித்திரப் பாவை' என்னும் நாவல் ஞானபீடப் பரிசு பெற்றபோது, அதைக் கிண்டல் செய்திருந்தார்.

'சுந்தர ராமசாமி அகிலனின் எழுத்து முழுதையும் படித்திருக்கவில்லை. ஞான பீடப் பரிசு ஒரு எழுத்தாளனின் மொத்தப் படைப்புக்குமாகக் கொடுக்கப்படுவது. சுந்தர ராமசாமி அகிலனின் எழுத்து அத்தனையையும் எங்கே படித்திருக்கிறார்? அப்படி இருக்க அவர் எப்படி அகிலனைக் கண்டனம் செய்ய முடியும்? என்று கேட்டார். 'ஆளை விழுத்தாட்டியாச்சு' என்ற நினைப்பில் தி.க.சிவசங்கரன் ஆழ்ந்திருக்கக் கூடும். சுந்தர ராமசாமியின் பதில் தி.க.சி. எதிர்பாராத விதத்தில் இருந்தது. 'ஏதோ ஓரிரு கழிப்பறைகளைப் பார்த்ததுமே போதும் போதும் என்றாகிவிட்டது. 'எல்லாக் கழிப்பறைகளையும் பார்த்து பின் மலக்கிடங்கையும் பார்த்திருக்க வேண்டும். அதன்பின் தான் நான் அபிப்ராயம் சொல்லும் தகுதி எனக்கு வரும்' என்று தி.க.சி. சொல்கிறார் என்பது சுந்தர ராமசாமியின் பதிலாக இருந்தது. இதே வார்த்தைகளில் அல்ல. ஞாபகத்தில் இருந்ததைச் சொல்கிறேன். கழிப்பறை, மலக்கிடங்கு வார்த்தைகள் அவரது பதிலில் இருந்தன.

இதெல்லாம் பதில் எதிர்பார்த்து, பதிலை வேண்டி எழுப்பப்படும் கேள்விகள் அல்ல. தனக்குப் பிடிக்காததைக் கேட்கும்போது பதில் தெரியாது ஏதாவது கேட்டுச் சொல்லப்படும் கருத்துகளுக்கு முற்றுப் புள்ளி வைக்க வேண்டும் என்பதுதான் நோக்கம். கருத்தரங்கில் நான் நேரில் அகப்பட்டுக் கொண்டதால், 'நீங்க எல்லாப் படங்களையும் பாத்திருக்கீங்களா, பாக்காம எப்படி ஒட்டுமொத்தமா இப்படி பேசலாம்?' என்பதையே திருப்பித் திருப்பிக் கேட்டுக்கொண்டே இருந்தால், ஆங்காங்கே பல திசைகளிலிருந்தும் இதே கேள்விகள் எழும்புமானால், அது பேச்சடைக்கும் காரியம்தானே. அதைத் தான் ஃபாசிஸம் என்பார்கள்.

இது ஏதும் சுந்தர ராமசாமி அல்லது ஜெயகாந்தன் போன்ற பேச்சு சாமர்த்தியம் கொண்டவர்கள் எதிர்கொள்ளும் பிரச்சினை என்பதல்ல. நமது அன்றாட நடப்புகள், அனுபவங்கள் என்ன சொல்லும்? அறை ஜன்னலைத் திறந்தால் வெயில் எவ்வளவு சுட்டெரிக்கும் கடுமை என்பதை அறிந்து கொள்கிறோம். ஜன்னலின் மூன்றுக்கு நான்கு என்ற நீள் சதுரம் காட்டும் காட்சி போதும், ஊர் முழுதும், அதன் சுற்றுப்புறமும் எந்த

நிலையில் இருக்கிறது என்று அறிய. மழை பெய்கிறதா, கொளுத்தும் வெயிலா, குளிர்ந்த காற்று அடிக்கிறதா? என்று அறிய. இதற்காக திருவான்மியூரிலிருந்து தண்டையார்பேட்டை வரை ஒவ்வொரு தெருவாக, ஒவ்வொரு பேட்டையாகப் பார்த்தபின் தான் வெயில் கொளுத்துகிறது என்று சொல்ல முடியுமா என்ன? வீட்டிலே மின்விசிறியின் அடியில் உடகார்ந்தவன் எழுந்து சென்று ஜன்னல் கதவைத் திறந்து பார்த்து ஊர் நிலவரத்தை எப்படி சொல்வே? சைதாப்பேட்டையில் வெயில் அடிக்கிறதா என்று பாத்தியா? என்று யாரும் கேட்பதில்லை. அப்படிக் கேட்பவனைப் பற்றி நாம் என்ன சொல்வோம்?

எல்லாப் புதிய படங்களையும் நான் பார்த்ததில்லை. பார்ப்பதாக எண்ணமும் இல்லை. காரணம், தெரிய வந்த புதிய படங்கள் அவற்றை நான் பார்த்த அளவில் எதுவும் ஒரு அடிப்படையான மாற்றத்தை, தமிழ்ப்பட உலகில் நிகழ்த்தி விடவில்லை என்பதைப் பார்க்க முடிகிறது. இதையே எவராவது மலையாளத்தில், அல்லது கன்னடத்தில் ஒரு மகத்தான படம் வந்திருக்கிறது என்றால் அதை நான் சந்தேகிக்க மாட்டேன். ஒடியாவில், மராத்தியில் வந்திருக்கிறது என்றால்கூட நான் நம்பத் தயாராயிருப்பேன். ஆனால் தமிழில், தெலுங்கில்? நிச்சயமாக அந்த வாய்ப்பு இன்னும் வெகுகாலத்துக்கு இல்லை என்பதுதான் என் எண்ணம். அங்கெல்லாம் ஏதும் ஒரு புதிய படைப்பு, உண்மையிலேயே ஒரு புதிய படைப்பு வந்திருக்கக் கூடும். அதிக தம்பட்டம் இல்லாது, அமைதியாக அது அந்த சூழலைப் பாதித்துக்கொண்டிருக்கும். ஆனால், தமிழில் ஒரு வித்தியாசமான படம் என்ற பாவனைக்கே நம்மவர் அடிக்கும் தம்பட்டம் வெகு நாராசமாக இந்தியா முழுதும் ஒலிக்கும். இத்தகைய பாவனைதான் மணிரத்னமும் சிவாஜி கணேசனும் கமல ஹாஸனும். அந்த பாவனைக்கே இவர்கள் அடிக்கும் தம்பட்டமும் நாராசமாகத்தான் இருக்கிறது.

'வெயில்' படம் பார்த்தேன். முழுதுமாக. என்ன விதத்தில் அது வித்தியாசமான, யதார்த்தமான படம் என்கிறார்கள் என்று புரியவில்லை.

என்னமோ அவங்க ஊரையே பின்னணியாகக் கொண்டதாகச் சொல்கிறார்கள்.

அந்த ஊர் எவ்வளவுக்கு படத்தின் அங்கமாயிற்று? எந்த ஊர் சினிமா ப்ரொஜெக்ஸன் ரூமில் காதல் பாட்டு பாடிக்கொண்டு ஆட முடியும்? எந்த ப்ரொஜெக்ஸன் ரூமில் ஆபரேட்டர் நிற்பதுக்கு மேல் இடம் இருக்கும்? அடி தடி, பழிவாங்கல், வழக்கமான ஸ்டண்ட் வேலை, சின்னப் பையனை வெயிலில் போட்டு கதறக் கதற வாட்டும் வன்முறை, அந்த வன்முறை தான் எத்தனை ரூபங்களில், எத்தனை முறை? ஒவ்வொன்றிலும் ஒரு பாவனையைத்தான் நாம் பார்க்கிறோமே ஒழிய, காட்சி அமைப்பிலும், பின்னணியிலும், பின் நடிப்பிலும், நடிப்பில் பழைய நமக்குப் பிரியமான, மிகைப்படுத்தப்பட்ட நாடகம் தான் நம் முன் விரிகிறதே ஒழிய, என்ன வித்தியாசமான அழகியலை இந்தப் படங்கள் நமக்கு தெரியப்படுத்துகிறது? பருத்தி வீரன் படத்தைத் தொடர்ந்து முழுதும் பார்க்கமுடியவிலை.

பார்த்தே ஆகவேண்டும் என்ற முனைப்பில் அவ்வப்போது கிடைக்கும் அளவு, பொறுமை இருக்கும் அளவு பார்த்தேன் என்றுதான் சொல்லவேண்டும். தொடைக்கு மேல் உள் நிஜார் தெரிய கைலியைத் தூக்கிக் கட்டிக்கொண்டு விட்டால் அது கிராமத்தானைச் சொல்லி விடாது. நம் சினிமாக்காரர்களுக்கு எது எதற்கு என்ன தோற்றம் என்று ஒரு பட்டியல் தயாராக இருப்பதாகத் தோன்றுகிறது. இப்போதெல்லாம் அரை நிஜார் தெரிய கைலியைத் தூக்கிக் கட்டாத கிராமத்தானையே பார்க்க முடியாது தமிழ் சினிமாவில். அங்கும் நம் ஹீரோவை பத்துப் பேர் சூழ்ந்து கொள்கிறார்கள். ஸ்டண்ட் காமிக்காமல் முடியுமா? பத்துப் பேர் சூழ்ந்தாலும் அவர்கள் ஒவ்வொருத்தராகத் தான் கார்த்தியை அடிக்கும் பாவனையில் விரைப்பாகக் கையை நீட்டுவார்கள். கார்த்தி அடிக்கவேண்டாமா சௌகரியமாக? பின் என்ன கார்த்தி அடித்தால் சுருண்டு விழுவான் அவன். அவன் விழுந்து விட்டது நிச்சயமான பின் இன்னொருத்தன் வருவான் கையை விரைப்பாக நீட்ட. இப்படி பத்துப் பேரும் சுருண்டு விழுந்தாலும் அவர்களுக்கு ஒரு சிராய்ப்பு கூட

பட்டிராது. என்னமோ தூசியைத் தட்டிக்கொண்டு போவது போல் ஓடுவார்கள். நம்ம ஹீரோவுக்கு தலை கிராப் கூட வாரியது கலைந்திராது.

இதை படத்தின் டைரக்டரே சொல்கிறார். ''ஜெயா டிவியில் அபிலாஷுடனான பேட்டியில் சொல்கிறார்: 'ஆமாம், ஆளை அடிக்கிறதுக்குன்னு பத்துப் பேர் சேர்ந்துட்டானுங்கண்ணா எல்லாரும் சேர்ந்து ஒரு மொத்து மொத்துவானுகளா, இல்லை ஒவ்வொருத்தனா க்யூவிலே நின்னு அடி வாங்கிட்டு வருவானுகளா?' என்று தானே சொல்கிறார். அவருக்கே இந்தப் பைத்தியக்காரந்தனம் தெரிகிறது. இருந்தாலும் தமிழ் சினிமா, விலை போகணும், சனங்க வந்து பாக்கணும், அவங்களுக்கும் ஒரு விருவிருப்பு வேணும்.

என்ன புதிதாகச் சொல்லப்பட்டு விட்டது? எல்லா கிராமத்துக் கதைகளிலும் வரும் பழிவாங்கல், கற்பழிப்பு, தாயாதி பகைமை, இத்யாதி. இத்யாதி. அதுக்கு ஒரு தமிழ் சினிமா கதையமைப்பு, வசனம், குத்துச் சண்டை, கோஷ்டி ஆட்டம். மெட்ராஸ் தெருவில் நாற்பது பேர் குத்தாட்டம் போடவில்லை. குத்தாட்டம் சூட்டிங்குக்கு ஃப்ராங்பார்ட் போகவில்லை. கிராமத்து வயலிலேயே ஆடுகிறார்கள். அது தான் வித்தியாசமான படமாக இதை ஆக்குகிறது போலும்.

இப்படி சொல்லிக்கொண்டே போகலாம். மிகவும் பேசப்படும் பாலாவையே எடுத்துக்கொள்ளுங்கள். ஒரு வித்தியாசமான ஒரு காரக்டரைச் சுற்றி கதை பின்னப்படுகிறது. அந்த வித்தியாசமான காரக்டர், வித்தியாசமாகக் காட்டப்படவேண்டுமென்றால், வித்தியாசமான கோணங்கித்தனமெல்லாம் செய்யவேண்டும். விக்ரம் தனக்குத் தெரிந்த கோணங்கித்தனத்தையெல்லாம் காட்டுகிறார். பேசமுடியாத ஊமை என்றால், அவன் தலையை ஒரு பக்கமாகச் சாய்த்து மூக்கை ஆகாயத்துக்குத் தூக்கவேண்டும். அவன் கடைசியில் அசகாய வீரனாகவும் ஆவான். தன் எதிரியை என்னமாக துவம்சம் செய்கிறான்.? ஆக சண்டைக்காட்சியையும் காட்டியாயிற்று. ஹீரோவை ஹீரோவாகவும் காட்டியாயிற்று. பெரிதும் பேசப்பட்ட 'நான் கடவுள்' படம். இந்த எதிர்பார்ப்பு யாரை முன்னிட்டு. ஜெயமோகனா, இல்லை பாலாவா, யார்

காரணம்? சின்ன வயசில் ஓடிப்போனவன், இருபது வருடங்கள் கழித்து காசியில் கங்கைக் கரையில் ஹரிச்சந்திரா காட்டில் ஏழடி உயரமும் தாடியும் மீசையும், ஆஜானுபாகுவான சரீரமும் கொண்டவனாக தவக்கோலத்தில் நின்றிருப்பவன் தான் அவன் என்று கண்டு பிடித்துவிடுகிறார்கள். தமிழ் சினிமாவாயிற்றே. இதெல்லாம் நடக்கும். கடைசியில் அவன் பிச்சையெடுக்கும் ஊனமுற்றோர்களைக் காப்பாற்றும் வீரனாகவும் ஆகிறான். அந்தப் பிச்சைக்காரர்களுக்கு ஒரு குத்தகைக்காரன். அவர்களைப் பேரம் பேசும் இன்னும் ஒரு குத்தகைக்காரன். எம் ஜி ஆர் வேஷம் போட்டு நாடகம் போடும் பிச்சைக்காரர்கள். எதற்காக இதெல்லாம் காவல் துறை ஆட்களுக்கு முன்? ஆர்யாவின் தாடியைப் பார்த்து எல்லோருக்கும் ஒரு மயக்கம். காவல்துறையும் பயப்படுகிறது. இது ஜெயமோகனின் கைவண்ணம் இல்லை. தமிழ் சினிமாவுக்கான முத்திரைகள். ஆச்சா! நம்ப முடியாத கதைத் திருப்பங்கள், கதையளப்புகள், இடையில் மசாலாவாக ஸ்டண்ட் காட்சிகள். ஆர்யா இந்த மாதிரி உடலை வளர்த்து வைத்திருப்பது வீணாகக் கூடாதல்லவா? அவர் தான் குத்தகைக்கார மலையாள வில்லன்களிடமிருந்து அந்த ஏழைப் பிச்சைக்காரக் கூட்டத்தைக் காப்பாற்றுகிறார். ஜெயமோகனின் ஏழாம் உலகம் வேறு ஒரு உலகை, அனுபவத்தைச் சார்ந்தது.

அதைத் தமிழ் சினிமா சந்தைக்கு ஏற்ற பொருளாக பாக்கிங் செய்யும் போது அதில் சேரவேண்டிய மசாலாவெல்லாம் சேர்த்துத்தானே ஆகவேண்டும்.? டிவி இருக்கும் அறையை விட்டு வெளியே வந்தால் அந்தப் படத்திலிருந்து ஒரு இனிமையான பாட்டு கேட்கும். "பிச்சைப் பாத்திரம் ஏந்தி வந்தேன், ஐயனே...." என்று. எத்தனை தலைமுறைகளாயிற்று, இந்த மாதிரி ஒரு பாட்டைக் கேட்டு! ஆனால் இந்தப் படத்துடன் சம்பந்தப் படாமலேயே இந்தப் பாட்டை மாத்திரம் கேட்டு அனுபவிக்கலாம். படம் பார்க்கும் அவசியமில்லை. 'மறைவாய்ப் புதைத்த ஓடு மறைந்த மாயம் அறியேன்' என்று காற்றில் மிதந்து வரும் பாட்டு கேட்க இனிக்காதா என்ன? படம் பார்த்தால் தானா? ஒரு நீண்ட காலத்துக்குப் பிறகு சங்கீதம் என்கிற ஒரு சமாசாரம் தமிழ் சினிமாவில் நுழைந்திருக்கிறது. ஆனால்

இது தமிழ் சினிமா ரசிகனைக் கிளுகிளுக்க வைக்காது. அவனுக்கு அது தான் தேவை. அதை ரஹ்மான் சார் தான் தரவேண்டும்.

அந்தப் பாட்டை எழுதியவரும், இசை அமைத்தவரும், பாடியவரும், ஏழாம் உலகம் எழுதிய ஜெயமோகனும் தான் இந்தப் படத்துக்கு கௌரவம் சேர்த்திருக்கிறார்கள்.

9

இதுகாறும் நான் எழுதியவற்றையும் எதிர்கொண்டு அபிப்ராயம் தெரிவித்தவர்களில் பெரும்பாலோர் தமிழ் சினிமா எப்படி இவ்வளவு வருஷங்களாக செயல்பட்டு வந்துள்ளதோ, அதன் அபத்த சம்பிரதாயங்கள் அத்தனையையும் எவ்வித கேள்வியும் ஒன்று கூட எழுப்பாமல் அவ்வளவு அபத்தங்களையெல்லாம் சினிமாவுக்கு இயல்பானவையாக ஏற்று தம் பொதுப்புத்தியைத் தொலைத்து விட்டவர்களாக இருக்கிறார்கள். அது மட்டுமல்லாமல் அந்த அபத்தங்களைக் கொண்டாடும் சிறப்பிக்கும் பின்னர் அவை பற்றி இறுமாந்து ஆகாயத்தை நோக்கி மூக்கை உயர்த்தும் மன நிலையில் இருப்பது தெரிகிறது. இவர்கள் மட்டுமல்ல. இவர்கள் தமிழ் சமுதாயத்தின் மாதிரிகள் தானே. இணையத்திற்கென்று சமுதாய குணத்தை மீறிய குணம் கொண்டவர்களா இங்கு வந்துவிடப் போகிறார்கள்? அது மட்டுமல்ல.

அந்த அபத்தங்கள் அத்தனையையும் நியாயப்படுத்தும் ஆவேசமும் கொண்டவர்களாக இருக்கிறார்கள். 'நீங்கள் சொல்றதெல்லாம் சரிதான். ஆனால் படம் எடுக்கும் சிரமங்களும், போட்ட பணத்தை எடுத்து பின் லாபம் பண்ணும் சிரமங்களும் உங்களுக்கென்ன தெரியும்? என்ற கேள்வி அடிக்கடி முன் வைக்கப்படுகிறது. 'சினிமான்னா அப்படித்தாங்க இருக்கும்? வாழ்க்கை அவதிகள் தான் எப்போதும் இருக்கே. அதை மறந்து இரண்டு மூணு மணி நேரமாவது ஜாலியா பொழுது போக்கத்தானே சினிமாவுக்கு போறோம்.' என்று ஒரு நியாயப்படுத்தல். 'சினிமாங்கறது மக்களுக்காகங்க; மக்களை ஒதுக்கிட்டு நாம வாழ்முடியாதுங்கறத நாம் புரிஞ்சிக்கணும். படத்தை எடுத்து நாமேவா பாத்துக்க முடியும். மக்கள் பாத்து ரசிக்கணுமில்லியா?' என்று இன்னொரு

ஜனநாயக வாதம். என்னமோ மக்களைத் துயரக் கடலிலிருந்து மீட்கவே இவர்கள் பிறவி எடுத்துள்ளது போலத்தான் பேச்சு.

அது ஜனநாயகம் இல்லை. பண நாயகம். அதுவும். பிழைப்புக்காக, பணம் சம்பாதிக்கிறதுக்காகவே வியாபாரம் செய்யும் ஒரு பலசரக்குக் கடைக்காரரின் நியாயம். இன்னும் பச்சையாகச் சொல்வதென்றால், இது தேவடியாப் பிழைப்பின் இன்னொரு ரூபம். அதற்கு நாம் என்னனென்ன ரூபமோ, பெயரோ கொடுத்துக்கொண்டாலும், வேஷங்களையும் கோஷங்களையும் களைந்து விட்டால் இது தேவிடியாப் பிழைப்பின் குணத்தைக் கொண்டது தான். அவளுக்காவது ஒரு கட்டத்தில் அவள் நினைத்தால், வந்தவனை 'போறியா இல்லியா?' என்று விரட்டி அடிக்கும் சுதந்திரம் உண்டு. இங்கு அது இல்லை. வெற்றி என்ற கொள்ளையடிப்பு நடந்துவிட்டால், அதற்கு புனித முலாம் பூசப்பட்டு, நியாயங்கள் கற்பிக்கப்பட்டு என்னென்னவோ கோஷங்கள் எழுப்பி, கொண்டாட்டங்கள் நடத்தி, அரசு விருது பெற்று ஊர்வலம் வரலாம்.

இந்த கூத்து சினிமா தமிழ்நாட்டில் தலையெடுத்த காலத்திலிருந்தே கொஞ்சம் கொஞ்சமாக வளர்ந்து இன்று பூதாகாரமாக நம்மேல் கவிந்து விட்டதால், இது இயல்புக்கும் வாழ்க்கைக்கும், உண்மைக்கும் முற்றிலும் விரோதமானது என்ற எண்ணமே நமக்கு ஏற்படுவதில்லை. வாழ்க்கை அப்படி இல்லையே என்றால், சினிமான்னா அப்படித்தான்யா இருக்கும் என்று சினிமா பார்ப்பவர்களும் சரி, சினிமா தயாரிப்பாளர்களும் சரி ஏகோபித்த சிந்தனை கொள்ளும் வகையில் மூளைச் சலவை செய்யப் பட்டிருக்கிறார்கள்.

நாம் நைஜீரியாவுக்குப் போய் வாழ நேர்ந்தால், அந்த நாட்டு மக்களின் நம்மிலிருந்து வேறுபட்ட வாழ்க்கையை நாம், அது அவர்களது வாழ்க்கை என்று மன சமாதானம் கொள்கிறோம். அதே போல அவர்களும் நம் வாழ்க்கை வேறுபட்டிருப்பதை இதே சமாதானத்தோடு ஒப்புக்கொள்ளும் மன நிலை கொள்வார்கள்தான். இன்னும் வேறு மாதிரியாகச் சொல்லிப் பார்ப்பதென்றால், ஒரு பைத்தியக்காரனின் பேச்சுக்களையும் நடந்துகொள்ளும் முறையையும், இது அவனுக்கு இயல்பு என்று மனம்

சமாதானம் கொண்டு நம் வழி செல்கிறோம். அவனை நம் வழிக்குக் கொண்டுவர நாம் அவனுக்கு புத்தி சொல்லியோ அவனுடன் வாதம் செய்தோ திருத்த முயல்வதில்லை. எனக்குத் தோன்றுகிறது, நமது உலக நாயகர்களும் இயக்குனர் பிரம்மாண்டங்களும் இன்னும் மற்ற அவர்தம் வழிச்செல்லும் நம் தமிழ் சினிமா உலக சிற்பிகள் எல்லாம் பாட்டுப் பாடிக் கூத்தாட்டம் போடுவதற்கு ப்ரேஸில் என்ன, ப்ராங்க்பர்ட், சிங்கப்பூர் தெருக்கள் என்ன, லாப்லாந்து என்ன, ஸ்விட்ஸர்லாந்து என்ன என்று அலைந்து இடம் தேடி படம் பிடிக்கும் போது இவர்கள் ஆட்டத்தைக் கண்டு அவர்கள் சிரிக்கமாட்டார்களா, இல்லை இவர்களுக்குத்தான் வெட்கமாக இருக்காதா என்று என் சாதாரண பொதுப்புத்தியின் தொந்திரவால் என்னையே கேட்டுக் கொள்வதுண்டு. அந்த நாட்டுக்காரர்கள் வேடிக்கை பார்ப்பார்கள்தான். நாங்கள் சினிமா ஷூட்டிங் நடத்துகிறோம் என்று பதில் வந்தால், ஒஹோ இவங்க ஊர்லே இப்படித்தான் வழக்கமோ, இல்லை இவர்கள் சம்பிரதாயங்களோ என்று அமைதி கொள்வார்கள் போலும். பார்ஸி திருமண சடங்குகளோ, முஸ்லீம் விழாக்களோ வித்தியாசமாக இருந்தால் நாம் அதைக் கேள்வி கேட்போமா? ஆனால் இவர்கள் வெட்கப்படாமல் கூத்தாடுவது எப்படி?. அதிலும் ஸ்விட்ஸர்லாந்தின் பனி மூடிய மலைச் சரிவுகளிலும் கூட நம் காதல் நாயகிகள் நம் ஊர் தமிழ் சினிமா ரசிகர்களை குஷிப்படுத்த எவ்வளவு குறைவாக ஆடை அணிவது சாத்தியமோ அவ்வளவுக்குக் குறைவாகவும், நம் உலக நாயகர்கள், அந்தக் குளிருக்கேற்ப முகம் தவிர உடல் முழுதும் வித விதமான வண்ணங்களில் அலங்கார உடைகளில் டான்ஸ் பண்ணுவார்கள்.

இதெல்லாம் சினிமாவுக்கோ அல்லது அவர்கள் இதுபற்றி உரிமை கொண்டாடி பெருமைப்பட்டுக்கொள்ளும் எதற்குமோ சம்பந்தமில்லை. இதைத்தான் ஒவ்வொரு விஷயத்திலும், தமிழ் சமுதாயத்தின் ஒவ்வொரு துறை பற்றிய விஷயத்திலும் சொல்ல வேண்டியிருக்கிறது. அரசியலாகட்டும், சினிமாவாகட்டும். அல்லது கலை என்றும் தமிழ் என்றும் சொல்லி மக்கள் முன் வைக்கும் எதுவுமேயாகட்டும். அது மக்களை ஏதோ சொல்லி அவர்களுக்குப் பூச்சூட்டி, அவர்கள் பணத்தை

அல்லது வாக்குகளைக் கொள்ளையடிக்கமுடியும் என்ற ஒரே சிந்தனை தான் பின்னிருப்பது. அவர்களுக்குப் பூச்சூட்டும் யுத்திகள் தான் அவ்வப்போது மாறிக்கொண்டிருக்கின்றனவே தவிர அதற்கு என்ன பெயர் கொடுக்கப்படுகிறதோ அந்தப் பெயர் என்றுமே மாறாது. இதை இன்று அந்நியன் படமோ சிவாஜி படமோ பார்க்கிறவர்களுக்குச் சொல்லிப் புரிய வைப்பது கஷ்டம். நாற்பதுகளிலிருந்து இன்று 2010 வரை, ஒவ்வொரு பத்து வருஷத்துக்குமான ஒரு சாம்பிள் தமிழ்ப் படத்தில் காதலைச் சொல்ல என்ன பாட்டு, என்ன டான்ஸ் எப்படி பயன்படுத்தப் பட்டுள்ளது என்பதைப் பார்த்தால் ஒரு விஷயம் தெளிவாகும். சங்கீதமும் நடனமும் என்றும் ஒன்று தான். ஆனால், எதை அன்று சங்கீதம் என்றும் நடனம் என்றும் கலைகள் என்றும் சொல்லி வந்தோம், இன்று அந்த பெயரில் தமிழ் மக்களுக்கு அதாவது தமிழ் சினிமா ரசிகனுக்கு, தரப்படுவது என்ன என்று சற்று யோசித்தால் போதும்.

நாக்க மூக்க ஒரு உதாரணம். அன்று இதை பாட்டு என்றோ அதற்கு ஆடிய ஆட்டத்தை நடனம் என்றோ ஒரு கடைத்தர சினிமாக்காரன் கூட ஒப்புக் கொண்டிருக்கமாட்டான். ஆனால் அது இன்றைய போன வருடம் வரை மக்கள் ரசனையின் உச்சமாகக் கொண்டாடப்பட்டது. அதைத் தயாரித்த தமிழ்நாட்டின் மிகப் பெரிய தனவந்தர், மிகப் பெரிய தொலைக் காட்சி ஸ்தாபனம் அதற்கு தன் பிரசார ஊடகங்கள் மூலம் பெற்றுத் தந்த மக்கள் வரவேற்பும், எதற்கும் எந்த கடைத்தரத்திற்கும் சங்கீதம் என்றும் நாட்டியம் என்றும் சந்தையில் மக்கள் ரசனையில் செலவாணியாக்கிவிட முடியும் என்பது நிரூபிக்கப்பட்டது.

இந்த நிரூபணம் இன்று ஸ்தாபிக்கப்பட்ட ஒன்றல்ல. விளம்பரத்தால், மக்களை வாய்பிளக்கவைக்கும் தந்திரங்களால், எந்த சந்தைச் சரக்கையும் வியாபார வெற்றி மட்டுமல்ல, கலை என்றும் அதற்கு மக்களிடையே வியப்பூட்டும் மதிப்பையும் உருவாக்கிவிட முடியும் என்பதை 1949-லிருந்தே எஸ் எஸ் வாசன் ‘சந்திரலேகா’ என்னும் 50 லட்சம் ரூபாய் செலவிலான பிரம்மாண்ட தயாரிப்பு மூலம் தொடங்கி வைத்து ஸ்தாபிக்கவும் செய்தார்.

அதன் தொடர்ச்சிதான், அதன் பூதாகாரமான வியாபகம்தான் இன்றைய சன் பிக்சர்ஸும் அதன் சினிமா பிரவேசமும். 2011-ல் அது 150 கோடி செலவில் ஒரே சமயத்தின் ஆயிரக்கணக்கான தியேட்டர்களில் உலகம் முழுதும் திரையிடப்பட்டு சாதனை படைத்துள்ள வரலாற்றுச் சிறப்பு மிக்க திரைப்பட பிரம்மாண்டம் ஆகியுள்ளது. அதில் யானைகளும் சர்க்கஸ் சாகஸங்களும் புதியன.

இங்கு பிரேசில் நாட்டில் தேடிக்கண்டுபிடிக்கப்பட்ட பாலைவனத்திடையே ஆங்காங்கே தனித்தனி ஏரிகளைக் கொண்ட இடத்தில் நடனக்காட்சி படமாக்கப்பட்டுள்ள அதிசயம். ஐஸ்வர்யா ராயைக் காதலிக்கும் ரோபோ பிரம்மாண்ட இயக்குனர் ஷங்கரின் புதுமைக் கற்பனையும் சாகஸமும் ஆகும். . இனி இந்த பூதலத்தில் அடுத்த படத்தின் டான்ஸ் காட்சிகளை படம் பிடிக்க அவர் செவ்வாய்க் கிரஹத்துக்கோ அல்லது சந்திரனுக்கோதான் போகவேண்டியிருக்கும். புதுமையாக யாரும் படமெடுக்காத இடம் அவருக்கு இங்கு கிடைக்காது என்று தோன்றுகிறது.

10

இவ்வளவையும் எழுதிக்கொண்டிருக்கும்போது நான் என்ன ஒரு வியர்த்தமான காரியத்தில் ஈடுபட்டுக்கொண்டிருக்கிறேன் என்பதை சன் குழும தொலைக்காட்சி அனைத்துக்களும் அதன் அச்சு ஊடகங்களும் மாத்திரமில்லை, ஸான்ப்ரான்ஸிஸ்கோவிலிருந்து ஜப்பான் மலேசிய வரை ஒரு அகண்ட உலகில் வாழும் அனைத்து தமிழ் மக்கள் மாத்திரமில்லை, எந்திரன் படத்தையும் அதன் விளம்பர பகாசுரத்தனத்திற்கு ஆட்பட்ட எந்த நாட்டவரும், எந்த மொழியினரும் ஒரே ஏகோபித்த குரலில் அதன் பாராட்டில், அதன் வரலாறு காணாத மகத்துவத்தில் பிரம்மாண்டத்தில் மயங்கி மது உண்ட மிதப்பில் உழல்வதிலிருந்து தெரிகிறது.

இத்தகைய வரலாறு காணாத களேபர இரைச்சலில், நான் சொல்வதை யார் கேட்கப் போகிறார்கள்? யார் மதிக்கப் போகிறார்கள்? காலை ஐந்து மணிக் காட்சிக்கு மூன்று மணியிலிருந்து காத்திருப்பது என்ன, சூப்பர் ஸ்டாரின் பிரம்மாண்ட ஃப்ளெக்ஸ் போர்ட் விளம்பரங்களுக்கு ஏதோ நாமக்கல் ஆஞ்சனேயருக்கோ, சரவணபெலகோலா கோமதேஸ்வரருக்கோ அபிஷேகம் செய்வது போல, பாலாபிஷேகங்கள் என்ன, சூப்பர் ஸ்டாரை பழனி ஆண்டவனாக்கி எடுக்கும் காவடிகளின் ஊர்வலங்கள் என்ன, மொட்டை அடித்துக் கொண்ட பிரார்த்தனைகள் என்ன, அதன் வெற்றிக்காகவோ அல்லது வரவேற்கவோ, செய்யப்பட்ட யாகங்கள் என்ன! இந்தியாவின் எந்த மொழி தொலைக்காட்சிச் சானலைத் தொட்டாலும் அது 24 மணி நேரமும் எந்திரன் படப் பாடலையோ, விளம்பரங்களையோ அல்லது அதன் வினோத மாயா ஜாலங்களைப் பற்றியோ பரவசம் அடைந்து பேசும் ஷங்கர் சார்... சூப்பர் ஸ்டார் சார்... ரஹ்மான் சார்... உலக அழகி ஐஸ்வர்யா ராய்... இதிலிருந்தெல்லாம் ஒரு

கணம் தப்ப முடிந்ததில்லை. தொடர்ந்த விளம்பர அலைமோதல் அதற்கேற்ற இரைச்சலுடன்.

இவற்றுக்கிடையில் அகப்பட்டுத் தத்தளிக்கும் யார் மீளமுடியும்? இங்கு எதற்கும், கலை, இலக்கியம், சினிமா, நாடகம், பாட்டு, அரசியல், தமிழ், வரலாறு, பகுத்தறிவு, இத்யாதி எல்லாவற்றிற்கும் கடைசி அத்தாரிடியாகிய கலைஞர், தமிழினத் தலைவரே பார்த்து தன் பாராட்டுதலைத் தெரிவித்த பிறகு யார் என்ன சொல்லமுடியும்? சொன்னாலும் அதை மதிப்பார் யார்? இது வசூலிலும், மக்கள் வரவேற்பிலும் உலகளாவிய புகழிலும் இனி ரொம்ப காலத்துக்கு யாரும் மீறிச் சாதிக்கவியலாத ஒரு மைல் கல் சாதனையாக முதல் வாரத்திலேயே ஸ்தாபிக்கப் பட்ட பிறகு யார் என்ன மாற்று அபிப்ராயம் சொல்லமுடியும்? முணுமுணுக்கக் கூட முடியாது. யார் வாய் திறவாதிருக்கிறார்களோ அவர்களுக்கு இது அதிசயமாகப்படாதிருக்கலாம். உலகநாயகன் ஏதும் இது பற்றிச் சொல்லவில்லையோ, அல்லது என் பார்வையிலிருந்து தான் இது தப்பிவிட்டதோ? இருவருமே ஒருவருக்கொருவர் பாராட்டிக் கொள்வதுதான் வழக்கம்.

சரி, இதெல்லாம் ஒரு சினிமா படம் சம்பந்தப்பட்ட சமாசாரங்களா என்பதை நாம் சிந்திக்க வேண்டும். ஒரு சினிமாவை, தங்களுக்குப் பிடித்த ஒரு நடிகரை, தமிழ் சினிமா ரசிகர்கள் - ஒரு நடிகரின் ரசிகர்கள் எப்படி வரவேற்கிறார்கள் என்பதைச் சொல்கிறது இந்த கூத்துக்களும் கொண்டாட்டங்களும். இந்த ஆரவாரக் கொண்டாட்டத்தை, ரசனை என்பதை விட, மகிழ்ச்சி என்பதை விட ஒரு மாதிரியான பக்தி பரவசம் என்று தான் சொல்ல வேண்டும். இங்கு தமிழ் நாட்டில் மாத்திரமில்லை, இந்தியாவில், உலகில் தமிழர் வசிக்கும் இடங்களில் மாத்திரமில்லை, மற்ற நாட்டு மக்களும், மற்ற மொழி பேசும் மக்களிடையேயும், வேறு எந்த நடிகருக்கும் இல்லாத ஆரவார ரசனை நம் தமிழ் சூப்பர் ஸ்டார் நேரிலோ அல்லது சினிமாவிலோ காட்சி தந்தாலே போதும் என்ற எல்லை வரை சென்றுள்ளது என்று சொல்லப்படுகிறது.

வெங்கட் சாமிநாதன்

குறிப்பாக ஜப்பான் நாட்டில், அகிரா குரசவாவும், யோசிஜிரோ ஓஸு போன்றவர்களைத் தந்த ஜப்பானிலா ரஜினிகாந்த் போன்றாரின் கோமாளிக்கூத்துக்களையும் சேஷ்டைகளையும் ரசிக்கிறார்கள்? சிவாஜி கணேசனை ஒரு நடிகர் என்றும், அதிலும் நடிகர் திலகம் என்றும் மகாத்மா காந்தி சிலைக்கு எதிரே சிலை எழுப்பியும், அவர் ஒரு நடிப்புக் களஞ்சியம் என்றும் கொண்டாடும் தமிழ்நாட்டில் வேண்டுமானால், கர்நாடகாவில், கேரளாவில் செல்லுபடியாகாத கூத்தாட்டங்களுக்கு 'தமிழ்நாடு தான் உங்களுக்கு ஏற்ற மண் கொண்டது, ரசிகர் பட்டாளம் கொண்டது' என்று எம்.ஜி.ஆர்களையும் ரஜினிகாந்த்களையும் அனுப்பி விடுகிறார்கள்.

கிட்டத்தட்ட நம் மண் போன்ற வளம் கொண்டது ஆந்திராதான் என்று நினைக்கிறேன். என்.டி. ராமராவைக் கிருஷ்ணபகவானாக்கி கோயில் கட்டிவிடுகிறார்கள். இங்கு குஷ்புவுக்குக் கோவில். சிவாஜி கணேசனுக்கும் எம்.ஜி.ஆருக்கும் இன்னும் ஏன் கோவில் கட்டவில்லை என்று தெரியவில்லை. நான் சொல்ல வந்தது எல்லா குப்பை கூளங்களுக்கும், கோமாளிகளுக்கும் விளை நிலமும் வளர்நிலமும் தமிழ் நாடாகத்தான் இருந்து வருகிறது.

இதற்கும் சினிமாவுக்கும் ஏதும் உறவு கிடையாது. முற்றிலும் கிடையாது. இது இன்னும் ஆழத்தில் கலாச்சாரம் சம்பந்தப் பட்டதாகத்தான் கொள்ள வேண்டும். கலாச்சாரத்தின் சீரழிவு என்று கொள்ள வேண்டும்.

தமிழில் ஒரு பழமொழி உண்டு 'எல்லோரும் நிர்வாணமாகத் திரியும் ஊரில், கோவணம் கட்டியவன் பைத்தியக்காரன்' என்று அப்படித்தான் இருக்கிறது, தமிழில் சினிமா என்றால் எப்படி இருக்கவேண்டும் என்று பார்வையாளர் மாத்திரமல்ல, தயாரிப்பாளர், நடிகர், அறிவாளிகள், சமூகம் எல்லோருமே ஒரே மனத்தினராய் தமக்குச் சொல்லிக்கொள்வது, மற்றவர்களுக்கு அறிவுரை கூறுவதும். 'சினிமாலே அப்படிச் செய்ய முடியாதுங்க. மக்கள் பாக்க வேண்டாமுங்களா' என்று அவர்கள் சொல்லும்போது அவர்கள் சொல்வது, 'இல்லிங்க கோவணம் கூட கட்டக் கூடாதுங்க. நிர்வாணமாத்தான் திரியணும். அதிலே நீங்கள் புதுமைகள்

செய்யலாம். தொழில் நுட்பங்கள் கொண்டு வரலாம். அதையெல்லாம் மக்கள் வரவேற்பாங்க. ஆனால் ஒரு சின்ன துண்டு கோவணம் கட்டினாக்கூட ஒப்புத்துக்க மாட்டாங்க' என்பதைத்தான் அவர்கள் வேறு வார்த்தைகளில் சொல்கிறார்கள்.

இப்போது நாம் ஏதோ வெறி பிடித்தவர்கள் போல வரவேற்றுக் கொண்டாடும் ரஜினிகாந்தின் சினிமா சேஷ்டைகள் கோமாளித்தனமே தவிர அது நடிப்போ, அது சினிமாவோ இல்லையென்றால், ஜப்பானிலே அவருக்கு இருக்கும் வரவேற்பைப் பாருங்கள் என்று சொல்வார்கள். எனக்கும் இது ஒரு புரியாப் புதிராகத்தான் இருக்கிறது; இந்த கோமாளித் தனங்கள் எல்லாம் அங்கு எப்படி செல்லுபடியாகிறது என்று. ஹோகேனக்கல் சமாசாரமோ இல்லை காவிரி தண்ணீர் சமாசாரமோ, அல்லது இது போல ஏதோ ஒரு விஷயத்தில் இங்கு வீராவேச முழக்கம் செய்துவிட்டு அடுத்த நாள் கட்டாயம் சென்று அவர் அடிக்கடி போய் மன்னிப்புக் கோரும் சொந்த ஊராகிய கர்நாடகத்திலேயே கூட அவரை வைத்து படம் எடுக்க யாரும் இல்லை. தமிழ் நாட்டைத் தவிர அவரை நடிகராக ஏற்று படம் தயாரிக்க யாரும் தயாரில்லை.

அப்படி இருக்க ஜப்பானிலா? ரஜினியும் சரி, நம் பத்திரிகைகளும் சரி, ரஜினி ரசிகர்களும் சரி, யாருக்கும் இது போன்ற சந்தேகங்கள் வந்ததில்லை. ரஜினி புகழ் பாடி என்ன செய்தி எங்கிருந்து வந்தாலும் அதை கேள்வியின்றி ஒப்புக்கொள்ளும் மனநிலை தான் நமக்கு. சரி, இதோ ஒரு காட்சி. ஜப்பானில் ரஜினியின் படத்திலிருந்து ஒரு பாட்டும் நடனமும் கொண்ட ஒரு காட்சியை ஜப்பானின் ரஜினி ரசிகர்கள் என்று இங்கு பெருமிதத்துடன் கொண்டாடப்படுபவர்கள் ரஜினி ஸ்டைலில் ஆடிப்பாடி ஆர்ப்பரித்து மகிழும் காட்சி.

இவர்கள் ரஜினி ரசிகர்களா, இல்லை ரஜினியின் கோமாளிக் கூத்தாட்டத்தைக் கேலி செய்து மகிழ்கிறார்களா என்று நாம் தீர்மானித்துக்கொள்ளலாம். ரஜினி வேஷத்தில் ஆடுபவரும் சரி, அவரைச் சுற்றி நடனமாடும் மங்கையரும் சரி, அந்த தியேட்டரில் நிறைந்திருக்கும் பார்வையாளரும் சரி ரஜினியை ரசிக்கிறார்களா இல்லை கேலி செய்து

மகிழ்கிறார்களா? இதில் ஏதும் கருத்து மாறுபாடு இருக்கும் என்று எனக்குத் தோன்றவில்லை. சரி அந்த காட்சி இதோ:

http://www.youtube.com/watch?v=hI7eDWyTaRE

இந்தக் காட்சியைப் பார்க்கும் நம் ஒவ்வொருவரும் நம்மில் பெரும் புகழ் பெற்றவராகவும் மக்களின் ஏகோபித்த அபிமானத்துக்குப் பாத்திரரான ஒருவர் இப்படி கேலிக்கு ஆளாவது கண்டு வெட்கப்படவேண்டும். ஆனால் சம்பந்தப்பட்ட சூப்பர் ஸ்டாரும் சரி, நம் மக்களும் சரி, நம் மேதைகளும் சரி, எல்லோரும் நமது சூப்பர் ஸ்டாரின் லீலா விநோதங்கள் கண்டு பெருமிதம்தான் கொள்கிறார்கள்.

150 கோடி ரூபாய்கள் என்று சொல்கிறார்கள். இவ்வளவு பணம், இந்தப் படத்திற்கான விளம்பரம், இப்படம் எடுக்க எடுத்துக்கொண்ட காலம் இந்தப் படத்தின் எத்தனை பிரதிகள் உலகம் முழுதும் வினியோகிக்க எடுக்கப்பட்டன போன்ற புள்ளி விவரங்கள் நம்மைத் திக்கு முக்காடச் செய்கின்றன. இவையே படம் வெளிவரும் முன்னரே படத்தின் மகோன்னத குணங்களாக மக்கள் மனத்தில் பதிய வைத்துள்ளன. இவை எதுவும் சினிமா சம்பந்தப்பட்டதல்ல.

இதுபற்றிச் சொல்லப்படுவன வெல்லாம் இந்தப் படத்தை 2010 -ன் விட்டலாசசாரியாவின் படைப்பாகத்தான் நம் முன் வைக்கின்றன. அம்புலிமாமா கதையின் இத்தலைமுறை பதிப்பு. சூப்பர்மேன், டெர்மினேட்ட்ர், பாட்மேன் வகையறாக்கள் பார்வையாளர்களை வாய்பிளக்க வைக்கும் சமாச்சாரங்களே தவிர சினிமா என்னும் கலை சம்பந்தப்பட்டதல்ல. ஒரு காலத்தில் நம் தமிழ்ப் படங்களிலேயே கூட அபூர்வ சகோதரர்கள், விக்கிரமாதித்தன் கதை எல்லாம் மாயாஜாலக் காட்சிகளை முன்வைத்தன. ஆனாலும் அவை அதீத கற்பனைகளேயானாலும் மனித வாழ்க்கையின் அவசியத்தைச் சொன்னவைதான். ஆனால் பாட்மேன், டெர்மினேட்டர் வகையறாக்களின் நம்மூர் காபியான எந்திரன், தன் இஷ்டத்துக்கு சம்பவங்களை அடுக்கிச் செல்லும் மனத்தைத் தான் நம் முன் வைக்கின்றன. ஒரே குறிக்கோள் என்னென்ன விசித்திர கற்பனைகள்

செய்தால், பார்ப்போரின் வாய் பிளக்க வைக்க முடியும் என்பதாகத்தான் இருந்துள்ளது. உலக நாயகன் பற்பல வேஷங்களுக்கு ஏதுவாக கதையைக் கற்பனை செய்தால், நம் சூப்பர் ஸ்டார் வேஷங்களில் நம்பிக்கை வைப்பதில்லை, மாயாஜாலங்களிலும் தன் கோமாளித்தனங்களிலும் நம்பிக்கை வைத்துள்ளார்.

11

கடைசியில் எந்திரன் படத்தை வைத்துக்கொண்டு நாம் பெருமைப் பட என்ன இருக்கிறது என்று தெரியவில்லை. என் கேள்வி கவனிக்கவும், நான் எந்திரன் படத்தை ஒரு சினிமாவாக இல்லை, ஒரு வியாபாரப் பொருளாகவே எடுத்துக்கொண்டுதான் பேசுகிறேன். சினிமாவாகப் பேச தமிழில் படங்கள் நமது சினிமாவின் 80 வருட வரலாற்றில் ஏதோ ஒன்றிரண்டு தேரலாமோ என்னவோ.

திரும்பவும் சொல்கிறேன். சினிமாவாகப் பேசத்தான். பெருமை கொள்ள அல்ல. இதை நான் முன்னரே அவசியம் நேரும் போதெல்லாம் இத் தொடரிலேயே பல முறை சொல்லியே வந்திருக்கிறேன். கலாநிதி மாறன் சார், ரஜினி ஸார், ஷங்கர் சார், ரஹ்மான் சார் ஆக இந்த சார்கள் எல்லாம் தவிர, அலகு குத்திக்கொண்ட, பாலாபிஷேகம் செய்த, மொட்டை அடித்துக்கொண்ட, யாகம் செய்த ரசிகர் எல்லோருமே ஒத்துக்கொண்ட, 'இது வியாபாரம்' 'சினிமாவே எடுக்கிறோம் 150 கோடி ரூபாய் முதல் போட்டு மக்கள் விரும்புவதைக் கொடுத்து லாபம் சம்பாதிக்கத்தான்' போன்ற பொன்மொழிகளை நினைவில் கொண்டு அதை வைத்துக் கொண்டு சில கேள்விகளைக் கேட்கலாம்; கேட்க வேண்டும். சம்பாதிப்பது என்ற ஒரே குறிக்கோள் இருப்பதன் காரணமாகத்தான், தாத்தா கொள்கை என்னவாக இருந்தாலும் மாமிகள் கதைகள் தான் தொடராகும், ஜோஸ்யம், ராசிபலன், கர்நாடக சங்கீதம், தெய்வ தரிசனம், அருணாசல கார்த்திகை தீபம் எல்லாம் சன் டிவியில் காட்ட வேண்டியிருக்கிறது. தமிழினத் தலைவர் தமிழ் பெயருக்கு வரி விலக்கு கொடுத்தாலும், தமிழ்நாட்டில் அது சன் டிவி தான். கேடிவி தான்.

மற்ற இடங்களில் அது சூர்யாவாகும், உதயாவாகும், அங்கெல்லாம் சன் டிவி பெயர் செல்லுபடியாகாது. தமிழினத்தலைவரும்தான். தாத்தாவும் இந்த சந்தை நியாயங்களை, தர்மங்களைப் புரிந்து கொள்வார். கண்டு கொள்ளமாட்டார்.

எந்திரன் படத்தில் நாம் பார்த்து வாய்பிளந்த விஷயங்கள் எதையும் காட்டி நாம் பெருமைப்பட என்ன இருக்கிறது என்று எனக்குத் தெரியவில்லை. சமீப காலத்தில் நாம் அதிகம் பெருமைப் பட்டுக் கொள்வது நம் சினிமா சம்பந்தப்பட்ட வரையிலான தொழில் நுட்ப வளர்ச்சி. எனக்கு நம்ம தமிழ் சினிமாக்காரர்கள் பெருமைப் பட்டுக்கொள்ளும் இந்த தொழில் நுட்ப சமாசாரங்கள் எதுவும் அதிகம் புரிந்ததில்லை. படிகளின் உச்சியில் சிம்மாசனத்தில் உட்கார்ந்திருக்கும் ரஜினி சார் தன் வலது காலை இடது கால் மேல் போட்டால் ரம்பம் அறுக்கற மாதிரி ஒரு சப்தம் வரும். அந்த சப்தம் தன் ஆள்காட்டி விரலை அசைத்தாலே கூட வரும். துண்டை உதறித் தோளில் போட்டுக் கொண்டாலும் வரும். அந்த சப்தம் வந்தால், சூப்பர் ஸ்டார் ஏதோ எதிரியை வீழ்த்துவதற்கு தன் பட்டாக்கத்தியை உருவி விட்டார் என்று ரசிகப் பெருமக்களுக்குச் சொல்கிறார் என்று நினைக்கிறேன். அந்த ரம்பம் அறுக்கும் சப்தம் தான் வாளை உருவி காற்றில் வீசும் சப்தம் என்று சொல்லப்படுகிறதோ என்னவோ.

இந்த ஒலிப்பதிவு நான் வேறு எங்கும் காணாத புதுமை தான்.. நம்ம தமிழ் சினிமாவில் யாரும் ரயிலேறினால் ரயில் நிலையத்தில் நம்ம காதலனையும் காதலியையும் விட்டால் வேறு யாரும் இருக்க மாட்டார்கள். நம்ம ஊர் காதலி பிரயாணம் செய்யும் 21 கோச்சுகள் கொண்ட ரயிலில் தனியாகத்தான் இருப்பாள். அந்தக் கோச்சில் இன்னும் இரண்டு பேர் ஒப்புக்கு இருப்பார்கள். மற்றபடி ரயில் நிலையம் காலியாகத்தான் இருக்கும். அப்பத்தான் கமலஹாஸன் கிளம்பிவிட்ட ரயிலில் இருக்கும் ஸ்ரீதேவியை நோக்கி கதறிக்கொண்டும் நொண்டி நொண்டி ஓடிக்கொண்டும் வர சௌகரியமாக இருக்கும். இப்படி எத்தனையோ சமாசாரங்கள் தொழில் நுட்பங்கள் எனக்குப் புரிந்ததில்லை.

ஆர்ட் டைரக்டர் என்றால் கதை நடக்கும் இடம் நம்பகமாக தோற்றம் தர உதவுகிறவர் என்று நான் நினைத்துக் கொண்டிருக்கிறேன். நம்ம சினிமாவில் டான்ஸ் பண்ணுவதற்கு பிரம்மாண்டமான மாயாஜாலங்கள் நிறைந்த செட் போடுகிறவர் என்று அர்த்தப்படுகிறவர். இதற்கு தோட்டா தரணியும், கிருஷ்ணமூர்த்தியும் போன்றவர்களை பயன்படுத்துவது மிகவும் கேவலப்படுத்தும் விஷயம். அவர்களைப் போன்ற ஓவியக் கலைஞர்களை மட்டுமல்ல, ஆர்ட் டைரக்ஷன் என்ற ஒரு கலைத் துறையையே கேவலப்படுத்துவதும் ஆகும். ஆனால் நம் சினிமாக் காரர்களிடம் வேறு என்ன எதிர்பார்க்க முடியும்? அவர்களுக்குத் தெரிந்தது வியாபாரம். கொள்ளையாகப் பணம் பண்ண வேண்டும் என்ற பேராசை.

மளிகை, ஜவுளிக்கடை வியாபாரம் போல, சினிமாவும் ஒரு வியாபாரம் என்பதுதான் அவர்கள் புத்தியில் பட்டிருப்பது. அது தான் அவர்கள் பேணும் மரபும். Last Emperor படம் எடுக்க வந்தவர்களுக்கு பெய்ஜிங்கில் இருக்கும் அரண்மனையை வெளிப்புறத்தில் இருந்து கூட படம் எடுக்க சீன அரசு மறுத்து விட்டது. பின்னர் அந்த மாளிகை ஒரு செட்டில் வேறு நாட்டில் உருவாக்கப்பட்டது. அந்த செட் 40 பேருடன் ரஜினி சாரோ கமல் சாரோ டான்ஸ் பண்ணுவதற்கல்ல. சைனாவின் கடைசி வாரிசுவின் கதை, புரட்சியில் அல்லாடும் கதையைச் சொல்ல பெய்ஜிங் அரண்மனை தேவைப்பட்டது. யாருக்காவது படம் பார்த்தவர்களுக்கு அது உருவாக்கப்பட்ட செட் என்பது தெரிந்ததா? அதில் அதை உருவாக்கிய கலைஞனும், இப்படிச் செயல்படும் ஒரு நாட்டின் கலைஉணர்வும், பண்பாடும், பெருமைப் படத்தக்க ஒன்று. சிவாஜி படத்துக்கும் எந்திரன் படத்துக்கும் போட்ட செட் கலையும் இல்லை. அதை வேண்டிய தயாரிப்பாளரோ, இயக்குனரோ அல்லது அதைப் பார்த்து வாய்பிளக்கும் சமூகமோ, சினிமா சம்பந்தப்பட்டவர்கள் இல்லை.

திமுக மாநாடுகளுக்கு பிரம்மாண்ட அரண்மனைத் தோற்றம் தரும் செட் உருவாக்குகிறவர்களுக்கும் தோட்டா தரணிக்கும் வித்தியாசம் ஏதும் இல்லை. இங்கு தோட்டா தரணி ஒரு கலைஞராக இல்லை, தச்சு வேலை,

செங்கல் கட்டிட வேலை செய்யும் மேஸ்திரியாகத்தான் கீழிறங்கியிருக்கிறார். இங்கு மட்டுமல்ல தமிழ் சினிமா இந்தமாதிரியான கலைஞர்களை எங்கெல்லாம் டான்ஸ் ஆடுவதற்கு செட் போட அமர்த்தி வருகிறார்களோ அந்த வரலாறு முழுதுமே ஒரு கேவலப்பட்ட வரலாறு தான். ஆர்ட் டைரக்டருக்கு தயாரிப்பாளர் இயக்குனர் சொன்னதைச் செய்தால் பணம் கிடைக்கிறது என்பது வேறு விஷயம். வெற்றிகரமான வியாபாரம் என்பதும் வேறுவிஷயம்., ஆனால் இதெல்லாம் சினிமா சம்பந்தப்பட்ட சமாசாரங்கள் இல்லை. பணக்கொழுப்பில் வளர்ந்த டம்பங்கள்.

இது போலத்தான் எந்திரன் படம் சம்பந்தப்பட்டவர்களும் நம் சமூகமும் பெருமைப்பட்டுக்கொள்ளும் எதுவும். ஷங்கருக்கு வித்தியாசமான கற்பனைகள் தோன்றுவது வழக்கம். அது அவர் பிராண்ட் மேதமை. சரி. தான் உருவாக்கிய ஒரு மனித எந்திரம் தன் பிரதிமை போன்ற ஒன்று தனக்கே எதிரியானால்... சரி சுவாரஸ்யமான கற்பனை தான். இந்த சமாசாரத்தை நாம் ஏற்கனவே இந்த தொழில் நுட்ப பிரம்மாண்ட கற்பனை என்னும் டம்பங்கள் எல்லாம் தலைகாட்டாத காலத்தில் ஜெமினி ஸ்டுடியோஸின் அபூர்வ சகோதரர்கள் படத்தில் பார்த்து விட்டோம். அதுவும் ஒரு வியாபாரச் சூழலில் வளர்ந்த எஸ் எஸ் வாசன் என்ற மனிதர் தந்ததுதான். ஏதும் கலை அது இது என்று டம்ப புண்ணாக்குகள் பண்ணாத ஆனால் பொதுப்புத்திக்கு ஏற்கும் ஒரு கதையாக, படமாக நமக்குத் தந்திருந்தார். சுவாரஸ்யமான கதை சொல்லல். அதுவே அலெக்ஸாண்டர் டூமாஸின் ‘கார்ஸிகன் ப்ரதர்ஸ்’ என்ற நாவலின் தழுவல்தான்.

ஆனால் நம் சாதாரண பொதுப்புத்திக்கும், நடிகர்களின் திறமைக்கும் ஏற்ற ஒன்றாக இருந்தது. அதை இன்றைய தொழில் நுட்பத்தின் வளர்ச்சியில், பாட்மான், சூப்பர்மேன், டெர்மினேட்டர் எல்லாம் பார்த்து தன்னை நவீனப்படுத்திக் கொண்ட 2010-ன் ஷங்கர் பதிப்பாக மேம்படுத்த நினைத்தால் அதையும் ஒரு அளவிற்கு நாம் ஒத்துக்கொள்ள முயலலாம். ஆனால் ஷங்கர் சாதாரண மனிதர் இல்லை. அவர் கால்கள் தமிழ்

மண்ணில் பதிய மறுப்பவை. தமிழ் என்ன, இந்த மண்ணிலேயே பதிய கட்டாயம் மறுப்பவை. அவருடைய ரோபோ ரஜினி மாதிரியே உருவாகும். அந்தக் காலத்தில் எம்.கே.ராதா இரட்டை வேடத்தில் செய்ததை, இங்கு ரஜினி ரூபம் கொண்ட ரோபோ செய்யவேண்டும். ரஜினியே இரட்டை வேடம் போடலாமே. ரசிகர்கள் அடையும் பரவசம் சொல்லமுடியாதே. பாலாபிஷேகம் என்ன, தேனாபிஷேகமே செய்வார்களே கட் அவுட்டுக்கு. ஆனால் அது ஷங்கர் பிராண்ட் சிந்தனைக்கும் இயக்குனர் ஆளுமைக்கும் சரிப்பட்டு வராத சமாசாரம்... அவரது தனி ரக கற்பனை இதோடு நிற்பதில்லை.

ரஜினி என்கிற விஞ்ஞானி தன் காதலியோடு மாத்திரமில்லை இன்னும் நாற்பது பேரோடு பிரபுதேவா சொல்லிக்கொடுத்த டான்ஸாக இருக்கவேண்டும்: அதை ஆட வேண்டும். அந்த டான்ஸ் ஆட பெருநாட்டுக்கு அதுவும் மச்சுபிச்சுக்குத்தான் போயாக வேண்டும். இல்லையானால் ப்ரேஸிலிலோ அங்கு வேறு எங்கேயோ ஒரு பாலைவனத்தில் தான் டான்ஸ் பண்ணுவார், அதுவும் அந்த விஞ்ஞானி, மேரி ஈ. வோட் என்ற பெயர் கொண்ட ஒரு அயல் நாட்டுப் பெண்மணி தயாரித்த உடை அணிந்து கொண்டால் தான் மச்சுபிச்சுவில் ஐஸ்வர்யா ராயோடு ஆட முடியும். அந்த புதிய டிஸைன் ஆடைகளும் ஷங்கர் மாதிரி கற்பனை கொண்ட பெண்மணியாகத்தான் இருக்க வேண்டும். நம்ம ஊரில் ஊசி விற்கிறவர்களும், பகல் வேஷக்காரர்களும், தெருவில் மாஜிக் காட்டுகிறவர்களும் பாப் ம்யூஸிக்காரர்களும், வித விதமான கோமாளி உடைகளில் வருவார்கள். அந்த மாதிரி ஏகப்பட்ட டிசைன்களில். உடைகள் அணிந்து வருவார் நம்ம சூப்பர் ஸ்டார். இது நம் தமிழ் சினிமா எல்லா ஹீரோ, ஹீரோயின்களுக்குமான மரபு. ஒவ்வொரு டான்ஸிலும் 10 வித உடையலங்காரங்கள். இது இன்றைய விதி. 20 வருடங்களுக்கு முன் நல்ல குரலில் ரம்மியமான பாடல்களைப் பாடிக்கொண்டிருந்த ஹரிஹரன் இப்போது மாசத்துக்கு ஒரு ஸ்டைலில் உடை உடுத்திக்கொள்கிறார். மீசை, தலை முடி, கிருதா எல்லாம் மாற்றிக்கொள்கிறார் இல்லையா? எல்லாம் நாம் வாழும் காலத்தின் கோலமோ அலங்கோலமோ. சினிமா கலாச்சாரம்.

நம் டான்ஸும் பாட்டும், உடைகளும் எல்விஸ் பெஸ்லியும் மைக்கேல் ஜாக்ஸனும் பாட்டிலும் கால் கைகளை வலித்துக் கொள்வதிலும் உடையிலும் செய்த கோமாளித்தனங்கள் அத்தனையையும் செய்தால் தான் அது பாட்டும் டான்ஸும் ஆகும் என்ற நினைப்பில் உருவாகிறவை கடந்த இருபது ஆண்டுகளாக. பெஸ்லியையும் ஜாக்ஸனையும் மீறி விட்டவர்கள் நம் ஷங்கர் சார் போன்ற இயக்குன மேதைகள். அவர்கள் பொது மேடைகளில், ஸ்டுடியோக்களில் தான் ஆடினார்கள் பாடினார்கள். டோரண்டோ போகிறேன், மச்சு பிச்சு போகிறேன் என்று கிளம்பவில்லை...

12

எந்திரன் பற்றி எழுதியது போதும், இனி மற்ற விஷயங்களைப் பற்றி எழுதலாமே என்று சில அன்பர்கள் இங்கு எழுதியிருக்கிறார்கள். வாஸ்தவம். ஒரு ஆரோக்கியமான சமூகத்தில், எந்திரன் பற்றிப் பேச்சே எழுந்திராது. ஆனால் அது ரஜினிகாந்த் ஸார், சன் டிவி என்ற இரு பிரம்மாண்ட சக்திகள் கையில் ஒரு மகத்தான சினிமாவாக ஒரு சூறாவளி விளம்பரத்தின் தயவில் முன் வைக்கப்பட்டிருக்கிறது. அது திரும்பத் திரும்ப, சன் தொலைக்காட்சியின் டாப் டென்னில் இன்னமும் முதலிடம் வகிப்பதாக தர நிர்ணயம் செய்யப்பட்டு வருகிறது. தர நிர்ணயம் என்பது நம் தமிழ் சினிமா உலகில் ஒட்டு மொத்தமாக எல்லோராலும் வரும்படியை வைத்துத்தான் தரம் பற்றி முடிவு செய்யப்படுகிறது. வரும்படி என்கிற சமாசாரம் நிதர்சனமாகக் காணக்கூடிய ஒன்று. நிரூபிக்கப்படக்கூடிய ஒன்று.

ஆனால் தரம் என்கிற உணர்வு இருக்கிறதே அது, நிதர்சனமற்றது. ஆளுக்கு ஆள் வித்தியாசப்படும். ஆனால் சன் தொலைக்காட்சி ஆட்சி செய்யும் தமிழ் பேசும் உலகில் வரும்படி கூட கட்டாயத் திரையிடல் மூலம் அறிவிக்கப்படுகிறது. ஆக ஒரு கால கட்டத்திற்குப் பிறகு இப்படி கட்டாயமாக வெற்றி திணிக்கப்பட்ட ஒன்றை தரம் பற்றி பேசுவோரே இல்லாமல் செய்துவிட்ட தமிழ் சமூகத்தில் அது பற்றிப் பேசித்தான் உதறித் தள்ள வேண்டியிருக்கிறது. காரணம், எந்திரன் ஒரு உச்சத்தின் குறியீடாகிவிட்டது. இனி அந்த எவெரெஸ்டை நோக்கித்தான் எல்லோரும் பயணிக்கும் கனவு காண்பார்கள்; செயல்படுவார்கள்.

இன்னும் ஒன்று. எந்திரன் பற்றி எழுதியது போதும் என்று சில அன்பர்கள் சொன்னது இங்கு வெளிப்படையாகத் தெரிகிறது. ஆனால், எந்திரன் பற்றி நான் எழுதியதைப் பொறுக்கமாட்டாது ஆபாசமாகத் திட்டி

வந்த பின்னூட்டங்கள் நிறையவென்றும், ஆனால் அவை ஆபாசமாக இருந்ததால் அவற்றை வெளியிடவில்லை என்றும் அருண் சொல்கிறார். மாதிரிக்கென்று ஒன்றிரண்டை வெளியிட்டிருந்தால், அவை எத்தனையில் ஒன்றிரண்டு என்றும் சொல்லியிருந்தால் நம் தமிழ் சமூகத்தில் ரஜினி சாரின் ரசிகர்கள், எப்படிப்பட்ட எதிர்வினையைக் காட்டுபவர்கள் என்பதோடு நம் தமிழ் சமூகத்தின் சீரழிவு எத்தனை ஆழ வேர்கொண்டதும், பரவலானதும், கொடூரமானதும் என்பது தெரிந்திருக்கும். நம் ஆபாசங்களை, நம்மைப் பீடித்திருக்கும் பயங்கர நோய்களை நாம் அறியாது மூடி மறைப்பானேன்?. நம் வியாதியைப் பற்றி நாம் அறியாதிருப்பதும் கண்மூடிக்கொள்வதும், நோயை பயங்கரமாக முற்றச் செய்துவிடும். செய்துவிடும் என்ன, முற்றிவிட்டது என்று தான் எனக்குத் தோன்றுகிறது.

எந்திரனைப் பற்றி இன்னும் கொஞ்சம் சொல்லி விட்டு பின் மற்றவற்றிற்கு நகர்கிறேன். ஏனெனில் இது பற்றி நாம் மிகவும் பெருமைப்பட்டுக் கொள்கிறோம். தமிழ் சினிமாவின் வரலாற்றிலேயே இப்படத்தின் தொழில் நுட்பமும், கற்பனையும் விஞ்ஞானத்தைக் கலையாக்கியதாகவும், எல்லாம் ஒரு உச்சகட்ட சாதனையென்றும் பேசிக்கொள்ளப்படுகிறது. குத்தாட்டம், ஸ்டண்ட் காட்சிகள், வட்டாரப் பேச்சு, கிராமம், காமிக் என்று எந்த ஒன்று ரசிகப் பெருமக்களின் வரவேற்பைப் பெற்று அதிக வரும்படிக்கு வழி காட்டுகிறதோ, அதையே பின் வரும் நிறைய படங்கள் காப்பி அடிப்பது நம் சினிமா மரபு ஆதலால், இனி நிறைய எந்திரன் காப்பிகள் வருவதை எதிர்பார்க்கலாம். தமிழ் சினிமாவின் வரலாற்றை எழுத ஆரம்பித்தால் அதன் ஒவ்வொரு அத்தியாயமும் இப்படித்தான் நீளும். எந்த மசாலா சரக்கு வெற்றியடைந்து, காபி செய்யப்பட்டு எத்தனை வருடங்களுக்கு எத்தனை படங்களுக்கு அது நீடித்தது பின் எந்த மசாலா எந்த வருடம் எந்தப் படத்தில் புகுந்து வெற்றிக்கு வழிவகுத்தது என்று அந்த அத்தியாயங்கள் நீளும்.

ஆனால் இது எப்படி ஒரு தமிழ் சினிமாவின் சாதனையாகும் என்பது முக்கியமான கேள்வி. இந்த படத்தை மற்றவற்றிலிருந்து வேறுபடுத்தி ஒரு புதிய அத்தியாயத்தைத் தொடங்கி வைத்துள்ளதாகச் சொல்லப்படும்

சமாசாரங்கள் எதுவும் தமிழ் மண்ணைச் சேர்ந்ததில்லை. தமிழனின் படைப்பல்ல. நான் ரஜினி சாரைச் சொல்லவில்லை. அவர் இங்கு தான் தன் சினிமா வாழ்வையும் வளத்தையும் கண்டவர். அவரும் நம் தமிழ் அரசியல்வாதிகளைப் போல, தமிழைக் கோஷமாக்கியே தன் அனேக காரியங்களைச் சாதித்துக்கொள்கிறார். அவர் மூச்சிலே தமிழ் இருக்கும் என்று பிரகடனம் செய்தவர். தமிழ் தான் இருக்குமே தவிர காவிரித் தண்ணி இருக்காது. அது கன்னடம்தான் பேசும். ஆக, காவிரித்தண்ணி பற்றி மட்டும் பேசிவிடக்கூடாது. அதற்கு அவரை மட்டும் தனித்துக் குற்றம் சொல்லிவிடமுடியாது. நம் அரசியல் தலைவர்களும், தமிழினத் தலைவர்களும் மிகவும் அடக்கித்தான் வாசிக்கிறார்கள். காவிரி, பாலாறு, ஈழத் தமிழர் பற்றியெல்லாம் ஏதும் வீராவேச முழக்கங்கள், அறை கூவல்கள் விடுவதில்லை.

ஆனால் எப்படி, நமது உலக நாயகனின் ஒவ்வொரு படத்துக்கான அவதார வேடங்கள் அனைத்துக்கும் ஹாலிவுட் ஒப்பனைக்காரர் எவராவது அழைத்து வரப்பட்டால் அது எப்படி தமிழ் சினிமாவின் தொழில் நுட்ப அல்லது கலைநுட்ப சாதனையாகும்? இதுகாறும் அனேகமாக எல்லா வேஷங்களும் போட்டுத் தீர்ந்துவிட்டதால், உலக நாயகன் இஸ்பானிய காளைச் சண்டை வீரராகிறார் மன்மதன் அம்பு படத்தில். எம்ஜிஆர் சிங்கத்தோடு சண்டை போடவில்லையா? அதற்கும் முன்னால் எப்பவோ முப்பது நாற்பதுக்களில், ஒரு சிறு குழந்தையாக, மூன்று வயசுக் குழந்தை, கண்ணன் ஒரு ராக்ஷஸ பாம்பை வளைத்துப் பிடித்து அதன் மேல் காளிங்க நர்த்தனம் செய்யவில்லையா? வேண்டியது ஒரு தேர்ந்த காமிராமேன். அடுத்த படத்தில் சூப்பர் ஸ்டாரோ இல்லை உலக நாயகனோ, பாகிஸ்தானிலிருந்து வரும் கோரி, கஜினி ஏவுகணைகளை அவை வரும் வழியிலேயே ஆகாயத்துக்கு எம்பி குதித்து அவை தாக்கும் முன்னரே தம் ஒற்றைக் கையில் பிடித்து விடுவார்கள். பாபா படத்தில் இதன் ஆரம்பங்களைப் பார்க்கவில்லையா என்ன?

இதெல்லாம் கிடக்கட்டும். சினிமாவில் வரும் பீதாம்பர வித்தைகள் இவை. அந்த வித்தை காட்டுபவரோ நம்மூரில் பிறந்தவர், வளர்ந்தவர்,

வித்தை கற்றுக் கொண்டவர். எனவே அதைத் தமிழனின் சாதனையாகக் கொள்ளலாம். ஆனால் உலக நாயகன் படங்களுக்கு வந்து அவருக்கு ஒப்பனை செய்யும் ஹாலிவுட்காரர் யாரோ ஒருத்தர். அதை நம்மது என்று தம்பட்டம் அடித்துப் பெருமை கொள்வதில் என்ன இருக்கிறது? சன் பிக்சர்ஸ்காரரிடம் 150 கோடியோ என்னவோ அநாயசமாக அள்ளிவிட பணம் அம்பாரம் அம்பாரமாகக் கொட்டிக்கிடக்கிற காரணத்தால் ஷங்கர், ஸ்பெஷல் எஃபெக்ட்ஸ்க்கு (எனக்கு இதற்கெல்லாம் தமிழில் என்ன சொல்வது என்று தெரியாது. இந்த என் குறைபாட்டை கேடிவி, சன் பிக்ஸர்ஸ் நடத்துபவரோ, அல்லது அவரது தாத்தாவுமோ கோவிக்க மாட்டார்கள் என்று நம்புகிறேன்) எந்திரன் படத்துக்கான மொத்த செலவில் 40 சதவிகிதம் செலவழிக்க முடிகிறது. சாகஸ காட்சிகளை உருவாக்க 'மாட்ரிக்ஸ்' படத்தில் வேலை செய்த யுவென் வோ பிங்கையும் ஸ்டான் வின்ஸ்டன் ஸ்டுடியோவை க்ராஃபிக்ஸ்க்கும் அழைத்து வந்து செய்து கொண்டால் அது எப்படி ஷங்கருக்கோ, சன் பிக்சர்ஸ்க்கோ, ரஜினி சாருக்குமோ பெருமை சேர்க்கும்?. இதெல்லாம் போகட்டும். ஐஸ்வர்யா ராய் இதில் காட்சி தரும் 57 வித உடையலங்காரங்களையும் சூப்பர் ஸ்டார் ரஜினி ஸார் தோன்றும் 55 வித உடைகளையும் வடிவமைத்து தயார் செய்து கொடுத்தது மேரி ஈ.வொட் என்பவர். எங்கிருந்து வந்தாரோ தெரியாது.

ஆக ரோபோவும் இறக்குமதி. அதன் இயக்கமும் தந்திர, சாகஸக் காட்சிகளும் இறக்குமதி செய்த பல தொழில் நுட்ப மூளைகளின் வேலைகள். போயும் போயும் உடையலங்காரங்கள் கூட இறக்குமதி என்றால் அதில் நம்மைப் பற்றித் தம்பட்டம் அடித்துக்கொள்ள என்ன இருக்கிறது? அதிலும் அந்த உடைகள் எந்த நியாயத்துக்கோ தர்க்கத்துக்கோ கட்டுப் பட்டவை அல்ல. ஏதோ இஷ்டத்துக்கு கற்பனை செய்து கொள்ளப்பட்டவை. க்ராஃபிக்ஸுக்கு இந்தியா தான் சிறந்த இடம் என்றும் அதிலும் சென்னை தான் முன்னணியில் இருக்கிறது என்றும் சொல்லக் கேட்டிருக்கிறேன். அப்படி இருந்தும் ஸ்டான் வின்ஸ்டன் ஸ்டுடியோவையும் யுவென் வோ பிங்கையும் தான் நாடவேண்டியிருந்திருக்கிறது. ஏனெனில் நம்ம படம் 150 கோடி படம்

உலகத் தரத்துக்கு இருக்கவேண்டுமே. இவ்வளவையும் இறக்குமதி செய்துவிட்டு உலகத் தரத்துக்கு தயாரித்திருக்கிறோம் என்று பெருமையடித்துக்கொள்வது எப்படி சாத்தியமாகிறது? அதில் என்ன நியாயம் இருக்கிறது. பணம்தான் நம்மது. ஐஸ்வர்யா ராயைக் காதலிக்க ரோபோவுக்கும் ரஜினிசாருக்கும் போட்டி என்ற கற்பனையும் நம்மூர் கற்பனைதான். சரி. வேறு எது இதில் நம்மது? பணம் கொடுத்து அமெரிக்காவிலிருந்து விலைக்கு வாங்கியதைக் காட்டி இது உலகத் தரத்துக்கு நான் செய்ததாக்கும் என்றால் அது கேலிக்கூத்தல்லவா? வெட்கப்பட வேண்டாமா?

ஆக, இதில் நம்மது, தமிழ் சினிமா சம்பந்தப்பட்டது எது? கலப்படமில்லாத தமிழ்ச் சரக்கு எது என்று பார்த்தால் அது ரஜினி சாரும், ஷங்கரின் கற்பனை வளமும், வழக்கமான தமிழ் வெற்றிப்படத்துக்கான ஆகி வந்த ஃபார்முலாக் கதை இருக்கே பின்னர் அந்தக் கதைக்கு தாளிக்கப்படும் கடுகு உளுத்தம் பருப்பு சமாசாரமாக பாட்டு, டான்ஸ், சாகஸ காட்சிகள், எல்லாம்; அது தான். அது இந்தப் படத்துக்கு மாத்திரம் இல்லை. எல்லாத் தமிழ் படத்துக்குமான தாளிப்புதான். மஞ்சள் பொடி, உப்பு, மிளகாய்ப் பொடி வகையறாக்கள். ஆக எந்திரன் படத்தை மாத்திரம் தனிப்படுத்திப் பேசுவதில் அர்த்தமில்லை. எல்லா தமிழ் சினிமா படங்களையும் கணக்கில் கொண்டுதான் சொல்கிறேன்.

தமிழ் சினிமா மாறிக்கொண்டு வருகிறதாக்கும். என்னென்னவோ புது புது சோதனைகள் செய்கிறார்களாக்கும் என்கிறார்கள். சமீபத்தில் ‘மகிழ்ச்சி’ என்று ஒரு படம். நீல பத்மனாபனின் ‘தலைமுறைகள்’ என்னும் நாவலை படமாக்கியது என்றார்கள். தமிழ் சினிமாக் கதைகளுக்கும் தலைமுறை நாவலுக்கும் எப்படி முடிச்சு போட முடியும், ஒன்று மொட்டைத் தலை, இன்னொன்று முழங்கால், என்று எனக்குள் கேள்வி பிறந்தது. அதில் வரும் ஒரு ஆச்சி பிரமாதமான சிருஷ்டி. நாவல் முழுவதும் வியாபித்து இருப்பவள். ‘தலைமுறைகள்’ நாவலின் மைய பாத்திரம். தமிழ் இலக்கியத்திலேயே உன்னத சிருஷ்டிகளில் ஒன்று. ஜானகிராமனின், ஜமுனா போல, புதுமைப் பித்தனின் கந்தசாமிப்பிள்ளை

போல, இமையத்தின் ஆரோக்கியம் போல. இந்த ஆச்சியை தமிழ் சினிமாவுக்குள் கொண்டு வர தமிழ் சினிமாக்காரர்களுக்கு பைத்தியமா பிடித்திருக்கிறது? இல்லை. அவர்கள் புத்தி சுவாதீனத்தில் உள்ளவர்கள் தான். தம் வழிவந்த வெற்றிக்கு உத்தரவாதம் தரும் மரபைப் பேணுபவர்கள்தான். ஆகவே, கஞ்சா கருப்புக்கு தலைமுறை நாவலில் என்ன வேலை என்று கேட்கமுடியாது. அதன் சினிமா அவதாரமான மகிழ்ச்சியில் அவசிய வேலை உண்டு. நான் பார்த்த இரண்டு அல்லது மூன்று நிமிட துணுக்கில் அந்த ஆச்சி நூற்றுக்கு நூறு சதவிகித தமிழ் சினிமாவில் ஆகி வந்த ஆச்சிதான். தலைமுறை நாவலின் ஆச்சி அல்லள்.

'நந்தலாலா' பாருங்கள். இது உலகத் தரம் வாய்ந்த க்ளாஸிக் என்று இங்கு சில அன்பர்கள் எனக்குச் சொல்லியிருக்கிறார்கள்.

அவர்கள் சிபாரிசுக்காக கட்டாயம் பார்ப்பேன். அது தொலைக் காட்சியில் வரும்போது. தியேட்டருக்கு போய் அல்ல. ஆனாலும் நான் பார்க்கக் கிடைத்த சில நிமிட துணுக்கு எனக்கு உற்சாகம் தருவதாக இல்லை. இயல்பு என்பது நம் வசத்தில் சிக்க மறுக்கிறது. எதைச் செய்தாலும் ஒரு நாடகத் தன்மை கட்டாயம் வந்து ஒட்டிக்கொள்கிறது. அது படம் முழுதும் வியாபித்து பயமுறுத்துகிறது. இயல்பாக இருப்பது என்பது தமிழனுக்கு என்றுமே சாத்தியமாகாத ஒன்று என்று தோன்றுகிறது. இது என்ன இன்று நேற்று பீடித்த வியாதியா என்ன? இதன் உச்ச கட்டமே 'அவள் ஓடினாள் ஓடினாள் வாழ்க்கையின் ஓரத்துக்கே ஓடினாள்' சமாசாரத்தை அறுபது வருடங்களுக்குப் பிறகும் சொல்லிக்கொண்டு வருகிறோம். சமீபத்தில் கூட உலக நாயகன் அதில் தான் கண்ட சினிமா நயத்தை இன்றும் நினைத்து மலைத்து நிற்பதாகச் சொல்லியிருக்கிறார். யார் சொன்னது? உலக நாயகன்தான். ஆக, முன்னால் ஜெயகாந்தன் சொன்னது போல, திடீரென தமிழன் எட்டடிக்கு உயர்ந்துவிட்டதாகச் சொல்கிறார்கள். பார்க்கவேண்டும்.

13

கமல்ஹாஸன் சாரைப்பற்றி எழுத வேண்டும் என்று அன்பர்கள் சொல்கிறார்கள். எழுதலாம் தான். சினிமா சம்பந்தப்பட்ட ஒவ்வொரு தனிப்பட்ட மனிதரைப் பற்றியும் எழுத நிறையவே இருக்கும். அது சுவாரஸ்யமாகவும் மாத்திரமே இங்கு தமிழ் சினிமாவைப் பற்றிய விஷயத்தில் இருக்கும். சுவாரஸ்யம் என்று நான் சொன்னது அவர்களது கலை பற்றி அல்ல. அது பற்றிச் சொல்ல யாரைப்பற்றியும் என்ன இருக்கும் என்று எனக்குத் தோன்றவில்லை. தமிழ் சினிமாவில் கலைஞராக அங்கீகரிக்கப்பட வேண்டியவர்கள் என்று சொல்லப் புகுந்தால், ஒரு சிலர் இருக்கிறார்கள்தான். அது அவர்களது சங்கீத ஆளுமை, வியாபகம் பற்றியதாகத்தான் இருக்கும். தமிழ் சினிமாவின் ஆரம்ப காலத்திலிருந்து ஒரு கால கட்டம் வரை அதில் இடம்பெற்ற சங்கீதம் மாத்திரமே இன்று தமிழ் சினிமாவை இன்றும் பொருட்படுத்தத் தகுதியான ஒன்றாக ஆக்கியிருக்கிறது. அது தவிர, வேறு காரணங்களுக்காக, ஒரு சிலர் தனி மனிதராக உயர்ந்து நிற்பவராகக் காணப்படுவார்கள். அந்த தனிமனித குணச் சிறப்புக்களைப் பற்றிச் சொல்வதாக இருக்கும்.

1930-லிருந்து இன்று வரை ஒரு 80 வருட கால தமிழ் சினிமா வரலாற்றில் இப்படி கலைஞர்களாக (சங்கீதம்), தனிமனிதர்களாகப் போற்றுதற்குரியவர்கள் என ஒரு சிலர்தான் கிடைப்பார்கள். இத்தகைய பாக்கியம் பெற்றது தமிழ் சினிமா என்பது நம் பெருமைக்குரிய விஷயம் இல்லை. ஆனால் நடிகர்களாக, சினிமா கலைக்கு வளம் சேர்த்தவர்களாக எத்தனை பேரைச் சொல்ல முடியும் என்று எனக்குத் தெரியவில்லை. இதை நான் எப்படி விளக்கிச் சொல்வது புரிய வைப்பது, புரிய வைப்பது

என்றால் நான் ஏதோ Unified Field theory ஐப் பற்றிச் சொல்லப் புகுந்து உங்களுக்குப் புரியாமல் போய் விடுமோ என்ற வகையான கவலை இல்லை. நான் இங்கு சொல்வதெல்லாம் மிகச் சாதாரண, பொதுப்புத்திக்குப் புலப்படும் விஷயங்கள்தான். உண்மையில் மூடி மறைக்காமல் சொல்வதென்றால், இந்த தமிழ் சினிமாவும், அரசியலும் - (இரண்டும் ஒரே பைத்தியக்காரத்தனத்தின் இருமுகங்கள் தான்) - தமிழ் நாட்டில் எல்லோரையும் கரும்புள்ளி செம்புள்ளி குத்திய சட்டியைத் தலையில் கவிழ்த்துக் கொண்டு, கோமாளித்தனமாக தெருவில் நடந்துகொண்டு செல்லும் மனிதர்களாக ஆக்கியிருக்கின்றன. நான் சொல்வது, இந்தத் தலையில் கவிழ்த்துக்கொண்ட சட்டி, கோமாளித்தனம் எல்லாம் வேண்டாம், சாதாரணமாக இருங்கள் என்பது மட்டுமே.

எனவே இதில் புரிவதற்கும் புரியாது போவதற்கும் ஏதும் இல்லை. மேலும் இதை நான் தான் சொல்லவேண்டுமென்பதும் இல்லை. தமிழ் சினிமாவின் காட்சி ஒவ்வொன்றையும் சாதாரண பொதுப்புத்தி உள்ள, அவன் படிக்காதவனாக இருந்தாலும் கூட, ''ஏங்க இவங்க இப்படியெல்லாம் செய்யறாங்க?'' மறை கழண்ட கேசுங்களா இவங்கள்ளாம்'' என்றுதான் கேட்பான். இப்படிக் கேட்காத ஜீவன்கள் படித்தவர்களும், சினிமாக் காரர்களும்தான். அவர்கள் எல்லாம் மேதைகள், புத்தி ஜீவிகள் என்று உலா வருகிறவர்கள்.

ஒரு பெரிய சிக்கல், தமிழ் மொழி சினிமாக்காரர்களாலும், அரசியல் தலைவர்களாலும் மிகவும் கேவலப்பட்டு, ஆபாசப்படுத்தப்பட்டு, மிகவும் மலினப்பட்டு, அர்த்தமிழந்து கிடக்கிறது. கலை, நடிப்பு, உணர்ச்சி, கலைஞர், சினிமா என்றெல்லாம் வார்த்தைகள் பிரயோகப்படுத்தப்படும் போது தமிழர்களுக்கு, இந்த வார்த்தைகள் தரும் அர்த்தங்கள், தமிழ் மொழி ஒருகாலத்தில் கொண்ட அர்த்தங்களுக்கு முற்றிலும் வேறாக, ஆபாசமும் மலினமும் படுத்தப்பட்டதாகவே இருக்கிறது. இதற்கெல்லாம் அகராதி அர்த்தம் சொல்லி விளக்கி புரியவைப்பது என்பது சாத்தியமில்லாதது. அவ்வப்போது நான் எழுதி வரும்போது எந்த வார்த்தைகளை எதற்கு உபயோகப்படுத்துகிறேன் என்று பார்த்து அவரவர்களே யூகித்துப் பொருள் கொண்டால்தான் உண்டு. .

நடிப்பு என்றால், அதிலும் சினிமாவில் நடிப்பு என்றால் நான் என்ன நினைத்துக் கொண்டிருக்கிறேன்?. தமிழ் சினிமாவும் ஹிந்தி சினிமாவும் பார்த்துப் பழகிய மனங்களுக்கு நடிப்பு என்றால் என்ன பதிவுகள் இருக்கும்? இடையில் நமக்குப் பாலமாக இருக்கும் மொழி இதில் என்ன உதவி செய்யக் கூடும்? என்ற சந்தேகங்கள் தான். Good Earth படத்தில் பால் முனி வாங் லங்காக நடித்துப் பார்த்தது ஏதோ ஜன்மத்தில். இருப்பினும் அந்த ஒரு நாள் பால் முனியை இன்னமும் நினைவுகள் அழிக்கவில்லை. பீட்டர் ஓ டூல்-ஐ Becket, Larence of Arabia, Last Emperor போன்ற படங்களில் பார்த்த நினவுகளும் எத்தகைய தாக்கத்தை ஏற்படுத்தியுள்ளன என்பதை எப்படிச் சொல்வது?. நம்ம ஊருக்கே திரும்பலாம். நஸ்ருதீன் ஷா தில்லி தேசிய நாடகப் பள்ளியில் படித்துப் பட்டம் பெற்றவர். நாடகப் பயிற்சிதான் பெற்றவர். இருப்பினும், அவரை ஸாம்வேல் பெக்கெட்டின் Waiting for Godot நாடகத்திலும் பார்த்திருக்கிறேன்.

அங்கூரிலிருந்து இன்று வரை பல ஹிந்தி படங்களிலும் பார்த்திருக்கிறேன். நாடகப் பயிற்சியே பெற்றிருந்தாலும், சினிமாவில் நடிக்கும் போது அவர் நடிப்பு படத்திற்குப் படம், ஏற்கும் பாத்திரத்திற்கு பாத்திரம் பெறும் மாற்றங்களையும், பார்த்திருக்கிறேன். பின் இடையில் பெக்கெட்டின் Waiting for Godot நாடகத்தில் நடிக்கும் போது அவர் நடிப்பு மறுபடியும் சினிமாவை மறந்து நாடக மேடையில் ஏறியதும் நாடகத்திற்கும் அதில் தான் ஏற்றுள்ள பாத்திரத்திற்கும் ஏற்ப அவர் நடிப்பும் மாறுவதையும் பார்த்திருக்கிறேன். இது நடிகராக மாத்திரமே. இந்த மாற்றங்களை நாம் எத்தனை பேரிடம் தமிழ்நாட்டில் பார்த்திருக்கிறோம் என்றும் நினைத்துப் பார்க்கிறேன். பதில் எனக்குக் கிடைப்பதில்லை.

இதன் பின்னும் அவர் சினிமாவையும், நாடகத்தையும், தியேட்டரை விட்டு வெளியே நின்று ஒரு சாதாரண வெளி உலக மனிதனாக நாடகத்தையும் சினிமாவையும் தனக்கும் அவற்றுக்கும், பின் அவற்றிற்கும் வெளியே உள்ள சமூகத்துக்கும் வாழ்க்கைக்கும் இடையேயான அர்த்தங்களையும், உறவுகளையும் பற்றி சிந்திப்பதையும்

பேசுவதையும் பார்த்திருக்கிறேன். இது போல ஹிந்தி சினிமா உலகில் இன்னும் சிலர், ஆனால் வெகு சிலர் இருக்கின்றனர். ஓம் பூரி, ஷாப்னா அஸ்மி, சௌமித்ரா சட்டர்ஜீ, போன்ற நடிகர்கள். பின் ஷ்யாம் பெனெகல், மிருணாள் சென் போன்ற இயக்குனர்கள் என் நினைவுக்கு வருகிறார்கள். அதிலும் ஷ்யாம் பெனெகல் விளம்பரத் துறையிலிருந்து வந்தவர். இவர்களெல்லாம் சினிமாவைப் பற்றியும் வாழ்க்கையைப் பற்றியும் ஒரே நோக்கில் பார்ப்பவர்கள். ஒன்றில் மற்றதன் தாக்கத்தைக் காட்டுபவர்கள்.

அதே சமயம் தில்லி தேசிய நாடகப் பள்ளியில் மிகத் திறமை உள்ள ஒரு நடிகர் என்று நான் எண்ணி பரவசம் அடைந்திருந்த ஷிவ் புரி என்ற நடிகர், அவரை அறுபதுகளிலிருந்து தர்ம் வீர் பாரதியின் அந்தா யுக், மோலியேரின் கஞ்சூஸ் போன்ற நாடகங்களில் பார்த்து மலைத்து வாய் பிளந்த வியப்பில் இருந்த எனக்கு அவர் பிழைப்பை நாடி ஹிந்தி சினிமாவுக்கு போய் நம் தமிழ் சினிமா வீரப்பன், ரங்கா ராவ் போல ஹிந்தி சினிமா, அப்பாவாகி, வில்லனாகி பாழாய் போனதையும் பார்க்கும் அவலம் நேர்ந்திருக்கிறது.. சினிமாவுக்கு தன் நடிப்பை மாற்றிக்கொள்ள முடியுமா என்பதை அறிய முடியாதவாறு ஹிந்தி சினிமா வில்லன் பாத்திரங்கள் தான் அவருக்குக் கிடைத்தது. அதற்கு ஒரு நம்பகமான உரு தரும் வகையில் ஹிந்தி சினிமா இருக்கவில்லை. அப்போது ஹிந்தி சினிமாவில் ஷ்யாம் பெனெகலோ, மிருணால் சென்னோ, அபர்ணா சென்னோ இன்னும் உதயமாகியிருக்கவில்லை. அது ராஜ் கபூர், தேவ் ஆனந்த் காலம்.

எதற்காக இவ்வளவையும் சொல்கிறேன் என்றால், சினிமா, நாடகம், நடிப்பு இவற்றை அர்த்தமுள்ளதாக ஆக்கி, அவற்றுக்கும் வெளி உலக வாழ்க்கைக்கும், தன் சொந்த வாழ்க்கைக்கும் இடையேயான உறவையும் அர்த்தமுள்ளதாகக் காணும், ஆக்கும் சிந்தனைகள் உள்ள மனிதர்கள் இவர்கள். அப்படி யாரும் தமிழ் சினிமா, உலகில் இருக்கவில்லை அன்றும் இன்றும். அந்நிலையில் தான் நான் சினிமாவில் இருப்பவரை அவரது நடிப்பைக் கலையாக, அவரை கலைஞராக நான் காண்பது, சொல்வது சாத்தியம்.

ஒரு காலத்தில் இருந்தார்கள். தமிழ் நாடக உலகில். அக்கால நாடகங்களை நாடகங்களாக நாம் இன்று மதிக்க மாட்டோம். ஆனால் அவர்களில் சிலருக்கு பாஸ்கர தாஸ் போன்றவர்களுக்கு ஒரு தாகம் இருந்தது. தாம் வாழும் வாழ்க்கைக்கு, சார்ந்திருக்கும் நாடகங்களுக்கு ஒரு அர்த்தம் இருக்க வேண்டும் என்று நினைத்தவர்கள். தனிப்பட்ட முறையில் அவர்கள் கூத்தாடிகள் இல்லை. பெரிய மனிதர்கள். லக்ஷிய புருஷர்கள். தாம் வாழும் வாழ்க்கையால், தாம் பிழைக்க வந்த நாடகத்தால், வாழ்க்கைக்கு அர்த்தம் கொடுக்க வந்தவர்கள். ஆனால் அதெல்லாம் பிரச்சாரமாகப் போயிற்று. கலையாக இருக்கவில்லை. பிரச்சாரத்தால் பிழைத்தவர்கள் இல்லை. ஆனால் தம் பிரச்சாரத்தால் வாழ்க்கைக்கு அர்த்தம் கொடுத்தவர்கள். அப்படி இருந்த நாடக சினிமா கலைஞர்கள் தமிழ்நாட்டில் சென்ற நூற்றாண்டு முப்பது நாற்பதுகளில் ஒரு சிலர் இருந்தார்கள்.

இன்னும் அதிக எண்ணிக்கையில் தம் சங்கீதத் திறத்தால் நாடகத்தையும் சினிமாவையும் அந்த நாடகங்களும், சினிமாவும் கலை சார்ந்ததாக இல்லாது போனாலும், ஏதோ ஒரு கலை அம்சம், சங்கீதம் என்ற கலை அம்சம் உள்ளடக்கிய ஒன்றாக ஆக்கியிருந்தார்கள். அவை அந்நாளைய நாடக ரூபத்திலும், பின்னர் அவை புகைப்படம் எடுக்கப்பட்ட நாடகமாக ஆன அந்நாளைய சினிமாவிலும், கலை அனுபவம் தரும், இசை ரூபத்தில் கதை சொல்லப்பட்டதால், அவற்றை இசை நாடகம் என்ற கலைவடிவாக ஏற்றுக்கொள்வதில் தடை ஏதும் இல்லை. அவை சினிமாவாக இல்லாது போனாலும். மேலும் அதில் பங்கு பெற்ற சங்கீத கலைஞர்கள் கலைஞர்களாகவே இருந்தார்கள். தண்டபாணி தேசிகர் தண்டபாணி தேசிகராகவே இருக்க முடிந்திருக்கிறது அந்த நாற்பதுக்களில். அவரை யாரும் ''கல்யாணம் கட்டிக்கிட்டு ஓடிப்போலாமா, இல்லை ஓடிப்போய் கல்யாணம் கட்டிக்கலாமா?'' என்று பாடச் சொல்லவில்லை. சொல்லியிருந்தாலும் அவர் பாடியிருக்க மாட்டார். பாபநாசம் சிவன் சினிமாவுக்கும் தான் பாட்டு எழுதினார். இசை அமைத்தார். ஆனால் அவரை யாரும் ''ருக்குமணி ருக்குமணி ஷாதிகி ராத் க்யா ஹுவா'' என்றெழுதி அதற்கு இசை அமைக்கச்

சொல்லவில்லை. அதற்கு இந்த யுகத்தில் ஒரு ரஹ்மான் ஸார் வரவிருக்கிறார். ''ரண்டக்கா ரண்டக்கா, அண்டங்காக்கா கொண்டைக்காரி'' என்றும் பாட்டெழுத இந்த யுகத்தில் ஒருவர் தோன்றவிருக்கிறார்.

ஒரு காலத்தில் தான் கதை எழுதும் பாட்டு எழுதும் படத்திற்கு கே.பி.சுந்தராம்பாள் தான் பாடவேண்டும் என்று அன்றைய கருணாநிதி சொல்ல, அதற்கு கே.பி.சுந்தராம்பாள், ''தெய்வத்தைப் பழிக்கும் எந்தப் பாடலையும் நான் பாடமாட்டேன்,'' என்று மறுத்ததும் உண்டு. பின் கருணாநிதி சுந்தராம்பாளை தன் வாய் ஜாலத்தால் தாஜா செய்ததும் உண்டு. அது அறுபது வருடங்களுக்கு முந்திய காலம். இப்போது அதற்கெல்லாம் அவசியமில்லை. சினிமா உலகமே கந்த சஷ்டிக்கு முருகன் ஆலயத்துக்கு முன் கூடும் பக்த கோடிகளாக கோபாலபுரத்தாரை வாழ்த்தி பாசுரம் பாடும் கூட்டமாகியுள்ளது. அது ஒரு காலம். அந்த சினிமா என்னவோவாக இருந்துவிட்டுப் போகட்டும். அதில் நடிக்கத் தெரியாத ஒருவராக இருந்த போதிலும் பாடத்தெரிந்த ஒருவர் ''மாட்டேன்'' என்று சொன்ன காலம் அது. அவர்களுக்கும் தம் வாழ்க்கைக்கும் பிழைக்க வந்த நாடகமோ சினிமாவோ அதற்கும் ஒரு உறவு உண்டு, அர்த்தம் உண்டு என்று நினைத்தார்கள். கே.பி.சுந்தராம்பாள் பள்ளிப் படிப்பு கூட இல்லாதவர்தான். படிப்பில்லாதவர்களிடமும் ஒரு கலாசாரமும் பண்பாடும் நாகரீகமும் ரத்தத்தில் ஊறியிருந்த காலம். அந்த நாகரீகமும் கலாசாரமும் இப்போதைய சந்தர்ப்பத்தில் நமது கமல்சாரிடமும் இல்லை என்பதைத்தான் சொல்ல வருகிறேன். அதற்குத்தான் இவ்வளவு பீடிகையும்..

வெளி உலகில் வயிறு பிழைக்க கால்வைக்கத்தான் வேண்டும். ஆனால் அதே சமயம் அந்த வெளி உலகத்துடன் அவனுக்கு ஒரு பொறுப்பு உள்ளது. அது தன்னையும் தான் வாழும் உலகத்துடனான தன் உறவுக்கு அர்த்தம் இருக்கச் செய்யவேண்டும். இரண்டையும் தன்னையும் தான் வாழும் உலகத்தையும் மேம்படுத்த வேண்டும். வளப்படுத்த வேண்டும்

என்ற சிந்தனை பரவலாக இருந்த காலம்..

எது நல்ல படம் என்பது பரவலான வாசகர்களின் கேள்வியாக பின்னூட்டத்தில் கேட்கப்படுகிறது. அதற்கு பதிலாக நான் 'வல்லமை' என்கிற இணையப் பத்திரிகையில் எழுதியுள்ள இந்தக் கட்டுரை அமைந்துள்ளது. வாசகர்களின் பார்வைக்காக இங்கே கொடுக்கப்பட்டுள்ளது.

உடையாளூரை விட்டு வேலை தேடி வெளியேறி கிட்டதட்ட இரண்டு வருடங்கள் ஆகியிருக்கும். இரண்டு வருடங்களில் ஏதும் உடையாளூரில் மாற்றங்கள் இல்லை. விடுமுறையில் வந்து மறுபடியும் நிலக்கோட்டை மாமாவை, பாட்டியை எல்லாம் பார்த்ததில் எனக்குச் சந்தோஷமாக இருந்தது. என் தம்பி கிருஷ்ணன் நிலக்கோட்டையில் என் இடத்தை எடுத்துக்கொண்டிருந்தான். கற்பரக்ஷையின் வளர்ப்புத் தாயாரைப் பார்த்தது, ஷண்முகத்தை மீண்டும் சந்தித்தது எல்லாம் மனத்துக்கு நிறைவாக இருந்தது. இதை எழுதும்போது நினைத்துக் கொள்கிறேன், ஷண்முகத்தை அதற்குப் பிறகு நான் பார்க்க நேரவே இல்லை. இப்போது (2010 வருடக் கடைசியில்) ஷண்முகம் எங்கே இருக்கிறானோ, என்ன செய்கிறானோ, தெரியவில்லை. இவ்வளவு அன்னியோன்யமாகவும், பல விஷயங்களில், ஒத்த அக்கறையும் பார்வையும் கொண்டவர்களாக இருந்த ஒரு நண்பனை பார்க்கவோ, நட்பைத் தொடரவோ இல்லாது போகும் என்று அன்று நினைக்கவில்லை. ஆனால் இப்போது அது பற்றி நினைக்கும் போது வருத்தமாகத்தான் இருக்கிறது.

நாற்பது வருடங்களுக்கு முந்தைய சில பழைய நட்புகளைத் திரும்பப் பெற்றிருக்கிறேன். அவ்வப்போது சில பத்து வருட, இருபது வருட பழக்கங்கள் திரும்ப இணைந்து, திரும்ப மறைந்தும் போயிருக்கின்றன. நட்பு முறிந்தல்ல. காலமும் இடமும்தான் பிரித்திருக்கின்றன. இப்பிரிவுகள் நிகழும்போது நாம் நினைத்துப் பார்க்காமல் நிகழ்ந்துவிடுகின்றன. பின்னர் இம்மாதிரி நினைவுகளை அசை போடும்போது அப்பிரிவுகள் வேதனையாகத்தான் இருக்கின்றன.

''அடிக்கடி வந்துண்டு போயிண்டு இருடா. வந்தா வரதுக்கு முன்னாலே ஒரு கார்டு போட்டு வரேன்னு சொல்லக் கத்துக்கோ. இப்படி

திடீர்னு வந்து நிக்கறதை வழக்கமா வச்சுக்காதே'' என்று அம்மா எத்தனை தடவை சொல்லியிருப்பாளோ தெரியாது. திரும்ப ஹிராகுட்டுக்கு கிளம்பும் போதும் சொன்னாள். ''பணம் அனுப்ப மறந்துடாதே. கொஞ்சம் சேத்தும் வச்சுக்கோ'' என்று திரும்பத் திரும்பச் சொல்ல மறந்துவிடவில்லை. ''சரி போறுமே, எத்தனை தடவை சொல்லுவே அதையே'' என்று சிரித்துக்கொண்டே சொன்னார் அப்பா.

திரும்பும் போது சென்னையில் இரண்டு நாள் அத்திம்பேர் இருந்த இடத்தில் தங்கினேன். மாம்பலத்தில் ஒரு வீடு எடுத்திருந்தார். எதிர்த்தாற்போல் ஒரு தியேட்டர். மதுபாலா நடித்த ஒரு படம் ஓடிக்கொண்டிருந்தது. மதுபாலா அப்போது டாப் ஸ்டார். என்ன படம் என்று நினைவில் இல்லை. அத்திம்பேர் பிராட்வேயில் ஏதோ ஒரு கம்பெனியில் வேலை தேடிக்கொண்டுவிட்டார். சிறு வயதிலேயே அவரும் வேலை தேடி, லாகூருக்கே போனவராயிற்றே. லாகூரிலிருந்தும் முஸ்லீம்கள் கலவரம் தொடங்குவற்கு முன்னரே பாதுகாப்பாகக் குடும்பத்தோடு ஊருக்கு வந்தவராயிற்றே.

முதல் தடவையாக மாம்பலம், தி.நகர், பிராட்வே என்று அந்த இரண்டு நாட்களில்தான் சென்னையைச் சுற்ற ஆரம்பித்திருந்தேன். பிராட்வேயில் அவர் வேலை பார்த்துக்கொண்டிருந்த இடத்துக்குப் போனேன். ''எப்படிடா வந்தே?'' என்று கேட்டார். மாம்பலத்திலிருந்து மின்சார ரயில் ஏறி ஃபோர்ட்டில் இறங்கி நடந்து வந்தேன் என்றேன். ''ஏண்டா மாம்பலத்தில் பஸ் ஓடறதைப் பாத்திருக்கே இல்லியா. இங்கேயும் ஹை கோர்ட் வாசல்லேயும் பஸ் ஓடறதே. இந்த பஸ்ஸெல்லாம் எதுக்கு ஓடறதுன்னு யோசிக்க மாட்டியா?'' என்று கேட்டார். இரண்டு பக்கங்களிலும் நடையைக் குறைத்திருக்கலாமே என்ற எண்ணம் அவருக்கு. எனக்கு சென்னையில் அதுதான் இரண்டாவது நாள். இப்படியெல்லாம் சோதனை முயற்சிகளில் இறங்கத் தோன்றவில்லை எனக்கு. சென்னையின் பிரம்மாண்டத்தை மலைத்து கண்விரிக்காமல் பழகிக்கொள்வதற்கு இன்னும் காலம் தேவைப்பட்டது.

அப்போதெல்லாம்தான் ரிஸர்வேஷன் என்கிற சமாசாரமே கிடையாதே. ரயில் கிளம்புவதற்கு சற்று முன் டிக்கட் வாங்கிக் கொள்ளலாம். கிடைத்த இடத்தில் உட்கார்ந்துகொள்ளலாம். அது ஒரு மாதிரி சௌகரியம். கல்கத்தா மெயிலில்தான் திரும்ப ஹிராகுட் போக டிக்கட் எடுத்தேன். சாமல்கோட் என்ற ஸ்டேஷனுக்கு மதியம் சாப்பாட்டு நேரத்துக்குப் போகும் இந்த மெயில். சாமல் கோட் வந்ததும் எல்லோரும் இறங்கி, ஸ்டேஷனிலேயே இருந்த ஒரு சாப்பாட்டு ஹோட்டலுக்கு விரைவார்கள். பெரிய கூடம். ஐம்பது, அறுபது பேர் கீழே இலைபோட்டு சாப்பாடு போடுவார்கள். நாலைந்து வரிசைகள் இருக்கும். அங்கு போய்ச் சேரும் சமயம் முதலில் வந்தவர்கள் சாப்பிட்டுக்கொண்டிருந்தால், அடுத்த பந்திக்குக் காத்திருக்க வேண்டும். விஷயம் என்னவென்றால் அடுத்த பந்தியில் உட்கார்ந்து சாப்பிட்டு, திரும்ப ரயிலில் அவரவர் இடத்துக்கு வரும் வரை ரயில் காத்திருக்கும். அவசர அவசரமாகத்தான் எல்லாம் நடக்கும். இருப்பினும் காத்திருந்து சாப்பிட்டு வர நேரம் இருக்கும். இப்போது நினைக்கும்போது இதெல்லாம் எனக்கு வேடிக்கையாகத்தான் இருக்கிறது. எவ்வளவு தூரப் பிரயாணமானாலும் சாவகாச யுகம்தான் அது.

இப்போதுதான் ஞாபகம் வருகிறது. கல்கத்தா மெயிலில் வந்ததால் கரக்பூர் இறங்கி, பம்பாய் மெயில் பிடித்து ஜார்ஸகுடா- சம்பல்பூர் மார்க்கமாகத்தான் ஹிராகுட் போனேன். வந்த ஒரு சில நாட்களில் திருமலை அய்யங்கார் புதிய சீஃப் எஞ்சினீயராக பதவி ஏற்றிருந்தார். ஒன்றும் வேலை நடக்கவில்லை என்று முதலில் ஆர்.பி. வசிஷ்ட்டை அகற்றியிருந்தார்கள், திருமலை அய்யங்கார் துங்கபத்ரா அணைக்கட்டு வேலை முடிந்ததும் அவரை இங்கு மாற்றியிருந்தார்கள். அவர் வந்து சேர்ந்ததும் அணைக்கட்டு வேலைகள் துரிதமாக நடக்கத் தொடங்கின. ஆரம்பித்த முதல் வேலை என்னவென்று எனக்கு நினைவில் இல்லை. ஆனால் நாங்கள் அனைவரும் இரவும் பகலுமாக குளிப்பதற்குத் தவிர வேறு எதற்கும் வீட்டுக்குப் போகாமல் அலுவலகத்திலேயே வேலையில் மும்முரமாக இருந்தோம். அது ஒரு புதிய அனுபவம். சுவாரஸ்யமாகவும் விளையாட்டாகவும் இருந்தது. அந்த வேலைப்பளுவை பளுவாகவோ, கஷ்டமாகவோ யாரும் உணரவில்லை.

இன்னுமொரு மிகவும் சந்தோஷமாக அனுபவித்த விஷயம் அடிக்கடி சம்பல்பூருக்குச் சினிமா பார்க்கப் போய்வருவது ஒரு வழக்கமாகி வந்தது. ஒரு வங்காளிப் படம், மிக நன்றாக நினைவில் இருக்கிறது. 'யாத்ரிக்' (யாத்ரீகன்) என்றோ அல்லது 'மஹா பரஸ்தானேர் பாதே' **(maha prasthaner pathe)** (ஒரு தீர்த்த யாத்திரையின் வழியில்) என்றோ அந்தப் படத்துக்குப் பெயர். அப்போதும் சரி, இப்போது அதை நினைத்துப் பார்க்கும் போதும் மனம் சலனம் அடையத்தான் செய்கிறது. பெண்கள் கூட்டம் ஒன்று, அநேகமாக காசிக்குத்தான் யாத்திரை போகிறார்கள் என்று நினைக்கிறேன். ஒரே கிராமத்தவர். பெரும்பாலோர் விதவைகள் அல்லது வயதானவர்கள். அதில் ஓரிரு இளம் வயதுப் பெண்களும் இருக்கிறார்கள். வயதானவர்களாகவும் விதவைகளாகவும் இருந்த காரணத்தால் யாத்திரை சிரமம் தருவதாகத்தான் இருக்கிறது. இருந்தாலும் புண்ணிய யாத்திரை. சிரமப்பட்டாலும் அதை அதிகம் பாராட்டுவதில்லை. அவ்வப்போது வழியில் சாப்பிட, வழி கேட்க, ஏதும் தகவல் விசாரிக்க என்று சிரமங்களை அவர்கள் பகிர்ந்துகொள்கிறார்கள். வழியில் அவர்களுக்கு விவேகானந்தர் போன்று காவி வர்ண தலைப் பாகையும் நீண்ட அங்கியும் அணிந்த ஒரு இளம் துறவியுடன் பழக்கம் ஏற்படுகிறது. அந்த இளம் துறவி இவர்களுக்கு அவ்வப்போது தன்னாலான உதவிகள் செய்கிறார். பெண்களுக்கு ஏதோ பேச்சுத் துணையாயிற்று. கூட்டத்தில் இருக்கும் இளம் பெண்களில் ஒருத்திக்கு அந்த இளம் துறவியிடம் ஒட்டுதலும் பாசமும் ஏற்படுகிறது. ஏதோ காரணம் வைத்துக்கொண்டு அவள் துறவியிடம் நெருங்கிப் பழக வாய்ப்பை ஏற்படுத்திக்கொள்கிறாள். யாருக்கும் சந்தேகம் ஏற்படாத வகையில் அது அந்தக் கூட்டத்திற்கு ஏதும் உதவி தேவையென அந்தத் துறவியிடம் போய்ச் சொல்லும் முகாந்திரம் அவளுக்குக் கிடைக்கிறது. துறவிக்கும் அவர்கள் அவ்வப்போது தங்கள் உணவைப் பகிர்ந்து கொள்ளும் முகமாகவும் புண்ணிய யாத்திரையாயிற்றே துறவி தரும் உபதேசங்களை, புண்ணிய கதைகளைக் கேட்பதாகவும் அவர்கள் நெருக்கம் யாத்திரையில் தொடர்கிறது. அந்தத் துறவி எப்போதும் போல

எந்தப் பாதிப்பும் இல்லாது, இவர்கள் நெருக்கத்தால், இளம் பெண் தன்னிடம் ஏக்கம் கொண்டிருப்பதையும் அறியாதவராகவே இருக்கிறார்.

யாத்திரை முடிந்து திரும்புகிறார்கள். ரயில் பிரயாணத்திலும் அவர்கள் ஒன்றாகவே பயணம் செய்கிறார்கள். பாசம் வசப்பட்ட அந்த இளம் பெண் தன் விருப்பத்தைத் தெரிவிக்கவும் முடியாமல், கூட்டத்தில் இருக்கும் மற்றவர்கள் தன்னைச் சந்தேகிக்கவும் இடம் தராமல் தன்னுள்ளேயே புழுங்கித் தவிக்கிறாள். மேலும் அவர் துறவி. இவை எல்லாம் தன் காதலுக்கு எதிராக இருந்த போதிலும் அதை அவளால் மறக்கவும் முடியவில்லை. அதை நினைத்து உருகுவதிலும் ஒரு சந்தோஷம் இருப்பது தெரிகிறது.

கடைசிக் காட்சியில் ரயில் வண்டியில் இரவுப் பிரயாணம். எல்லோரும் தூங்கிக்கொண்டிருக்க அவளால் தூங்க இயலவில்லை. தூங்கிக் கொண்டிருக்கும் துறவியைப் பார்த்துக்கொண்டே இரவு கழிந்துகொண்டிருக்கிறது. அவள் அறியாது உட்கார்ந்தவாறே கண்ணயர்கிறாள். அவர்கள் எல்லாம் இறங்கும் ஸ்டேஷன் வந்துவிட்டது. இன்னும் பொழுது புலரவில்லை. எல்லோரும் இறங்குகிறார்கள். இறங்கும் போது இவளையும் எழுப்பிவிடுகிறார்கள். விழித்துக்கொண்ட அவளுக்குத் துறவியைப் பிரியும் நேரம் வந்துவிட்டது தெரிகிறது. துறவி ஆழ்ந்த உறக்கத்தில் இருக்கிறார். இவளுக்கு அவரிடம் ஒரு வார்த்தை சொல்லிக்கொண்டாவது போகவேண்டும் என்று ஒரு துடிப்பு. அவரைத் தொட்டு எழுப்பவும் முடியவில்லை. மகராஜ் என்றோ ஸ்வாமிஜி என்றோ மெல்ல சன்னமாக கூப்பிட்டு எழுப்பப் பார்க்கிறாள். அவர் எழுகிறவராக இல்லை. கீழேயிருந்து, 'வாயேம்மா, அங்கே என்ன பண்றே, வண்டி கிளம்பிடும்' என்று திரும்பத் திரும்பச் சத்தமாகக் கூப்பிட்டுக் கொண்டிருக்கிறார்கள். துறவி எழுந்திருக்கவில்லை. வண்டி கிளம்பிவிடும். எவ்வளவு நேரம்தான் காத்திருக்க முடியும். ஆழ்ந்த உறக்கத்திலிருக்கும் அவர் முகத்தை, ஏக்கத்தோடு பார்த்தவாறே அவள் இறங்குகிறாள். வண்டியும் கிளம்புகிறது. உள்ளிருந்து குமுறிக் குமுறி வரும் துக்கத்தை அவள் முகம் வெளிக்காட்டாதிருக்க தலையைக் குனிந்துகொண்டே அவர்களைத் தொடர்ந்து செல்கிறாள்.

இது 1951இல் சம்பல்பூரில் பார்த்த வங்காள மொழிப் படம். இளம் பெண்ணின் சொல்லவும் முடியாமல், அடக்கவும் முடியாமல் உள்ளுக்குள்ளேயே புழுங்கும் காதல் உணர்வுகளை ஒரு தலையாகவே எழுந்து மடிவதை இதை விட குரல் எழுப்பாது ஒரு கவிதை போலச் சொல்லும் ஒரு படத்தை எப்படி மறக்க முடியும்?

பாட்டு இல்லை. டான்ஸ் இல்லை. காதல் மொழி பேசும் வசனங்கள் இல்லை. அழுகை இல்லை. கதறல் இல்லை. சாதாரண அன்றாட பேச்சைத் தவிர அதை மீறிய காட்சியோ பரிமாறலோ எதுவும் இல்லை. கண்கள் தான் அந்த இளம் பெண்ணின் உள்ளே நடக்கும் நாடகத்தைச் சொல்லும். இந்த மாதிரியான ஒரு படம் தமிழ் சினிமாவின் சரித்திரத்திலேயே இது வரை சாத்தியமாகவும் இல்லை. சாத்தியமாகும் என்ற நம்பிக்கையும் இல்லை.

1951இல் ஒரு மஹா ப்ரஸ்தானேர் பாதேயைத் தந்த வங்க சினிமாவால், அது அமைத்துக் கொடுத்திருந்த பாதையில் தான் பின்னர் இரண்டு மூன்று வருடங்களில் ஒரு சத்யஜித் ரே அதன் பின்னர் ஒரு மிருணாள் சென் தோன்ற முடிந்திருக்கிறது.

இந்த திரைப்படத்தில் இருந்து சில காட்சிகள்:

http://www.youtube.com

14

இந்தக் கட்டுரைத் தொடரை ஆரம்பித்ததே 1961- ல் நான் எழுதிய கட்டுரை ஒன்றில் தமிழ் சமூகம் என்றைக்காவது ஒரு கலை உணர்வு கொண்ட சமூகமாக இருக்குமா என்பதில் எனக்கு சந்தேகம் என்று எழுதியிருந்ததையும், அந்த மிகக் கசப்பான ஆரூடம் போன்ற தமிழ் சமூகத்தின் குணச்சித்திரம் அன்று என் மனத்தில் பட்டது இன்று வரை மெய்யாகிக் கொண்டிருக்கும் அவலத்தைச் சுட்டிக் காட்டிச் சொல்லியே ஆரம்பித்தேன். அறுபது வருடங்கள் கடந்து விட்டன. அது பற்றி இன்று மறுபடியும் யோசிக்கும்போதுகூட அந்த ஆரூடம், இனியாவது என்றாவது பொய்த்துப் போகக்கூடும் என்று சொல்லுவதற்கான சூசகங்கள் ஏதும் அடி வானம் பூமியைத் தொடும் எல்லையில் கூட, ஒரு சிறு கரும்புள்ளியாகக் கூடத் தென்படுவாதாயில்லை.

இக்கட்டுரைத் தொடருக்கு வரும் எதிர்வினைகள் இரு பெரும் வகைகளில் அடங்கும். ஒன்று, நான் நம் தமிழ் சினிமாவைப் பற்றி ஒரு வெறுப்புணர்வுடன், அசிங்கமாக எழுதுவதாக சொல்லும் தரப்பு. இத்தரப்பு, என் மீது அடங்காத கோபத்தில், நான் சொல்வது எதையும் கருத்தில் கொள்ளாமல், தமிழ் சினிமாவின் கனவுலக மயக்கத்தில், நமது ஸ்டார்களின் - (சூப்பர், சுப்ரீம், மெகா என்றெனப்படும், இன்னும் என்னென்ன ரகங்கள் உண்டோ எல்லா ரகங்களையும் 'சார்' வகையறாக்களையும் சேர்த்துத்தான்) - மாயாஜால பிரகாசத்தில் கண் கூசி நிற்கும் ரகத்தைச் சேர்ந்தது.

இரண்டாவது தரப்பு, நான் இதையெல்லாம் ஏதோ இப்போது தான் எழுதத்தொடங்கியிருப்பதாகவும், இதை முன்னரே சொல்லியிருந்தால் தமிழ் சினிமா இதற்குள் உருப்பட்டிருக்கும் என்ற என்ணத்தில்

எழுதுகிறவர்கள். தமிழ் சமூகத்தைப் பற்றிக் கொண்டுள்ள, இதை விட, உண்மைக்கு முற்றிலும் புறம்பான, கற்பனையான, தமிழ் சமூகத்தை ஒரு நூற்றாண்டுக் காலம் விடாது பீடித்திருக்கும் நோயைப் பற்றிய தவறான கணிப்பும் சிகிச்சையும் வேறு என்ன இருக்கக்கூடும் என்பது எனக்குத் தெரியவில்லை. இவர்களுக்கு நான் சொல்வது பிடித்திருக்கிறது, ஆதலால் இந்த அவல நிலை மாற வேண்டும் என்ற ஆவலில், அவர்கள் இத்தகைய ஒரு அசாதரண நம்பிக்கை கொள்கிறார்கள் என்றே எடுத்துக் கொள்கிறேன். நூற்றாண்டு காலமாக பீடித்திருக்கும் நோய், காலம் செல்லச் செல்ல முற்றிக்கொண்டுதான் வருகிறது அந்த நோய், அது பற்றி, அது நோய் என்ற உணர்வு கூட இல்லாது, மாறாக அதைக் கண்டு பெருமையும் கர்வமும் கொள்ளும் சமூகம், தாம் ஏதோ உலகத் தரத்துக்கு உயர்ந்து விட்டதாக எண்ணும் பிரமையில் இருக்கும் சமூகம், இப்படி ஒரு சில கட்டுரைகளால், சினிமாத் துறைக்கு வெளியே இருக்கும் ஒரு சிலர் வெளிப்படுத்தும் கருத்துக்களால் மாறி விடும் என்று எப்படி கனவு காணமுடிகிறது?

ஏதோ ஒன்று முதலில் நிகழ வேண்டும். 'இதென்னய்யா இது? ஒரே பைத்தியக்காரக் கூட்டமா இருக்கு? நம்மை என்ன மடையன்னு நெனச்சிட்டிருக்காங்களா இவனுக. இவனுங்களுக்குத் தான் மூளை பெரண்டு கிடக்குன்னா, நம்ம எல்லாருக்குமில்ல ஒட்டு மொத்தமா மூளை பெரண்டு கிடக்கும்ன்னு நெனச்சிக்கிட்டானுவ, கபோதிப் பயலுவ' என்று மக்கள், இந்த தமிழ் சினிமா என்னும் விவஸ்தை கெட்ட ஆட்டத்தை அறவே ஒதுக்கியிருக்க வேண்டும். அது தான் நியாயமாக மக்களின் பொதுப்புத்தி செய்திருக்க வேண்டும்.

அல்லது, இந்த சினிமா உலகத்தைச் சேர்ந்தவர்களிடம் இருக்கும், (இருக்கும் என்று தான் நினைக்கிறேன். எல்லா ஜீவன்களுக்கும் கடவுள் அருளால் பொதுப்புத்தியும் இருக்கத்தான் செய்கிறது) தம் வீட்டுப் பரணில் தூக்கி எறியப் பட்டிருக்கும் தங்கள் பொதுப்புத்தியைத் திரும்ப எடுத்து வந்து, பின்னர் தான் ஸ்டுடியோக்குள் நுழைய வேண்டும். அது நடக்கும் என்று எனக்குத் தோன்றவில்லை.

1960-61 வருடங்களில் எழுதிய 'பாலையும் வாழையும்' கட்டுரையிலா, இல்லை 'பான்ஸாய் மனிதன்' கட்டுரையிலா எதில் என்று சரியாக எனக்கு இப்போது நினைவில் இல்லை.

திரைப்படம் என்பது முழுக்க முழுக்க இயக்குனரின் படைப்புத்தான். அதில் மற்ற எல்லாமே அவர் விரல்கள் இயக்கும் கயிற்றசைவுக்கு ஏற்ப ஆடும் பாவைகள்தான் என்று எழுதியிருந்தேன். அந்தக் கருத்து என்னோடு நின்றது. அந்த வருடக் கட்டுரையோடு நின்றது. சரியாகச் சொல்லப் போனால், அடக்கம் செய்யப்பட்டு விட்டது... அது என்னைவிட்டு, எழுதப்பட்ட அச்சிடப்பட்ட பக்கத்தைவிட்டு இன்னொருவருக்கு நகர்ந்ததற்கான சுவடு கூட ஏதும் இல்லை. இதை நான் ஏதோ எழுதி விட்டதால் சினிமா உலகம் திருந்தி விடும் என்று சொல்பவர் களுக்குச் சொல்கிறேன்.

இது சினிமாத் துறையிலிருந்து எழ வேண்டும். பராசக்தி வசனத்தைப் படித்ததும், கிருஷ்ணன் பஞ்சு கருணாநிதியிடம், 'இதென்னங்க உங்க கச்சிக் கூட்டத்திலே பேசற மாதிரி இருக்கு. கோர்ட்டிலே எல்லாம் இப்படி பேசமாட்டாங்கன்னு தெரியாதுங்களா உங்களுக்கு?. இதெல்லாம் பெரியார் திடல்லே கச்சிக்காரங்க கூட்டத்திலேதான் எடுக்கும். மொதல்லே ஒண்ணு ரெண்டு கோர்ட்டுக்குப் போய் அங்கே என்ன எப்படி நடக்குதுன்னு பாத்துட்டு, இதையெல்லாம் திருத்தி எழுதிட்டு வாங்க. உங்க இஷ்டத்துக்கு எதையும் எழுதிட்டு வந்தா ஆச்சா, இது சினிமாங்க, உங்க கச்சி பொதுக்கூட்டம் இல்லே' என்று அவருடைய பொதுப் புத்தியை பயன்படுத்தி இருந்தால். அடுத்த நிமிடம் திருப்பிக் கொடுத்திருப்பார், அது நடக்கவில்லை. மாறாக, அது தமிழ் சினிமாவில் ஒரு புரட்சியை, புது அத்தியாயத்தைத் தொடங்கி வைத்த மைல்கல்லாகிவிட்டது. இன்று வரை அது தொடர்கிறது.

அசோக்குமார் என்று ஒரு ஹிந்தி நடிகர். அச்சுத் கன்யா காலத்திலிருந்து அவர் ஒரு ஹீரோ. அதாவது நாற்பதுகளிலிருந்து. ஐம்பதுகளில், திலீப் குமார், தேவ் ஆனந்த், ராஜ் கபூர் ஆகியோரின் சிகரத்தில் இல்லையென்றாலும் அடுத்த படியில் அவரும் ஒருவர். அவரை

தமிழ்ப் படம் அழைத்தது. வாசனோ, மெய்யப்ப செட்டியாரோ, யாரென்று நினைவில் இல்லை. முதல் நாளே ஷூட்டிங் போது, அவர் சொன்னாராம். 'பக்கத்திலே தானே இருக்கீங்க பின்னே என்னத்துக்கு இந்தக் கூச்சல் போடறீங்க? ரெண்டு பேரும். மெதுவா எப்போதும் பேசறாப்போல பேசுங்களேன். ஏன் இப்படி உரக்கக் கத்திக் கத்திப் பேசறீங்க?' என்றாராம். பராசக்தி, நடிகர் திலகம் 'ஓடினாள், ஓடினாள்... சமாசாரங்க' எல்லாம் நமக்கு பொரச்சி ஆயிடுச்சே. உணர்ச்சி பொங்க நடிக்கறதுண்ணு அர்த்தமாமே அதுக்கு, நாமும் ஏதாச்சும் ஒரு திலகம் ஆகணுமில்லே, உப்புச்சப்பில்லாமே பேசினா எப்படி? அசோக் குமாருக்கு இருந்தது வெறும் பொதுப் புத்தி. நம்ம சினிமா வரலாறு என்ன, கலாச்சாரம் என்ன, பண்பாடு என்ன, அது எதினாச்சும் அவருக்கும் தெரியுமா என்ன? விஷயம் தெரியாம பேசிப்புட்டாரு. எனவே அவர் கேட்டதை நாம் கண்டுக்கவே இல்லை. கிருஷ்ணன் பஞ்சு வாய்மூடி இருந்த அந்த கணம் மு.கருணாநிதியின் வசனம் சினிமாவானது. அவரும் கலைஞர் ஆனார். விழுப்புரம் கணேசன் போட்ட கூச்சல் அவரை நடிகர் திலகம் ஆக்கியது..

அதற்கு முன்னால், தியாகராஜ பாகவதர்தான் சினிமாவாக இருந்தார்.. அவர் பாட்டுக்காக அவரையும் பாட்டையும் மையமாகக் கொண்டு சினிமா உருவானது. கேட்க சுகமாக இருக்கலாம். (அன்று 40-50 களில். ஆனால், இன்று 'உயிரணுக்கள் உடம்பில் எத்தனை' என்று கிதாரை வைத்துக்கொண்டு தென் அமெரிக்க பாலைவனத்தில் பாட வேண்டும் 'கா. கா. கா... பாட்டு, ஆரம்பித்து வைத்த புரட்சி) அன்று எந்த இயக்குனரும் பாகவதரிடம், 'சரிங்க நல்லா பாடறீங்க. அதெல்லாம் சரிதான். கேக்க சுகமாத்தான் இருக்கு. ஆனால் இதெல்லாம் சினிமா இல்லிங்க. இதுக்கு இசை நாடகம்னு சொல்லுவாங்க. பாட்டிலேயே கதை சொல்ற நாடகம்' என்று யாரும் நினைக்கவில்லை. சொல்லவில்லை. அப்போது பாட்டாவது கேட்க சுகமாயிருந்தது. போகுது போ' என்று விடத் தோன்றியது. அது இப்போது, 'நாக்க மூக்க' வில் வந்து நிற்கிறது. 'பொரச்சிதான். உலகத்தரம் தான். இந்த டெக்னிக்கில பாருங்க, நம்ம தமிழ் சினிமாகிட்ட யாரும் வந்துக்கிட முடியாது பாத்துக்கங்க' தான்.

இப்படியே யாரும் ஏதும் கேள்வி கேட்காமலேயே, அழுக்குப் போகக் குளிப்பது போல, பொதுப்புத்தி போக நன்றாகத் தேய்த்து குளித்துவிட்டு தமிழ் சினிமாவில் புரட்சி செய்துகொண்டிருக்கிறோம். எப்போதும், ஒன்று அது தியாகராஜ பாகவதரோ, இல்லை நடிகர் திலகமோ, இல்லை மக்கள் திலகமோ, இப்படித்தான் வரிசையாக ஒவ்வொருவரும் தம்மை மையமாக வைத்துக்கொண்டே, தம்மையே சினிமாவாக்கிக்கொண்டு வந்துள்ளனர். இப்போது உலக நாயகனையும், சூப்பர் ஸ்டாரையும் சினிமாவாகக் காட்டிக் கொண்டிருக்கிறார்கள்.

எப்போதும் ஒரு ஸ்டாரை வைத்து அவருக்கேற்றவாறு கதை எழுதுவது, அந்த ஸ்டார் தன்னையே சினிமா முழுதும் வியாபித்துக் கொள்வது, அதுவும் அவர் விருப்பத்துக்கேற்ப, அல்லது அந்த ஸ்டார், தன் ரசிகர்கள் எப்படித் தன்னைப் பார்க்க விரும்பிறார்கள் என்று நினைக்கிறாரோ அதற்கேற்ப, படம் முழுதும் தன்னை வியாபித்துக் கொள்வார் என்றால், இது கடை வைக்கிற காரியம். வெறும் வியாபாரம். அந்த ஸ்டார், நடிகரும் இல்லை. கதை தமிழ் வாழ்க்கையும் இல்லை. அந்த படம், சினிமாவும் இல்லை. வெங்காய வியாபாரம். ஒவ்வொரு ஸ்டாரும் ஒரு ப்ராண்ட்.

இயக்குனர் என்பவர் கடைக்கு வந்து யார் என்ன கேட்கிறார்களோ, புளியோ, பருப்போ, பொட்டலத்தில் மடித்துக் கொடுத்து, கல்லாவில் காசைப் போடுகிறவராயிருக்கிறார் இங்கு. தயார் செய்தது யாரோ, யார் விருப்பத்திற்கோ. ஒரு இயக்குனர், 'கமல் சார், ரஜினி சார் என்று ஒரு நடிகனைப் பார்த்துச் சொல்கிறாரோ, அந்த இடத்தில் சினிமா இராது. நடப்பது வெங்காய பஜ்ஜி வியாபாரம். ரஜினி சார் என்றால் வாழைக்காய் பஜ்ஜி, சத்யராஜ் என்றால் (பாவம் இவருக்கு ஏன் சார் இல்லை?) கத்தரிக்காய் பஜ்ஜி. கமல் சார் என்றால் வெங்காய பஜ்ஜி. வெங்காயத்தைச் சுற்றி, அதை மையமாகக் கொண்டுதான் மற்றதெல்லாம். ரோல், கதை, துணைநடிகர்கள், நடிகைகள், ஹீரோயின்கள், பாட்டு, டான்ஸ் இத்யாதி எல்லாம் வெங்காயத்தை மையமாகக் கொண்டுதான். மற்ற, கடலை மாவு, அரிசிமாவு, மிளகாய்த்

தூள், உப்பு, எண்ணெய் எல்லாம். மற்றதெல்லாம் இல்லாமல் வெங்காயம் மாத்திரம் பஜ்ஜி ஆகாது. அதற்காக, வெங்காய பஜ்ஜி என்ற ப்ராண்ட் மாறாது.

இதில் கூட பஜ்ஜிகள் பெயர் மாறுவது போல, உலக நாயகன் பஜ்ஜி வேறு. சூப்பர் ஸ்டார் பஜ்ஜி வேறு. இரண்டு பேருமே, சந்தைக்கு வரும் சரக்குகள் தாம். இவர்கள் மாத்திரமல்ல, எல்லாருமே, எல்லாமுமே. சுப்ரீம் ஸ்டார் ஆகட்டும்- (சுப்ரீம் ஸ்டார் என விருது கொடுக்கப்பட்டது நேத்துக்கு முந்தின நாள். இன்று திமுகவை விட்டுப் பிரிந்து வேறு ஒரு முன்னேற்றக் கழகம் தொடங்கிய பின், சுப்ரீம் ஸ்டார் என கலைஞர் அழைப்பாரா என்பது சந்தேகம் தான்) - அது இயக்குனர் சிகரமாகட்டும், இசைஞானியாகட்டும், மதராஸ் மொஸார்ட்டே ஆகட்டும், எல்லாம் இந்த பஜ்ஜிகளுக்கு இரண்டாம் பட்ச சாமக்ரியைகள்தான். ஆனால் இதில் கொஞ்சம் வித்தியாசங்கள் உண்டு. இரண்டும் கறிகாய் வகைதான். ஆனாலும், வெங்காயம் வெங்காயம்தான். உருளைக் கிழங்கு உருளைக் கிழங்குதான்.

ரஜினி சார், அதாவது சூப்பர் ஸ்டார்தான் மையம். அவரைச் சுற்றித் தான் மற்ற எல்லாமே..உருவாகியுள்ள தன் இமேஜ், தன் ரசிகர்கள் தன்னிடம் எதை எதிர்பார்க்கிறார்கள் என்பதை மாத்திரம் இயக்குனர் மனதில் இருத்திக்கொள்ளவேண்டும். அதற்கேற்ப கதை, அதற்கேற்ப அவருக்கு ரோல், இத்யாதி. இதைத் தவிர இயக்குனரையும் மற்றவர்களையும் அவர் படுத்த மாட்டார். சூப்பர் ஸ்டார் என்ற இமேஜைக் கண்டு அவர்கள் தங்களையே படுத்திக் கொண்டால் அது வேறு விஷயம். படுத்திக்கொள்கிறார்கள்தான், பின் அதைப் பற்றிப் பெருமையாக மேடைகளில் பேசிப் புள்காங்கிதமும் அடைவார்கள்.

ஆனால், உலக நாயகன் விஷயமே வேறு. அவர் பெரிய கலைஞர். உலக சினிமால்லாம் பாக்கறவர். ஊர்லே இருக்கற கவிஞர்களுக்கெல்லாம் அவர் தோஸ்த். ஞான குரு. ஜாக்கிசானெல்லாம் அவர் கூப்டா ஓடியாருவாங்க. ஒவ்வொரு படத்திலேயும் அவர் மேக்கப் போடறதே தனி. மேக்கப்பும் போடணும், அது கமல்ஹாஸன் உலக

நாயகன்னும் தெரியணும். அதிலே தான் இருக்கு விஷயமே. குள்ளனா வருவாரு. டான்ஸ் ஆடுவாரு. டான்ஸ் ஆடி பெரிய பெரிய பட்டமெல்லாம் வாங்குவாரு. தானே பாடுவாரு. பொம்பிள வேஷம் போடுவாரு. பத்து வேஷம் போட்டு தசாவதாரம் பண்ணுவாரு. சொல்லப்போனா, தன் படத்திலே இருக்கற எல்லா வேஷமும் அவரே போட்டுக்குவாரு. அவர் போடாத வேஷம் ரொம்ப கொஞ்சம் தான்., படத்திலே வர்ற குதிரை, நாயி, இந்த வேஷங்கதான் அவர் இன்னும் போடலை. மனோரமா ஆச்சி மாதிரி ஏதாச்சும் இருந்தா, போனாப் போகுது அவங்களே வந்து நடிச்சுக்குடுத்துட்டு போகட்டும், என்று தாராளமாக விட்டுக் கொடுத்து விடுவார். அப்படித்தான் அசின், ஜோதிகா, ஸ்ரீதேவி, சிம்ரன், இப்படி இவங்க வேஷங்களை எல்லாம் அவர் விட்டுக் கொடுத்துடுவாரு. கவிதை எல்லாம் எழுதுவாரு. தான் நடிக்கிற படத்துக்கு தானே கதையும் வசனமும் எழுதிக்குவாரு. இயக்குனர் வேலை முக்காவாசியையும் அவரே செஞ்சிக்குவாரு. டான்ஸ் ஆடறதுக்கு டோரண்டோ, பிராங்க்ஃபர்ட்ன்னுதான் போவாரு. இங்கே நம்ம ஊரிலே டான்ஸ் பண்றது அவ்வளவா அவருக்கு பிடிக்காது. அவர் ரசிகர்களுக்கும் பிடிக்காது.

இதெல்லாம் ஏன்? அவர் ஏன் பத்து வேஷம் போடணும், ஏன்? ஒவ்வொரு படத்திலேயும் மேக்கப் புதுசு புதுசா போட்டுக்கினே இருக்காருங்கறதுக்கு, அவரது சுய மோகம் தவிர வேறு ஏதாகிலும் கலாரீதியான தேவை, காரணங்கள் இருக்கா என்று யோசித்தால் அவரும் சொல்லவில்லை. நமக்கும் புலப்படவில்லை. சுய மோகம். அத்தோடு தன் புதுப் புது அவதார மகிமைகளுக்கு வேறு யாரும் உதவியதாகக் கூட அவர் மூச்சு விடுவதில்லை. எல்லாச் சிறப்புக்களும் தனக்கே என்று ஆசைப்படுபவர். எல்லாவற்றிலும் இருக்கும் பரம்பொருள் மாதிரி. பாத்த ஆளுங்கள்ளாம் உலக நாயகன் தான். சகலகலா வல்லவன் தெரியுமில்லே. அதான். இந்த சுய மோகம் தான் தன் வேஷங்களில் கூட அது கமலஹாஸன்தான், உலக நாயகன்தான் என்று தன்னையே காட்டிக்கொள்வதில் பிரியமுள்ளவர். இன்னுமொன்று, நடிப்பிலே மன்னன். அதுக்கு வேண்டிய இடம் படத்தில் தனக்கு வேண்டும்

என்பதற்காகவே தன்னையே படம் முழுதுமாக விஸ்தரித்துக்கொள்வார். அந்த வசதிக்குத்தான் கதையை தானே எழுதிக்கறதும். அதுக்கு வசதியாத்தான் இயக்குனரின் பாதி வேலையைத்தானே செய்யறதும். அதிலே அயல் நாட்டு ஷூட்டிங்குக்கும் வழி செய்துக்கணும். தன் இடம் கலை சார்ந்தது. தன் ஒரு காலத்திய சகா ரஜினியோ பாமர ரசனைக்குத் தீனி போடுகிறவர்.

தன்னைப் போல உலகத்துக் கலைப் படங்களையெல்லாம் பார்த்து, அது எல்லாத்தையும் தமிழுக்கு கொணாந்துடனும்னு ஆசப்பட்டுத்தான், (இதை மத்தவங்க காபின்னு சொல்றாங்க) ஒவ்வொரு படமும் விதவிதமா, விதவித வேஷம் போட்டு எடுக்கற காரணம். பாரதியாரே சொல்லியிருக்காருல்லே. ''பிறநாட்டு நல்லறிஞர் சாத்திரமெல்லாம் தமிழ்மொழியில் பெயர்த்தல் வேண்டும்'' னு. அதைச் சினிமாலே வேறே எப்படி செய்யறதாம். அவர் குரு பாலசந்தரே அதைத் தான் நாளும் செஞ்சிட்டிருந்தார்?

15

தமிழ் சினிமாவில் நான் காணும் பாமரத்தனமும் அருவருக்கத் தக்கதுமான விஷயங்களே தமிழ் சினிமாவின் குணத்தை நிர்ணயிக்கும் அளவு முழுமையாக ஆக்கிரமித்துள்ளதால், அந்த பாமரத்தனத்துக்கும் அருவருப்புக்கும் உருவம் தந்து உலவும் சில பெரிய தலைகளைப் பற்றிப் பேசவேண்டும். இப்படிச் சிலரை மாத்திரம் தனித்துச் சொல்லி, அதுவே தமிழ் சினிமா மொத்தத்தையும் சொல்வதாகும் என்று சொல்வது நியாயமற்ற காரியமாகத் தெரியலாம். ஆனால், இந்த பெரிய தலைகள் என்ன செய்கின்றனவோ அதைத்தான் மற்றவர் அனைவரும் தம் இயல்புக்கும், பலத்துக்கும் ஏற்ப செய்துவருகிறார்கள். அவர்களின் ஒட்டு மொத்த செயல்பாடும் ஆளுமையும்தான் தமிழ் சினிமாவின் குணமாகின்றது. ஆனால் இந்த குணத்திற்கு உதாரணமாக அதைப் பெருமளவில் தன்னுள் கொண்டுள்ள அந்த பெரிய தலைகளைப் பற்றித் தான் பேசமுடியும். தமிழ் சினிமாவில் இந்த வகையில் உள்ள ஆயிரக்கணக்கான நடிகர்கள்/நடிகைகளை, இயக்குனர்களை, தொழில் நுட்பம் சார்ந்தவர்களை ஒவ்வொருவராக எடுத்துப் பேசிக் கொண்டிருப்பது சாத்தியமல்ல.

முதலில் உலக நாயகன். முதலில் ஒன்றை மறு பேச்சுக்கிடமில்லாமல் ஒப்புக்கொள்ளவேண்டும். இது வரை தமிழ் சினிமாவில் நாம் பார்த்த பெரிய பெரிய நட்சத்திரங்கள் அனைவரிலும், நடிப்பு என்றால் என்ன என்று தெரிந்தவர், அத்திறன் கைவரப் பெற்றவர் கமலஹாஸன்தான். சந்தேகமே இல்லை. இதை நான் அனேக தருணங்களில் பார்த்து சந்தோஷப்பட்டிருக்கிறேன். கவனிக்கவும். தருணங்கள் என்று சொன்னேன். படங்கள் என்று சொல்லவில்லை. அவருக்கு ஈடான

மற்றொரு திறனை நான் கண்டதில்லை. இருக்கக் கூடும் தான். ஆனால் அந்த வாய்ப்பு அவர்களுக்குக் கிடைக்கவில்லை என்று தான் சொல்லவேண்டும். உதாரணமாக, தேவயானி, பாரதி படத்தில் செல்லம்மாளாக நடித்திருந்தது. தன் கனவுக்கன்னி இமேஜை முன்னிருத்தாது, மிக அமைதியாக பயந்து ஒடுங்கும், ஒரு சாதாரண குடும்பப் பெண்ணாக செல்லம்மாளை நம் முன்னிருத்தியது, நம் சினிமா ஒரு கலைசார்ந்த மரபாக இருந்திருக்குமானால், தேவயானி, பாரதிக்கு முன்னும் பின்னும் டான்ஸ் ஆடி, கவர்ச்சிக்கன்னியாகவே தன் சினிமா வாழ்வை முடித்திருக்க மாட்டார். இது போல் தான் அர்ச்சனாவா, பாலு மகேந்திராவின் வீடு படத்தில் நடித்திருந்தது.

இப்படி தேவயானி, அர்ச்சனா பற்றி ஒரு முழு படத்தையும் அவர்கள் நடித்து உயிர் கொடுத்து உலாவ வைத்த பாத்திரங்கள் பற்றியும் பேசமுடிகிறதே, அப்படி நான் சிறந்த நடிப்புத்திறன் கைவரப் பெற்ற கமலஹாஸனின் ஒரு படத்தைக் கூட, ஒரு பாத்திரத்தைக் கூட என்னால் உதாரணத்துக்குக் கூட முன் வைக்க முடியவில்லை. அநேக படங்களில் அவரை முழுமையாக ஒதுக்கிவிட முடிகிறது. அநேகமாக அவையெல்லாம் அவர் மற்றவர்களுக்காக நடித்துக் கொடுத்தது அவையெல்லாவற்றிலும் அவர் ஒரு சினிமா காதலன். சினிமா காதலன் என்னவெல்லாம் செய்யவேண்டும் என்னவெல்லாம் பேசவேண்டும் என்னென்ன ஸ்டைலெல்லாம் காட்டவேண்டுமோ அதெல்லாம் காட்டவேண்டும். இது எல்லா தமிழ் சினிமா நடிகர்களுக்கும் பொருந்தும் சமாச்சாரம். ஆனால் கமலஹாஸனோ தனக்கென தன்னை மையப்படுத்தி உருவாக்கிக் கொள்கிறாரே, தான் உலக நாயகனாக பவனி வருவதற்கு வேண்டிய கதை, கதை சம்பவங்கள், சுற்றித் தன்னை வலம் வர குட்டி தேவதைகளை உபரிகளை எல்லாம் யோசித்து யோசித்து கதையும் வசனமும் உட்கார்ந்து எழுதி தானே உருவாக்கிக் கொள்கிறாரே அம்மாதிரியான படங்களில், சில சம்பவத் துணுக்குகளில் சில சம்பாஷணைகளில், அந்தச் சில நிமிஷங்களில், அவரது நடிப்புத் திறனைக் காணமுடிகிறது. இத்துண்டுக் காட்சிகளோடு நம் பாராட்டை நிறுத்திக் கொள்ள வேண்டும். முழு படத்தையும் நாம் மறந்துவிடவேண்டும்.

அவற்றையெல்லாம் நாம் நினைவு படுத்திக் கொண்டால், உலக நாயகனாகும் ஆசையில் அந்த மயக்கத்தில் ஒரு மனிதன் என்னென்ன கூத்தாட்டமெல்லாம் ஆடுகிறான், என்ற பரிதாபமும் பித்தலாட்டமும் நிறைந்த ஒரு உலகுக்குத் தள்ளப்பட்டு விடுவோம்.

படம் முழுதும் ஒரு பாத்திரம் வியாபித்திருக்கும் கதைகளும் இருக்கக்கூடும்தான். ஆனால், அந்த மாதிரி பாத்திரங்களில், தானே எங்கும் நிறைந்த நாயகனாக இருக்கும் ஆசை கொண்ட உலக நாயகன் நடிக்க விரும்புவாரா என்பது கேள்வி. மாட்டார். ஏனெனில் அந்த பாத்திரமாகும் விருப்பத்தை உடையவரல்ல நமது கமலஹாஸன். அவரை மாத்திரம் குறை கூறிப் பயனில்லை. தமிழ் சினிமாவின் எந்த ஹீரோவும் ஒரு பாத்திரத்தில் தன்னை அழித்துக்கொள்வது என்பது நினைத்தும் பார்க்க இயலாத ஒன்று. எல்லாவற்றிலும் தன் ரசிகர்கள் தன்னைக் காணவேண்டும், தானே உலக அழகனாக, உலக சாகஸவீரனாக, அதே சமயம் தானுமாக (அதாவது சிம்புவாக, சரத்குமாராக, சூர்யாவாக) ரசிகர்கள் அடையாளம் காண வேண்டும். அந்த இமேஜை, எல்லாக் கதைகளிலும் எல்லா சம்பவங்களிலும், எல்லா பாத்திரங்களிலும் எடுத்துச் செல்ல வேண்டும் என்பது தமிழ் சினிமாவில் கல்லில் பொறிக்கப் பட்ட விதி. அதை யாரும் மீறுவது கிடையாது. அப்படியிருக்க, ஒரு சிம்பு அப்படி நினைக்கும்போது உலக நாயகன் கமலஹாஸன் ஏன் நினைக்க மாட்டார். உண்மையில் இன்று வந்த சிம்புக்கள் இந்த விதியைக் கற்றுக்கொண்டது, உலக நாயகனிடமிருந்தும் சூப்பர் ஸ்டாரிடமிருந்தும் அதற்கு முன்னால் மக்கள் திலகம், சிவாஜியிடமிருந்தும் தானே. இந்த விதி வழி வழியாக, பரம்பரை பரம்பரையாக பேணப்படும் விதி. மீறினால் ரசிகர்கள் ஏற்றுக்கொள்ள மாட்டார்கள்.

இதில் கமல் ஸாரின் தனித்துவம் அவர் புரட்சி செய்த காரியம் பத்து வேடங்களைச் சுமப்பது. தானே எல்லாவற்றிலும் வியாபித்திருக்க வேண்டும் என்ற ஆசை. இது கலை சார்ந்த சிந்தனை அல்ல. ஒரு திறனும் (CRAFT வெற்று CRAFT) வியாபாரமும், சுயமோகமும் எல்லாம் சேர்ந்த கலவை.

இதற்கு இந்தி சினிமாவிலிருந்து ஒரு உதாரணம் கொடுக்கிறேன். ஒரு படத்தில் திலீப் குமாரும் நஸ்ருதீன் ஷாவும் சேர்ந்து நடிக்கிறார்கள். அதில் ஒரு இடத்தில் இருவரும் வாக்கு வாதத்தில் மோதிக்கொள்ளும் காட்சி ஒன்று. திலீப் குமார் இயக்குனரிடம் சொன்னாராம். முதலில் நஸ்ருதீன் ஷாவை வைத்து அவர் சம்பந்தப்பட்ட காட்சிகளை படமெடுத்து வாருங்கள். அதைப் பார்த்து நான் சம்பந்தப்பட்ட பகுதியை நடிக்கிறேன். நீங்கள் படமெடுத்துக்கொள்ளலாம், 'முதலில் நஸ்ருதீன் ஷாவிடம் போங்கள்' என்றாராம். இதில் விளையாடியிருப்பது திலீப் குமாரின் (Ego) இந்தக் காட்சியில் நஸ்ருதீன் ஷா, தன்னை மீறி நடித்துவிடக்கூடாது என்ற எண்ணம்தான் செயல் பட்டிருக்கிறது. இதற்கெல்லாம் அவசியமே இல்லை. நஸ்ருதீன் ஷா திலீப் குமாரை தன் முந்திய தலைமுறையின் மிகச் சிறந்த நடிகர் என்று எப்பவும் ஒப்புக்கொள்வார். தன் ஓய்ந்த காலத்தில் இந்தக் கவலைகள் அவருக்கு அவசியமில்லை. இந்த சம்பவத்தில் உயர்ந்து நிற்பது என்னவோ நஸ்ருதீன் ஷா தான்.

வேடிக்கை என்னவென்றால், உலக நாயகனான கமல் ஸார், திலீப் குமாரை சிறந்த நடிகர் என்று ஒரு தொலைக்காட்சிப் பேட்டியில் சொல்லியிருக்கிறார். இங்கு தான் சிக்கல்கள் எல்லாம் பிறக்கின்றன. திலீப் குமார் சிறந்த நடிகர் என்று ஒருவர் ஒப்புக் கொள்ளும்போது, அது உண்மையானால், அத்தோடு வித்தியாசமான பார்வைகளும், ரசனைகளும், மதிப்பீடுகளும் கொண்ட ஓர் உலகத்தை கேட்பவர் முன் வைத்தாய் விட்டது. அந்த உலகத்துக்கும், கலைஞரின் முன்னோக்கிய சினிமா கலைத்துவம் பராசக்தி வசனத்தில் தான் பார்த்து இப்போதும் வியப்பதாகச் சொல்வதும், இயக்குனர் சிகரத்தைப் போற்றுவதும், 'ரஜனி சார்' 'சினிமாவில் இன்னும் செய்யவேண்டியது நிறைய இருக்கிறது', என்று சொல்வதும், தான் நடிக்க பத்து வேடங்களை வலிய உருவாக்கிக் கதை எழுதிப் பெருமைப்படுவதும், மொத்தத்தில் தான் உலக நாயகனான தமிழ் சினிமாவுமே முற்றிலும் வேறு உலகத்தைச் சேர்ந்ததுதான். இரண்டும் ஒரு மனிதனின் சிந்தனையில் இருக்க முடியாது. சேமியாவைத் தரம் பார்த்து வாங்குகிறவன், வைக்கோல் போரை மாங்கு மாங்கு என்று

தின்றுகொண்டிருக்க முடியாது இல்லையா? இரண்டையும் ஒரே இடத்தில் ரசனையில் பார்க்க முடியுமோ?.

உலகத்தின் சிறந்த கலைப் படங்களையெல்லாம் பார்க்கும் ஆசை கொண்ட ஒரு சினிமா நடிகன் இருப்பது சந்தோஷமான விஷயம். அது கலைப் பசியின் காரணமா? இல்லை, காபி அடித்து இங்கு தன் மூக்கை ஆகாயத்துக்கு உயர்த்திக்காட்டவா? என்பதைப் பிறகு ஆராயலாம். இப்போதைக்கு அது கலைப் பசி என்றே கொள்வோம். அந்தக் கலைப் பசி கொண்டவன் திலீப்குமாரை சிறந்த நடிகனாகக் கண்டால் அது புரிகிறது. ஆனால் அந்த மனிதனுக்கு சுயமோகம் உலக நாயகனிடம் காண்பது போல் இருக்குமோ? என்றாவது இந்த சீரழிந்த தமிழ் சினிமாவிலாவது, ஒரு நல்ல படத்தை தமிழ் வாழ்க்கையை அதன் வாழும் வண்ணத்தில் காட்டும் படத்தில், அதில் தன்னை ஒரு நம்பத்தகுந்த வாழும் பாத்திரத்தில் தன்னை அழித்துக்கொண்டு உருவாக்கிக் காட்டவேண்டும் என்ற ஆசை எழாதா? உலகத்தின் சிறந்த படங்கள் அவ்வளவையும் பார்க்கும் ஒரு தமிழ் சினிமா நடிகனுக்கு? நடிப்பு என்ற தொழில் திறனை தன் சிந்தனையில் தன் நீண்ட கால பயிற்சியில் வளர்த்துக்கொண்ட நடிகனுக்கு அந்த ஆசை எழாதா என்ன? அப்போது தானே நடிப்பு என்னும் தொழில் திறனைக் கொண்டவன் ஒரு கலைஞனும் ஆவான். தனக்கென ஒரு பார்வை, ஒரு தவம், ஒரு அர்ப்பணிப்பு இல்லாத வெற்றுத் திறன் மாத்திரம் ஒரு கலைஞனை உருவாக்காது.

அந்தக் கலைஞன் தன் கலையில், மக்கள் வாழ்க்கையில், சுற்றியுள்ள உலகில் ஆழ்ந்திருப்பான். அவன் தான் சுற்றியுள்ள சூழலைப்பாதிப்பான். அதைத்தான் ஷபானா ஆஸ்மி நஸ்ருதீன் ஷாவிடம், அக்கால கே.பி.சுந்தராம்பாளிடம், என்.எஸ் கிருஷ்ணனிடம் வெள்ளை ஆட்சியை எதிர்த்து நாடகம் போட்டு சிறை சென்று நாடக மேடையிலேயே உயிரை விட்ட அக்கால நாடக நடிகர்களிடம் காண்கிறோம். அதிகார நாற்காலி கண்ட இடமெல்லாம் காலில் விழுபவனிடம் அதைக் காணமுடியாது. அவன் வெறும் கூத்தாடி. சுய மோகம் எவ்வளவு இருந்தாலும் அது

அதிகாரத்தைக் கண்டதும் காலில் விழத் தயாராகிறது. தன் பலத்தை அறிந்தவனின் தலை நிமிர்வு அல்ல அது.

உலக நாயகன் என்று தன்னைக் கண்ணாடியில் பார்த்து மகிழும் மனம் தான் இயக்குனர் சிகரம், மக்கள் திலகம் நாமம் கேட்கும் போதெல்லாம் பொது மேடைகளில் லட்சார்ச்சனை செய்ய நிர்பந்திக்கிறது. அது தான் மனதார நம்பும் உண்மை அல்ல என்பது தெரியும். நான் முன்னர் சொன்ன சிறந்த நடிப்புத் திறன் வெளிப்படும் தருணங்கள் என்று முன்னே சொன்னேனே, அந்தத் திறன் கொண்ட நடிகன், உலகில் சிறந்த திரைப்படங்களை யெல்லாம் பார்த்து மகிழும் ஒரு நடிகன், திலீப் குமாரை சிறந்த நடிகனாகக் காண்பவன், கலைஞரிடம்தான் தான் தமிழ் கற்றதாகச் சொல்ல மாட்டான். பராசக்தியில் காலத்தை முந்திய சினிமா கலை நுட்பங்களைக் கண்டு வியப்பதாகச் சொல்ல மாட்டான்.

16

இப்படியே நான் தமிழ் சினிமாவில் கமல் சாரின் பாத்திரத்தை, அவர் விரும்பி முயன்று விடாது வெளிக்காட்டிக்கொள்ளும் பாத்திரத்தின் குண விசேஷங்களை கூர்ந்து கவனித்துக்கொண்டே போனால், எனக்குத்தான் ஏதோ அவர் மீது தனிப்பட்ட வன்மம் இருப்பதால், அவரை இப்படி விமர்சித்துக் கொண்டு போவதாகத் தோன்றும். அது அவருக்கு தனி மனிதராக பெருத்த அநியாயம் செய்வதாகவும் தோன்றக்கூடும். கமல் சாரின் ரசிகர்களுக்கு எல்லாம் அப்படித்தான் மிக எளிதாக என் மீது குற்றம் சாட்டத் தோன்றும். அது தான் அவர்களது சிந்தனையும் சுய உணர்வுமற்ற பரிதாபத்திலிருந்து கமல் சாரையும் அவர்களையும் காப்பாற்றிக் கொள்ளும் வழியுமாகும். திடீரென்று அவருடைய 87-ம் வயதில் கருணாநிதியை, ‘இவ்வளவெல்லாம் ஏன் கஷ்டப்படறீங்க, பேசாம சாமி கும்பிட்டிட்டு வந்துடுங்களேன். நிம்மதியா இருக்கும்’ என்று சொன்னால் அவரால் ஒப்புக்கொள்ள முடியுமா? இவ்வளவு நீண்ட காலம் பாதுகாத்த இமேஜை மிஞ்சி இருக்கிற காலத்துக்காவது காப்பாத்த வேண்டாமா? மேலும் அது பெரும் மன உளைச்சலில் வேறு ஆழ்த்திவிடும். ஆக, அவர்களுக்கு வேறு ஒரு ‘சாரோ’ ‘நாயகனோ’ கிடைக்கும் வரை இந்த அவஸ்தை தொடரத்தான் செய்யும். போகட்டும்.

எனக்கு கமல் சார் ஒரு சௌகரியமான பெயர்தான். அது தமிழ் சினிமாவை ஆக்கிரமித்துள்ள பல போக்குகளில் ஒரு போக்கை உருவகப்படுத்தக் கிடைத்த அந்த போக்கின் வெற்றிகரமான உதாரணமே. உண்மையில் எல்லாமே கொள்ளை கொள்ளையாக காசு எப்படி சம்பாதிக்கிறதுங்கற சமாச்சாரம்தான். ஆனால் கலைக்காகத் தவம் கிடப்பதான, தான் ஈடுபட்டிருப்பது ஒரு கலை என்று சொல்லிக்கொள்ள

அப்படி தமிழ் ரசிகர் உலகை நம்ப வைக்க, ஒரு தனிப் பாதை. ஒரு காலத்தில் இந்தத் துறையில் இருப்போர் அத்தனை பேரும் கூத்தாடிகள் என்று தான் பேசப்பட்டார்கள். அறியப்பட்டார்கள். அவர்கள் தொழில், நடிப்பு, வாழ்க்கை எல்லாம் என்னவாக இருந்தாலும், அக் கூத்தாடிகளில் சிலர் கலையைப் பேணியவர்கள். சிறந்த சங்கீத கலைஞர்கள் இருந்தாலும் அவர்கள் உலகம் கூத்தாடிகள் உலகமாகத்தான் இழிந்து பேசப்பட்டது. அவர்களில் சம்பாத்தியம் எப்படி இருந்தாலும் சமூகப் பொறுப்பு என்ற பிரக்ஞையோடு செயல் பட்டவர்கள். தம் வாழ்க்கையை பணயம் வைத்தவர்கள். தம்மை இழந்தவர்கள். அது ஒரு கால கட்டம். அக்கால கட்ட பொது தர்மம். 'அது சரிய்யா, பணம் வருதுங்கறதுக்காக என்ன வேணாலும் செய்யறதா?' என்று படிப்பறிவற்ற ஏழை கூட சொல்லக்கூடிய ஒரு பொது தர்மம் பரவலாக இருந்த காலம். .

ஆனால் கூத்தாடிகள் கலைஞராகிவிட்ட இந்த காலத்தில்தான் சினிமா உலகம் அதன் ஆத்மார்த்தத்தில் கூத்தாடிகள் உலகமாகியிருக்கிறது. கலைஞர்கள் கூத்தாடிகளாக இழிந்து பேசப்பட்ட காலம் போய் கூத்தாடிகள் கலைஞர்களாக கோஷிக்கப்படும் காலம் இது. இவர்கள் தம் வளத்துக்காக எதையும் பணயம் வைப்பார்கள். தம் சுய கௌரவத்தையும் இழக்கத் தயாராவார்கள். குத்தாட்டம் ஆடுபவர்களும், ஆட்டுவிக்கிறவர்களும், அதற்கு இசை அமைப்பவர்களும், பாடுபவர்களும் கலைஞர்கள்தாம். அவர்கள் அரசியல் அதிகார மேடைகளில் கௌரவிக்கப்படுவார்கள். இவர்களில் பெரும்பாலோர் ஆட்டுவிக்கப்படும் பாவைகள் என்பதுதான் உண்மை. அரசியல் அதிகாரம் இவர்களைப் பயன்படுத்திக் கொள்ளும்போது பாவைகள் அங்கும் வீற்றிருப்பதை நாம் குறை சொல்ல முடியாது.

இரண்டு பெரும் பிரிவுகளை இங்கு நாம் காணலாம். உத்தேசமான இரு பெரும் பிரிவுகள். ஒரு சில குணங்கள் இரண்டிலும் காணப்படலாம். சில குணங்கள் மங்கலாக மாறி மாறிக் காணலாம். முற்றிலும் ஒன்றை ஒன்று மாறிக் காணும் ஒன்றுக்கொன்று எதிரான பிரிவுகள் அல்ல. எல்லாமே வியாபாரம் தான். பணம் சம்பாதிக்கத்தான். புகழ் விரும்பித்தான். இதில்

எதைக் குறை கூற முடியும்? ஆனால், புகழோ, பணமோ, விளம்பரமோ, இவை எதற்கும் எவ்வளவு தூரம் ஒரு மனிதன் செல்லத் தயாராக இருக்கிறான், எதையெல்லாம் விலையாகக் கொடுக்கத் தயாராக இருக்கிறான், எதையெல்லாம் செய்யத் தயாராக இருக்கிறான் என்பதில் தான் நாம் ஒருவனை கலைஞன் என்றும் மற்றவன் பணத்துக்காக எதையும் செய்பவன் என்றும் பிரித்துக் காண்கிறோம். இன்னொன்று, ஒரு தனி மனிதனின் ஆளுமை. எந்த செயலிலும் அவன் தன் ஆளுமையை எடுத்துச் செல்பவன். தன் செயல்களில், சிந்தனையில், தன் ஆளுமையை பிரதிபலிக்கச் செய்பவன்.

அப்போதுதான் தனக்கு இருக்கும் நடிப்புத் திறனை, கமலஹாஸன் ரசிகர்களை வாய் பிளக்க வைக்கும் சேஷ்டைகளுக்குத்தான் செலவிடுகிறாரே தவிர ஒரு கலைஞனின் மனமோ பார்வையோ இருப்பதாகத் தெரியவில்லை. இதுகாறும் அவரிடமிருந்து அப்படி ஏதும் வந்துவிடவில்லை. அவருடைய ஆளுமை அப்படிப்பட்டது. உலகத்தின் சிறந்த படங்களையெல்லாம் அவர் பார்த்துத் தெரிந்து கொள்வது தன் கலை உணர்வுகளை விசாலப்படுத்திக் கொள்வதற்கோ தன் புரிதலை ஆழப்படுத்திக் கொள்வதற்கோ இல்லை. எதை எதையெல்லாம் எங்கேயிருந்து எடுத்தாண்டுதான் வித்தியாசமாகச் சிந்திப்பவன் என்ற செயற்கையான இமேஜை பெரிதாக்கிக்கொள்ளத்தான் என்பது, வாதம் புரிந்து நிலை நிறுத்த வேண்டிய விஷயம் இல்லை.

இன்றைய தமிழ் சினிமாவில் எல்லோரும் பணம் சம்பாதித்து தம் வாழ்க்கையை வளமாக்கிக்கொள்ளத்தான் வந்திருக்கிறார்கள். யாரும் பணத்தைக் கொட்டி இழக்க வரவில்லை. அவரவர்க்குத் தெரிந்த தொழிலைச் செய்து பணம் சம்பாதிப்பதிலோ, பிரபல்யம் அடைவதிலோ, யாருக்கும் ஆட்சேபணை இருக்க முடியாது. அத்தோடு பிரபல்யம் எங்கு புகழாக பரிமளிக்கிறதோ, தொழில் எங்கு கலையாகப் பரிணாமம் பெறுகிறதோ அதையும் உணரும் திறனும், புரிந்து கொள்ளும் பிரக்ஞையும் நமக்கு இருந்தால் நல்லது. இருக்க வேண்டும். பால் முனி வாங் லங்காக நடித்த காலத்தில் உலகத் திரைப்படக் கலை என்ற சமாசாரம் எல்லாம் ஏதும் கிடையாது. Good Earth-ம் ஒரு கமர்ஸியல் படமாகத்தான்

பணம் போட்டு பணம் சம்பாதிக்கத்தான் எடுக்கப்பட்டது. பணம் சம்பாதிப்பது என்பது அபத்தமான அசிங்கமான அதர்மமான எல்லை வரைக்கும் அர்த்தப்படுத்தப்பட்டு வாழும் தர்மமாகி விடாத காலம்.

ஆனால் பணம் பண்றது என்பது ஒரு மாதிரியாக அர்த்தப் படுத்தப்பட்டு, அதுவே சினிமாவாகி வளர்ந்து விட்ட இன்றைய கால கட்டத்தில், அந்த சினிமா தர்மத்தை, வியாபாரம் பண்ணும் உத்திகளை ஒன்று விடாமல் கடைப்பிடித்துக்கொண்டே, தான் ஒரு பெரிய கலைஞனாக்கும் என்று தானே வருவித்துக்கொள்ளும் மயக்கத்தில், மிதப்பில் ஒருவன் ஆழ்ந்து விடும் போதுதான் சிக்கல்கள் எழுகின்றன.

இன்னொரு முனையைப் பார்க்கலாம். சூப்பர் ஸ்டார், ரஜினி சார் இருக்காரே, இருபத்தைந்து கோடி ஒரு படத்துக்குப் பெறுவதாகச் சொல்கிறார்கள். அது இன்றைய ரேட். முதலில் நடிக்க வந்த போது கொஞ்சமாகத்தான், ரொம்பவும் கொஞ்சமாகத்தான் இருந்திருக்கும். தமிழ் சினிமாவை விட பலமடங்கு அதிக சந்தையுள்ள ஹிந்தி சூப்பர் ஸ்டார்களே அவ்வளவு பணம் பெறுகிறார்களா என்பது சந்தேகம். அவர்களில் எவரையும் வைத்து 150 கோடி ரூபாய் ஒரு படத்துக்கு செலவழிப்பார்களா என்பதும் சந்தேகம்தான். வயது அறுபதாகப்போகிறதா? ஏதோ அப்படித்தான் கிட்டத்தட்ட. அதை மறைப்பதும் இல்லை. ஒரு சூப்பர் ஸ்டாரின் முகமோ, அழகோ, பந்தாவோ எதுவும் இல்லை. சந்தைக்குப் போகும் இமேஜ் அவ்வளவும், நிஜ வாழ்க்கையில் பார்க்கும் இமேஜுக்கு முற்றிலும் வேறான அந்த இமேஜ் சினிமாவில் தோன்ற ரசிகர்கள் எதிர்பார்க்கும் சந்தோஷத்துக்காகத் தயாரிக்கப்படுகிறது. அது தான் அல்ல. ஸ்ரீரங்கம் சன்னதித் தெருக்களில் கோஷா விற்கமுடியாது. ஜெட்டாவில் காஞ்சீபுரம் பட்டுப் புடவை கடை வைக்க முடியாது. தவறிப் போய், சந்தையில் ஆகிவந்த ஃபார்முலாக்களோடு தன் ஆசையையும் கொஞ்சம் கலந்து தயாரித்த பாபா படம் ‘தலீவா, ஏமாத்திப் புட்டியே தலீவா’ என்ற ரசிகர்களின் புலம்பலைக் கேட்ட பிறகு அந்த சிந்தனையையே சினிமாவிலிருந்து ஒதுக்கியாயிற்று.

தனக்குப் பிடித்த தான் நடித்த படங்களைச் சொல்லக் கேட்ட குரு பாலசந்தரிடம் ரஜினி (அங்கு குருவின் முன்னால் ரஜினியாகத் தான் அடக்க ஒடுக்கமாக உட்கார்ந்திருந்தார்) சொன்னது. ராகவேந்திரா, படையப்பா. தன் இயக்கத்தில் நடித்த படம் எதையும் சொல்லலையே நீ'' என்று குரு கேட்க, அவர் குருவைச் சந்தோஷப்படுத்த பொய்யாக எதுவும் சொல்லவில்லை. சிரித்து மௌனமானதைத்தான் நான் பார்த்தேன். குரு தான் இயக்குனர் சிகரமாயிற்றே. உலகத்தரம், என்று ஏதோ குரு கேட்க, ரஜினி, 'மிகவும் வெளிப்படையாக, பந்தா ஏதும் இன்றி, தன் உலகம் கமர்சியல் உலகம்தான் என்றும் தனக்கு கலை, அது இது என்று எல்லாம் ஏதும் தெரியாது என்றோ என்னவோ சொல்லி குருவுக்கும் ரசிகர்களுக்கும் ஏமாற்றத்தைத் தந்தார் என்றுதான் சொல்ல வேண்டும். எனக்கு, 'அப்பா, இந்த வேஷங்கள் போடும் உலகில் ஒரு நேர்மையான மனிதனைச் சந்தித்தோம் என்ற சந்தோஷம் ஏற்பட்டது.

உலக நாயகன் கமல் ஸார், தான் இருப்பது கமர்ஸியல் உலகம் என்று தன் குருவுக்கு, உலகம் முழுதும் பார்க்கும் ஒரு சன் தொலைக்காட்சிப் பேட்டியில் சொல்லியிருக்க மாட்டார் என்று தான் நினைக்கிறேன், அவரை நான் சரியாக புரிந்து கொண்டிருக்கிறேன் என்றால் அவர்தான் 1952 பராசக்தியிலேயே எதிர் காலத்தில் வரவிருக்கும் சினிமா கலை நுணுக்கங்களை யெல்லாம் 'கலைஞர்' வசனத்திலேயே கண்டு மகிழ்ந்தவர் ஆயிற்றே. கலைஞர் சினிமா வசனங்கள்தான் அவருக்கு தமிழே கற்றுக்கொடுத்ததாமே. ஆனால் அந்த ஆரம்ப காலங்களில் குமுதத்தில் இயக்குனர் சிகரத்தைப் பற்றி ஏதோ எழுதப் போக, குருவுக்கு கோபம் வர, தகராறு முற்றி, அந்தத் தொடரையே குமுதம் நிறுத்தியது. கமல்சாரும் வருத்தம் தெரிவித்து அதற்குப் பிறகு அம்மாதிரி தவறுகளேதும் நேராதவாறு ஜாக்கிரதையாகவே இருப்பது மட்டுமல்லாமல், தன் குருவின் பாதையிலேயே யாரும் தன்னைப் பற்றியும் புகழுரைகள் தவிர வேறு ஏதும் மூச்சுக் கூட விடாதவாறு பார்த்துக்கொள்கிறார் என்று தோன்றுகிறது. சமீபத்தில்கூட ஜெயா தொலைக் காட்சியில் யாரோ அவரைப் பற்றி ஏதோ சொல்லப் போக, அது உலக நாயகனுக்குத் தெரிய வர, அவர் உடனே தானே ஜெயா தொலைக்காட்சி அலுவலகம் சென்று அந்த

ஆட்சேபகரமான கருத்துக்கள் வெளிவராதவாறு தணிக்கை செய்துவிட்டுத்தான் திரும்பினார் என்று தினகரன் இணைப்பு ஒன்றில் படித்தேன்.

தன் கருத்துக்களைச் சொல்லவே கூட பயப்பட வேண்டிய நிலை. தன் குருவை மீறி தன் வழிச் சென்ற ராமானுஜர் பற்றி நாம் படித்திருக்கிறோம். மகாத்மாவையே எதிர்த்து நின்று காங்கிரஸின் தலைமையை திரிபுரா காங்கிரஸில் பெற்ற சுபாஷ் சந்திர போஸ் பற்றியும் மூத்த தலைமுறையினருக்குத் தெரியும். இத்தலைமுறையினர் சரித்திரத்தில் படித்திருப்பார்கள். சென்ற தலைமுறையினருக்குத் தெரியும் அண்ணாதுரை தன் குருவைத் தொடர்ந்து இனி செல்ல இயலாது என தனிக்கட்சி தொடங்கி குருவின் சாபங்களை தான் முதன் மந்திரியாகும் வரை கேட்கும் நிலை வந்தது. கணக்குக் காட்டு என்று திமுக தலைவரைக் கேட்டு அவரது பகைமையைச் சம்பாதித்துக்கொண்ட எம்ஜிஆர் பற்றி தெரியாத தமிழன் இருக்க முடியாது. எதிர்த்துத் தன் வழிச்சென்ற யாரும் அதற்காகச் சிறுமைப் பட்டதில்லை. ஒரு கட்டத்தில் தன் கருத்தை வெளியிட்டுத் தம் தனித்துவத்தை ஸ்தாபித்துக்கொண்டவர்கள் இவர்கள். அத்தகைய கட்டம் யாருக்கும் வரும். தனித்துவமும் சுயமான ஆளுமையும் வாய்க்கப்பட்டவர்கள் தலைமையே கதி என்றிருப்பது கடினமான காரியம். அது வாய்க்கப் பெறாதவர்கள் பற்றிப் பேச்சில்லை..

இன்றைய தமிழ்நாட்டில் தனக்கு தெய்வ பக்தி உண்டு, தான் நாஸ்திகன் இல்லை என்று பொது மேடையில் சொல்லி அதைச் செயலில் காட்டித் தன் வழி செல்லக் கூட ஒரு தைரியம் வேண்டும். இதில் ஏதும் வீரம் வேண்டும் விஷயம் இல்லை. ஆனால் அரசியல் சமூகச் சூழல், அவனை மூடன் என்றும், பகுத்தறிவு அற்றவன் என்றும் சொல்லுமோ என்ற பயம் சமூகத்தில் பிரபலங்களாகிவிட்டவர்களையெல்லாம் வாட்டி வதைக்கிறது. வேடிக்கை என்னவென்றால் தான் நாஸ்திகன் என்று சொல்வதில் ஒரு போலிப் பெருமை இருப்பதாக, தான் மிக அறிவாளி போலவும் பந்தா செய்துகொள்ள நாஸ்திகன் என்ற பிரகடனம் தேவை என்று அப்பிரபலங்களுக்கு என்ணம்.

இரண்டிலுமே போலித்தனங்கள் பரவலாகக் காண்கிறது என்றாலும் நாஸ்திகத்தில் அறிவாளி பந்தா சேர்ந்துகொள்கிறது. இந்த பந்தா உலக நாயகனிடம் இருப்பது பட்டவர்த்தனம். அதோடு கலைஞராக அறியப்படும் திமுக தலைவரிடம் தெய்வ நம்பிக்கை கொண்டவர்களை இழிவாகப் பேசுவது ஒரு பழக்கமாகக் காண்பது போல, அவரைத் திருப்திப் படுத்தும் சிந்தனையிலேயே இருக்கும் உலக நாயகன் தன் நாஸ்திகத்தைப் கர்வத்தோடு பிரகடனம் செய்து கொள்வதோடு ஆஸ்திக நம்பிக்கைகளை ஆபாசப் படுத்துவதும் அவருக்கு விருப்பமான விளையாட்டு. மன்மதன் அம்புக்காக அவர் கவிதை என்று சொல்லி படிக்கப் போக, அதன் புண்படுத்தும் எண்ணம் பலத்த எதிர்ப்பை விளைவிக்க பின் அந்தக் கவிதை எனப்பட்டது நீக்கப்பட்டது.

நான் ஒருவரது தெய்வ நம்பிக்கை பற்றியோ அது இன்மையைப் பற்றியோ எதுவும் சொல்வதற்கில்லை. அது அவரவரது சிந்தனையைச் சார்ந்த சுதந்திரம். தெய்வ நம்பிக்கை தனி மனித சிந்தனைச் சுதந்திரம் போல. அது மரியாதைக்குரியது. மதிக்க வேண்டுவது. அது பற்றிப் பேசலாம். கருத்துக்கள் பரிமாறிக்கொள்ளலாம். ஆனால் மற்றவர் சிந்தனையைக் கேவலப்படுத்தக்கூடாது. மனம் புண்படுத்தக்கூடாது. அதற்கு எந்த உரிமையும் மற்றவர்க்கு இல்லை. வேத காலத்திலிருந்து நாஸ்திக சிந்தனைகள் இருந்துள்ளன. அவர்கள் தத்துவதரிசிகளாக, கலைஞர்களாக இருந்துள்ளனர். அவர்கள் மனித சிந்தனைக்கும் வாழ்வுக்கும் வளம் சேர்த்தவர்கள். ஆனால் தமிழ் நாட்டில் காணப்படுவது போல, அது ஒரு தரப்பினரிடம் கொண்ட பகைமையால் அவர்களை இழிவுபடுத்த மேற்கொண்ட அரசியல் கொள்கையானால் அது ஒரு இழிந்த மனதையே வெளிக்காட்டும். அப்படி இழிந்து பேசுகிறவன் கலைஞனாக மாட்டான். அவன் மரியாதைக்குரிய மனிதன் கூட இல்லை. அவன் ஒரு கடைத்தர மனிதன். அரசியல்வாதி.

தன் தெய்வ நம்பிக்கையை, தான் நம்பும் ஆசாரங்களை ரஜினிகாந்த் பிரச்சாரப்படுத்துவதுமில்லை. அது தனக்குப் பெருமை சேர்க்கும் ஒன்றாகவும் பிரகடனப்படுத்துவதில்லை. அந்த நம்பிக்கை அற்றவரை

இழிவு படுத்துவதுமில்லை. தன்னளவில் அது தன் நம்பிக்கை சார்ந்தது. தான் வாழும் வழி அது என்பதை அவர் மறைப்பதும் இல்லை. பொதுவில் வைக்கத் தயங்குவதும் இல்லை. தன் மகள் திருமணத்தை அவர் வைதீக சடங்குகளோடு உலகம் பார்க்க நடத்தியது, 'பாபா'வை ரசிக்காத தன் ரசிகர்கள் கூட்டம் என்ன சொல்லுமோ, தன் சினிமா வியாபாரம் இதனால் கெடுமோ என்றும் அவர் நினைத்துப் பார்க்கவில்லை. அவர் மனத் திடத்தையும் தன் நம்பிக்கைகளின் பலத்தையும் சொல்லாமல் சொல்லும் ஒரு சினிமா சூப்பர் ஸ்டார், நாஸ்திகத்தைப் பெருமையாகக் கருதும் அரசியல் சூழலில், அத்தகைய அதிகார மையங்களின் நெருக்கத்தில் இருக்கும் ஒருவரின் இத்தகைய செயல், இது என் வழி, இது தான் நான் என்றும், தன் சூப்பர் ஸ்டார் இமேஜ்தானே ஒழிய, அது தான் அல்ல என்றும் உலகின் முன் வைத்தது ரஜினி காந்தை மரியாதைக்குரிய மனிதனாக, நாம் மதிக்க வேண்டிய மனிதனாகக் காட்டுகிறது. அவர் சினிமாவில் ஒன்று கூட எனக்குப் பிடித்ததில்லை. அவர் சினிமாவை சினிமாவாக நான் ஏற்பதில்லை. அவர் சினிமாவில் ஏற்ற பாத்திரங்கள் அவருக்கு தன் நடிப்புத் திறனைக் காட்டும் வாய்ப்பைத் தராமல் போயிருக்கலாம். இது தமிழ் சினிமாவில் உள்ள எல்லாரையும் சாரும் குற்றச்சாட்டுத்தான். அவர்கள் பாத்திரங்கள், அவர்கள் கதைகள், அவர்கள் பேச்சுக்கள் என் எதுவும் எனக்கு அவற்றை நம்பகத் தன்மையைக் கொடுக்காமல்தான் இருக்கின்றன. இந்தக் கூட்டத்தில் மிக வெற்றிகரமாக ஒரு சந்தையை உருவாக்கிக் கொண்டுள்ளவர் ரஜினிகாந்த். ஒரு சூப்பர் ஸ்டாராகவும் ஆக்கியுள்ளது அந்த வெற்றி. ஆனால் அவர் என்னளவில் ஒரு தனி மனிதராக மரியாதைக்குரியவர்.

17

தமிழ் சினிமாவில் பரவலாக அதன் தொடக்கத்திலிருந்தே காணும் பல அவலங்களை, அதன் குணத்தையே தொடர்ந்து நிர்ணயித்து வரும் அவலங்களைக் கண்டாலும் அவை பற்றி நினைத்தாலும் நான் மிகவும் சுருங்கிப் போகிறேன். மனத்தளவிலும் நினைப்பளவிலும். இது எனக்கு நேர்ந்துள்ள, எனக்கே நேர்ந்துள்ள மனவியாதி அல்ல. இன்னமும் தமிழ் சினிமாவும் அரசியலும் பாதிக்காது மன ஆரோக்கியமோ உடல் ஆரோக்கியத்தையமோ க்ஷீணித்துப் போகாது பார்த்துக்கொள்ளும் ஜீவன்கள் யாரும் மனம் சுருங்கி உடல் குறுகித்தான் போவார்கள். கூவத்தின் கரையில் வாழ்வதற்கும் உடல், மனப் பயிற்சி வேண்டும் தானே. அது டிவி செட்டும், வோட்டுப் போட ஆயிரங்கள் சிலவும், கிடைத்துவிட்டால் அது அந்த பயிற்சி பெற்றதற்கான பரிசு என்றுதான் சொல்லவேண்டும். தமிழ் சினிமா பற்றியோ, அரசியல் பற்றியோ பேசும்போது இந்த மொழியில், படிமங்களில்தான் நான் பேசத் தள்ளப்படுகிறேன். ஆனால் இந்த சாக்கடையில் உழன்று சுகம் காணும் ஜீவன்கள் அவரவர் ஆளுமைக்கும் பிரபல்யத்துக்கும் ஏற்ப இந்த சமூகத்தையும் ஆபாசப்படுத்தி வருகிறார்கள். வோட்டுக்களும் பிரபல்யமும் நம் ஜனநாயகத்தைத் தீர்மானிப்பதால், சினிமாவின் அவலங்கள் அரசியலுக்கும், அரசியலின் அவலங்கள் சினிமாவுக்கும் பரவி ஒரு மட்டத்தில் இது சினிமாவா இல்லை அரசியலா என்று இனங்காட்டி பிரிக்க முடியாதவாறு ஒன்று கலந்து விட்டதையும் பார்க்கிறோம். பராசக்தி படத்தை இன்றும் ஒரு மைல்கல்லாக, ஒரு க்ளாசிக் என்றுதான் மதிப்பிடுகிறார்கள். அந்தப் படம் கோர்ட்டில் சிவாஜி கணேசனின் உரத்த வாக்குமூலம். சினிமாவா, அரசியலா? அதை எழுதிய

போது கருணாநிதி அரசியல்வாதியாக தன்னை எண்ணிக்கொண்டாரா? இல்லை சினிமா கதையாசிரியராகவா?

இன்று காலை தற்செயலாக விவேக் ஒரு படத்தில் அந்த கோர்ட் பிரசங்கத்தை ஒட்டி மூச்சு விடாமல் 15 நிமிஷம் கதறித் தள்ளிய காட்சியைப் பார்த்தேன். என்ன படம் என்று தெரியவில்லை. அது நகைச்சுவைக் காட்சிகளையே கொண்ட ஒளிபரப்புப் பகுதி. சாதாரணமாக விவேக்கின் காமெடி எனக்குப்பிடிக்காது. ஆனால் அவர் திறமை இந்தக் காட்சியில் எனக்குப் பிடித்ததாக இருந்தது.. அதே உரத்த குரல், அதே கேள்விகள், அதே பதில்கள் அதே அடுக்கு மொழிகள். நகைச்சுவைப் பகுதியாதலால் அது கிண்டல் என்று எனக்கு மாத்திரம் அல்ல, தொலைக்காட்சிக்காரர்களுக்கும் அது கிண்டல் வகையைச் சார்ந்ததாகத்தான் பட்டிருக்க வேண்டும். அது கிண்டல்தான் என்றால், அந்தக் கிண்டல், சிவாஜி கணேசனின் நடிப்பைக் கிண்டல் செய்ததா? இல்லை, அந்த புகழ்பெற்ற அறைகூவலைக் கிண்டல் செய்தாரா? இல்லை பாராட்டுதலாகத்தான் காப்பி அடித்தாரா? அது சினிமாவா? இல்லை, அரசியலா? அதைப் பாராட்டு என்று நினைத்துத்தான் விவேக் பத்மஸ்ரீ விருதுக்கு உரியவரானாரா? உலக நாயகன் பராசக்தி வசனத்திலிருந்து தான், தான் சினிமா நுணுக்கங்களையும் தமிழையும் கற்றதாகச் சொல்லும் போது, அது அரசியலா, இல்லை சினிமா ரசனையா? முதல் அமைச்சர் நினைத்த போதெல்லாம் சினிமாக்காரர்களுக்கு சலுகைகளாக வாரி வழங்கிக்கொண்டு வருகிறாரே, அந்த ஒவ்வொரு சலுகை அறிவிப்பும் அவருக்கு சினிமாககாரர்கள் தரும் பிரம்மாண்ட பாராட்டு விழாவில் முடிகிறதே, அந்த ஒவ்வொரு பாராட்டு விழாவும் அனேகமாக நாள் முழுதும் நீடிக்கும் குத்தாட்ட விழாவாகவே முடிகிறதே, அது சினிமா ரசனையா?, இல்லை அரசியலா? இல்லை நாள் முழுதும் குத்தாட்டம் பார்க்கக் கிடைத்த ஒரு வாய்ப்பா? இல்லை அது குத்தாட்ட அழகிகள் தமிழக அரசியலுக்குத் தரும் பங்களிப்பா? தமிழகத்தில் இலக்கியம் மாத்திரம் அல்ல, சினிமா, அரசியல், பாராட்டுவிழா, குத்தாட்டம் எல்லாமே பன்முக பரிமாணம் பெற்றுத் திகழ ஆரம்பித்துவிட்டனவே,

இதுவே தமிழ்க் கலை வாழ்க்கையில் எல்லோரும் எப்போதும் சொல்லிப் பெருமைகொள்ளும் பொற்காலத்தில் வாழ்கிறோமோ ஒருவேளை?

கடந்த பகுதியில் நான் உலக நாயகனையும் சூப்பர் ஸ்டாரையும் மாத்திரம் எடுத்துக்கொண்டு சில அபிப்ராயங்களைச் சொன்னேன். அவர்களை இரண்டு பெரும் பிரிவுகளுக்கு பாரிய உதாரணங்களாகத் தான் எடுத்துக்கொண்டேன். இடைப்பட்ட பல புள்ளிகளும் உண்டு. அவர்களைப் பற்றி நான் பேசாததால், அவர்கள் விமர்சனத்துக்கு அப்பாற்பட்டவர்கள் என்று அர்த்தமில்லை. ஒவ்வொருவரிடமும் உலக நாயகனின் தன் மிதப்பும் உண்டு. சூப்பர் ஸ்டாரின் சாகஸக்காட்சிகளும் கொஞ்சம் கூட குறைய உண்டு. யாரையும் நடிகர் என்று சொல்ல லாயக்கில்லை.

ரசிகர்களின் கனவுலகப் பிரமைகளுக்கும், மூடை மூடையாக பணம் பண்ண வந்த தயாரிப்பாளர்களின் கயிற்றசைவுக்கு ஏற்ப ஆடும் பாவைகள் தான். தயாரிப்பாளர்களும் ரசிகர்களிடம் வெற்றி பெற்ற உலக நாயகன், சூப்பர் ஸ்டார் ஆகிய இரண்டு பெரும் மாடல்களின் லீலைகளை வசதிக்கேற்ப கொஞ்சம் கொஞ்சம் பிய்த்து எடுத்து உபயோகப்படுத்திக் கொள்வார்கள். ஆக, இதைச் சொல்ல ஒவ்வொருவரையும் பற்றி விலாவாரியாக எழுதிக்கொண்டிருக்கவேண்டிய அவசியமில்லை. இங்கு பலர் பின்னோட்டமாக எழுதும் அபிப்ராயங்களைப் படிக்கும் போது, நான் எழுதுவதை அவர்கள் எதிர்கொள்வதே இல்லை என்று தெரிகிறது. சூப்பர் ஸ்டாரை, நான் தனிமனிதராக மதிக்கிறேன் என்று சொல்லிவிட்டதில் அவர்கள் புளங்காகிதமடைந்து விடுகிறதைப் பார்க்கிறேன். அவர்களுடைய பாலாபிஷேக மூலமூர்த்தியைப் பற்றி ஒரு நல்ல வார்த்தை சொல்லி விட்டேனே, அது போதும் அவர்களுக்கு. சூப்பர் ஸ்டாரை யாரும் முக்கியமாக மதிக்க வேண்டியது அவரிடம் இருந்திருக்க வேண்டிய, ஆனால் இல்லாது போய்விட்ட அவரது நடிப்பாற்றலுக்காகத்தான். அவர் தன் சினிமாக்களில் முன் வைத்திருக்க வேண்டிய சமூக மதிப்புகள் சார்ந்த பார்வைக்காக. வாழ்க்கை விமர்சனத்துக்காகத்தான்.

கலை சார்ந்த இந்த குணங்களுக்காகத்தான், எந்தக் கலைஞனும் பாராட்டப்பட வேண்டியவனாகிறான், அவன் எந்தக் கலைத்துறையைச் சார்ந்தவனாக இருந்தாலும் சரி. அப்போதுதான் அவன் கலைஞனாகிறான். இதே போலத்தான் உலகநாயகனின் பக்த கோடிகளும், கமலிடம் நடிப்புத்திறமையைக் காண்கிறேன் என்று சொல்லிவிட்டேன். உடனே, கமலைப்பாராட்டி விட்டேன் என்று ஆற்றில் மிதக்கிறவனுக்கு பற்றிக்கொண்டு மிதக்கவாவது ஏதோ கிடைத்துவிட்ட பரவசத்தில் காவடி எடுக்கத் தொடங்கி விடுகிறார்கள். அவரது நடிப்புத் திறன் சுயமோகத்தில் தன் கலையையும் இழந்து, முதலும் முடிவுமாக தன் மனிதத்துவத்தையும் இழந்து ஒரு அருவருக்கத் தக்க ஆபாச கலாசாரத்தில் தானும் மூழ்கி தமிழ் சமுகத்தையும் மூழ்க அடித்துவிட்டதாக நான் குற்றம் சாட்டியதை இவர்கள் கண்டு கொள்ளவே இல்லை. இதைத்தான் மிக ஆபாசமான சினிமா, அரசியல் கலாசாரம் என்று சொல்கிறேன்.

இப்படி தன் ஆபாசத்தைப் பற்றி ஏதாவது ஒரு நல்ல வார்த்தையாவது கிடைக்காதா என்ற தவிப்புதான் இவர்களை, தமிழ் சினிமா மாத்திரமா இப்படி?, இதே ஃபார்முலா தானே ஹிந்தி சினிமாவிலும், தெலுங்கு சினிமாவிலும் என்று கேட்கும் பரிதாபம் நேர்கிறது. வாஸ்தவம். தெலுங்கு சினிமாவுக்கும் தமிழ் சினிமாவுக்கும் எந்த வித்தியாசமும் இல்லை. ஒருவேளை இன்னும் மோசமாகக் கூட இருக்கும் என்கிற சாத்தியத்தையும் நான் மறுக்கவில்லை. கன்னட சினிமாவிலும் தமிழ் சினிமாவின் கூறுகள் உண்டு. அதன் வெகுஜன சினிமாவும் தமிழ் சினிமாவைப் போல்தான். அங்கும் ஒரு ராஜ்குமார் உண்டுதான். நடிகர் திலகங்களும் சூப்பர் ஸ்டார்களும் நம் தமிழ் நாட்டுக்கே தரப்பட்ட ஏக போக குத்தகை அல்லர். ஆந்திரா என். டி. ராமராவுக்கு கோவில் கட்டிய கலாச்சாரம்தான் தமிழ் நாட்டு சினிமா கலாச்சாரம் முழுதுமாக வெகுஜன கவர்ச்சி பெற்ற இடம்தான் அது. தமிழ் நாட்டுக்கும் ஆந்திராவுக்கும் சினிமா இன்னும் பல விஷயங்களில் கொடுக்கல் வாங்கல் நிறையவே இருக்கின்றன, இது ஆந்திரா, இது தமிழ்நாட்டு சமாச்சாரம் என்று பிரித்தறிய முடியாதவாறு. ஆனால் அங்கு ஒரு குக்குனூரையும் காணலாம். அவருடைய ஹைதராபாத் ப்ளூஸ், இக்பால், ஆஷாயே(ன்)

போன்ற படங்கள் தமிழ் சினிமா போன்ற ஒரு அருவருக்கத்தக்க ஆபாச கலாசாரத்திலிருந்து மீண்டு இங்கு வித்தியாசமாக சிந்திப்பவர்களும் உண்டு, சூழலை மாற்ற வேண்டும் என்ற ஆசையில் தன் எளிய ஆரம்ப முயற்சிகளை இந்த படங்களில் காணலாம். அங்கு ஒரு ராம் கோபால் வர்மாவையும் காணலாம். அவர் ஹிந்தி சினிமாவின் ஃபார்முலாவை முழுமையாக ஸ்வீகரிக்காமல், முற்றாகவும் விலக்காமல், அதே சமயம் வித்தியாசமான கதைகளையும், வித்தியாசமான கதை சொல்லும் பாணியையும் கையாண்டு, ஃபார்முலாவுக்குப் பழக்கப்பட்டவர்களை சினிமா தியேட்டருக்குள் அழைத்து வித்தியாசமான சினிமா அனுபவத்தை ஒரு இரண்டும் கெட்ட நிலையில் சினிமா கலாச்சாரத்தை நகர்த்திக்கொண்டு செல்கிறார்.

அது அவரால் ஹிந்தி சினிமாவில் செய்ய முடிகிறது என்றால் அதற்குக் காரணம், ஹிந்தி சினிமாவின் ஒரு சதவிகித பார்வையாளர்கள் இதற்குப் பழக்கப்படுத்தப் பட்டுள்ளார்கள். அதற்கு அவர்களைத் தயார் செய்தது, ஆரம்ப காலத்தில் ஜோகன் பற்றிச் சொன்னேனே, அதைத் தொடர்ந்து பிமல் ராய், கமால் அம்ரோஹி போன்றவர்கள் தமக்கென ஒரு சாத்தியப்பட்ட வித்தியாசமான ரசிகர் கூட்டத்தை உருவாக்க முயற்சி செய்ததும் அவர்களைத் தொடர்ந்து, ஷ்யாம் பெனெகல் போன்றோர் ஒரு இடைப்பட்ட சினிமா கலாசாரத்தை உருவாக்கியதும்தான். ஒரு சினிமா கலாசாரத்தில் எல்லா தயாரிப்பாளர்களும், 150 கோடி ரூபாய் முதலீடு செய்து 300 கோடி சம்பாதிக்கவேண்டும் என்றும் ஒவ்வொரு சினிமா நடிகரும் தனக்கு 10 கோடி 25 கோடி சம்பாத்தியம் தரும் சூப்பர் ஸ்டார் ஆகவேண்டும் என்றும், தன் கட் அவுட்டுக்கு பாலாபிஷேகம் செய்ய வேண்டும், மொட்டை அடித்துக்கொண்டும் காவடி எடுத்துக்கொண்டும் தன் பட ரிலீஸ் கொண்டாடப்பட வேண்டும் போன்ற கனவுகளுடன் தமிழ் சினிமா ரசிகர்களை அதல பாதாள சாக்கடைக்குள் தள்ளிக்கொண்டே இருப்பார்களானால், அதுவே நம் சினிமா கலாச்சாரம்.

ஆனால், ஒரு ராம் கோபால் வர்மாவையோ, குக்குனோரையோ நாம் நம் தமிழ் சினிமாவில் காண இயலாது. தெலுங்கில் இல்லையா?,

ஹிந்தி சினிமாவில் என்ன வாழ்ந்தது? என்று கேள்விகள் எழுப்புகிறவர்கள் எல்லாம் ஏன் வங்காளத்தையோ, மலையாளத்தையோ, கர்நாடகாவையோ குறிப்பிடவில்லை. இந்தியா முழுதிலும் ஒவ்வொரு இடத்துக்கும் உரிய ஃபார்முலாக்கள் உண்டுதான். இதையும் ஒரு பெரிய சூதாட்ட வியாபாரமாக சரக்கு உற்பத்திக்களமாக ஆக்குகிறவர்கள் உண்டு தான். வங்காள சினிமா முழுதுமே சத்யஜித் ரேயும், ரித்விக் காடக்கும், அபர்ணாசென்னும், ரிதுபர்ணோவும் மிருணால் சென்னுமாக நிறைந்திருக்கவில்லை. ஆனால் ஒவ்வொரு வங்காளியும் பேசுவது பெருமை கொள்வது, உலக அரங்கில் தன்னது என்று முன் வைப்பது இவர்களைத்தான். அந்த ஊரிலேயும் சிம்புவும், பீம்சிங்குகளும், சரோஜா தேவிகளும் உண்டுதான். அவர்கள் தேவகி போஸூம் ரித்விக் காடக்கும் வாழ்ந்த இடத்தில் தம் கடை பரப்பக் காரணம், ராஜ்கபூர், தேவ் ஆனந்து, ராஜேஷ் கன்னாக்களும் கல்கத்தா தியேட்டர்களுக்கு நுழையவே அவர்களுக்கான மார்க்கெட்டும் அங்கு உருவாயிற்று. அவர்கள் நுழைந்ததும் அந்த ரக சரக்குகளைத் தவிர வேறு எதையும் சந்தைக்குள் நுழைய விடாது வங்க சினிமா கலாசாரமே ராஜேஷ்கன்னா, மும்தாஜ் கலாசாரமாகிவிடவில்லை. இப்போதும் சத்யஜித் ரேயும் மிருணால் சென்னும் உருவாக்கிய சினிமா ஒரு வாழும் மரபாக, வளமான மரபாகத் தொடர்கிறது. இன்றும் அங்கு ஒரு ரிதுபர்ண கோஷைக் காணலாம்.

இப்படித்தான் ராஜ்குமார் வகையறாக்கள் சூப்பர் ஸ்டார் ஆன போதிலும், ராஜ்குமார் பெயர் சொன்ன மாத்திரத்தில் கன்னட சினிமாவே வெறிபிடித்து சாமியாடத் தொடங்கினாலும், அங்கு ஒரு கிரீஷ் காஸரவல்லியும் உண்டு. அவர் போல கர்னாட், பி.வி. காரந்து என்று ஒரு சிறிய கூட்டம் உண்டு. ராஜ்குமார் பக்தகோடிகள் வேறு யாரையும் வாழவிடாது செய்துவிடவில்லை.

மலையாள சினிமாவைப் பற்றி கமல் சாரின், ரஜினி சாரின் பக்த கோடிகள் பேச்சு எடுக்கவில்லை. வங்க சினிமாவைக் கெடுத்த ஹிந்தி சினிமா பற்றிச் சொன்னேன். அது போலத்தான், மலையாள சினிமாவைக் கெடுத்ததும் தமிழ் சினிமா கலாச்சாரம்தான். அங்கும் குத்தாட்டங்களும்,

ஸ்டண்ட் காட்சிகளும் மலையாள வெகு ஜன சினிமா கலாச்சாரமாகி விட்டதுதான். ஆனால், அங்கு ஒரு தனி உலகம் உண்டுதான். அந்தத் தனி உலகத்துக்கும் மலையாள சந்தையில் இடம் உண்டு. அது இன்னமும் தன்னை தமிழ் சினிமா ஆபாசத்துக்கு முற்றிலுமாக இழந்து விடவில்லை. இன்னமும் சொல்லப்போனால், மம்முட்டியும், மோகன்லாலும் தமிழ்ப் படங்களிலும் நடித்தாலும், தமிழ்ப் படங்களில் எப்படி மிகையாக நடிப்பதும், தமிழ் சினிமாக் கதைகளே எல்லாம் கார்ட்டூன்களாக மிகைகளாகத்தானே சீரழிந்துள்ளன. அவற்றில் இயல்பான வாழ்க்கையின் அழகும் உயிர்ப்பும் ஏது? சிவாஜி கணேசன், தமிழ் சினிமா ரசிகர்களைக் குஷிப்படுத்திக் குஷிப்படுத்தி தன் வாழ் நாளில் பெரும்பகுதியைக் கழித்த காரணத்தால், அந்த அபத்த மிகை நாடகத்தனம் அவரை நடிகர் திலகமாகவும் ஆக்கிவிட்ட கள் மயக்கத்தில், சினிமா ஷூட்டிங்குக்கு வெளியே உள்ள உலகத்திலும், சாதாரண வாழ்க்கையிலும் சினிமாவில் நடிப்பது போன்ற நாடக பாவனையில்தான் நடப்பார்; பேசுவார்; முக பாவனைகளோடு கைகால்களை அபிநயிப்பார் என்று தெரிந்தவர்கள் சொல்கிறார்கள். இந்த சமாச்சாரம் வெளியே நிறைய பரவியிருப்பது, இந்தி சினிமா நட்சத்திரம் ஒருவர் இந்தி தொலைக்காட்சி ஒன்றில் இதைப் பற்றிச் சொன்னபோது தெரிந்தது. இந்த கண்றாவியை நம் சினிமா ரசிகர் பட்டாளம் கேட்டால் என்ன செய்வார்கள்? மெய் சிலிர்த்துப் போவார்கள். ஆகா, நம் நடிகர் திலகம் பிறவிக்கலைஞர் அல்லவா? வாழ்க்கையின் ஒவ்வொரு கணமும் நடித்துக்கொண்டே இருக்கிறார். அதுவல்லவோ கலை வாழ்க்கை. கலைக்குச் சேவை. அவர் என்ன பணத்துக்காகவா சினிமாவில் நடிக்கிறார் என்று மாய்ந்து போவார்கள்.

அப்படி அல்ல. மோகன்லாலும் மம்முட்டியும் தமிழ் சினிமாவில் நடிக்கும் போது தமக்குள் சிரித்துக் கொள்வார்கள், என்று தான் நினைக்கிறேன். 'இந்த பாண்டிக்காரனுகளே ஒரு மாதிரிதான், கேட்டியா சேட்டா?' என்று தமக்குள் பரிமாறிக்கொண்டால் அது நாம் ஆச்சரியப்படவேண்டிய விஷயமாக இராது. மலையாள சினிமாவில் கதை என்றால், நடிப்பு என்றால் அவர்கள் கொள்ளும் அர்த்தம் முற்றிலும் வேறாகத்தான் இருக்கும். அங்கும் தமிழ் சினிமாவின் வெகுஜன

குணத்தின் தாக்கம் உண்டுதான். அதற்காக அவர்கள் தம் கலை பிரக்ஞையை இழந்து விடவில்லை. வைக்கோலுக்கும் சேமியாவுக்கும் வித்தியாசம் அவர்களுக்குத் தெரியும். வெகுஜன பாமர ரசனைக்கும் தீனி போட வேண்டும்தான். பாமர ரசிகர்களுக்கும் அவர்களது இப்போதைய ரசனைக்கு ஏற்ப சந்தோசிக்க சரக்குகள் வேண்டும்தான். அதற்காக அதைத் தவிர வேறு எதுவும் உலகத்தில் இருக்கக் கூடாது என்ற தமிழ் சினிமா கலாசாரம் அங்கு இல்லை.

தமிழ் சினிமாவுக்கு ஏற்ப அவர்கள் தம்மை தமிழ் ரசனைக்கு மாற்றிக்கொண்டாலும், மலையாள சினிமாவில் அவர்கள் தம் இயல்பில் தான் இருக்கிறார்கள். மலையாளத்தில் உருவான படங்களைத் தமிழில் எடுக்கும்போது அதைத் தமிழ் சினிமாத்தனத்துக்கு மாற்ற வேண்டியிருக்கிறது. குசேலன், சந்திரமுகி போன்ற படங்கள் அவற்றின் மலையாள மூலத்தில் உள்ள குணத்திற்கும் தமிழில் நம்ம சூப்பர் ஸ்டாரின் இமேஜைக் காப்பாற்ற, அவர் தம் பக்த கோடிகளான ரசிகர்ளையும் குஷிப்படுத்த செய்த மாற்றங்களை மனதில் கொள்ளலாம். எதுவாக இருந்தாலும், நம் ஊருக்குக் கொண்டு வந்தால் அதை நம் ரசனைக்கேற்ப மாற்றித்தான் ஆகவேண்டும். நமக்கு வேண்டிய நமக்கு ஏற்ற தீவனத்தைத்தானே நமக்குக் கொடுப்பார்கள்.

பாலு மகேந்திராவும் கூட நம் சினிமாவில் ஒரு மாற்றத்தைக் கொணர விரும்பினார். அவரும் சில மாற்றங்களை, சினிமாவுக்கு ஏற்ற கதை சொல்லும் முறைகளை, நம் வாழ்க்கையை ஒட்டிய கதைகளைத் தேர்ந்தெடுத்துத் தர முயன்றார்தான். கன்னடத்தில் கிரீஷ் காஸரவல்லியும், மலையாளத்தில் அரவிந்தன், ஏன் தெலுங்கில் கூட குக்குனூர் போன்றோர் முயன்றதுதான். ஆனால் இன்று பாலு மகேந்திராவைக் கொண்டாடுவோரும் இல்லை; வரவேற்போரும் இல்லை; அவர் பெயரைச் சொல்வோரும் இல்லை. அவர் போன இடம் தெரியவில்லை. பாலு மகேந்திரா மலையாளத்தில் எடுத்த படங்களைப் பார்த்திருக்கிறேன். அதில் அவர் எடுத்துக்கொள்ளும் சுதந்திரத்தைத் தமிழில் அவரால் எடுத்துக்கொள்ள முடிவதில்லை.

18

இது வரை நான் எழுதி வந்ததைப் படித்து அதற்கு அவ்வப்போது எதிர்வினை காட்டி வரும் அன்பர்கள் பெரும்பாலோர் சுமார் நாற்பது வருடங்களாக அவர்கள் பழக்கப்பட்டுள்ள ரசனையையும் சிந்தனைப் போக்கையும் மீறிய எந்த கருத்தையும், அனுபவத்தையும், எதிர்கொள்ளும் மனநிலையில் இல்லை என்றே தோன்றுகிறது. நான் ஏதும் புரட்சிகரமான கருத்துக்களையோ, அவர்கள் அன்றாட நிதர்சன அனுபவ உலகத்துக்கு மீறிய விஷயங்களையோ, அல்லது நம் தமிழ்ப் பண்டிதர்கள் சொல்வார்களே, நுண்மாண் நுழைபுலம் என்று, அப்படி ஏதும் கிடைக்க அரிதான தேவைகளையோ முன் வைக்கவில்லை. இருப்பினும், நான் சொல்லும் சாதாரணம், பொதுப் புத்திக்கும் புலப்படும் விஷயங்களைக் கூட அவர்கள் தங்கள் பழக்கப்பட்ட சினிமா அனுபவங்களை உதறி, சாதாரண மனிதர்களாக சிந்திக்க மறுக்கிறார்கள்.

நான் எழுதத் தொடங்கிய சமயத்தில் அவர்கள் கேட்ட கேள்விகளையே திரும்பத் திரும்பக் கேட்கிறார்கள் என்றால், இங்கு சொல்லப்படுவது எதையும் எதிர்கொள்ள அவர்களுக்கு விருப்பமில்லை என்றே சொல்ல வேண்டும்.

முதலில் ஏதோ ஒரு காட்சியை எடுத்துக்கொள்ளலாம். அக்காட்சியில் சிலர் பேசிக்கொண்டிருப்பதைக் காண்கிறோம். அந்தக் காட்சியும் அவர்கள் பேசும் விஷயமும், அவர்கள் பேச்சும் தமிழ் சினிமாவில் மட்டுமே காணக் கிடைக்கும் சமாசாரங்கள். வாழ்க்கையில் அவர்கள் சினிமாவில் காணும் விதத்தில் நின்று கொண்டிருக்கமாட்டார்கள்; பேச மாட்டார்கள்; பேசும் மொழியும் வார்த்தைகளும் அதுவாக இராது. வாழ்க்கையில். அவ்வளவும் செயற்கையாக, நம்பகத் தன்மையை இழந்த

வெற்று நாடகமாக இருக்கும். முற்றிலும் பொய்யான, ஒரு உலகத்தை அவர்கள் சிருஷ்டித்துக்கொள்கிறார்கள். அது ரசிக்கத் தக்க ஒன்று அல்ல. ஆனால் இப்படியே ஆரம்ப காலத்திலிருந்து செய்து வந்திருப்பதால், அதை நாம் ஒரு மரபாக இப்படித்தான் இருக்க வேண்டும் போல என்று ஏற்றுக் கொண்டிருக்கிறோம். ஏற்றுக் கொண்டது மட்டுமல்ல, அந்த அபத்த அஸ்திவாரத்தின் மேல் மிகப்பெரிய கட்டுமானத்தையும் எழுப்பியிருக்கிறோம். அது அவ்வளவையும் நிராகரிப்பது என்பது இப்போது நமக்கு மிகவும் கஷ்டமாக இருக்கிறது. நிராகரிப்பது என்பது, முதலில் இது ஒரு அபத்தமான கட்டுமானம் என்று நினைப்பு தோன்ற வேண்டுமே, நம் ரசனையில் சிந்தனைகளில் மாற்றம் ஏற்பட்டால் ஒழிய இது இந்த நிராகரிப்பு என்ற எண்ணமும், நிராகரிப்பிற்கான முயற்சியும் தோன்றப் போவதில்லை.

நல்ல படம் எது சொல்லுங்கள் என்று கேட்கிறார்கள். இது வரை கண்டதெல்லாம் பிதற்றலாக இருக்கிறதே, இதையே நாம் ஆரம்ப காலத்திலிருந்தே செய்து வருவது மட்டுமல்ல. அந்த விஷச் செடியையே இப்போது ஒரு பிரம்மாண்டமான விருக்ஷமாக வளர்த்திருக்கிறோமே என்ற நினைப்பே தோன்றாது கேட்கப்படும் கேள்வி இது.

இது ஒரு பிரச்சினை என்றால், இன்னொன்று மொழி பற்றியது. சினிமாவையும் சினிமா அல்லாதவற்றையும் பிரித்துக் காண வேண்டிய அவசியமும் இருக்கிறது. சினிமாவை தமிழில் திரைப்படம் என்று சொல்லுகிறோம். வம்பற்ற பாடு. திரையில் ஓடும் படம். சினிமா என்பது புதிதாகக் கிடைத்துள்ள ஒரு வெளியீட்டுச் சாதனத்துக்குரிய பெயர். அதற்கும் முன்னால் ஃபிலிம் என்ற வார்த்தை வந்துவிட்டது. அதற்குப் பின் வந்த வளர்ச்சி, கலையாகப் பரிணமித்த வளர்ச்சியை சினிமா என்று சொல்கிறோம். ஃபிலிம் என்பது ஒரு தொழில் நுட்ப வளர்ச்சி கண்ட சாதனம். அந்தத் தொழில் நுட்பம் கலையாகும் போது தான் அது சினிமா என்று பெயர் சொல்லப்படவேண்டும். இது காறும் சுமார் 80 வருடங்களுக்கு மேலாக நாம் வளர்த்துள்ளதை தமிழ்த் திரைப்படங்கள் என்று சொல்லலாம் தான். தவறில்லை. தமிழ் ஃபிலிம் என்றும் சொல்லலாம். ஆனால் இந்த 80 வருடங்களில் நாம் தயாரித்து

வெளியிட்டுள்ள லட்சக்கணக்கான திரைப்படங்களில் சினிமா என்று சொல்லத்தக்கதற்கான முயற்சிகளை நாம் ஒரு சிலவற்றில் பார்க்கலாம். முன்னரே சொன்னேன் பாலு மகேந்திராவின் வீடு படத்தை. அது சினிமா. ஏனெனில் காட்சி பூர்வமாகவே அது ஒரு வாழ்க்கைத் துணுக்கை, தமிழ் வாழ்க்கைத் துணுக்கை நம் முன்னே விரித்து நிகழ்வித்தது.

அதைப் பார்த்தாலே தெரியும் அவர்கள் யாரும் .நடிப்பவர்களாகவோ, ஒரு செட்டில் இயக்குனர் சொல்வதைச் செய்பவர்களாகவோ தோன்றாது. வாழ்க்கையில் எங்கோ ஒரு வீட்டில், தெருவில், ஹோட்டலில் நடப்பதை அவர்கள் அறியாது நமக்குப் பார்க்கக் கிடைப்பதான உணர்வில்தான் நாம் இருப்போம். விஷயம் இதுதான். நடிப்பது என்று தெரியாமல், இது உருவாக்கப்பட்ட கதை என்பது தெரியாமல், இது தயாரிக்கப்பட்ட செட் என்பது நமக்குப் புலப்படாதவாறு, இது ஒரு இயக்குனர் சொல்லிச் செய்வது என்று தோன்றாதவாறு எது நமக்குக் காணத் தரப்படுகிறதோ அதுதான் தொழில் நுட்பம். அது தொழில்நுட்பம்தான்; அதுவே கலையாகி விடாது. கலைக்கான உபகரணங்கள். இங்கு சொல்லப்பட்டன வெல்லாம் நிகழ்ந்து, இவை அனைத்தும் இவற்றின் கூட்டுறவில் ஒருமித்து ஒன்றாகி, சொல்லப்பட்டதுக்கும் மேல் சொல்லப்படாத, நமக்குத் தெரியாமல் ஒன்று நமக்கு உணர்விக்கப்பட்டால் அதுதான் கலையாகும்.. நமக்குப் பழக்கப்பட்டதும், நம் சினிமாக்களில் ஒரு மீறப்படக்கூடாத மரபாகத் தொடர்வதும் இது நடிப்பு, இது செட், இது எழுதித் தரப்பட்டு நெட்டுருப்படுத்தப்பட்ட வசனம் என்று நமக்கு தலையிலடித்துச் சொல்வது போலத்தான் எல்லாம் உரக்கக் கத்திப் பேசி, பஞ்ச் டயலாக்குகள் யோசித்துப் புகுத்தி, மிகையான அபிநயங்களும் பாவங்களும் காட்டி, உடலை வருத்திச் செய்வதெல்லாம் நேற்று வரை பேணப்பட்ட அவஸ்தைகள். இன்று அதையும் மீறி, தெருவில் 40 பேர் ஆடும் குத்தாட்டம் இல்லையென்றால் அது படமல்ல. அது விஜயோ, உலக நாயகனோ, சூப்பர் ஸ்டாரோ யாராக இருந்தாலும் சரி என்பதல்ல,

என்னமோ உலகத்தரப் படங்களையெல்லாம் பார்த்து அவற்றால் இன்ஸ்பையராகியுள்ளதாகச் சொல்லிக் கொள்ளும் மிஷ்கினாக இருந்தாலும் சரிதான். கலை தானே தன்னை ஸ்தாபித்துக்கொல்ளும். அது தான் அதன் நிரூபணமே. அது ஒன்றும் மேள தாளங்களோடு, படைகள்

அனைத்தும் முன் செல்ல பின்னால் கட்டியம் கூறிக்கொண்டு பராக் பராக் என்று எட்டு குதிரைகள் பூட்டிய ரதத்தில் அது நகர்வலம் வராது. அமெரிக்க ஜனாதிபதியோ, ஜெர்மன் சான்ஸ்லரோ ஏகே 47 -ஐக் கையிலேந்தி நான்கு கருப்புப் பூனைப் படை சூழ்ந்திருக்க 16 அம்பாஸடார் கார் முன்னும் பின்னும் வருவது, தன் அந்தஸ்தை பறை சாற்றும் என்று ஊர்வலம் வரும் இன்றைய அரசியல் பிரமுகர்களின் கோமாளித்தனம் போன்றது தான் இதோ பார் நான் என்னென்னவெல்லாம் செய்து காட்டுகிறேன் பார், நான் என்னென்ன படமெல்லாம் பார்த்திருக்கிறேன் பார் என்று பாவனை செய்பவர்தான் மிஸ்கின். அவர் இதற்காகப்படும் அவஸ்தையெல்லாம் பார்த்தால் மிகப் பரிதாபமாக இருக்கிறது. அடிப்பது காப்பி ஆனால் சொல்லிக்கொள்வது இன்ஸ்பைரேஷன். இதற்கெல்லாம் அதிக தூரம் போக வேண்டியதில்லை. அதிகம் அவரது படங்களை ஏதும் அலசி ஆராயவேண்டியதில்லை. சங்கீதம் தெரிந்தவனா, இல்லை தானும் ஒரு பாட்டுக்காரன்தான் என்று நம்மிடம் பீத்திக் கொள்ள வந்திருக்கிறானா என்பது ஒருவனது குரல் எழுந்தவுடனேயே தெரிய வந்துவிடும். அவனிடம் 'சர்ட்டிபிகேட்டைக் காட்டுய்யா முதல்லே' என்று கேட்க வேண்டிய அவசியமே இல்லை. மிகச் சாதாரண விஷயம். மிஷ்கினின் நந்தலாலா தொடங்கியவுடனேயே அது பல்லிலிளிக்கத் தொடங்கி விடுகிறது. படம் ஆரம்பிக்கத் தொடங்கியதுமே நாம் பார்க்கும் முதல் காட்சி, அந்தச் சிறுவன் முகம் மாத்திரம் தலை குனிந்தவாறே நிற்கும் காட்சிதான். அவன் எதற்காக அவ்வளவு நேரம் அப்படி தலை குனிந்தவாறே நமக்குக் காட்சி தருகிறான். மிஷ்கின் சொல்ல வந்தது என்ன?

அப்படியே சலனமற்று நிற்பது என்னமோ கலைப்படம் என்று நம்மூரில் சொல்கிறார்களே, அந்த மாதிரி ஒரு கலைப்படத்தின் ஓர் அம்சம் என்று நினைத்து விட்டாரோ. 'உங்களுக்கெல்லாம் இது சட்டுனு புரியாதாக்கும். இதிலே தான் ரொம்ப விஷயம் அடங்கிக் கிடக்கு' என்று நமக்குச் சொல்ல நினைத்துவிட்டாரோ என்னவோ. நமக்கு எதையும் கொச்சையாகப் புரிந்து கொள்ளவும் கொச்சைப்படுத்தவும்தான் தெரிகிறது.

ஒரு தொழிற்சாலையில் ஒரு லேத்தின் முன் ஒரு நாற்பத்தைந்து வயது பெண் உட்கார்ந்திருக்கிறாள். அவள் தயாரிப்பது வெறும் நட்.

ஒவ்வொன்றாகத் தயாராகும் நட் ஒவ்வொன்றையும் எடுத்து ஒரு இரும்புத் தட்டில் போட்டுக்கொண்டே இருக்கிறாள். அது அவள் வேலை. இதைச் சொல்ல எவ்வளவு நேரம் அந்தக் காட்சியைக் காட்டுவது? குறைந்தது மூன்று நான்கு நிமிஷம் அந்தக் காட்சி தொடர்கிறது. காமிரா அசைவதில்லை இந்தச் செய்தியைச் சொல்ல எவ்வளவு நேரம் அந்தக் காட்சி நம் முன் காணப்படவேண்டும். பத்து செகண்ட், தாங்காது அதற்கு மேல். என் ஞாபகத்தில் அந்தக் காட்சி சுமார் மூன்று அல்லது நான்கு நிமிட நேரம் காட்டப்படுகிறது. நமக்கு அலுப்புத் தட்டி வெறுப்பு ஏற்படும் வரை. அவள் நட்டு தயாரிக்கும் வேலையில் இருக்கிறாள் என்பதல்ல செய்தி. தினம் எட்டு மணி நேரம் அவள் இருந்த இடத்தை விட்டு அசையாது அந்த வேலையைச் செய்கிறாள். மாதம் முப்பது நாளும். வருடம் 12 மாதங்களும். இது காறும் 20 வருடங்கள் அந்தக் காரியத்தைச் செய்து வந்திருக்கிறாள். இன்னும் இருபது வருடங்களோ என்னவோ அவள் இதே காரியத்தைத்தான் செய்யப் போகிறாள். நமக்கு அதை 10 செகண்டுக்கு மேல் பார்க்க போரடிக்கிறது. இது தான் அவள் வாழ்க்கை. இதில் தான் அவள் குழ்ந்தைகள் குடும்பம் உயிர் பிழைத்திருக்கிறது. அவள் வாழ்நாள் முழுதும் இப்படித்தான் கழிந்து வருகிறது. இனியும் இறுதி மூச்சு வரை இப்படித்தான் கழியப் போகிறது. இந்த கொடுமையை அந்தப் படம் நமக்கு மூன்று நிமிடம் வெறுப்பூட்டும் அலுப்பில் சொல்லி விடுகிறது. 10 செகண்ட் காண்பித்தால் இந்த செய்தி நமக்கு சொல்லப்பட்டிராது. சொல்லப்பட்டது அவள் நட் செய்யும்லேத்தில் வேலை செய்கிறாள் எனபது. சொல்லப்படாது உணர்த்தப் படுவது அவள் வாழ்க்கை பூராவும், இப்படிப்பட்ட ஒரு கொடுமையில் பாழாவது இன்றைய வாழ்க்கையின் தவிர்க்கமுடியாத ஒரு அம்சம் என்பது.

நாம் என்ன செய்திருப்போம். நமது இயக்குநர்கள் என்ன செய்திருப்பார்கள். இந்த அவசர வாழ்வைச் சொல்லும் படத்தில், ஏ.ஆர். ரஹ்மான் இசையமைக்க, விஜய் பாட்டுப்பாட, அவளும் அவளது சகாக்களும் அந்தத் தொழிற்சாலையில் ஒரு குத்தாட்டம் ஆடுவதாகக் காட்டியிருப்பார்கள். இதிலே நாங்க ஒரு நல்ல மெஸேஜ் சொல்லியிருக்கோம் என்று அந்த இயக்குனர் நம்ம சுஹாசினியிடம் சொல்லிக்கொண்டிருப்பார் ஒரு ஜெயா தொலைக்காட்சி நிகழ்ச்சியில்...

19

மிஷ்கின் வித்தியாசமான ஒன்றை உருவாக்கவேண்டும் என்று விரும்புகிறார் என்பதில் சந்தேகமில்லை. ஆனால் அந்த வித்தியாசமான ஒன்று அவருள்ளிருந்து தான் வருகிறதா என்று பார்க்கவேண்டும். இல்லை என்று எனக்குத் தோன்றுகிறது. வித்தியாசமாக, தனக்கென ஒரு தனிப்பாதையில் செல்ல எங்கே அவர் சொல்லும் இன்ஸ்பைரேஷன் கிடைக்கும் என்று வெளி நாட்டுத் திரைப்படங்களையெல்லாம் பார்க்கக் கிளம்பிவிடுகிறார். அவர் தனக்குள் அந்தத் தேடலைத் தொடங்கவேண்டும். அங்கிருந்துதான் சிறந்த கலை எதுவுமே தோற்றம் கொள்கிறது. நந்தலாலா ஒரு ஜப்பானிய படத்தின் நகல் என்றார்கள். வெளிநாட்டுப் படங்கள் பார்க்கும் வசதி இப்போது நிறைய வந்துவிட்டன. பர்மா பஜார் போகவேண்டாம்.

தெருக்கோடியில் உள்ள முனைக்கடையில் வேண்டிய டிவிடி கிடைத்துவிடுகிறது. இல்லையெனில் எத்தனை ஃபிலிம் சானல்கள் நமக்குக் கிடைத்துவிடுகின்றன. எல்லோருமே தமிழ் நாட்டில் சினிமா பைத்தியங்கள்தான். சினிமாவின் தயவு இல்லாது இங்கு அரசியல் தலைவர்கள் கூட வாழ முடியாது. பைத்தியக்கார படங்களில் பைத்தியக்கார பாட்டுப் பாடி, பைத்தியக்கார வசனம் பேசி, பைத்தியகக்கார டான்ஸ் ஒன்றை டோரண்டோவோ மச்சுப்பிச்சுவோ போய் ஆடி, தனக்கென ஒரு ரசிகர் பட்டாளத்தை தயார் செய்துகொண்டு தலைவராகும் கனவுகள் காணத் தொடங்கிவிடுகிறார்கள். ரெடிமேட் ரசிகர் பட்டாளம் சாதியைச் சார்ந்தும் கிடைத்துவிடுகிறது. இந்த மாதிரி ஒரு நாட்டில், சினிமாவே இன்றைய கலாசாரத்தின் குணங்களை நிர்ணயித்துவிடும்போது, 90 சதவிகிதம் தசாவதாரத்தையும்,

ரோபோவையும் முதல்நாள் முதல் ஆட்டத்தைப் பார்க்கவேண்டும் என்று அலையும் கூட்டம் அந்த ஒரு ஆட்டவெறிக்கு முன்னூறோ ஐந்நூறோ செலவழிக்கத் தயங்குவதில்லைதான். ஆனால் இந்த ஏழு கோடி மக்களின் மந்தைக் கலாசாரத்திலும் தமிழ்நாட்டில் ஒரு சில ஆயிரமாவது World Movies-ம் Lumiere movies - ம் ஆர்வத்தோடு பார்க்கிறவர்கள் இருப்பார்கள்தானே. அவர்களிடமிருந்து இது ஜப்பானியப் படத்தின் நகல் என்றோ; சரி, உங்கள் இஷ்டப்படியே ''இன்ஸ்பைரேஷன்' என்றோ வைத்துக்கொள்ளலாமே, தெரியாமலா போய்விடும். அந்தக் காலத்தில் என்றால், தமிழில் கதைகள் படிக்கத் தொடங்கிய காலம் கல்கி லியனார்ட் மொர்ரிக்கிலிருந்து பிரதி எடுத்தாரா? இல்லை வேறு எங்கிருந்து என்பது ஒரு க.நா .சுப்பிரமணியத்துக்குத்தான் தெரிந்திருந்தது. அது ஒரு காலம். ஜாக் லண்டனிடமிருந்தும் தைரியமாக காப்பி அடிக்கலாம் என்று பின்னாலும் சிலர் நினைத்தார்கள். அதுவும் தெரிந்திருக்க ஒரு சிலர் தமிழ் நாட்டில் இருக்க மாட்டார்களா? ஆங்கிலம் தானே. மூலம் என்ன அராபிய மொழியிலா; இல்லை, ஸ்பானிய மொழியிலா? ஆனால் சினிமாவில் காப்பி அடிப்பது என்பது மரியாதைக்குரியதாக்கிய இயக்குனர் திலகங்கள், இயக்குனர் சிகரங்கள் இருக்கிறார்கள். அவர்கள் எல்லாம் இன்றும் ஏதோ பெரிய சகாப்த புருஷர்களாக போற்றித் துதிக்கப்படுகிறார்கள். இதுவும் நான் முன் சொன்ன மந்தைக் கலாசாரத்தின் விகார முகங்கள்தான். ஆக, நிலைமை நாவல் சிறுகதை மாதிரி இல்லை. நகல் எடுத்தாலும் தமிழுக்கான மசாலா சேர்த்தால் எதாவது சிகரம், திலகம் என்று தமிழில் பட்டம் வேறு கிடைத்துவிடும் பாக்கியம் இருக்கிறதே.

சரி உண்மையில் 'இன்ஸ்பைரேஷன்' என்றால் அது பார்த்ததையே திரும்பச் செய்ததாக இராது. அது தன்னுள் ஒரு பயணத்தை மேற்கொள்ளத் தூண்டும். சுற்றித் தமிழ்நாட்டு வாழ்க்கையை, தான் வாழ்ந்த வாழ்க்கையை தன் அனுபவங்களை அசை போடச் சொல்லும். நான் ஜப்பானிய மூலப்படத்தைப் பார்த்ததில்லை. நந்தலாலாவில் எனக்குப் பிடித்த ஒரு காட்சி ஆரம்பத்திலேயே சில நிமிடங்களில் வந்து விடுகிறது. பையனும் பாட்டியும் வீட்டில் தனியே இருக்கிறார்கள். அம்மா இல்லை. 'அம்மா எப்போ வருவார்?' என்று கேட்கிறான். பாட்டி,

‘தெரியாது’ என்கிறாள். சற்றுக் கழித்து பாட்டியை கை பிடித்து கழிவறைக்கு அழைத்துச் செல்கிறான். காத்திருந்து பின் அங்கிருந்து திரும்ப பாட்டியை அழைத்து வருகிறான். தனித்து விடப்பட்ட பையனுக்கு பொறுப்பு தெரிகிறது. நல்ல காட்சி. தமிழ்ப் படங்களில் வரும் சிறுவர்களைப் போல பெரியவர்களுக்கான நீண்ட புத்திசாலித்தனமான வசனம் ஏதும் பேசுவதில்லை.. ஆனால் ஏன் அந்தப் பையன் தலையைக் குனிந்து கொண்டே அவ்வளவு நேரம் நிற்கிறான் என்ற குடைச்சலுக்கு பதில், அடுத்த படத்தில் ‘யுத்தம் செய்’ படத்தில் கிடைத்து விடுகிறது. அதில் ரொம்பவும் புத்திசாலியும் சுறுசுறுப்பும் திறமைசாலியும் மேலதிகாரிகள் பெரிதும் நம்பிக்கை வைத்திருக்கும் ஒரு புலன்விசாரணை செய்யும் அதிகாரியாக வரும் சேரன் ஏன் எப்போதும் என்னமோ தப்புப் பண்ணி தலை நிமிர வெட்கமும் பயமும் கொண்டவர் மாதிரி தலை குனிந்தவாறே இருக்கிறார்.? அவர் என்ன போலீஸ் அதிகாரியா, இல்லை போலீஸ் ஸ்டேஷனுக்கு கொண்டு வரப்பட்ட பிக் பாக்கெட் கேஸா? படம் முழுதும் மிஷ்கினின் ப்ரோடகனிஸ்ட்கள் எல்லாம், தலை குனிந்தே இருக்க வேண்டிய அவசியம் என்ன? நந்தலாலாவில் அந்த சின்ன பையன்; இங்கு யுத்தம் செய் படத்தில் சேரன். இதுதான் மிஷ்கினுடைய இயக்கத்தைக் காட்டும் முத்திரையோ. இதுதான் மற்ற தமிழ் சினிமாக்காரர்களிடமிருந்து அவரைத் தனித்துக்காட்டும் பிரயத்தனமோ என்னவோ. ரஜினி ரம்பம் அறுக்கும் சத்தத்தோடு விரலை அசைக்கும் சமாசாரம் போல.. சேரன் சுபாவத்தில் இந்த ஸ்டைலில் நிற்பவர் இல்லையே.

மறுபடியும் சொல்கிறேன் மிஷ்கினுக்கு இன்ஸ்பைரேஷன் தந்த ஜப்பானிய படத்தை நான் பார்த்தது கிடையாது. நந்தலாலா நகல்தான் என்பதை அந்தப்படத்தின் பெரும்பகுதி எனக்குச் சொன்னது.

வீட்டை விட்டு கோபத்தில் வெளியேறும் சிறுவன் என்கிற சம்பவம் எந்த நாட்டிலும் நடக்கக் கூடியதுதான். உண்மையில் நம் எல்லோருடைய வாழ்க்கையிலும் நடந்திருக்கும்தான். சிலர் ஒப்புக்கொள்ளலாம்; சிலர் வெட்கப்படலாம். நானே என் சிறு வயதில் ஒரு நாள் இரவு வீட்டை விட்டு ஓடியிருக்கிறேன். அதைப் பற்றி எழுதியுமிருக்கிறேன். ‘நந்தலாலா’வில்

பையன் தாயைத் தேடிப் போகிறான். இது எவ்வளவு பெரிய விஷயம். எவ்வளவு மகத்தான விஷயம்! வீட்டில் பெரியவர்களின் பாதுகாப்பை விட்டு மீறி ஒரு புத்தி பிறழ்ந்த முன்பின் அறியாத பெரியவருடன் வெளியேறுகிறான். அவன் மனதுக்குள் இது ஒரு பெரிய சாகஸப் பயணம். ஆச்சரியங்களும், பயங்களும் எதிர்பார்ப்புகளும் நிறைந்த ஒரு சாகஸப் பயணம். அவன் மனதுக்குள் என்னெவெல்லாம் நடந்து கொண்டிருக்கும்! ஒரு பெரிய உலகமே ஆச்சரியத்துடன் விரிந்துகொண்டிருக்கும். அது எதுவும் இந்தப் படத்தில் இல்லை. புத்தி பிறழ்ந்த ஒரு பெரியவருடன் கூடப் போகிறான். அவ்வளவுதான். அவன் மனதுக்குள் விரியும் உலகம் எதுவும் நமக்குத் தெரியவில்லை. காரணம் மிஷ்கினுக்கே அது பற்றிய சிந்தனை ஏதும் இல்லை. போகும் வழியில் அந்த இருவருக்கும் நடக்கும் அடுக்கடுக்கான சம்பவங்கள்தான் படத்தில் விரிகின்றன. அதில் ஒரு கற்பழிப்பும் உண்டு. மசாலா ஐட்டமான சண்டையும் உண்டு.

இதெல்லாம் இல்லாது, அந்தச் சிறுவனின் மன உலகம் விரிந்திருக்குமானால் அது தமிழ்க் கதையாகியிருக்கும். ஏன், ஜப்பானில் தான் சின்ன பையன் வீட்டை விட்டு ஓடுவானா என்று மிஷ்கின் வெகு தைரியமாக தன்னைக் கேள்வி கேட்பவர்களுக்கு பதில் சொல்லியிருக்கலாம். படம் முழுவதும் மூளை வளர்ச்சியடையாத அந்த பெரிய மனிதனையே மையமாகக் கொண்டுள்ளது. தொடங்குவதும் முடிவதும் அந்த சிறு பையனை வைத்து என்றாலும் மிஷ்கின் பார்வையாளர் முன் நிறுத்துவது பையனை அல்ல. இதற்கு முன்னும் பின்னும் அவர் சில படங்களைத் தந்திருக்கிறார். முன்னது பற்றி அவரும் வேறு யாரும் அதிகம் பேசுவதில்லை. நந்தலாலா தான் அவருக்குப் பேர் சொல்லும் படைப்பு என்று முன் வைக்கப்படுகிறது. அடுத்த படம் 'யுத்தம் செய்' என்ன சொல்ல வருகிறது என்றே தெரியவில்லை. ஒரே இருட்டும் ரத்தமும் வன்முறையும் கொலைகளும் பழிவாங்கலுமாகவே கதை உருவாக்கப்பட்டிருக்கிறது. இல்லை, தயாரிக்கப்பட்டிருக்கிறது என்று சொல்லலாமா? இதில் அவருக்கே முத்திரையாகிப்போன டாப் ஆங்கிள் ஷாட். (சொல்லத்தான் கேள்விப்பட்டிருக்கிறேன். யுத்தம் செய் படத்திலும் பார்த்திருக்கிறேன்.

ஆனால் இது எதற்கு என்று தெரியவில்லை. என்ன சொல்ல வருகின்றன இந்த ஷாட் தேர்வுகள் என்பது தெரியவில்லை. அந்தக் காலத்தில் வின்சென்ட் என்று ஒரு காமிராமேன் இருந்தார், ஸ்ரீதர் என்னும் ஒரு இயக்குனரோடு. இருவருமே தம்மைப் புதிய சகாப்த புருஷர்களாக நினைத்துக்கொண்டார்கள். ஸ்ரீதர் புது வகை கதை, புது வகை வசனத்துக்கு பாராட்டப்பட்டார். 'ஓடினாள், ஓடினாள் வாழ்க்கையின் ஓரத்துக்கே ஓடினாள்' ரக வசன ஆட்சி நடந்த காலத்தில் ஸ்ரீதர் வசனம் வேறுபட்டதாக இருந்தது. தினமும் பறங்கிக்காயையே குழம்பில் போட்டு ஹிம்சை படுத்திக் கொண்டிருந்த ஹோட்டல், ஒரு நாள் கத்தரிக்காயை குழம்பில் போட்டால் ஒரு பரவச புத்துணர்ச்சி பரவும் இல்லையா?. அது போகட்டும். இந்த ஸ்ரீதருக்கு பிரியமான வின்சென்ட், பார்வையாளர் மத்தியில் பெரும் பரவச அலையைப் பெருக்கியவர். 'மன்னன்தான்யா இந்த ஆளு, வின்செண்டு. என்னமா காமிராவை வச்சிக்கிட்டு பூந்து வெள்ளாட்றான் பாருய்யா' என்று ஆரவார கரகோஷம் வாங்கியவர். அவர் செய்த புதுமை சாவித்துவாரம் வழியாக காட்சி அமைப்பது. மேஜைக்குக் கீழே காமிராவை வைத்து படமெடுப்பது ஆகியன. எதற்கு இந்த மாதிரி சர்க்கஸ் வித்தையெல்லாம் என்பதை வின்சென்ட்டும் சொல்லவில்லை. பார்வையாளரும் வாயைப் பிளந்தே வைத்திருந்ததால் கேட்கவும் வாய்ப்பில்லாமல் போயிற்று. உலகிற்கே காமெரா தரும் ஜப்பானில் யோஷிஜிரோ ஓஷு என்றொரு சினிமா இயக்குனர் இருக்கிறார். அகிரா குரஸவாவுக்கு இணையாகப் பேசப்படுபவர். அவர் திடுக்கிடும் புதுமைகள் ஏதும் செய்வதில்லை. ரொம்ப அமைதியான, சம்பிரதாயங்கள் வழுவிய மனிதர். அவர் படங்கள் எதிலும் காமிரா இருந்த இடத்தை விட்டு நகர்வதில்லை. நடிப்பிடத்திற்கு எதிரே ட்ரைபாடில் காமிராவை வைத்துவிட்டு அந்த இடத்தைவிட்டு நகர்ந்து பின் இரண்டு மணி நேரத்திற்குப் பிறகு வரும் வழக்கமோ என்று தோன்றும். காமிரா நகரவே நகராது. ஆனால் அவர் சொல்ல வந்த கதை முழுதும் மிக நேர்த்தியாக சொல்லப்பட்டு விடும். காமிரா நகரவே இல்லை என்பது பற்றிய பிரக்ஞையே நமக்கு வராது. நான் முன்னாலேயே சொன்னபடி நமக்கு காமிரா, நடிப்பு, செட்டிங் பற்றியெல்லாம் நினைப்பே

வராதவாறு கதையைச் சொல்லிவிடும் திறன்தான் திறன். மற்றதெல்லாம் கோமாளித்தனமான பாவனைகள்தான். புலியைப் பார்த்து சூடு போட்டுக்கொள்ளும் சமாசாரம்தான்.

என்னென்னமோ உலகத் தரமான படங்களையெல்லாம் பார்த்து தானும் உலகத் தரமான படம் பண்ணுகிறேனாக்கும் என்று கிளம்பியவர் என்ன உலகத்தரத்திற்க்காக ஒரு குத்துப்பாட்டை புகுத்தியிருக்கிறார். அதுவும் மகா கடைத்தரமான ஒரு பாட்டு, ஒரு டான்ஸ். 'கட்டுமரத் துடுப்புப் போல இடுப்பை ஆட்டுறா' இதில் என்ன உலகத்தரம் இருக்கிறது என்று மிஷ்கின் நினைக்கிறார்? குடித்துக் கும்மாளம் போடுகிற தரங்கெட்ட கூட்டம் இரவுக் கேளிக்கை விடுதிக்குப் போகும். இல்லை அது கிராமத்துக் கூட்டம் என்றால் ரெகார்டு டான்ஸ் பாக்கப் போகும். அதுதான் தமிழ் வாழ்க்கையின் கோரமான அங்கங்கள் என்றால், அதைத்தான் நான் காட்ட வந்தேன் என்றால், நேர்மையுடன் அதைக் காட்டட்டும். தமிழ் வாழ்க்கையின் ஒரு கோர பகுதி இதுதான் என்றால் அந்த ரிகாட் டான்ஸோ, இல்லை கேளிக்கை விடுதி ஆட்டமோ, ஒன்றிரண்டு நிமிடங்களுக்கு மேல் அது நீளாது. மேலும் காமிராவின் குவிமையம் அந்த டான்ஸாக இராது. அந்த சூழல்தான் காட்டப்படும். அதுதான் ஒரு சீரிய கலை நோக்கம் கொண்ட ஒரு இயக்குனரின் அணுகலாக இருக்கமுடியும். இந்த 'கட்டுமரத் துடுப்பு போல இடுப்பை ஆட்டுறா' டான்ஸ், மசாலாவாகச் சேர்க்கப்பட்ட சமாச்சாரம் தான்.

சில பெரிய இயக்குனர்களின் சில படங்களிலும் டான்ஸும் பாட்டும் இடம்பெற்றிருக்கின்றனதான். ஷ்யாம் பெனகல், பூமிகா என்ற படத்தில் கடந்த காலத்திய ஹம்ஸா வாடேகர் என்ற ஒரு மராத்தி நடிகையின் வாழ்க்கையை படமாக எடுத்திருக்கிறார். அதில் அந்நடிகை நடித்த காலத்திய பாணி சினிமா பாடல்களும் நடனங்களும் இடம்பெற்றிருக்கும். முழுவதும் அல்ல; துணுக்குகளாக. லதா மங்கேஷ்கர் / ஆஷா போன்ஸ்லேயை மாதிரியாகக் கொண்டு இரண்டு சகோதரிகளின் கதையை ஒரு படத்தில் சொல்லியிருப்பார். அதிலும் பாட்டுக்கள் இடம் பெற்றுள்ளன. சத்யஜித் ரேயின் ஜல்ஸாகர் என்ற படத்தில் ஹிந்துஸ்தானி

சாஸ்திரீய சங்கீதக் கச்சேரியே நடக்கும். கச்சேரிக்காக அல்ல. அழிந்து வரும் பிரபுத்துவ வாழ்க்கைச் சூழலைச் சொல்வதற்காக. மாறிய காலச் சூழலில், கடந்த கால பிரபுத்துவ எச்சமாக வாழும் ஒரு பிரபுவின் வாழ்க்கையில் பண்பும் நாகரீகமும், பண்பட்ட கலை வாழ்வும் இருந்தது. அந்த இடத்தை ஆக்கிரமித்துக்கொண்டுள்ள புதுப் பணக்காரனின் பாமரத்தனத்தையும் பணத்திமிரையும் அங்கு நாம் காண்போம்.

இன்னொரு ரேயின் படத்தில் ரவீந்திரரின் சங்கீதம் ஒன்று காலை வணக்கமாக, தனிமையில் உட்கார்ந்திருக்கும் ஒரு ஸ்த்ரீ பாடிக் கொண்டிருப்பாள். காட்சி தான் நினைவில் இருக்கிறது. படத்தின் பெயரல்ல.

ரேயின் படத்தில் டான்ஸ் இருக்கே; பாட்டு இருக்கே; ஷ்யாம் பெனகல் படத்தில் பாட்டும் டான்ஸும் இருக்கே என்று வாதிடும் தமிழ் சினிமா பெரும்புள்ளிகள் இருக்கக் கூடும். அவர்களின் பாமரத்தனம் அவர்களது வாழ்வுரிமை. ரேயும், ஷ்யாம் பெனகலும் 'கட்டுமரத் துடுப்பு' போல இடுப்பை ஆட்டுறா என்று ஒரு குத்தாட்டத்தை அங்கீகரிப்பவர்கள் இல்லை.

மிஷ்கினைப் பற்றி இவ்வளவு எழுதக் காரணம் அவரை மாத்திரம் ஸ்பெஷலாகக் குறிப்பிட்டு அவர் படத்தைப் பார்த்தீங்களா என்று சொன்னதால் தான். மகா மட்டமான படங்களும், இயக்குனர்களும் நடிகர் கூட்டமும் மிஷ்கினைவிட பல மடங்கு அதிக கண்டனத்துக்கு உரியவர்கள் தான். ஆனால் அவர்கள் அக்கறைகளும் வாதமும் வசூலை மாத்திரம் பற்றியது. முடிந்தால் பின்னர் கலை என்றும் அவர்கள் உரிமை கொண்டாடுவார்கள். உலகத் தரம் என்றால் பேசமாட்டார்கள்.

20

மீண்டும் நான் சொல்ல விரும்புகிறேன். மிஷ்கினை மாத்திரம் பலியாடாக்குவதில் எனக்கு விருப்பமில்லை. இதைவிட மகா பாமரத்தனமும், அசிங்கமுமான சமாசாரங்களையெல்லாம் திணித்து சந்தைப் பொருளாக்கி, அதே சமயம் ஏதோ தான் பெரிதாக ஒரு சாதனை செய்துவிட்டதாக மயக்கத்தில் மிதந்து கொண்டிருக்கும் அனேகர், (இவர்கள்தான் நம் திரைப்படத் துறையில் நிறைந்திருக்கின்றனர், இவர்கள்தான் பட்டங்களும் விருதுகளும் பெற்று கொள்ளையாகச் சம்பாதித்து சமூகத்தில் பெரிய மனிதர்களாகின்றனர். அதிகார பீடங்கள் முன்னிலையில் இவர்கள் குழைவும் பல்லிளிப்பும் மகா கோரமானவை. அசிங்கமானவை. தமிழ்நாட்டின் நாகரீகத்தையும் பண்பாட்டையும் சீர்குலைத்தவை. எந்த அதிகார பீடங்களுக்கு முன் குழைகிறார்களோ அவர்களாலேயே 'வெறும் காக்காக் கூட்டம்' என்று இழிந்து நகையாடப்பட்டவர்கள். இந்த காக்காக் கூட்டத்தை தேர்தலின் போது தமக்கு பிரசாரம் செய்ய வேண்டுபவர்கள். இந்தக் காக்காக் கூட்டமும் யார் அதிகாரத்திலிருக்கிறார்களோ அவர்கள் கட்டளைக்கு வளையும்.

இந்த விஷ வட்டத்திலிருந்து வெளியே ஒருவர் செயல் படுவது என்பது எழுபது வருட காலமாக நாம் வளர்த்து செழித்து இருக்கும் நிலையில் சாத்தியமில்லை. ஏனெனில் இந்த செயல்பாடுகளுக்கு ஒரே அளவுகோல் இன்னும் அதிக வருமானம், இன்னும் அதிக மக்களை எட்டுதல். எவ்வளவுக்கு எவ்வளவு அதிக வருமானத்தையும் மக்கள் தொகையையும் வேண்டுகிறோமே அவ்வளவுக்கு நாம் தாழ்ந்து தான் போக வேண்டும். அது பற்றி அவர்களுக்கு கவலை இல்லை. ஏனெனில் எவ்வளவு தாழ்ந்தாலும் அது வெற்றிப் படமாகிவிட்டால், அதோடு சமூக

அந்தஸ்து, பணம், புகழ், அதிகார மையங்களின் நெருக்கம் எல்லாம் கிட்டி விடுகின்றன.

பாலசந்தரும், கமலஹாஸனும்தான் என்னவோ உலகத்தரமான படங்களைப் பார்ப்பதாகவும் தமிழ்த் திரைப்பட உலகில் இவர்கள் பெரிய மாற்றங்களையும், புரட்சியையும் சாதித்துவிட்டதாகவும் சொல்லிக் கொண்டாலும் அதை இந்த தமிழ் சமூகமும் அங்கீகரித்து விட்டாலும், அவர்கள் தமிழ் சினிமாவை சினிமாவாக மாற்றிவிடவில்லை. இன்னமும் அவர்களுக்கு அது சந்தைப்பொருள்தான். சந்தைக்கேற்ப தயாரிக்கும், தயாரிக்கப்படும் பொருள்தான். சந்தைக்காகத் தயாரிப்பது வேறு. தான் நினைத்ததைத் தயாரித்து அதைச் சந்தைக்கு எடுத்துச் செல்வது வேறு. இது வார்த்தைகளில் விளையாடும் சமாசாரமில்லை. இரண்டும் வேறு வேறு குணத்தவை. வேறு வேறு உலகைச் சார்ந்தவை.

இதைப் புரியவைப்பது கடினம். அவரவர்களாக தாமே புரிந்து கொண்டால்தான் உண்டு. நிஜமும் பாவனைகளும் ஒன்றே போலத்தான் தோன்றும். சார்ஜ் உள்ள பாட்டரியும் சார்ஜ் தீர்ந்த பாட்டரியும் ஒன்று மாதிரித்தானே இருக்கும். ஒன்றில் உயிர் இருக்கும். மற்றது அதை இழந்தது. கவிதையும் அப்படித்தான். கவிதை போலவே இருக்கும் செய்யுளும். ஒன்று உணர்வுள்ளது. மற்றது வார்த்தைகளின் கூட்டம். பொய்யான சிரிப்புக்கும் ஆத்மார்த்தமாக மனம் மலர்வதற்கும் உள்ள வித்தியாசத்தை உணர்ந்துதான் தெரிந்து கொள்ளவேண்டும். அதை நிரூபிக்க இயலாது. எல்லாம் ஒன்றே போல இருக்கும். சிவாஜி கணேசன் சினிமாவுக்கு வந்தபோதே ஒரு அசிங்கமான, வார்த்தை வாந்தி பேதியுடன்தான் வந்தார். அதற்கேற்ற முக பாவங்களுடன். அது கலையல்ல. ஆபாசம் என்பது இன்றுவரை புரிந்து கொள்ளப்படவில்லை என்றுதான் தோன்றுகிறது. அதன் ஆட்சி இரண்டு தலைமுறைக்கு நீண்டு விட்டது. அந்த வார்த்தை வாந்தி பேதியும் அதோடு வந்த இது பேதிதான் என்று சொல்லும் முக பவனையும் லட்சியமாயிற்று. சிகரமாயிற்று. அவர் திலகமும் ஆனார். இன்று அந்த புள்ளியிலிருந்து தள்ளி நகர்ந்து வந்துவிட்டாலும், அந்த திலகத்துக்கு ஆராதனையும் அபிஷேகங்களும்

நிற்கவில்லை. இது சொல்வது என்ன? சிவாஜி மறைந்து விட்டாலும் அவரைப் பிரதிநிதித்துவப்படுத்திய உலகம் மாறவேயில்லை. அதெல்லாம் பிதற்றல் என்று சொல்லும் ஒரு ஜீவனை இன்றைய சினிமா உலகத்தில் காணமுடியாது. அந்த பீடத்திற்கு மலர் மாலை சார்த்துவது தொடர்கிறது.

இந்த ஒரு அசிங்கம், ஒரு பிதற்றலைப் பற்றியது இல்லை. வெவ்வேறு வித பிதற்றல்கள், அசிங்கங்கள் காலத்துக்கேற்ப சந்தையின் தேவைகளுக்கேற்ப கண்டுபிடிக்கப்பட்டு அவையே விதிகளாகின்றன. அன்று சிவாஜி டான்ஸ் ஆட வைகை அணையோ உதகையோ போதுமானதாக இருந்தது. இன்று மச்சுபிச்சுவுக்குப் போக வேண்டியிருக்கிறது. சில விதிகள் மீறப்படாதவை. சினிமாவுக்காக கதைகள் தயாரிக்கப்படுகின்றன. கதைகளில் மசாலாக்கள் சேர்க்கப் படுகின்றன. மிஷ்கினையே எடுத்துக் கொள்ளலாம். அவரது 'யுத்தம் செய்' ஒரு தயாரிப்பு கதை. சொந்தமாகத் தயாரித்தாரா, இல்லை கோகோ கோலா, பெப்சி போல வெளிநாட்டு லைசன்ஸ் வாங்கி உள்ளூர் தண்ணி சேர்த்து தயாரிக்கப்பட்டதா என்று தெரியாது. அதில் வரும் திருப்பங்கள் எத்தனை, வன்முறைக்காகக் கற்பிக்கப்பட்ட சம்பவங்கள் எத்தனை, எந்த திருப்பத்தையாவது, எந்த பாத்திரத்தையாவது நாம் ஒரு தர்க்க ரீதியில் சிந்திக்க முடிகிறதா, அல்லது ஏற்க முடிகிறதா? எல்லாம் தயாரிப்பு. மனித மனம் இப்படியெல்லாம் திடீர் மாற்றங்கள் பெறுமா, பெறுமென்றால் அதற்கான பின்னணி இருக்க வேண்டும். அதெல்லாம் இல்லாமல், அர்த்தமற்ற திடீர் திருப்பங்களும், திடீர் மனித மாற்றங்களும், வலிந்து புகுத்தப்படும் சம்பவங்களும், அந்த சம்பவங்களின் கோரமும், ஏதோ ஒரு எஃபெக்ட்டுக்காக தயாரிக்கப்பட்டவையாகவே தோன்றுகின்றன. டாப் ஆங்கிள் ஷாட் மாதிரி. சிலையாக நெடு நேரம் நிற்பது மாதிரி.

'யுத்தம் செய்' படத்தில் தெருக்காட்சிகள் சில வருகின்றன. ஒரு தெருக்காட்சி கூட அதன் இயல்பில் நாம் நம்பத்தகுந்த வகையில் இருக்கவில்லை. நாலைந்து பேரை 'நீ இந்தக் கோடியிலிருந்து அந்த முனைக்கு நடந்து போ. அங்கேயிருந்து இந்த முனைக்கு மூணு பேர் நடந்து போகட்டும்' என்று சொல்லி நடக்க வைத்தது மாதிரிதான்

இருக்கிறது. ஒரு ஜீவன் கூட, ஒருத்தர் நடை கூட, இயல்பாக இல்லை. எல்லாம் சொல்லி நடக்க வைத்தது மாதிரிதான். சேரன் தலையைக் குனிந்து கொண்டு விரைப்பாக நிற்கிறாரே அதுவும், மிஷ்கினின் புகழ் பெற்ற இயக்கம் போலத்தான் தெருக்காட்சிகளும். அந்தக் காலத்தில் முப்பது நாற்பதுகளில் இப்படித்தான் ஸ்டுடியோவுக்குள் அமைத்திருக்கும் தெருக்காட்சியில் எதிரும் புதிருமாக சிலரை நடக்க வைப்பார்கள். அதிலிருந்து கொஞ்சம் கூட இயக்குனர்களின் தொழில் திறன் வளரவில்லை. தெருவில் நடக்கும் ஒவ்வொருவருக்கும் ஒவ்வொரு சிந்தனை இருக்கும். மனதில் என்னவோ ஓடிக்கொண்டிருக்கும். அவரது உடை வேறுபட்டிருக்கும். நடை ஒவ்வொருவருக்கும் அவரவரது அவசரத்தை, மன நிலையைப் பொறுத்து மாறும். ஒவ்வொருவரும் தனித் தனி ஜீவன்கள். அவரவர் கவலைகள்; சிந்தனைகள். உத்பல் தத்தின் நாடக மேடையில் கூட மனிதர்கள் கூட்டமாகக் காணும் காட்சிகள் ஒவ்வொரு மனிதனையும் தனித் தனி தோற்றங்களில் தனித் தனி பாவனைகளில் காண முடிந்திருக்கிறது. முப்பது பேர் முப்பது விதமாக இருப்பார்கள் முப்பது பாவனைகளிள் செயல் தோற்றங்களில் இருப்பார்கள். நாடக மேடையில் பார்வையாளர்களுக்கு கூட்டம்தான் தெரிய வேண்டுமே ஒழிய, முப்பது தனி மனிதர்களை அல்ல என்று உத்பல் தத் நினைப்பதில்லை. பார்வையாளர்கள் கவனிக்கிறார்களோ இல்லையோ, நடப்பு வாழ்க்கையில் முப்பது பேர் ஒரு கூட்டத்தில் கூட முப்பது விதமாகத்தான் காட்சி தருவார்கள் என்ற நினைப்பில் உத்பல் தத், தன் நடிகர்களுக்கு பயிற்சி தருவார்.

ஜெயகாந்தன் ''உன்னைப் போல் ஒருவன்'' திரையிட்டிருந்த சமயம். தில்லியில் ஒரு நாள் ஒரு காட்சி திரையிட்ட போது வந்திருந்தார். 1963 - 1964 ஏதோ ஒரு வருடம்,. சரியாக நினைவில் இல்லை. அந்த சின்ன பையன் பெரியவரின் முன் நின்று கொண்டிருக்கிறான். தனித்து விடப்பட்ட பையன். அவனை ஆதரிக்கும் பெரியவர். அவர் ஏதோ சொல்கிறார். இவன் அமைதியாக நின்று கேட்டுக்கொண்டிருக்கிறான். மிக நன்றாக வந்திருக்கிறது அந்தக் காட்சி. பையன் அழவில்லை. நீண்ட வசனம் பேசவில்லை, கத்திக் கதறவில்லை என்று பேசிக் கொண்டிருக்கும்

போது ஜெயகாந்தன் சின்னப் பையன் எப்படி தன் உணர்ச்சிகளை முகத்தில் காட்டுவான்? ஆதலால் அவனை, 'நீ சும்மா தலையைக் குனிந்து கொண்டு நில்லு போதும்' என்று சொன்னோம். பையனைப் பின்னாலிருந்து ஷாட் எடுத்தாலே போதும் அதுவே எல்லாம் சொல்லி விடும் என்று நினைத்தோம் என்று சொன்னார். நமக்கு அனேக சமயம் சில சௌகரியக் குறைவுகளே, சில வசதிகள் இல்லாது அதை நிரப்பச் செய்யும் நிர்ப்பந்தங்களே புதிய முயற்சிகளைத் தோற்று வித்து விடுகின்றன.

அப்போது பேச்சின் இடையில் ஒரு விஷயம் வந்தது. ஒருவர் சொன்னார், ஸ்ரீதர் தன் படத்தில் ஒரு நோயாளி படுத்திருக்கும் ஷாட்டுக்காக ஒரு ஆஸ்பத்திரிக்கே சென்று காட்சி அமைத்ததாகச் சொல்லியிருக்கிறார். புதுமை இயக்குனர் ஸ்ரீதர் எவ்வளவு யதார்த்ததுக்கு முயன்று இருக்கிறார் என்பதைச் சொல்ல அந்த சம்பவம் சொல்லப்பட்டது. ஜெமினி கணேசன் இரவில் நிலாவைப் பார்த்துக் கொண்டே, 'வாராயோ வெண்ணிலாவே, கேளாயோ என் கதையை' என்று பாடுவது நினவுக்கு வந்தது. எவ்வளவு யதார்த்தம் என்று வியப்போடு நினைத்துக் கொண்டேன். அதற்கு ஜெயகாந்தன் ஆமாம், ஏன்யா, உங்க வீட்டு அறையில் ஒரு மூலையிலே ஒரு கட்டிலைப் போட்டு அந்த ஆளைப் படுக்க வைத்து எடுத்தா பத்தாதா? ஒரு ஆஸ்பத்திரியையே வாடகைக்கு எடுத்து என்ன அதிகம் சாதிச்சிருக்காங்க. எதுக்கு எவ்வளவு தேவைங்கிறதை யோசிக்கறதில்லையா. பணம் இருக்கு. செலவழிக்கிறாங்க.'' என்றார்.

நேற்று பார்த்த ஒரு இரானிய படம். ஜாஃபர் பனாஹியினது. சர்க்கிள். அதில் ஒரு இளம் பெண் கர்ப்பமாக இருக்கிறாள். கர்ப்பத்தைக் கலைக்க வேண்டும். தன்க்குத் தெரிந்த ஒரு நர்ஸ் வேலை செய்யும் ஆஸ்பத்திரிக்குப் போகிறாள். ஆனால் அந்த நர்ஸ் உதவி செய்ய மறுத்துவிடுகிறாள். உதவ எண்ணமில்லை என்றல்ல. அது பெரிய ஆபத்தில் வந்து முடியும் என்ற காரணத்தால். அந்தப் பெண் ஆஸ்பத்திரிக்குள் கழிக்கும் சுமார் 20 நிமிடக் காட்சியை, அந்த

ஆஸ்பத்திரியின் சூழல் முழவதையும் சிருஷ்டித்து இயக்கியிருக்கும் திறன் வியக்க வைக்கிறது. நம் சினிமாத் திரையில் ஏன் ஹிந்தி சினிமாத் திரையில் கூட 20 நிமிடம் என்ன, ஒரு மின் வெட்டில் தோன்றி மறையும் காட்சியாகக் கூட அந்த மாதிரியான காட்சி அமைப்பும் சுற்றிக் காணும் ஆஸ்பத்திரியின் சூழல் நடவடிக்கைகள் எவ்வளவு இயற்கையாக உருவாக்கப்பட்டிருக்கிறது என்பதை பார்த்து ஆச்சரியப்பட்டேன். எவ்வளவு ஏற்பாடுகள், தொழில் திறன், அதற்கு வேண்டும். ஜாஃபர் பனாஹி, ஒவ்வொரு படத்திலும் இத்தகைய சூழலை உருவாக்குவதில் ஒரு சிகர சாதனையே நம் முன் நிறுத்தி விடுகிறார். அந்தப் பெண் கவலையுடன், பதற்றத்துடன் அலையும் ஒரு பஸ் ஸ்டாண்ட் காட்சியும், கூடத்தான். அதுவும் 10-15 நிமிடங்களுக்கு நீள்கிறது.

21

இதுகாறும் நான் எழுதிவருவனவற்றைப் படிப்பவர்களிடமிருந்து வரும் எதிர்மறையான கருத்துக்கள் ஒரு சில வகைகளுள் அடங்கும்.

தங்களுக்குப் பிடித்த, ஏதோ கலைமேதையென தமக்குள் கற்பித்துக்கொண்டு பாலாபிஷேகம் செய்து பூசிக்கும் சில நடிகர்களை அவர்கள் நடித்த படங்களை, சில இயக்குனர்களையெல்லாம் குறிப்பிட்டு அவர்கள் இயக்கிய படங்களையும் பட்டியலிட்டு, ''இவையெல்லாம் நல்ல படங்கள் இல்லையா?'' என்று தம்முள் பொங்கி எழும் சீற்றத்தை அல்லது தமக்குள் வதைபடும் மிகுந்த மன வேதனையைக் கொட்டிக் கேட்கிறார்கள். இவர்களுக்கு நான் முன் வைக்கும் கருத்துக்கள், பார்வைகள் எதையும் எதிர்கொள்ளும் மனமிருப்பதில்லை. அவற்றையெல்லாம் படித்தும், அது பற்றி கொஞ்சம் கூட சிந்திக்காமல், தம் கையிலிருக்கும் விளக்குமாற்றால் ஒரே வீச்சில் அவ்வளவையும் துடைத்து எறிந்து விட்டு, தாம் முன் கொண்டிருந்த மனநிலைக்கே திரும்பி இதெல்லாம் நல்ல படமில்லையா, அதெல்லாம் நல்ல படமில்லையா? என்று தொண்டை அடைக்கக் கேட்கும் போது, அதை ஒரு வேதனைக் குரல் என்றே சொல்லவேண்டும். குரல் கம்மிக் கம்மி, கதற ஆரம்பித்துவிடுகிறார்கள். இதுகாறும் தம் சொப்பன சுகத்தில் ஆழ்ந்திருந்ததெல்லாம் பொய் எனச் சொல்லப்பட்டால் நிலை குலைந்து போவதைச் சகித்துக்கொள்ள முடிவதில்லை. இல்லையெனில் திடீரென ஏற்பட்ட ஒரு அதிர்ச்சியினாலும் கையாலாகாச் சீற்றத்தினாலும் எதிர்வினை ஆற்றுகிறார்கள். பத்து வயது அண்ணனுக்கு வீட்டில் அடி விழுந்தால் ஆறு வயது தம்பி தேம்பித் தேம்பி அழ ஆரம்பித்துவிடுவான். அண்ணன் எதற்கு அடிபடுகிறான், என்ன சொல்லி அப்பா அடிக்கிறார்

என்பதெல்லாம் அவனுக்குப் புரிவதேயில்லை. அன்னன் அடிபடுவது தெரிகிறது. அது அவனால் தாங்க இயலாது. இரண்டாவதுதான் தனித்து விடப்பட்ட துக்கம் வேறு. தாங்கத்தான் முடிவதில்லை, தம்பிப் பையனுக்கு.

இரண்டாவது வகையினர் இன்னொரு வேடிக்கையும் பரிதாபமுமான கற்பனை வாதம் ஒன்றை முன் வைக்கிறார்கள். நாளெல்லாம் வெயிலில் வேர்த்து விறுவிறுத்து உழைத்துத் திரும்புகிறவன் தன் கஷ்டங்களையெல்லாம் மறந்து ஜாலியாக இருக்க விரும்புகிறவன் எதிர்பார்ப்பதைத் தருகிறது. அவனுக்கு அன்று ஒரு ஜெயமாலினி, இல்லை ஜோதிலட்சுமி, இன்று ஒரு நமீதாவாவது டான்ஸ் பண்ண வேண்டும். அதைப் பார்த்து மகிழ்ந்து நன்றாகத் தூங்கி நாளைக்கு மறுபடியும் வேர்த்து விறுவிறுக்கத் தயாராவான். இந்த மாதிரியான ஒரு சினிமா கலைத் தத்துவம் தமிழ் மன்னுக்கே உரியது. இது போல ஒரு பொய்யும் நேர்மையற்றதுமான ஒரு வாதம், இன்னொரு பெயரில் இளிச்சவாய்த்தனமான வாதம், இருக்குமா என்று யோசிக்கத் தோன்றுகிறது. ஆனாலும் கொள்ளையடிக்கவே வந்திருப்பவர்கள், அதற்கு ஏதாவது கவர்ச்சியான ஜனநாயகப் பூச்சு பூசி மக்களை ஆபாசத்துக்குத் தள்ளுகிறவர்கள் இன்னும் மோசமான பொருளைச் சந்தைக்கு எடுத்துச் செல்ல வேண்டி வரும்போது, இன்னமும் நேர்மை கெட்ட, இன்னமும் மோசடி நிறைந்த பொய்யை, மக்களுக்காகப் பேசுவதாக நினைத்துக்கொள்ளும் அறிவுஜீவிகளுக்காகத் தயார் செய்ய மாட்டார்கள் என்பது நிச்சயமில்லை.

முப்பது நாற்பது வருஷங்களுக்கு முன் புராணப் படங்கள் கோலோச்சிய காலத்தில் இந்திரனோ, எவனாவது மன்னனோ சபைக்கு வந்து அமர்ந்ததும் ஏழு கன்னிகைகள் வந்து நடனமாடுவார்கள். பின்னர் அடுத்த தலைமுறையில் ஒரு கல்யாணமோ, இல்லை பெரிய மனிதருக்கு வரவேற்போ என்று காரணம் காட்டி ஒரு நாட்டிய நிகழ்ச்சிக்கு காண எல்லோரும் தியேட்டருக்குப் போவார்கள். அங்கு காதல் மலரும்.

எந்த ஊர் தொழிலாளிகள் தாம் சிந்திய வியர்வையைக் காட்டி எங்களுக்கெல்லாம் எங்கள் உடல் சிரமத்தைக் குறைத்து ஒத்தடம் கொடுத்து எங்கள் முகத்தில் சிரிப்பையும் இறைவனையும் வரவழைக்க சிலுக்கு ஸ்மிதா நாட்டியம் காட்டுங்கள் என்று ஜாயிண்ட் பெட்டிஷன் போட்டார்களா, இல்லை ஏழு கோடி தமிழர்களிடம் கையெழுத்து வாங்கி கோடம்பாக்கம் திரைப்படத் தயாரிப்பாளர் சங்கத்துக்கு பொது மனு கொடுத்தார்களா என்பது தெரியாது. ஒரு வேளை அந்த செய்தி வந்த அன்று என் ஏரியாவில் பவர் கட் இருந்திருக்கலாம். இதற்கு அடுத்து எப்போது இந்த மாதிரி ஒரு பொது மனு, 'இனி உதகை பார்க், ஏற்காடு, வைகை அணையெல்லாம் பார்த்து அலுத்து விட்டது, இனி ஸ்விட்சர்லாந்துக்கோ, அர்ஜெண்டினாவுக்கோ, டோரண்டோவுக்கோ போய் கமலஹாசனும், சிம்புவும் நயன்தாராவோடு ஒரு நாற்பது பேர் கூட்டத்தோடு டான்ஸ் பண்ணினால்தான் எங்கள் அலுப்பு தீரும்போல இருக்கு. இப்பல்லாம் பார்ங்க உடம்புலே கொட்டுற வியர்வை நிறையவே கூடிப்போச்சு. உதகை பார்க் டான்ஸெல்லாம் இந்த வியர்வைக்குப் பத்தாது' என்று மறுபடியும் கொடுத்தார்கள் என்ற செய்தியும் என் பார்வையிலிருந்து தப்பி விட்டது. அடிக்கடி வரும் பவர் கட்டினால் வரும் விபத்து இது.

எனக்கென்னவோ இந்த ஆபாசங்கள் எல்லாம் தயாரிப்பாளர், வினியோகஸ்தர்களின் கோரிக்கைதானே ஒழிய அப்பாவி தமிழ் மக்களுடையதல்ல. அந்த வியர்வை கொட்ட அதைக் காய வைக்க எந்த அப்பாவி தமிழ் உழைப்பாளியும் 300 ரூபாயும் 500 ரூபாயும் கொடுத்து டிக்கட் வாங்க மத்தியானம் இரண்டு மணி வெயிலில் வரிசையில் நிற்கமாட்டான். அந்த பைத்தியக்காரத்தனம் செய்யும் தமிழ் ரகங்களே வேறேதான். கோடிக்கணக்கில் வசூலிக்கும் படத்தின் வெற்றிக்குக் காரணம் தேடுகிற வியாபாரக் கூட்டம், ஒரு கட்டத்தில் கருணாநிதி வசனம், சிவாஜி முக அவஸ்தைகள், சிலுக்கு ஸ்மிதா நடனம், கமலஹாசனின் மேக்கப் அவதாரங்கள், ரஜினிகாந்தின் அங்க சேஷ்டைகள் என்று தம் நுண்மாண் நுழைபுல ஆராய்ச்சியில் கண்டுபிடித்து தம் அடுத்த

படத்தில் அந்தச் சரக்கை இன்னும் ஒன்றிரண்டு பெக் கூடச் சேர்த்துக் கலந்த காக்டெயிலை சந்தைக்குக் கொண்டு வரும் பேராசைக் கனவுகளுக்கு என்னமோ உழைக்கும் வர்க்கம், சொட்டும் வியர்வை, மக்கள் ரசனை என்று கோஷிப்பதையே தம் கண்டுபிடிப்பு போலத் திரும்பத் திரும்ப நமக்குச் சொல்கிறார்கள், இந்த ஆபாசங்களும் தரக்கேடுகளும் தமக்கும் பிடித்துப் போக அதற்கு நியாயம் கற்பிக்கும் நம் அறிவுஜீவிகள். தமிழ் சினிமா கலா ரசிகர்கள்.

ஒரு ஆபாசத்தை நிலை நிறுத்த, தொடர்ந்து நடைமுறைப்படுத்த என்னென்ன வார்த்தை ஜாலங்கள் எல்லாம் செய்ய வேண்டியிருக்கிறது. ‘இலவச தொலைக்காட்சி தருவதற்கு என்ன உயரிய நோக்கம் சொல்லப் பட்டது? குடிசைவாசிகளும் உலக அறிவு பெற வேண்டும், கலை ரசனை பெருக வேண்டும் என்ற மகத்தான லட்சியம் தான் காரணம்’ என்று. கடைசியில் சன் டிவிக்குப் போட்டியாக அதிலிருந்தும் கீழிறங்கி ‘மானாட மயிலாட’ கண்டுபிடிக்கப்பட்டது எதற்கு?. உடன் பிறப்புகளும், ரத்தத்தின் ரத்தங்களும் உலக அறிவு பெற; கலைகள் கண்டு களித்திட.

ஒவ்வொரு தரக்கேடும், ஒவ்வொரு ஆபாசமும் தனியே வருவதில்லை. உடன் அதற்கான லட்சிய கோஷங்களோடுதான் சந்தைக்கு வருகிறது.

மூன்றாவதாக, தமிழ் சினிமா முன்னேறிக்கொண்டு தான் வருகிறது. மாற்றங்கள் வந்து கொண்டுதான் இருக்கின்றன என்று சொல்கிறவர்கள், மிஷ்கின், பாரதிராஜா, பாலசந்தர் மணிரத்னம், மகேந்திரன், போன்றோரையும், வெயில், சுப்பிரமணியபுரம், நந்தலாலா போன்ற படங்களையும் சுட்டிக் காட்டுகிறார்கள். இவர்களில், மகேந்திரனையும் இவர்கள் சொல்லாத பாலு மகேந்திராவையும்தான் மாற்றம் கொண்டு வர முயன்றவர்களாக, ஆனால் தோற்றவர்களாக நான் ஒப்புக்கொள்வேன்.

தோற்றது அவர்களுக்கு இழுக்கில்லை. அவர்களை விரட்டி அடித்தது நாம்தான். மக்கள் ரசனை, உழைப்பாளி வியர்வை கொள்கைக்காரார்கள் தான். அவர்கள் நம் மதிப்புக்கு உரியவர்கள். ஆனால் அவர்களால் எந்த

மாற்றத்தையும் தமிழ் சினிமாவில் கொணர முடியவில்லை. மற்றவர்கள் எல்லாம் வெறும் பாவ்லா பண்ணுகிறவர்கள். அவர்களுக்கு தமிழ் சினிமாவின் மாற்றத்தில், தர உயர்வில் எந்த அக்கறையும் கிடையாது. பாவ்லா காட்டியே பெயர் வாங்கிக் கொண்டவர்கள். இந்த பாவ்லாக்களைக் காட்டியே பெயரும் பணமும் பண்ண தமிழ் சமூகத்தில் தான் முடியும். இந்த இயக்குனர்களின் பாவ்லாக்களை, படங்களின் பாவ்லாக்களை நான் அங்கங்கே சொல்லியே வந்திருக்கிறேன்.

இது போன்ற, சங்கடமான நிலை வரும்போது, எதையாவது சொல்லி, எப்படியாவது தப்பித்துக்கொள்ளும் சாமர்த்தியங்களையெல்லாம் விட்டு விடுவோம். சாமர்த்தியங்கள், வார்த்தை ஜாலங்கள், லட்சிய கோஷங்கள் எல்லாம் மூடி மறைப்பன; நம் நல்லதை யோசித்துச் செய்யப்படுவன அல்ல; என்றும், எங்கும், எக்காலத்தும். இவர்கள் எல்லாம் நம்மிடமிருந்து பணம் பிடுங்க வந்தவர்கள் என்பது பெரிய விஷயமில்லை. போன பணம் போனாலும் பின்னர் நாம் பணம் சம்பாதித்துக்கொள்ளலாம். ஆனால் இவர்கள் பணம் கொழிக்க, தமிழ்நாட்டின் பண்பாட்டை, நாகரீகத்தை, கலைப் பிரக்ஞையை நாசம் செய்து வருகிறார்கள். இவை நாசமானால் திரும்பப் பெறக்கூடியவை அல்ல. கீழ் நோக்கிய சரிவு தொடங்கிவிட்டால் அந்த சரிவு எங்கும் இடையில் நிற்கப் போகும் சரிவு அல்ல. இந்திர சபையில் அப்ஸரஸ்கள் ஏழு பேர் ஆடும் நடனம் இன்று முப்பது பேர் திடீரென, ஏன், எப்படி, எதற்கு என்ற காரண காரிய விவஸ்தையே இல்லாமல் நடு ரோடில் நாற்பதுபேர் ஆடும் ''ஓ போடு'' ஆட்டமாக, 'கட்டு மர துடுப்பு போல இடுப்பை ஆட்டுறா' வாக மாறினால் அது நிற்காது தொடரும் சரிவு. அன்று இந்திரசபை அப்ஸரஸ்களின் நடனத்தைத் தவிர்க்கும் படங்கள் இருந்தன. இந்திரன் கதையில் இருந்தால் இந்திர சபையும் அப்ஸரஸுகளின் நடனமும் நிகழ்வதில் ஒரு நியாயம் இருந்தது. ஒரு நியாயம்தான். கட்டாய விதி இல்லை. அது இல்லாமலே இந்திரன் வந்த படங்கள் இருந்தன. ஆனால், 'கட்டு மர துடுப்பு போல இடுப்பை ஆட்டுகிறவளை' எந்த நியாயமும் இல்லாது இழுத்துப் பிடித்து வரவேண்டியிருக்கிறது. என்ன பைத்தியக்காரத்தனம் இதெல்லாம்

என்றால், வியர்வை, உழைத்துக் களைத்த உடம்பு, மக்களின் மகிழ்ச்சி என்று என்னென்னவோ பிதற்றல்கள் வந்து விழுகின்றன. இதுக்கு சப்போட்டு எல்லா தரப்பிலிருந்தும் வந்து குவிகிறது. பத்திரிகைகள், எழுத்தாளர்கள், அறிவுஜீவிகள், அமைச்சர்கள், முத்தமிழ்க் காவலர்கள், செம்மொழி கொண்டாந்தவர்கள் என்று ஒருத்தர் பாக்கி இல்லாமல் அனைத்து தரப்பினரிடமிருந்தும்.

இந்த நேர்மையின்மை என்பது சமூகத்தின் எல்லா துறை சார்ந்தவர்களிடமும், எல்லா சமூக நிலைகளில் இருப்பவர்களிடமும் காணப்படுகிறது. சமூகம் பூராவுமா, ஒருத்தர் பாக்கி இல்லாமல் எல்லாரும் ஊமத்தம்பூவைத் தின்று கிடக்கிறார்கள், இப்படி உளறுவதற்கு? இல்லை. அவர்கள் ஒழுங்காக உடை உடுத்துகிறார்கள். மனைவியை நல்லி கடைக்கு அழைத்துச் சென்று மகிழ்விக்கிறார்கள். வரும் பணத்தை ஒழுங்காக எண்ணத் தெரிகிறது அவர்களுக்கு. கண்டதைத் தின்பதில்லை தெரு நடுவில் உட்கார்ந்து கொண்டு. சரவணபவனிலிருந்து ஐந்து நட்சத்திர ஹோட்டல் வரை சக்திக்கேற்ப அவ்வப்போது போய் வருகிறார்கள். தெருவில் பத்துப் பேர் சேர்ந்து விட்டால் உடனே அணிவகுத்து 'வருவீய்யா, மாட்டீய்யா' என்று கைகளையும் கால்களையும் உதறிக்கொண்டு இதான்யா டான்ஸ் என்று ஆடத் தொடங்குவதில்லை. சிவாஜி கணேசன் மாதிரி யாராவது வசனம் பேச ஆரம்பித்தால், 'இந்தா, யோவ், உனக்கு என்ன ஆச்சு இப்ப? நேத்து வரைக்கும் நல்லாத்தானே இருந்தே?' என்று கடிந்து கொள்வார்கள் கட்டாயம். அவர்கள் மகன், 'தந்தையே, நான் இந்த பிரியங்கா இல்லாமல் உயிர் வாழ முடியாது. அவளை உயிருக்கு உயிராகக் காதலிக்கிறேன், அப்பா' என்று வசனம் பேசட்டும். அவன் சொல்லி முடிப்பதற்குள், 'எடு செருப்பை, ராஸ்கல், சினிமா பாத்துப் பாத்து மரை கழண்டு போயிருக்கு உதவாக்கரைக்கு' என்று கத்திக்கொண்டே அந்தத் தந்தையார் காலிலிருந்து செருப்பைக் கழட்டினாலும் கழட்டலாம்.

இது தான் விஷயம்.'' ஒரு நல்ல சாப்பாடு எதுவென்று, ஒரு நல்ல நண்பன் யாரென்று, அடையாளம் காட்டிச் சொல்லுங்களேன்.

சாப்பிடறதுக்கு நல்ல ஐட்டமா ஒரு பத்து சொன்னா நாங்க புரிந்துகொள்வோம். ஒரு நல்ல நண்பன் யாரென்று தெரிந்து கொள்ள ஒரு பத்து குணங்கள் அடங்கிய பட்டியல் கொடுங்கள் என்று யாரும் கேட்பதில்லை. சிவாஜி கணேசன் மாதிரி வயிற்றை எக்கிக்கொண்டு, முழி பிதுங்க உங்கள் முன் வந்து யாராவது வசனம் பேசினால், அவனைப் பார்த்துச் சிரிக்காமல் நீங்கள் வேறு என்ன செய்ய முடியும்?. 'என்னா கலைஞன் அய்யா இவன். திடீர்னு நடிகர் திலகம் ஆயிட்டானே' என்று நீங்கள் வாயைப் பிளக்கப் போவதில்லை. இந்த சாதாரண பொதுப் புத்தி போதும்.

நான் இது வரைக்கும் ஒரு சினிமாவில் என்ன இருக்க வேண்டும் என்று சொன்னதைப் புரிந்து கொள்ள ஏதும் நுண்மாண் நுழைபுலம் வேண்டியதில்லை. கலைக்கல்லூரியில் முதுகலைப் படித்து சான்றிதழோடு திரையரங்குக்குப் போகவேண்டியதில்லை. பூனே ஃபில்ம் இன்ஸ்டிட்யூட்டிலோ, இல்லை, தரமணி திரைப்படக் கல்லூரியிலோ போய் பட்டம் வாங்கியிருக்க வேண்டியதில்லை. தரமணி கல்லுரிக்குள் போய் வந்தவர்கள் யாரையும் நான் பொதுப்புத்தியோடு செயல்பட்டு பார்த்ததில்லை. அவர்கள் எல்லாம் உடனே கோடம்பாக்கத்துக்குத்தான் குடிபெயர்கிறார்கள். நமக்கு சாதாரண பொதுப்புத்தி போதும். அதை என்றும் எக்காலத்தும் இழக்கக் கூடாது. எந்த மேதையானாலும் அதாவது தமிழ் நாட்டில் மேதை, சிகரம், திலகம் என்று இந்த மாதிரி பட்டம் பெற்ற யாராக இருந்தாலும் சரி, அவர்கள் சம்பந்தப்பட்ட படம் எதுவாக இருந்தாலும் சரி, அது என்னவாக புகழப்பட்டாலும், வெள்ளி விழா கொண்டாடியதா, 300 கோடி வசூல் பார்த்ததா, உலகமெங்கும் 2000 தியேட்டரில் ஒரே சமயத்தில் திரையிடப்பட்டதா, கட் அவுட்டுக்கு பாலாபிஷேகம் நடந்ததா, காவடி எடுத்தார்களா, அல்லது வந்த மறு நாளே பெட்டிக்குள் சுருட்டி வைக்கப்பட்டதா என்பதெல்லாம் பற்றி கவலைப்படாமல், திரையோடும் முதல் நிமிடத்திலேயே, நாம் காண்பது நம் பொதுப் புத்திக்கு ஏற்கிறதா, இல்லை, ஊமத்தம் பூவைத் தின்று வரக் கட்டாயப்படுத்துகிறதா என்ற ஒரு அளவு கோல் போதும். அது நல்ல படம் எது என்பதை நிச்சயிக்கும். வேறு யாரிடமும் பட்டியல் கேட்டுக்

காத்திருக்கத் தேவையில்லை. நம் ஒவ்வொருவரும் பார்த்து நமக்குள் தீர்மானித்துக்கொள்ள வேண்டிய விஷயம் இது. ஆரம்பத்திலிருந்தே தான். சி.என். அண்ணாதுரையின் 'வேலைக்காரி' கருணாநிதியின் 'பராசக்தி' யிலிருந்து ஆரம்பித்து இன்றைய 'தசாவதாரம்' முதல் 'எந்திரன்' வரை, 'யுத்தம் செய்' முதல் 'நந்தலாலா' வரை, இந்த பார்வையை, பொதுப் புத்திக்கு முதலில் இவை ஏற்கின்றனவா என்று பார்த்தால் போதும். அவ்வளவும் பொட்டு பொட்டென உதிர்ந்து போகும். அன்றிலிருந்து இன்று வரை.

ஒரு இஞ்ச் கூட நாம் அந்த இடத்தை விட்டு நகர்ந்ததாகத் தெரியவில்லை. 1960களில் ஒரு படத்தில் சிவாஜி கணேசனும், ஜெமினி கணேசனும் ஒருவரை ஒருவர் சுட்டுத் தள்ள துப்பாக்கியை நீட்டிக்கொண்டு வசனம் பேசுவார்கள். பேசிக்கொண்டே கோப மழை பொழிவார்கள். அவ்வளவு பகைமை. கொன்று தீர்க்கும் ஆத்திரம். துப்பாக்கியும் குறிபார்த்து நீண்டிருக்கும். இருப்பினும் சுடமாட்டார்கள். வசனம்தான் பேசுவார்கள். சுட்டுத் தள்ளி விட்டால், ரசிகர்களுக்கு சப்பென்று போகுமே. 15 நிமிடமாவது காரசாரமான சொற்போர் வேண்டாமா? சமீபத்தில் தானே பராசக்தி வந்து சக்கை போடு போட்டது. அதே சிவாஜி கணேசன், அதே கனல் கக்கும் வசனம் போட்டாத்தானே நல்லாருக்கும் என்ற 1960 களின் சிந்தனை இன்னும் ஜீவித்திருக்கிறது என்பதை சமீபத்தில் தொலைக்காட்சி ஏதோ ஒன்று காட்டிய ஒரு படத் துணுக்கில், அது சன் டிவியின் டாப் டென் ஆக இருக்கலாம். அல்லது அந்த வகையில் இன்னொரு தொலைக்காட்சி நிறுவனத்தின் இன்னொன்று. அதே துப்பாக்கி. அதே எதிரும் புதிருமாக சுட்டுத்தள்ளிவிட்டுத்தான் மறு காரியம் என்று துப்பாக்கியை குறி வைத்து நிற்கும் இருவர். இருவர் இடையே மூன்றடி தூரமே இருக்க இருவரும் ஒருவரை ஒருவர் கனல் கக்கும் இரண்டு தனித் தனி குற்றப் பத்திரிகையை ஆளுக்கொன்றாக மாறி மாறி ஒப்பித்துக் கொண்டிருக்கிறார்கள். சுட்டு தொலைத்து காட்சியையும் அவர்கள் எண்ணத்தையும் ஒரு முடிவுக்குக் கொண்டுவர கட்டாயமாக மறுக்கிறார்கள். இடையில் நிற்பது வசனகர்த்தா கொடுத்த பத்து பக்க வசனம். தீப்பொறி பறக்கும் தமிழில். ரசிகப்

பெருமக்களுக்கு தமிழ் அறிவும் புகட்டியாயிற்று. கருணாநிதி-சிவாஜி கணேசன் பின் இரண்டு கணேசர்களும் இரண்டு மூன்று தலைமுறைகளுக்கு முன் ஸ்தாபித்த கலை மரபையும் பேணிக் காத்து வளர்த்து இந்தத் தலைமுறைக்கு கொடுத்தும் ஆயிற்று. இதைத்தான் பன்முனை வளர்ச்சி என்று இன்னொரு துறையில் சொல்வார்கள்.

22

திரும்பத் திரும்ப நான் வலியுறுத்துவது நம் பொதுப்புத்தியைத்தான். நாம் கல் தோன்றி மண் தோன்றா காலத்துக்கும் முன் தோன்றிய மூத்த குடி என்று நினைத்த போதெல்லாம் நம் பெருமையைச் சொல்வதில் எவ்வளவு அபத்தம் இருக்கிறதோ அவ்வளவு அபத்தம் நம் பொதுப் புத்தியைப் பயன்படுத்தாத நம் எல்லா சிந்தனைகளிலும் செயல்களிலும் இருக்கிறது. முதலில் நம் பெருமையைச் சொல்ல எல்லோரும் எடுத்து வீசும் இந்த கோஷமே ஒரு அபத்தம். நம் ஒவ்வொரு மடத்தனத்துக்கும் அலங்காரமான படாடோபமான தமிழில் ஒரு கோஷம் எப்போதும் தயாரித்து ரெடியாக வைத்துக் கொள்கிறோம் எடுத்து வீச. 'அப்படீங்களா, இப்ப வரைக்கும் தெரியாம போச்சுங்களே, படிச்சவங்க, விஷயம் தெரிஞ்சவங்க சொல்றீங்க, அப்ப நிசமாத்தான் இருக்கணும், கேட்டுக்க வேண்டியதுதான்' என்று ஒரு மடையன் வாய் பிளந்து விட்டானானால், உடனே அது மக்கள் குரலாகிவிடுகிறது. நாமும் கொண்டு வந்த மூட்டையை அவிழ்த்து, சரக்கு இங்கு விலை போகும் என்று படவே கடையைப் பரப்பிவிடுகிறோம்.

நம்ம புத்தி அப்படி. எந்த விதமான புதிய சிந்தனையும் புதிய நடைமுறையும் கைக்கு வந்ததும், இது விலை போகுமா? என்ற சந்தேகங்கள் நம்மை அரித்துக்கொண்டே இருக்கும். செய்ய மாட்டோம் சிந்திக்க மாட்டோம். பழைய பாதை, ஆகி வந்த பாதை, 'மார்க்கெட்லே நல்லா போகுதுங்க' என்று சொல்லப்படும் சரக்குதான் எப்போதும் எங்கும் எல்லா ரூபங்களிலும் வியாபித்திருக்கும். தனக்குச் சொல்ல, ஒன்று இருக்கிறது அதை மக்களிடம் எடுத்துச் செல்ல வேண்டும் என்ற எண்ணத்தோடு என்றுமே எதையுமே செய்தறியாத, சந்தையிலே விலை

போகிறது, நல்ல காசு பண்ணலாம் என்று எது தோன்றுகிறதோ அதைச் செய்யும் வியாபார மனதுதான் சினிமாவில் அனைத்துத் துறைகளிலும் ஆட்சி செலுத்தும் மனம். இது இன்றைய கூத்து அல்ல. என்றுமே உள்ள கூத்துதான். இப்போது அது மிகவாக வலுவடைந்து, வேறு எப்படியும் சிந்திக்க வேண்டாதவாறு அதற்கு கொள்கை, வெற்றி, கலை என்ற ஜரிகைத் தலைப்பாகை எல்லாம் சூட்டப்பட்டு அலங்காரமாக மேடையில் வீற்றிருக்கும் ஒன்று இது. யாரும் எந்த விதமான அடிப்படைக் கேள்விகளோ, வேறுபட்ட சிந்தனைகளோ எழுப்புவதில்லை. எழுவதில்லை.

ஆரம்பம் முதலே. 1891 லோ எப்பவோ லூமியர் சகோதரர்கள் சலனப் படம் என்ற ஒரு புதிய தொழில் நுட்ப சாதனத்தைக் கண்டுபிடித்த போது, அவர்கள் அதைக் கொண்டு படம் பிடித்தது நீராவி என்ஜின் ஒன்று புகை கக்கிக் கொண்டு விரைந்து காமிராவை நோக்கி வருகிறது. அதாவது ரயில்வே ஸ்டேஷனுக்குள் நுழைகிறது. அதை முதலில் பார்த்தவர்கள் பயந்து ஓடினார்கள் என்பது செய்தி. இதே புதிய சாதனம் இந்தியாவுக்கு வந்த போது பட்கே எடுத்த முதல் படம் 'ராஜா அரிச்சந்திரா' மேடையில் நடிக்கப்பட்ட நாடகம். இது 1911-லோ என்னவோ நடந்தது. தமிழ்நாட்டுக்கு வரும்போது எடுக்கப்பட்டதும் ஒரு நாடகம் தான். எம்.கே.தியாகராஜ பாகவதரும், எஸ்.டி. சுப்பு லக்ஷ்மியும் சேர்ந்து பாடி நடித்த, நடித்துக்கொண்டிருந்த சக்கை போடு போட்ட நாடகமாக பிரபலமான, மக்கள் அபிமானததைப் பெற்று வியாபார ரீதியில் வெற்றி என்றும் பெருமை பெற்ற 'பவளக் கொடி' என்ற நாடகம். அதிலும் அது சலனப்படமாகப் பிடிக்கப்படுவதற்காக தயாரிக்கப்பட்டதல்ல. தமிழ்நாடு பூராவும் சுற்றிப் பிரபலமாகிவிட்ட நாடக மேடைக் காட்சியை அப்படியே படமெடுக்கப்பட்டதுதான். ஒரு வம்பு தும்பு இல்லை. வெற்றிகரமாக நடந்து கொண்டிருந்த நாடகத்தையே நாடக மேடை உருவிலேயே படம் எடுத்தார்கள். இப்படித்தான் ஒரு புதிய சாதனத்தை அதன் சாத்தியங்கள் என்ன, அது புதிதாக நமக்கு அளிக்க என்ன தனக்குள் கொண்டிருக்கிறது என்பது பற்றிய சிந்தனையே இல்லாமல், அப்படி எல்லாம் ஒன்றும் புதுசா செய்யலாமா வேண்டாமா என்று யோசித்து, முதல்லே விலை

போகிறதைச் செய்யலாம் என்று முடிவெடுத்தார்கள் என்றும் சொல்லமுடியாது.

காமிரா இருக்கு. போட்டோ புடிச்சா மனுஷங்க நடக்கறதை, பேசறதை, அழுவறதைப் பாக்கலாம் கேட்க முடியாதுதான். அது போதும். அதுவே புதுசுதான். லூமியேர் வாழ்க்கையின் ஒரு புதிய நாடகப் பண்பு மிகுந்த ஒரு காட்சியை அதன் சலனத்தைப் படம் பிடித்து புதிய பாதைகளைக் காட்டுகிறான். இங்கு நாம் அது நடந்து 30-40 வருடங்களுக்குப் பிறகு நடந்து கொண்டிருக்கும் பெயர்பெற்ற நாடகத்தைப் படம் பிடிக்கிறோம். அதாவது சொல்லப்படுவது, காட்சிப்படுத்தப்படுவது மாறவில்லை. அதன் வெளி வடிவம் மாறியிருக்கிறது. அதாவது அன்றாடம் நாம் பார்க்கும் முனியம்மாவுக்குப் புதிதாக உடை உடுத்தி மல்லிகா என்று பெயர் சூட்டி முன் நிறுத்தியிருக்கிறார்கள். அதே முனியம்மாதான். அப்பப்போ உடைதான் மாறும். பேரும் மாறும்.

வம்பு தும்பு இல்லாதது, கையைக் கடிக்காது, போட்ட பணம் திரும்பி வரும் என்ற குறைந்த பட்ச எதிர்பார்ப்பிலிருந்து மகத்தான வெற்றிப்படம் என்பது வரை எதிர்பார்ப்புகள் சிகரத்தைத் தொடும். எந்த சிந்தனை, அல்லது சிந்தனையின்மை முதல் படமாக பவளக்கொடி நாடகத்தை (சினிமா பாஷையில் - ப்ரூவ்டு சப்ஜெக்ட்) முதல் சலனப்படத்துக்குத் தேர்ந்ததோ அதே சிந்தனைதான் அடுத்து ஒரு பத்து பதினைந்து வருடங்களுக்கு புராணக் கதைகளே படமாக்கப்பட காரணம். கதாகாலட்சேபங்களில், நாடகங்கங்களில், புராணக் கதைகள் ப்ரூவ்ட் சப்ஜெக்ட்.

ப்ரூவ்ட் சப்ஜெக்ட்! இது போல இன்னும் சில வார்த்தைகள் அவ்வப்போது வரும், ஒரு காலத்தில் புழங்கிய இம்மாதிரி வார்த்தைகள் அடுத்த கட்டத்தில் புழங்காது. உதாரணங்கள்: செண்டிமெண்ட், நேட்டிவிட்டி, ப்ராஜெக்ட் இன்னோரன்ன, இவையெல்லாம் இப்போது வந்தவை. போகப் போக இவற்றைக் கற்றுக் கொள்வோம். ஒரு கால கட்டத்தில் 'அண்ணே' என்பது தமிழ் சினிமாவில் புழங்கிய பரிபாஷை. இப்போது சார் ஆகியிருக்கிறது. இன்றைய கால கட்டத்தில்

‘அண்ணே’க்கள் எல்லாம் வழக்கொழிந்த மொழி. அல்லது extinct species. சிம்பு கூட சார்-ஆக அந்தஸ்து உயர்ந்தாயிற்று. அந்த காலத்தில் வாலிக்கு சிவாஜி அண்ணே தான். இப்போது சிவாஜி மறைவுக்குப் பிறகு சிவாஜி கணேசனை ‘பெயர் சொல்லாமல், ‘நடிகர் திலகம்’ என்று தான் யாரும் சொல்ல வேண்டும். கருணாநிதியை பெயர் சொல்லிக் குறிப்பிடுவது கருணாநிதியை மனம் வேதனைப்படுத்தும் பண்பாடற்ற செயல். அதை அவரே அடிக்கடி சொல்லி வேதனைப்பட்டிருக்கிறார். இங்கு கருணாநிதியை சினிமா ஆளுமையாகக் கணக்கிலெடுத்துத்தான். இங்கு அரசியல் பேசவில்லை. எப்படி சினிமா என்பதை இந்த தமிழ் சமூகம் புரிந்து கொள்ளாமல், ஒரு நாடகமாக, அது கூட கலையாக பரிணமிக்கவில்லை. ஒரு தேர்ச்சியோ நயமோ அற்ற நாடகம் சினிமாவாக தொடர்கிறதோ, அப்படித்தான் இருநூறு முன்னூறு வருஷ நிலபிரபுத்துவ மதிப்புகளும் வாழ்க்கையும்தான் தமிழ்சமூகத்தில் தொடர்கிறது. அது தான் சினிமாவிலும் அரசியலிலும் பரவியிருக்கிறது. மிக மோசமான ஒரு நிலப்பிரபுத்துவ மதிப்பும் வாழ்க்கையும். அரசியல், சினிமா இரண்டின் எல்லா கூறுகளையும் பார்க்கலாம். மலர்க்கிரீடம், பொன்னாடை, பட்டங்கள் மோகம், அர்த்தம் இழந்த அலங்கார வார்த்தைகள், தர்பார் சம்பிரதாயங்கள், இவையெல்லாம் சினிமா அரசியலாக, அரசியல் சினிமாவாக தோற்றத்திலும் உள்ளார்ந்த அர்த்தத்திலும் மாறி மாறி அவதாரம் எடுப்பதையும், சில சமயம் இரண்டு தோற்றங்களுமே ஒரே இடத்தில் சங்கமிப்பதையும் தமிழ் வாழ்க்கையில் பார்க்கலாம்.

அக்காலத்தில் சினிமாவுக்கு வந்தவர்கள் நாடக மேடையிலிருந்து வந்தவர்களாதலால் சினிமாவில் நடிப்பது வேறு, முற்றிலும் வேறு என்ற எண்ணமே அவர்களுக்குத் தோன்றவில்லை. நடிகர்கள் மாத்திரமல்ல, இயக்குனர், பார்க்கும் மக்கள் எல்லோருக்குமேதான். நாடகத்தில் நடித்தது போல நடிப்பது தான் நடிப்பு என்று நினைத்தார்கள். அது போலவே கதை சொன்னார்கள். வசனங்கள் பேசினார்கள். நாடகத்தில் எழுதுவது போலவே உரத்த, அலங்கார, படாடோபமான, வசனங்கள் எழுதினார்கள். பேசினார்கள். அது கேட்கும் மக்களுக்கு அடுக்கு மொழி சுவைப்பது

போல, அர்த்தமற்ற அலங்காரங்கள் சுவைப்பது போல இதுவும் சுவையாக இருந்தது. புகழ் பெற்றது. சினிமா என்ற புதிய சாதனத்தைப் புரிந்து கொண்டிருந்தால், பவளக் கொடி வசனம் மாத்திரமல்ல, பின்னர் வந்த ஆர்யமாலா, தூக்குத்தூக்கி, எதையெடுத்தாலும் சரி, எதுவும் மாறவில்லை. உதாரணத்துக்கு மந்திரிகுமாரி, பராசக்தியிலிருந்து இன்றைய பொன்னர் சங்கர் வரை கருணாநிதியின் கதைபாணியோ, வசனமோ அதன் குணத்தில் மாறாதிருப்பதைக் காணலாம். பொன்னர் சங்கர் நான் பார்க்கவில்லை. பார்ப்பேன் என்றோ, பார்க்க எனக்கு ஆவல் இருக்கும் என்றோ சொல்வதற்கில்லை. ஆனால் கருணாநிதியின் குடும்பத்தினர் நடத்தும் பத்திரிகை 'தினகரன்' பொன்னர் சங்கர் படத்துக்கு விமர்சனம் எழுதியிருக்கிறது. அந்த விமர்சனம் தம் குடும்பப் படத்துக்கு எப்படி இருக்கணுமோ அப்படி இருந்தது. இருந்தாலும், அதில் கருணாநிதியின் வசனத்தை எடுத்துக்காட்டோடு பாராட்டுமுகமாக ஒரு சாம்பிள் வரி தந்திருந்தது. 'ஆண்டவனுக்கு படைக்கக் கொண்டு வரும் பிரசாதத்தை அர்ச்சகரே ருசி பார்ப்பதா?' இது அழகுபடுத்தியதற்கு உதாரணமாக இந்த வசனம் என்று சொல்லப்பட்டது. அவரது சமீபத்திய மூன்று நான்கு படங்கள் அவரது கதை வசனத்தில் வந்தனவே அவற்றிலிருந்து கொடுத்திருக்கலாம். நான் அவற்றின் துணுக்குகளையே பார்த்திருக்கிறேன். முழுப் படத்தையும் அல்ல.

கருணாநிதியை நான் எடுத்துக்கொண்ட காரணம் அவர் தான் இந்த 60-70 கால நீட்சியில் தொடர்ந்து காணும் பெயர். ஆனால் இந்த நாடக பாணி, உயிர்த்துடிப்பில்லாத வசனம் என்பது தொடக்கத்திலிருந்தே இன்று வரை காண்பது. எனக்கு ஆர்யமாலா வசனம் எழுதியது யார் என்று தெரியாது. சினிமா கதை வசனம் என்பது காட்சி ரூபமாக சொல்லப் படுவது; அதில் காட்சியும் பேச்சும் ஒன்றையொன்று தழுவி ஒரு முழுமை பெறுவது. வசனம் ஒரு பின்னமாகவும் காட்சி ஒரு பின்னமாகவும் ஒன்றிணைந்ததாக இருக்கவேண்டும். கருணாநிதிக்குப் புகழ் தந்த பராசக்தி வசனம் எல்லோருக்கும் தெரியும். நான் சொல்ல வேண்டியதில்லை. அது சினிமாவில் மாத்திரம் அல்ல கோர்ட்டிலும் கூட பொருந்தாதது. அது வெற்று வார்த்தை மழை. அது வாழ்க்கையுமல்ல. யாரோ

அண்ணாத்துரையின் ஆற்றலைப் புகழ்வதாக எண்ணிக்கொண்டு ஒரு விவரம் சொன்னார். ஒரே ராத்திரியில் உட்கார்ந்தவர் 200 பக்கங்களுக்கு கதையும் வசனமும் எழுதிக்கொடுத்தார். அதில் ஒரு வரியைக் கூட எடுக்கவோ மாற்றவோ முடியாது என்று. அண்ணாதுரையும் தமிழ் நாட்டில் வழங்கும் நாடகங்களை ரசித்தவர். அந்த பாணியையே அலங்கார அடுக்குத் தமிழில் கொட்டியவர். அது வேறு என்னவாக வேண்டுமானாலும் இருக்கலாம், சினிமா இல்லை. ஒரு கலைஞன் எழுதும் கதையுமல்ல. அவர் தன் வாழ்க்கையை அர்ப்பணித்துக்கொண்ட அரசியல் சமூக சீர்த்திருத்தக் கொள்கைப் பிரசாரத்தை மக்களைக் கவரும் வகையில் செய்தவராக இருக்கலாம். சினிமா இல்லை. அது போல கருணாநிதி என்ன, பெரும் புரட்சியைக் கொணர்ந்தவராக பாராட்டப்படும் இயக்குனர் சிகரம் கே. பாலசந்தர் எழுதுவதும் சினிமா இல்லை. அவருக்கும் சினிமா என்ற கலைச் சாதனத்துக்கும் ஒரு உறவும் கிடையாது. எல்லாம் வெவ்வேறு நாடக பாணிகள்.

23

நான் ஒன்றைக் கவனித்து வருகிறேன். நான் என்ன எழுதினாலும் நம் சினிமா கிட்டத்தட்ட மூன்று தலைமுறைகளாக ஒரே பாதையில், சிந்தனையில், அதாவது வணிக உலகைச் சார்ந்த ஒன்றாக, தொழில் சார்ந்த ஒன்றாக, ஆகவே அதிகபட்ச மக்களைச் சென்றடைய அவர்களுக்குப் பிடித்த அதம பொதுவான ரசனையை வளர்ப்பதாக, அந்தப் பாதையில் அது தவிர வேறு சிந்தனை எதையும் அனுமதிக்காத வளர்ந்து பெருகி, அதிலேயே நாமும் ஊறித் திளைத்து வருவதன் காரணமாக வேறு எந்த சிந்தனைக்கும் இடம் தராத, மனக் கட்டமைப்பில் இருந்து வருகிறோம். அத்தோடு அதற்கு கௌரவமும் அரசியல் பாதுகாப்பும் பெற்றுத் தந்துள்ளோம். அதிக மக்களின் அதம பொது ரசனைக்குத் தீனி போடுவது மக்களுக்கான கலையை வளர்ப்பது என்றும் பலத்த கோஷத்தோடு சொல்லிக்கொள்கிறோம்.

எம்.ஜி.ஆரும் மற்றோரும் சினிமாவுக்கு வந்த காலத்தில் அவர்கள் சினிமாவில் தம் ஈடுபாட்டை தொழில் என்றே கூறி வந்தனர். ஆனால் இப்போது எந்த ஆபாசக் குத்தாட்டம் போடும் துணை நடிகையும், தன் ஈடுபாட்டைக் கலை என்று தான் சொல்லிக்கொள்கிறார். அவர் மட்டுமல்ல பத்திரிகைகளும் டைரக்டரிலிருந்து தொடங்கி குத்தாட்ட துணை நடிகை வரை எல்லோரும் கலைஞர்களாகத்தான் பேசப்படுகிறார்கள். திரைப்படக் கலைஞர்கள் என்று தான் அவர்கள் தம் சங்கத்துக்கு பெயரிட்டுக் கொள்கிறார்கள்.

இந்த கள்ளுண்ட மயக்கம் தரும் சிந்தனையை விட்டு அவர்கள் வெளியே ஏன் வரவேண்டும்? பணமும் கௌரவமும் கொடுக்கும் மலினமான ஒரு ஈடுபாட்டை கலை என்று கௌரவித்து உலகம்

போற்றும்போது அதை இந்நாளைய ரெக்கார்ட் டான்ஸ் என்று ஏன் சொல்லிக்கொள்ள வேண்டும்? 50 வருட காலமாக இத் திரைப்படத் துறையில் ஈடுபட்டுள்ள அந்த ஈடுபாட்டில் கலைஞர் பட்டத்தையும் பெற்றுள்ளவரின் அரசும் இவர்களுக்கு கலைமாமணி என்று விருதும் கொடுத்து கௌரவிக்கத் தயாராக இருந்தால், இவர்களுக்கு அதில் என்ன ஆட்சேபமோ குறையோ இருக்க முடியும்?

சாதாரண மக்களை விட்டு விடுங்கள். அவர்களைப் பற்றியும் நான் அறிந்ததை, பார்த்ததை, இப்போது இந்த சந்தர்ப்பத்தில் நினைவு கொள்வதைச் சொன்னால் எத்தனை பேருக்கு அதை எதிர்கொள்ள மனமிருக்கும்? மூன்று வயது பிராயத்தில் ஒரு டூரிங் சினிமா கொட்டகை எங்கள் வீட்டுக்கு எதிரே குறுக்கிடும் ரோடைத் தாண்டினால் இருந்தது. எங்கள் வீட்டுத் திண்ணயில் இரும்புக் கிராதிக்குள்ளிருந்து இரவு நேரம் பூராவும் விழித்திருக்கும்வரை சினிமாப் பாட்டுக்களையும் உரையாடல்களையும் கேட்கலாம். சினிமா பார்த்த அனுபவம் கிட்டும். சினிமா பார்த்து விட்டுத் தம் கிராமத்துக்கு வண்டியோட்டிச் செல்பவர்கள். சந்தை வியாபாரிகள் தாங்கள் கேட்ட சினிமா பாட்டுக்களைப் பாடியவாறே வண்டி ஓட்டிச் செல்வார்கள். அவர்கள் தம் ஆனந்தத்துக்கு தமக்குத் தெரிந்த குரலில் பாடுவார்கள். என்னவாக இருந்தால் என்ன? இரவு நேரம் கிராமம் போய்ச் சேரும் வரை சுகமாகக் கழியும். அவர்கள் பாட்டை அவர்களே ஆனந்தித்துக் கொண்டு செல்வார்கள். அவர்கள் பாடும் பாட்டுக்கள் என்ன தெரியுமா? சிவ கவியில், அஷோக் குமாரில் தியாகராஜ பாகவதர் பாடிய பாடல்கள். ‘அப்பனைப் பாடும் வாயால் பழனியாண்டி சுப்பனைப்பாடுவேனோ?’ சின்னப்பா பாடிய பாடல்கள்.

‘மானமெல்லாம் போன பின்பே வாழ்வதும் ஓர் வாழ்வா?’ கோவலன் படத்தில் பாடியது. சினிமாவின் பாடல்கள் அத்தகைய ரசனையை ஏதும் அறியாத பாமரனின் மனத்தில் விதைத்தது; வளர்த்தது. என்னமோ மக்களுக்காக படம் எடுப்பதாகச் சொல்லும் சினிமாவுக்கு வந்துவிட்ட வணிகப் பெருமக்கள் சொல்வதன் பொய்மை அவர்களின் மூத்த தலைமுறைக்குத் தெரியும். அவர்கள் பணம் பண்ண வந்தவர்கள். மக்கள்

தம் அதம பொது ரசனைக்கு எதைக் கொடுக்கிறார்களோ அதை விழுங்கி ரசிக்க, பழக்கப்படுத்தப்பட்டுள்ள சாதாரண மக்களை விட்டு விடலாம்.

ஆனால் உலகத்தின் தரமான சினிமாக்களையெல்லாம் ரசிப்பவர்களாக, அவற்றின் இன்ஸ்பரேஷனில் தமிழ் மக்களுக்கு அவற்றை அளிப்பவர்களாகச் சொல்லிக்கொள்ளும் சினிமாப் பெருந்தலைகளை என்ன சொல்வது? இங்கு உள்ள இளம் தலைமுறையினர் படித்த விவரம் தெரிந்திருக்க வேண்டியவர்கள், சினிமாத் தலைகளின் வேஷதாரித்தன பேச்சின் உள்ளர்த்தங்களைத் தெரிந்திருக்க வேண்டியவர்களும் சினிமா மக்கள் கலையாக்கும், வியாபாரமாக்கும், பெரு முதலீடுகளை வேண்டுவதாக்கும், போட்ட பணம் எடுக்க வேணுமாக்கும், மக்களின் சொட்டும் வியர்வையைக் காய வைக்கணுமாக்கும் என்று திரும்பத் திரும்பச் சொல்வது, வணிகப் பெருந்தலைகளும், கலைஞர்கள் என்று சொல்லிக்கொள்ளும் வேஷாரிகளும் இயக்குவிக்க ஆடும் பேசும் பாவைகளாகத்தானே பேசுகிறார்கள். அவர்களுக்கென்று ஒரு சுய சிந்தனையோ வாழ்வோ இருப்பதாகத் தெரியவில்லையே.

ஆக எனக்கோ அல்லது தமிழகத்தின் ஆபாசமும் பாமரத்தனமும் கொண்ட சூழலுக்கு இரையாகாத யாரும் என்ன சொன்னாலும் இந்த சூழலில் மூழ்கி சுகம் கண்டவர்களுக்கும், அவ்வாறு மூழ்கடிப்பதில் தம் புகழும் பணமும் கண்டு சுகம் காணுபவர்களுக்கும் இதை மாற்றுவதில் எந்த அக்கறையும் இருக்க முடியாது. இருக்கும் சுகத்தை, அனுபவிக்கும் சுகத்தை விட்டு விட்டுத் தெரியாத ஒன்றுக்கு யாரும் ஆசைப்படுவார்களா? கொஞ்சம் யோசித்துத்தான் பாருங்களேன், 'கட்டுமரத் துடுப்புபோல இடுப்பை ஆட்டுறா' இல்லை, என்னமோ விக்ரம் ஒரு பாட்டு பாடுவாரே, ரோடு பூராவும் பெயிண்ட் அடித்து அதில் வித விதமான அலங்காரத்தில் அணி வரும் லாரிகளோடு, என்னமோ 'அண்டங்காக்கா கொண்டைக்காரி' என்று. சரி இதெல்லாம் இல்லாத இது போன்ற பாட்டுக்கள், ஆட்டங்கள் இல்லாத ஒரு ஆரோக்கியமான சினிமா என்று வந்துவிட்டால் என்ன ஆகும், ஒரே போரடிக்கும் இல்லையா?. அந்த

பயங்கரத்தை நமீதா, திரிஷா, மும்தாஜ் யாரும் இல்லாத பயங்கரத்தை, போரை இதற்கு பாட்டெழுதும் கவிஞர்கள், இசை அமைக்கும், இசைஅமைப்பாளர்கள், பின்னணி தரும் வாத்தியக்காரர்கள் இவற்றையே நம்பி திரை உலகத்துக்கு வரும் நடிகர்கள், இதை நம்பி பணம் போடும் வினியோகஸ்தர்கள், இயக்குனர்கள் எல்லாம் என்ன செய்வார்கள்? பாவம் தவித்துப் போய்விட மாட்டார்களா?

இவர்கள் சிந்தனையும் மனமும் இதைவிட்டு விலக கட்டாயம் மறுக்கும். அவர்கள் மட்டுமல்ல இவர்களது அன்புக்கும் பாசத்துக்கும் பாத்திரமான 200, 300 ரூபாய்களோடு க்யூவில் நிற்கும் ரசிகப் பெருமக்களும்தான். வேறு எதுவும் சிந்தித்துப் பழக்கம் இல்லை இவர்களுக்கு.

ஒரு கதை ஒன்று சொல்வார்கள். புராணங்களிலிருந்து. ஒரு ரிஷியோ இல்லை மன்னனோ ஏதோ சகிக்கவொண்ணாத பாப காரியத்தைச் செய்து, சாபத்துக்கு ஆளாகிறார். 'பன்றி மாதிரி என்னிடம் நடந்து கொண்டாய். நீ பன்றியாகக் கடவது' என்று சாபத்தைக் கேட்ட பின்னர் தானே தன் தவறு தெரியும், ரிஷியானாலும், மன்னனாலும். தேர்தல் சமயத்தில் அரசுக்கு வரும் ஞானோதயம் போல, உடனே ரிஷியும் தன் தவற்றை அறிந்து உடல் நடுங்க, 'என்னிடம் இரக்கம் கொண்டு இந்த சாபத்தைத் திரும்பப் பெற்றுக்கொள்ளுங்கள்' என்று இறைஞ்சிக் கேட்க, கடவுளும் தண்டனை ரொம்பத்தான் அதிகமாகப் போய்விட்டது போலிருக்கே என்ற செகண்ட் தாட்டில், 'சரி உன் குற்றத்துக்கு சாபத்தை அனுபவித்தே ஆகவேண்டும். நானும் கொடுத்த சாபத்தைத் திரும்பப் பெற்றுக்கொள்ள முடியாது. நீ ஒரு வருஷ காலமாவது பன்றியாக சேற்றிலும் சகதியிலும் உழல்வாயாக. பின்னர் நானே திரும்ப வந்து உனக்கு சாபவிமோசனம் தருகிறேன். திரும்ப நீ ரிஷியாகலாம்' என்று அவனுக்கு அருள் பாலித்தாராம். ரிஷியும் உடனே பன்றியாக மாறி சேற்றில் விழுந்து புரள ஆரம்பித்தாராம். பன்றிக்குட்டிகளும், பெண் பன்றிகளும் சூழ. அதுவும் சுகமாகத்தான் இருந்திருக்கிறது. அட இது தெரியாமப்போச்சே என்று நினைத்துக் கொண்டாராம். ஒரு வருஷம் கழித்து கடவுள் திரும்ப பன்றியாக உழலும்

ரிஷி முன் தோன்றி, 'உன் சாப காலம் முடிந்தது. திரும்ப ரிஷியாக மாறுவாயாக' என்று சொல்லி முடிக்கும் முன் அந்த ரிஷிப் பன்றி சேற்றில் புரண்டவாறே சொன்னதாம். 'பகவானே, இதுவே எனக்கு சுகம் தருவதாக இருக்கிறது. இது தண்டனை அல்ல. நீங்கள் வரமருளிய சொர்க்க வாசமாக எனக்குத் தோன்றுகிறது. இதை விட்டு வர மனமில்லை எனக்கு. யார் ரிஷியாக, காடும் மலையும் அலைந்து பட்டினி கிடந்து தவம் இயற்றி கடைசியில் சாபத்துக்கு என்றும் பயந்து கொண்டு வாழ்வது? அந்த வாழ்க்கையும் வேண்டாம். சாப விமோசனமும் வேண்டாம். எனக்கு இந்த சொர்க்கமே மிகுந்த காலத்துக்கும் நீடிக்கட்டும் என்று வரம் தாருங்கள்' என்று வேண்டிக்கொண்டனாம். கடவுளும் ஒரு ஏளனச் சிரிப்போடு, 'அப்படியே ஆகட்டும், பக்தனே' என்று வரம் அருளிப் பின் தன் மற்ற வேலைகளைப் பார்க்கப் போனாராம்.

இந்தக் கதையின் சமகால, நம் வாழும் கால, தமிழக புதிய பதிப்பும் உண்டு. அது நம் எல்லோருக்கும் தெரிந்ததே. தெரிந்ததுதான் என்பதே நான் சொன்னபிறகு தான் புலப்படும். அது பின்னர் இதில் அந்தக் கால கல்கி தொடர்கதையின் சுவாரஸ்யமும் சஸ்பென்ஸும் இருக்கிறதல்லவா?

24

பன்றியாக மாறி வாழ்ந்து அந்த வாழ்க்கையில் சுகம் காணும் இன்றைய பன்றி முன் ஜன்மத்தில் ரிஷியாக இருந்த கதையைச் சொன்ன போது அதை மறுத்தவர் யாரும் இருந்ததாகத் தெரியவில்லை. அல்லது மறுத்தவர்களின் வாதங்களையும் பெயர்களையும் அருண் தணிக்கை செய்துவிட்டாரோ?. அப்படி இராது என்று தான் நினைக்கிறேன். பன்றிக்கு பன்றியாக சுகமே வாழ்வதில் மறுப்பிராது. ஆனால் அதைப் பன்றி என்று நாம் அழைத்தால் அது கட்டாயம் அதன் வழியில் சீறும். ஏனெனில் அதற்கு தான் முன் ஜன்மத்தில் ரிஷியாக இருந்தது நினைவில் இருக்கக் கூடும். சுகம் கண்டாயிற்று. இதுதான் சுகம் என்று தனக்குத் தானே சொல்லிக் கொண்டாயிற்று. அது ஆழமாகப் பதிந்தும் போய்விட்டது. திரைப்படக் கல்லூரியில் படித்து, அவ்வப்போது உலகத் திரைப்பட விழாவுக்கெல்லாம் தவறாமல் போய் வந்தும், தமிழ்த் திரைப்படங்களை தராசில் எடை போட வரும்போது சுஹாசினிக்கு தமிழ் சினிமாக் கலாசாரமும் அதில் தான் வாழ வேண்டிய நிர்ப்பந்தங்களும்தான் அழுத்துகின்றன. அழுத்துகின்றன என்று சொல்வது கூட தவறு என்று நினைக்கிறேன். அதில் அவர் வாழ, நியாயம் காணத் தொடங்கிவிடுகிறார். யதார்த்தம் என்று பேசிக்கொண்டே, தான் தராசில் எடை போடும் படத்தின் அபத்த சங்கீதத்தையும், நடனங்களையும் சண்டைக் காட்சிகளையும் மறந்து விடுகிறார். மதுரைத் தமிழும் மதுரைத் தெருக்களும் படத்தை யதார்த்தத்தில் சேர்த்து அதற்கு விமோசனம் தந்து விட போதுமானதாக இருக்கிறது. மற்றபடி வெற்றிப் பட மசாலாக்காளை வழக்கம் போன்ற அபத்தங்களையும் குரூரங்களையும் சௌகரியமாக மறந்து விடுகிறார். எதற்கு இந்த கண்றாவிகள் எல்லாம்? என்று ஒரு இயக்குனரையோ தயாரிப்பாளரையோ கூட அவர் கேட்டதில்லை.

இது சுஹாசினியைப் பற்றி மட்டுமான அவலம் இல்லை. தமிழ்ப் பட பிதற்றல்களையும் அவலங்களையும் நியாயப்படுத்தும், அதில் கலையும், தரமும் காணும் சினிமாவால் வாழும் எல்லோரையும் பற்றிய அவலம் தான். அதற்கு வெளியே சினிமா, அரசியல் உலகைச் சார்ந்து வாழும் புத்திஜீவிகளின் அவலமும் தான்.

கொஞ்ச நாள் முன் என்னைப் பற்றி எழுதியோர், பேசியோர் கூட்டத்தில் கடைசியில் நன்றி சொல்லும்போது நான் சொன்னேன்' நான் ஏதும் அசகாய புத்திக் கூர்மை கொண்டவனோ, அறிவுச் சிகரத்தை அடைந்தவனோ, கலைகளை, இலக்கியத்தை துல்லியமாக எடை போட்டு புதிய உலகைக் காட்ட வந்தவனோ இல்லை. என்னிடம் இருப்பது சாதாரண பொதுப்புத்திதான். அது எல்லோருக்குமே கடவுள் கொடுத்தது போன்ற சரக்குதான். கடவுள் எனக்கு ஏதும் இதில் எக்ஸ்ட்ரா ரேஷன் கொடுத்து விடவில்லை. ஸ்பெஷல் ப்ராண்ட் லேபிள் ஒட்டியும் தந்து விடவில்லை. ஆனால் எனக்கு என் பொதுப் புத்திக்குப் படுவது மற்ற எல்லோருக்கும் படுகிறதுதான். இருந்த போதிலும் அவர்கள் தம் மனத்தில் பட்டதை ஏன் சொல்வதில்லை?. நான் ஏன் இதில் தனித்துக் கருத்து சொல்லும் தனிப்பிறவியாகிப் போகிறேன்? 'ஓடினாள், ஓடினாள் வாழ்க்கையின் ஓரத்துக்கே ஓடினாள்' என்று கோர்ட்டில் சாட்சிக்கூண்டில் நின்று கொண்டு பதினைந்து நிமிடம் வயிற்றை எக்கிகொண்டு, முகத்தை விளக்கெண்ணை குடித்தவன் மாதிரி அல்லது கழிப்பறைக்கு ஓட வேண்டிய நிர்ப்பந்தத்துக்கு ஆளானவன் மாதிரி கோணிக்கொண்டு கூச்சல் போடுவது நடக்காத விஷயம். அது பிதற்றல். மூளைக் கோளாறு பிடித்த விஷயம் என்று சொல்ல ஏதும் எனக்கு ஐன்ஸ்டைனின் மூளையை கடவுள் கடாட்சிக்கத் தேவையில்லை. படித்திருக்கக் கூட வேண்டாம். சாதாரண, படு சாதாரண பொதுப்புத்தி போதும். கடவுள் அந்தப் பொதுப் புத்தியை எல்லாருக்கும் கொடுத்திருந்த போதிலும், அதை யாரும் சொல்லவில்லை. அந்த கூச்சல் வரலாற்றுத் திருப்பத்தை தந்துவிட்டது. கூச்சலிட்டவர் நடிகர் திலகம் ஆகிவிட்டார். அடுத்த ஐம்பது வருடங்களுக்கு அந்தக்கூச்சலை அவர் நிறுத்தவில்லை. 'கொஞ்சம் அமைதியாக பேசினாப் போதும். அமைதியாக இயல்பாக நடக்கணும்'

என்று சொன்ன பாரதி ராஜா 'அந்த ஆளுக்கு எங்கிட்ட வேலை வாங்கவே தெரியலைய்யா' ஆகிவிட்டார்.

'கட்டு மரத் துடுப்பு போல இடுப்பை ஆட்டறா' என்று திடீரென ஒரு குத்தாட்டம் நமக்கு முன்னால் வருகிறது என்றால், இதென்ன அசிங்கம் என்று என் பொதுப்புத்திக்கு படுகிறது. நிச்சயம் இதே மாதிரி தான் எல்லா பொதுப்புத்திகளும் உணர்ந்திருக்கும் என்று நான் நினைக்கிறேன். அதை நான் சொல்கிறேன். ஆனால் வேறு யாரும் சொல்வதில்லை. ஏன்? இது ரசிக்க வேண்டிய குத்தாட்டம். இது தான் சிலப்பதிகார காலத்திலிருந்து தமிழர் வளர்த்த நடனக் கலை. அதைத்தான் நம் சினிமாக்கள் எல்லாம் மக்களிடம் எடுத்துச் செல்லும் முகமாக குத்தாட்டங்களை சினிமாக்களில் கட்டாயமாக சேர்க்கிறார்கள் என்று சொல்லி, என் 'கலையுணர்வை, தமிழ்ப் பற்றை, தமிழ் சினிமாவுக்கான என் பங்களிப்பை, மக்களுக்கு ஆற்றும் என் கலைத் தொண்டை' பறை சாற்ற வேண்டுமா? இதைத்தான் கலைஞரிடமிருந்துதான் தான் தமிழ் கற்றதாகச் சொல்லும் உலக நாயகனும், 'நடிகர் திலகம் ஒரு என்சைக்ளோபீடியா மாதிரி, எந்த இடத்தில் எப்படி நடிக்க வேண்டும் என்று சொல்லிக்கொடுக்கும் பல்கலைக்கழகம்' என்று.

பிரபு தன் தந்தையிடம் தான் கொண்டுள்ள வாஞ்சையை வெளிப்படுத்தியது மாத்திரமல்ல, அத்தோடு எல்லோரும் போற்றிப் புகழ் மாலை சாற்றும் தெய்வச் சிலைக்கு தானும் ஒரு மாலை சார்த்திய மாதிரி தமிழ் நாட்டின் ஏழு கோடிப் பேரும் அதை எதிரொலிக்க, இது என்ன? எப்படி இந்த தமிழ்நாடு இப்படி ஒரு பைத்தியக்கார உலகமாயிற்று? என்று திகைப்பாக இருக்கிறது. பொதுப் புத்தி உள்ளவன் இங்கு தன் பொதுப் புத்தியோடு வாழ முடியாது என்று தோன்றுகிறது.. இத்தகைய ஊரில் கோவணம் கட்டியவன் பைத்தியக்காரனாகத்தானே ஆவான்?

வைகை அணையின் படிக்கட்டுகளில் இருவர் மாத்திரம் ஏறி இறங்கி பாடிக் காதல் பண்ணிய காலம் போய் இப்போதைய தமிழ் சினிமாவின் டெக்னிக் ஹாலிவுட் படம் மாதிரி ஆகிவிட்ட நிலையில், கலை வளர்சியில் 55 வயசு காதலனும் 28 வயசு காதலியும் இன்னும் நாற்பது பேரைக்

கூட்டிக் கொண்டு ஆடவேண்டியதாகி விட்டது, அதுவும் மச்சுபிச்சுவில் இல்லாவிட்டால் ப்ராங்க்பர்ட் தெருக்களில். ஆடுகிறவர்களுக்கும் வெட்கம் என்ற சமாசாரமே இருப்பது இல்லை. இது பைத்தியக்காரத்தனம் என்று தெரியவில்லை. இயக்குனருக்கும் இல்லை. 100 கோடி 200 கோடி என்று செலவழிக்கும் தயாரிப்பாளருக்கும் தெரியவில்லை. முதல் நாள் முதல் ஷோ பார்க்க 500 ரூபாய் ப்ளாக்கில் டிக்கட் வாங்கிப் பார்க்கும் ரசிகப் பெருமக்களுக்கும் இல்லை. ஆனால் சிலசமயம் கொஞ்சம் அசந்த வேளைகளில் ரிஷியாக இருந்த முன் ஜன்ம நினைவு வந்து அலைக்கழிக்கத் தொடங்கிவிடுகிறது.

யாரென்று எனக்கு இப்போது சட்டென நினைவில் இல்லை. அமீரோ இல்லை சீமானோ தெரியவில்லை. அனேகமாக அமீராகத்தான் இருக்க வேண்டும். 'ஆமாம். ஒருத்தனைப் போட்டு சாத்தனும்னா பத்துப் பேர் இருக்காங்க. ஒவ்வொருத்தனாவா முறை வச்சு ஹீரோ கிட்டே உதை வாங்கிட்டு போய் விழுவான்?. அந்தப் பத்துப் பேர்ல நாலு பேர் சேந்து இரண்டு மொத்து மொத்தினா காரியம் தீந்து போகாது?' என்று அவர் தன் படத்தில் நடந்த சண்டைக் காட்சியையே இப்படித்தான் கிண்டல் பேசினார்.

ஆக, சினிமா என்று வந்து விட்டால், பொது மேடை என்று வந்து விட்டால், மேடையில், உலக நாயகன், சூப்பர் ஸ்டார், கலைஞர் என்று யாரும் இருந்து விட்டால், பத்திரிகைக்குப் பேட்டி என்று வந்து விட்டால் போச்சு. பொதுப்புத்தியை ஏதோ கசங்கிய சட்டையை அவிழ்த்து வைப்பது போல், வைத்து விட்டு தயாராக இதுக்கு என்று வைத்திருக்கும் புது உடையும் தலைப்பாகையும் போட்டுக்கொண்டு போஸ் கொடுத்து உளற ஆரம்பித்து விடுகிறார்கள். நேட்டிவிட்டி, செண்டிமெண்ட் மாதிரி நம் தமிழ் சினிமாவுக்கென்றே உள்ள அகராதியில் புதிதாக ஒரு வார்த்தையைக் கேட்டேன். 'பட்ஜெட் பில்ம்' கோடி கோடியா செலவழிக்கிற அதுவும் தினப்படி ஏறும் வட்டிக்கு வாங்கின பணத்தை செலவழிக்கிற காரியத்தில், அட எதில் தான் பட்ஜெட் பற்றிய சிந்தனை நமக்கோ அல்லது யாருக்குமே இல்லாமல் இருக்கும்?. இப்படித்தான் நம் சாதாரண பொதுப்புத்தி நமக்குச் சொல்லும். ஆனால் நம் இன்றைய தமிழ்

சினிமா உலகில் பட்ஜெட் பில்ம் என்றால் அதற்கு அர்த்தம், நடனக் காட்சிக்கு வெளிநாடு ஷூட்டிங் இல்லை. கார்கள் மோதி ஆகாயத்தில் பறக்காது. 25 கோடி கொடுக்க வேண்டிய 50, 60 வயசு ஹீரோ இல்லை. இந்த மாதிரி சிக்கன சமாசாரங்கள். ஒரு சினிமா டைரக்டரோ தயாரிப்பாளரோ, சொல்றார் 'பட்ஜெட் பில்முங்க இது. கார்கள் மோதி பறக்கற சீன்னெல்லாம் கட்டுபடியாகாதுங்க' என்கிறார். தான் படம் எடுக்கும் கதைக்கு இது தேவை, அது தேவை இல்லை என்று அவர் சிந்தனையும் பேச்சும் சொல்லவில்லை. பட்ஜெட் பில்ம் கட்டுபடியாகாது. ஆகையால் முடியாது என்கிறார். இதுதான் நம் தமிழ் சினிமா உலக சிந்தனை. பட்டிவீரன்பட்டியில் நடக்கும் கதையானாலும், வீராசாமியும், பொன்னம்மாளும் காதல் பண்ணுகிறார்கள் என்றால் அவர்கள் அந்தக் காதலைச் சொல்ல, நம் மக்கள் கலைத் தாகத்தைத் தீர்க்க, சிலப்பதிகார காலம் தொட்டு வளர்ந்துள்ள தமிழ்நாட்டுக்கேயான நடனச் சிறப்பைச் சொல்ல இன்னும் நாற்பது பேருடன் கூத்தாடவேண்டும். அதற்கு தியோடி ஜெனீரோவுக்குப் போகவேண்டும். அங்கே ஒரு தெருவை செலக்ட் பண்ணவேண்டும். அது இதுவரை வேறு யாரும் சினிமாக்காரர் டான்ஸ் ஷூட்டிங்குக்குப் போகாத தெருவாகப் பார்த்து சர்வே பண்ணி வந்து சொல்ல வேண்டும். தமிழ்நாட்டில் கலை வளர்ப்பதென்றால், அதுவும் மக்களுக்குக் கலைச் சேவை செய்வதென்றால் அது சாதாரணமாக முடிவதில்லை.

இதுகாறும் நான் சொன்னதில் என்ன நான் ஸ்டீபன் ஹாகின் மாதிரி உலகத்திலே யாருக்கும் புலப்படாத அதிசயத்தைச் சொல்லிவிட்டேன். இது என் பொதுப்புத்தி சொல்கிறது. ரொம்ப சாதாரண பொதுப்புத்தி. திரைப்படக் கல்லூரிக்குப் போய் படிக்காத, சினிமாத் துறை பற்றி ஒன்றுமே தெரியாத, ஒரு ஷூட்டிங்குக்கும் போய் அறியாத சாதாரண கிராமத்தான் சொல்லியிருக்கக்கூடிய பொதுப்புத்தி சொல்கிறதைத்தான் சொல்லியிருக்கிறேன். நான் ஏன் கூட்டத்தோடு சேர்ந்து உளறவில்லை? எல்லோரும் உதிர்க்கும் புகழாரங்களை, தயார்படுத்தி வைத்திருக்கும் வார்த்தைகளைச் சொரியவில்லை?. நான் வாழ்வது இந்த சினிமா, அரசியல், பத்திரிகை, வியாபாரம், சம்பந்தப்பட்ட உலகில் இல்லை. என்ன

சொன்னால், என் பட வினியோகம் தடைப்படுமோ, என் படத்துக்கு சான்ஸ் போய்விடுமோ, எந்த நட்சத்திரத்தின் ரசிக பட்டாளம் என் வீட்டு முன்னால் வந்து கல்லெறியுமோ, அல்லது போஸ்டரைக் கிழிக்குமோ, சாணி எறியுமோ, இந்த ஆளை உள்ளே விடாதே என்று பில்ம் சேம்பருக்கு ரகசிய தாக்கீது போகுமோ, இன்கம் டாக்ஸ் ரெய்டு பண்ணுய்யா அந்த ஆள் விட்டுக்குப் போய் என்று தாக்கீது பறக்குமோ, இல்லை என் வீட்டில் தான் திடீரென்று கஞ்சாப் பொட்டலமாகக் கொட்டிக் கிடக்குமோ என்றெல்லாம் கவலை இல்லை. எனக்கு. 'பாலசந்தர் என்னிக்கு நாடகத்தை சினிமா எடுப்பதை விட்டு சினிமாவை சினிமாவா எடுக்கப் போகிறார்?' என்று கேட்டவர் பாடு அவ்வளவாக நல்லதாக இல்லை. சுஜாதாவானால் என்ன?, உலகநாயகனேயாகத்தான் இருக்கட்டும், அதனால் என்ன.? குமுதம் பத்திரமாக இருக்கவேண்டுமானால் அதுவும் அதில் எழுதுகிறவர்களும் ஊரோடு ஒத்து வாழவேண்டும்.

அதெல்லாம் சரி. ஊரில் திருட்டுப் பயம் என்றால், இங்கு ஊரே திருடர்களால் ஆனதாக இருக்கிறது மட்டுமல்லாமல் அதுவே கலையாகவும் ஆகிறது. மடியில் கனம் இருக்கிறதென்றால் பயப்படத்தானே வேண்டியிருக்கிறது.

ஒரு நிமிஷம் யோசித்துப் பார்க்கலாம். மற்றவர்களுக்காக உளற வேண்டிய நிர்ப்பந்தத்தை உதறிவிட்டு, நம் பொதுப்புத்திக்குப் படுவதை நாம் எல்லோருமே சொல்ல, அதன்படி நடக்க ஆரம்பித்தால், என்ன ஆகும்? நான் ஒன்றும் ஒரு கிலோ மிளகாயைத் தின்னும் கின்னஸ் சாதனை செய்யச் சொல்லவில்லை. எல்.ஐ.சி. கட்டிட மாடியிலிருந்து குதிக்கச் சொல்லவில்லை. 28 மணி நேரம் விடாது டான்ஸ் பண்ணச் சொல்லவில்லை. கடவுள் நம் எல்லோருக்கும் கொடுத்திருக்கும் பொதுப் புத்திக்கு ஏற்றதைப் பேசவும் எழுதவும், அதன்படி நடக்கவும் சொல்கிறேன். இதுவே அசாத்தியமாகி விட்டதென்றால், நாம் என்ன வாழ்க்கை வாழ்கிறோம்? எத்தகைய வாழ்க்கையை நமக்கு உருவாக்கிக் கொண்டிருக்கிறோம்?

25

நாம் தள்ளப்பட்டுள்ள எந்த நிலையிலும், வேறு வழி இல்லாது சுற்றிக் காணும் நாம் வாழ நிர்ப்பந்திக்கப்பட்டுள்ள எந்த சூழலிலும் வாழ, பின் அதை ரசிக்க, விரும்பக் கற்றுக்கொண்டு விடுகிறோம் என்று தோன்றுகிறது. ஒரு பழமொழி உண்டு. 'பாம்பு திங்கிற ஊரிலே நடுக்கண்டம் எனக்கு' என்று. அது நிர்பந்தம். என்ன செய்வது? வாழவேண்டுமே. சின்ன வயசில், உலகப் போர் முடிந்த இரண்டு மூன்று வருடங்கள் வாழ்க்கை மிகச் சிரமப்படுத்துவதாய் இருந்தது. முதன் முதலாக கோதுமையும், பன்னும், மக்காச் சோளமும் தின்று வாழக் கற்றுக் கொண்டோம். இதையெல்லாம் விட பரிதாபம், ஏழை மக்கள் புளியங்கொட்டையை வேகவைத்து சாப்பிடுவதாகவும் செய்திகள் வந்தன. இவையும் நிர்ப்பந்தங்கள்தான். நிலைமை மாற, முன்னர் கம்பும் கேழ்வரகும் சோளமும் சாப்பிட்டு வந்தவர்கள் இப்போது அரிசிக்குத் தாவி விட்டார்கள். இது வசதிப் பெருக்கத்தால் விளையும் மாற்றம். உணவுப் பழக்க மாற்றத்தால் சமூகத்தில் மேல்தட்டிற்குச் சென்று விட்டதான பிரமைகள். இப்போது கேழ்வரகும், மக்காச் சோளமும் டிபார்ட்மெண்ட் ஸ்டோர்களில் பாக்கெட்டுகளில் விற்கப்படும் பொருள்களாகிவிட்டன. கார்களில் வருபவர்கள் வாங்கிச் செல்கிறார்கள். சிறு வயதில் நிலக்கோட்டையைச் சுற்றி இருந்த வானம் பார்த்த பூமியில் கண்ட, சோளக் கொல்லைகளை இப்போது பார்ப்பதற்கில்லை. 200 அடி 300 அடி ஆழத்துக்கு மோட்டார் போட்டு நீர் இறைத்து நெல் அல்லது கரும்பு பயிரிடுகிறார்கள். இன்னமும் அது வானம் பார்த்த பூமி தான். ஆகையால் நிலத்தடி நீர் இனி எவ்வளவு நாளைக்குத் தாங்குமோ தெரியாது. முப்பாட்டன் வழி வந்த சொத்து பேராண்டியால் ஊதாரித்தனமாகவே செலவிடப்படும்.

ஆரம்ப காலத்திலிருந்து பார்த்து வந்தவர்களுக்கு சினிமா. நம் மண்ணுக்கு வருவதற்குச் சற்று முன் வரை நாடகங்கள்தான் மகிழ்வூட்டும் சாதனமாக இருந்தது. அதிலும் இசையே மேலோங்கியிருந்தது. பாடத் தெரிந்தவர் சூப்பர் ஸ்டார் ஆனார். நிறைய பாட்டுக்கள் பாடினால், புராணக் கதைகள் சொன்னால் போதும். மக்கள் ரசித்தனர். தாமும் திரும்பத் திரும்பக் கேட்க விரும்பினர். இன்று போல் அன்றும் ஹோட்டல்களில், சாயாக்கடைகளில், தெருவில், அந்தப் பாட்டுக்கள் கேட்டன. பின்னர் பாட்டுக்கள் குறைந்தன. சமூகக் கதைகள் வரலாற்றுக் கதைகள் இடம்பிடிக்கத் தொடங்கின. வசனம் மக்கள் ரசனையை ஈர்க்கத் தொடங்கியது. இளங்கோவன் வசனம் என்றாலே அதற்கு பெருமதிப்பு இருந்தது. ஆனால் சினிமாதான் மகிழ்வூட்டும் நாடகமாகவே இருந்தது. திரையில் ஓடிய நாடகம். ஒரே வித்தியாசம், 'ஒன்ஸ் மோர்' என்று திரையைக் கேட்க முடியாது. வேறு எந்த வித்தியாசமும் இல்லை.

சினிமா என்ற புதிய சமாச்சாரம் கைவரவில்லை. அதைப் பற்றிய நினைப்பில்லை. முன்னாலேயே சந்தையைக் கைப்பற்றியிருந்த நாடகத்திலிருந்து கதையை எடுத்துக்கொண்டார்கள். பாட்டுக்களை எடுத்துக்கொண்டார்கள். பாடியவர்களை நடிகர் நடிகைகளாக எடுத்துக்கொண்டார்கள். காமிரா இருந்தது புகைப்படம் எடுத்தார்கள். செலவு செய்ய பணம் இருந்தவர்கள் முதலீடு செய்ய சினிமா தயாரித்தார்கள். இன்னொரு வியாபாரம். சினிமா தொழில் என்றே அன்று அறியப்பட்டது; பேசப்பட்டது. திராவிட கழகம் சினிமாவில் நுழைந்த பிறகே சினிமா அன்று வரை தொழிலாக இருந்ததை கலை என்றார்கள். நடிப்பு என்ற தொழில் செய்தவர்கள் கலைஞர்கள் ஆனார்கள். எப்படி யாரும் சிந்தனைச் சிற்பிகள், பேரறிஞர்கள், கலைஞர்கள் ஆனார்களோ, அப்படியே சினிமாவும் கலை ஆயிற்று. ஆறுபக்கம் வசனம் மூச்சிறைக்காமல் பேசினாலும் அது சினிமாவாயிற்று.

இதில் ஒருவரை மாத்திரம் சொல்லிப் பயனில்லை. இது ஒரு வியாபாரக் கேலிக் கூத்தாட்டம் ஆயிற்று. பணபலம், அரசியல் பலம் மக்களிடையே செல்வாக்கு என ஒன்றை ஒன்று பிறப்பித்து அசுர வடிவம் பெற்றது. அரசியலும் பிரச்சார வசன மழையும் செல்வாக்கு பெறும் காலம்

மற்றவற்றைப் போல ஒரு கட்டம் வரையில்தான். சின்ன சின்ன வசனங்கள், அதன் ஆங்கில மொழிபெயர்ப்போடு, 'நான் என்ன சொல்றேன்னா, வாட் ஐயாம் டெல்லிங் யு இஸ் என்று சேர்த்துச் சேர்த்து வசனம் பேசுவது கலைஞராக மெத்தப் படித்த மேதைக்கு அழகாகக் கருதப்பட்டது. ஏனென்றால் அவர் படித்தவர். உலக சினிமாவெல்லாம் பார்க்கிறவர். அல்லது பார்க்கிற ஒருத்தர் அவருடைய நண்பர் அவருக்குச் சொல்வார். என்ன கதை எந்த சீன் நன்றாக வந்திருக்கு என்று. நம் மேதையும் புதுமைகளைப் புகுத்துவார். உடனே அவரும் ஒரு சிகரமானார். கண்றாவி என்னவென்றால் அவரும் மற்றவர்களைப் போல சினிமாவோடு எந்த உறவும் அற்றவர் தான். அது நாடகம். அதிலும் அபத்தமான நாடகம். என்றைக்கு அய்யா நீ நாடகத்தைத் திரையில் காட்டுவதை நிறுத்தி சினிமா எடுக்கப் போகிறாய்? என்று கேட்டுவிட்டார். நம்மூர் சிகரத்தையெல்லாம் இப்படி கேட்கலாமா? உடனே ஒரு படை விரைந்தது பத்திரிகை அலுவலகத்துக்கு; கேள்வி கேட்ட மனிதர் வாய் மூடப்பட்டது.

ஆனால் அரசியலிலிருந்தும் மேடைச் சொற்பொழிவிலிருந்து மெதுவாக விடுதலை கிடைத்தது. அவரிடமிருந்தும் விடுதலை கிடைத்தது தான். அது தொலைக் காட்சிப் பெட்டியில் ஹாலிவுட் சினிமாவின் சண்டைப் படங்களும் தந்திரக் காட்சிகளும் பார்த்து அதுவே நமக்கு சினிமாவாகியது. ஹிந்தி சினிமாவிலிருந்து ஐட்டம் டான்ஸ், நினைத்த இடத்தில் 40 பேர் ஆடுவது எல்லாம் வந்து சேர்ந்தது. நடிகர் என்றால் அவருக்கு டான்ஸ் ஆடத்தெரியவேண்டும் என்ற நியதி வந்தது. முன்னால் பாடத் தெரிந்தால் தான் சினிமாவில் சான்ஸ் என்பது போல.

அதோடு அவர் ஜிம்முக்குப் போய் உடம்பை சிக்ஸ் பாக் உடம்பாக்கிக் கொள்ள வேண்டும். அது சல்மானுக்கும், ஷாருக்குக்கும், அமீருக்கும் தான் சாத்தியம் என்றாகவே, நம்மூர் தொப்பைகளுக்கு அது சரி வரவில்லை. இருப்பினும் டான்ஸ் மாஸ்டர் எப்படி அத்தியாவசியமானாரோ அப்படி ஸ்டண்ட் மாஸ்டரும் அத்தியாவசியத் தேவையானார். டான்ஸ் கிட்டத்தட்ட ட்ரில் மாதிரி ஆயிற்று. ஐட்டம்

கோர்லுக்கு ஒதுக்கி வைக்கப்பட்டிருந்த குத்துப் பாட்டு எல்லாரிடமும் எதிர்பார்க்கப்பட்டது.

தனுஷ் கூட பத்து குண்டர்களை ஒரு குத்து விட்டால் ஆகாயத்தில் மிக அழகாக சுருண்டு விழச் செய்தார். கார் சேசிங் இல்லாது சண்டைக் காட்சிகள் இல்லாது, டான்ஸ் பண்ண வெளிநாடு போகாது ஒரு சினிமா இருக்கக் கூடும் என்று மணிரத்னம் கூட கற்பனை செய்ய முடியாது என்ற பைத்தியக்கார நிலைக்கு தமிழ் சினிமா தள்ளப்பட்டு விட்டது. பாக்யராஜ் ஒரு நடிகைக்கு சேலையை உடுத்தி, நடிகருக்கு வேட்டியைக் கொடுத்து கட்டச் சொன்னால் உடனே கிராமத்துக் கதைகள் பெருகும். இப்போது அனேகமாக எல்லாப் படங்களும் மதுரைக்கும் உசிலம்பட்டிக்கும் வாடிப்பட்டிக்கும் போவதைப் போல. பேச்சும் மதுரைப் பேச்சென அடையாளப்படுத்தப்படுகிறது. மதுரைப் பேச்சானாலும் உசிலம்பட்டியானாலும் விருதுநகரானாலும் அதில் சண்டைக்காட்சியும் டான்ஸும் கட்டாயம். மசாலா சேர்த்தாகணும்.

இந்த சினிமாதான் தொலைகாட்சியிலும், பத்திரிகைகளிலும் அரசியல் தலைவர்கள் பாராட்டு விழாக்களிலும் பூதாகாரமாக கவிகின்றது. இந்த சினிமாதான் நம் வாழ்க்கையும், கற்பனையும், சிந்தனையும் ஆயிற்றே ஒழிய, உண்மையான ரத்தமும் சதையுமான உயிர்ப்புள்ள தமிழ் வாழ்க்கை, தமிழ் மனிதர்கள், தமிழனின் அன்றாட நடப்பு எங்காவது தமிழ் சினிமாவுக்கான பொருளாயிருக்கிறதா என்றால் இல்லை.. இந்த 70-80 வருட தமிழ் சினிமா வரலாறு ஒரு குப்பை மேடாகத்தான் குவிந்து கிடக்கிறது. தமிழ் சினிமாவுக்கான பொருள், இல்லையென்றால் தமிழ் சினிமா, அதன் அர்த்தத்தில் சினிமா என்ற ஊடகத்தை, கலைச்சாதனத்தை அறிந்திருப்பது பிறகுதான்.

இது நமக்குப் பழக்கமாகிவிட்டது. வேறு எதையும் நம்மால் சிந்தித்துக் கூட பார்க்க முடிவதில்லை. இந்த பிதற்றலும் அபத்தமும்தான் நாள் தோறும், 24 மணி நேரமும் நம்மைத் தாக்கிக்கொண்டே இருக்கின்றன. நாம் இதிலிருந்து பிரிந்திருக்கும் கணங்கள் ஏதும் உண்டா எனத் தெரியவில்லை. அரசியல் மேடையாகட்டும், 24 மணி நேர

தொலைக்காட்சியாகட்டும், பத்திரிகைகளாகட்டும், வேட்டி, சேலை, மசாலாப் பொடி, புதிதாக ஒரு ஷோ ரூம், கடை திறப்பு, எல்.ஐ.சி விளம்பரம், என எந்தக் கண்றாவியானாலும் அதில் ஒரு சினிமா பிரதிநிதி, ஒரு க்ரூப் டான்ஸ் இல்லாமல் விளம்பரம் கூட வருவது சாத்தியமில்லாமல் போய்விட்டது.

தமிழினத் தலைவர் கூட தன் கால பராசக்தி சமாசாரங்கள் காலம் கழிந்து இப்போது புதிய சமாசாரங்கள் சினிமாவில் புகுந்துவிட்டது தெரியாமல், 1950 கால சினிமாவை விட்டு வர முடியாமல் தவிக்கிறார் என்றால், அவர் கலைப்படைப்பு ஒவ்வொன்றையும் என்ன பலவந்தமாகத் திணித்தாலும் ஒரு வாரம் கூட திரையில் தங்குவதில்லை; பெட்டிக்குள் போய் அடைந்து கொள்கிறது. 'திரைக்கு வந்து சில நாட்களே ஆன புத்தம் புதுத் திரைப்படம்' என ஒரு தனி ஸ்டைலில் தமிழ் பேசி சத்தமிட்டு விளம்பரம் செய்யும் அவர் குடும்ப தொலைக்காட்சி கூட தொடுவதில்லை. ஆக, தமிழினத் தலைவர் சிந்தனையே கூட 1952 பராசக்தி காலத்தை விட்டு நகர மறுக்கிறது என்றால், குத்தாட்டமும், கார் துரத்தலும், ஆகாயத்தில் சுருண்டு விழும் ஸ்டண்ட் காட்சிகளும் பார்த்துப் பார்த்து வாய் பிளக்கும் மக்கள் என்ன சுலபத்திலா மாறுவார்கள்? அடிக்கடி மாறும் மசாலாக்கள் புதிது புதிதாக அவர்களுக்கு மசாலாக்கள் வேண்டியிருக்கிறது. ஆனால் தேவை மசாலாக்கள் தான். சினிமா அல்ல.

இங்குதான் இவ்வளவு காலமாக இந்தப் பேத்தல்களை எவ்வளவுதான் எழுதிவந்த பிறகும் ஒரு அன்பர் கேட்கிறார், ஆமாய்யா, பின்னே வாழ்க்கை என்றால் அடுத்த வீட்டுக்குப் போய் அங்கு என்ன நடக்கிறது என்றா பார்க்க முடியும் என்று கேட்டார்.

26

பொய்யான கற்பனைகளிலும், மாயா ஜாலக் காட்சிகளிலும், மனம் குதூகலித்து, நம் மண்ணுக்கோ, அன்றாட வாழ்க்கைக்கோ, நம் அனுபவங்களுக்கோ உறவில்லாத, அர்த்தமற்ற குப்பைகளையே பார்த்துப் பழகிய காரணத்தால், இவையல்லாத எதையும் ஏற்றுக்கொள்ள மனம் மறுக்கிறது. இது வரை எந்த தமிழ் சினிமா நம் வாழ்க்கையோடு ஒட்டி உறவாடி, நாம் அந்த வாழ்க்கையின் அவதியில் ஆழ்ந்திருக்கும் போது பார்த்திராத, பார்க்கத் தவறிய உண்மைகளைச் சொன்னது? வெகு அபூர்வமாக ஒன்றிரண்டு சொல்லலாம். 'வீடு' என்று ஒரு படம். பிறகு? பூமணி எடுத்த ஒரு படம். தலைப்பு மறந்து விட்டது. கருவேலம் பூக்களா? நினைவில்லை. கிட்டத் தட்ட இம்மாதிரித்தான் ஒரு பெயர்.

காலை ஐந்து மணிக்கு ஒரு வண்டி வரும். அதற்காக வேலைக்குப் போக, கிராமத்துச் சிறுமிகள் கையில் ஒரு சின்ன தூக்கு, மதியம் சாப்பாடு கொண்டு போகும் தூக்கோடு காத்திருப்பார்கள். கரிசல் காட்டு தீப்பெட்டி, பட்டாசுத் தொழிற்சாலைக்குச் செல்லக் காத்திருக்கும் சிறுமிகள். எங்களாலும் முடியும் என்று செய்து காட்டிய தமிழ் கலைஞர்கள். அதோடு நாங்கள் வாழ்வது இந்த மண்ணில், எங்கள் கவலைகள் இந்த மண்ணை, எங்களைச் சுற்றியிருக்கும் மக்களைப் பற்றியது, நீங்கள் கவனிக்க, சிந்திக்க மறுக்கும் இந்த என் மக்களின் வாழ்க்கை இது என்று சொல்ல வாழும் தமிழர்கள் கலைஞர்கள் இவர்கள். தமிழர்கள் இவர்கள். இந்த மண்ணில் இருந்திருக்கிறார்கள். கொஞ்ச நாளைக்குத் தம் தலை காட்டியிருக்கிறார்கள். இவர்கள் சிந்தனையும், கவலைகளும், வாழ்க்கையும் ஒரு புதிய பாதையை தமிழ் சினிமாவில் உருவாக்க முயன்றன. இவர்கள் ஏதும் நூறு கோடி முதல் போட்டு, அதை முன்னூறு

கோடியாக்கி லாபம் சம்பாதிக்க நினைத்தவர்கள் இல்லை. தன்னை, தன் சிந்தனைகளை வருத்தும் உலகை, தன் சக மனிதர்கள் காணத் தவறிய, சிந்திக்க மறுக்கும் உலகை அவர்களின் முன் நிறுத்தவேண்டும். அவர்கள் சிந்தனையை பார்வையை இங்கு இந்த வாழ்க்கை பற்றியும் நினைக்கத் தூண்டவேண்டும் என்று நினைத்து அதற்கு ஆகும் செலவில் இவை தயாரிக்கப்பட்டன.

இவர்கள் எண்ணமெல்லாம் தாங்கள் போட்ட பணத்தை எடுத்து அதற்கு மேல் தாம் வாழ கொஞ்சம் லாபமும் வேண்டும். அவ்வளவே. இதில் தவறென்ன? இவ்விருவரில், வீடு படத்தின் இயக்குனர் பாலு மகேந்திராவாவது சினிமா புகைப்பட கலைஞர். சினிமாத் துறையின் பரிச்சயமும் ஆழ்ந்த நுண்ணுணர்வும் கொண்டவர். புதியவர் அல்லர். ஆனால், பூமணி இத்துறையில் எவ்வித பரிச்சயமும் அற்றவர். பம்பாயிலிருக்கும் FFDC யிலிருந்து கடன் உதவி பெற்று ஒன்றிரண்டு லட்சங்களில் படத்தைத் தயாரிக்கும் நிர்ப்பந்தத்தில் உள்ளவர். இந்த ஒன்றிரண்டு லட்சம் வடிவேலுவுக்கு இரண்டு நாள் சம்பளத்துக்கே காணாது என்று நினைக்கிறேன். இருந்தாலும் தனக்கு பரிச்சயமில்லாத துறையில் கால் வைத்து, பணம் கடன் வாங்கி ஒரு அர்த்தமுள்ள இது சினிமாதான் என்று சினிமா என்ற தொழில் நுட்பத்தையும் கலையையும் தெரிந்தவர்கள் ஒப்புக்கொள்ளும் ஒரு படத்தைத் தயாரித்துத் தந்துள்ளார்.

இவர்கள் எவரையும் இந்த தமிழ் சினிமா உலகம் வாழவிடவில்லை. ஏதோ அருங்காட்சியகப் பொருட்களாக அவ்வப்போது யாராவது இந்தப் பெயர்களைச் சொல்வார்கள். 'தமிழ் சினிமாவிலும் நல்ல படங்கள் வந்து தான் இருக்கின்றன, நீங்கள் தான் ஒப்புக்கொள்ள மறுக்கிறீர்கள், தமிழ்சினிமாவைத் தாழ்த்திப் பேசுவதே உங்கள் வேலை' என்று இங்கு என்னைக் கடிந்து கொள்பவர்களுக்கும் ஒரு பட்டியல் வேண்டுமே; அந்த பட்டியலை அவர்களுக்குத் தர இவர்கள் அவ்வப்போது நினைவுக்கு வருவார்கள். பின் என்னைக் கடிந்து கொண்டபின் தங்கள் காரியம் முடிந்ததென்று மங்காத்தா இன்னொரு முறை பார்க்கக் கிளம்பிவிடுவார்கள். படம் பார்த்து வெளியே வரும்போது வாசலில் காமிராவோடு நிற்கும் சன் டிவி நிருபரிடம் தம்பதி சகிதம் 'சூப்பர்' என்று

முகம் மலரச் சொல்லிச் செல்வார்கள்; வந்த காரியம் முடிந்தது என்ற திருப்தியோடு. இதில் எல்லோருக்குமே கலைக்குத் தொண்டாற்றிய திருப்தி.

இம்மாதிரியான முயற்சிகள் அவ்வப்போது நடந்துகொண்டு தான் வருகின்றன. ஆனால் பல நூறுக்கணக்கில் ஒவ்வொரு வருடமும் படங்கள் தயாரிக்கப்படும் தமிழ் சினிமா உலகில் இப்படியான பாதை மீறிய படங்களும் அது பற்றிச் சிந்திப்பவர்களும் எப்போதாவது ஒன்றிரண்டு பேர் வந்து ஒன்றோ அல்லது இரண்டோ படங்களுக்குப் பிறகு கையொடிந்து மறைந்து விடுவார்கள். எல்லாமே வியாபாரம், லாபம், அதிலும் கொள்ளை லாபம் என்ற ஒரே நோக்கத்தோடு, (க்ளாமர் உலகில் உல்லாசமாக தோளுரசலாம் என்று நினைப்பும் கூடுதல் போனஸாக இருக்கும் கட்டாயமாக) இந்த நினைப்பும் முனைப்பும் தான் தமிழ் சினிமா உலகின் கலாசாரத்தை நிர்ணயித்து வருகின்றன.

யாரும் பணத்தைக் கொட்டி நாசமாக்குவதற்காக இங்கு வரவில்லை. ஒரு படம் எடுத்து பணம் பண்ண வேண்டும் தான். நிறையவே வேண்டும். அந்தப் பணம் திரும்ப எடுக்கப் படவேண்டும் தான். ஆனால் பணம் கொள்ளை கொள்ளையாக சம்பாதிக்க வேண்டும் என்ற ஒரே சிந்தனையோடு அதற்கான காரியங்கள் அத்தனையையும் சந்தை நிலவரத்தை, இந்த வாரம் ஹிட்டான படத்தின் தரத்தை கணக்கில் எடுத்துக்கொண்டு அதே மாதிரி தானும் செய்ய வேண்டும் என்ற மந்தை மனப்பான்மைதான் தமிழ் சினிமாவின் மொத்த உருவாகவும், கலாச்சாரமாகவும் இருந்து வந்துள்ளது.

சிலருக்கு இந்தக் கலாச்சாரத்தில் மாற்றம் கொணரவேண்டும் என்ற நினைப்பு அடிக்கடி உறுத்திக்கொண்டிருப்பதை சமீப காலமாக நாம் பார்த்து வருகிறோம். வெயில், சுப்ரமணியபுரம், மாயாண்டி குடும்பத்தார் இவை எதுவும் சம்பிரதாய, வெற்றிப் படமோ, இல்லை டப்பாக்குள் போய் அடைந்து கொண்ட படமோ, எதானாலும் சந்தையில் வெற்றியைக் குறிவைப்பவை தான் ஆனாலும், பாதை மீறித்தான் பார்ப்போமே என்று துணிந்த தமிழ் படங்கள், சம்பிரதாய தமிழ்ப் படங்களின் வழியில்

எடுக்கப்பட்டவை அல்ல. வித்தியாசமான கதை, வித்தியாசமான படமாக்கல், வித்தியாசமான பேச்சு மொழி என்ற குறிக்கோளைக் கொண்டு தயாரிக்கப்பட்டவை. ஆனால், தமிழ் சினிமா சந்தையைப் பற்றியும் இவர்களுக்கு மிகுந்த பயம் உண்டு. சந்தையில் தோற்றுவிடக்கூடாது என்ற எச்சரிக்கையும் உண்டு. கொள்ளையாகப் பணம் பண்ணவேண்டாம், ஆனால், போட்ட பணம் வந்து அதற்கு மேல் கொஞ்சம் வந்தாலும் சரி, ஆகையால், சாதாரணமாகச் சேர்க்கும் மசாலாச் சரக்குகளையும் சேர்த்துக் கொள்வோம் என்ற எச்சரிக்கை உணர்வோடு மசாலாக்களையும் சேர்த்து சந்தைக்குக் கொண்டு செல்லப்பட்டவை. இப்படித் தான் பாரதிராஜாவும் செய்தார்.

இவர்களிடம் ஒரு இரட்டை மன பேதலிப்பு இருந்தது. இவர்கள் எல்லாம் தமிழ்ப் படத் தயாரிப்பாளர்கள் இன்னும் நடிகர் இயக்குனர் இத்யாதி பெரியவர்கள் காலம் காலமாக தொடர்ந்து வரும் சந்தை மனப்பான்மை, கொள்ளையடிக்கும் மனப்பான்மையின் காரணமாக இவர்களது படம் பற்றிய பார்வையே முற்றிலுமாக. பொதுப் புத்திக்குக்கூட ஏற்காத மசாலாக்கள். காலம் செல்லச் செல்ல யாரும் கேள்வியே எழுப்பாது ஒப்புக்கொள்ளப்பட்ட மரபில் வந்தவர்கள். அத்தோடு இவர்களுக்கு கொஞ்சம் அவ்வப்போது சந்தேகமும் வந்து தொல்லை படுத்தியது. இந்த மசாலாக்களில் சிலவற்றை புத்திக்கு ஏற்ப செய்தால் என்ன?, சிலவற்றை விட்டுத் தொலைத்தால் தான் என்ன? வழக்கமான பிதற்றலைக் கொஞ்சம் கொஞ்சமாவது குறைத்துப் பார்த்தால் என்ன? என்ற கேள்விகள் அவர்களை உறுத்தின. ஆக இரண்டு உலகங்களில் அவர்கள் வாழ்ந்தார்கள். மனம் ஒரே சமயத்தில் கனவு காணவும், நனவில் வாழவும் ஆசைப்பட்டது. அதாவது கண்களை மூடி கனவும் காணவேண்டும். அதே சமயம் கண்கள் விழித்து நாங்கள் புதுமை செய்பவர்கள், கலைஞர்கள் என்ற பெயரும் சம்பாதிக்க ஆசை. கற்புக்கரசி என்ற பெயரும் வேண்டும். அத்தோடு முடிந்த அளவோ அல்லது வேண்டிய அளவோ ஜாலியாகவும் வாழ்க்கை வாழவேண்டும் என்ற தத்தளிப்பு.

பாரதிராஜா, சிவாஜி கணேசனை, நடிகர் திலகத்தை, 'உங்க உலகப் புகழ் பெற்ற நடிப்பைக் கொஞ்சம் மறந்து விட்டு சாதாரணமா இருங்களேன்' என்றும் சொல்வார். அதேசமயம் வெள்ளை ஆடை உடுத்தி பூச்சரம் சூடி, நளினமாக ஆடிக்கொண்டே தேவதைகள் போல ஆகாயத்தில் கன்னிகைகளையும் மிதந்து வரச் சொல்வார். என்ன செய்ய? டான்ஸ் காட்டியாகணுமே!!. ரொம்பவும் யதார்த்தமாக எடுக்கப்பட்ட, பெரிதும் பலரால் புகழப்பட்ட முதல் மரியாதை படத்தில், சிவாஜி கணேசனை இயல்பாக நடக்க பேச அறிவுரை கொடுத்தவர், வழக்கமான பாணி திரும்பச் சொல்கிறேன் வழக்கமான பாணி, காதல் விளையாட்டுக்களை விட்டு விட அவருக்கு மனசிருப்பதில்லை. இந்த பாணி, தமிழ், ஹிந்தி சினிமாவுக்கே ஆன பாணி. வேதம் புதிது படத்தில் என்று நினைவு. ஆற்றின் கரையில் நின்று கொண்டு சிறு வயது பிராமணப் பையன், எதற்கு மூச்சுக்கொரு தடவை பாலுதேவர் பரம்பர பாலு தேவர் பரம்பர சொல்றீங்களே நான் கரையேறிட்டேன். நீங்க? என்று கேட்பான்.

அது அவரை கன்னத்தில் அறைந்தது போலிருந்தது என்று சாதாரணமாக பேச்சில் சொல்வார்கள். பத்திரிகைக் கதைகளிலும் ஒரு வரி அப்படி வரும். அந்தப் பையன் கேட்டதும் சத்யராஜ் கன்னத்தில் அறையும் சத்தம் வரும் மூன்று முறை. மூன்று முறையும் அவர் கன்னத்தைத் திருப்பிக் கொள்வார். அந்த சத்தம் வரவேண்டும், சத்யராஜும் கன்னத்தைத் திருப்ப வேண்டும். சத்தம், கன்னத்தைத் திருப்பல் எல்லாம் வேண்டும். அதுவும் மூன்று முறை வேண்டும். அப்பத் தான் தமிழ் சினிமா ரசிகர்களுக்கு 'பையன் கன்னத்தில் அறைஞ்ச மாதிரில்லா ஒரு கேள்விய கேட்டுப்புட்டான்? பாரதிராஜா படமில்லா, பின்னா என்னாங்கறேன். அவர் டச் இருக்காதா?' என்று புரிந்து கொண்டு ரசிப்பார்கள். இதெல்லாம் ஒண்ணாங்கிளாஸ் பாடம் நடத்துகிற மாதிரி. ஒரு தடவைக்கு இரண்டு மூன்று தடவையாகச் சொன்னால் தான் புரியும். மனசில் பதியும்.

வெயில் படத்தை எடுத்துக்கொள்ளுங்கள். சில காட்சிகளின் அமைப்பும், பேச்சும் நடிப்பும் வாழ்க்கையில் இயல்புக்கு ஏற்பவே இருந்தன. இருந்தாலும் அனேக இடங்களில் பரத்தும் பசுபதியும் சேர்ந்த

காட்சிகள் அதீதமாக நாடகமயப்படுத்தப்பட்டவை. அதிக சத்தம் போடுபவை. சண்டைக் காட்சிகள் மசாலாவுக்காகச் சேர்க்கப்பட்டு அதுவும் அதீத நாடக பாணியில் உருவாக்கப்பட்டவை. பின்னர் மிஞ்சியது பாட்டும் ஆட்டமும். அதை எங்கு செய்தால் புதுமையாகவும் அதே சமயம் மசாலாவாகவும் இருக்கும்? வேறு எங்கு? சினிமா ப்ரொஜெக்டர் இருக்கும் அறைதான். அங்கு ப்ரொஜெக்டர் வைக்கவும் அதை இயக்குபவர் நிற்கவும் தான் இடம் இருக்கும். ஆனால் இந்த புதுமை மசாலா இயக்குனர் ஆச்சே? ஓடி ஆடி ஒளிந்து பாட்டு பாடிக்கொண்டு ஆடும் அளவுக்கு விஸ்தாரமான இடம் இருக்கும். அதுவும் புதுமை தானே?. கொடுமைக்கார தகப்பன்களைப் பார்த்திருக்கிறோம். இருக்கிறார்கள் தான். ஆனால் தன் சின்ன பையனை விருதுநகர் தெரு வெயிலில் ஏதோ கருவாடு காயப்போடுவதைப் போல வறுத்தெடுக்கும் காட்சி அப்பத்தானே பாக்கறவங்களுக்கு உறைக்கும்? சொல்றதை நல்லா சொல்லாண்டாமா? தெற்கு மாவட்டங்கள் கதை என்றால் அதில் மடித்துக்கட்டிய வேட்டி, காக்கி ட்ரௌசர் தெரிந்தால் இன்னும் சிறப்பு, அந்தந்த வட்டார தமிழ், பின் கொடூரமான வன்முறை. கார்கள் பறப்பதற்கு பதிலாக, வீச்சரிவாளுக்குப் பதிலாக வேறு வேறு புதிதாகக் கற்பனை செய்துகொள்ளும் வன்முறைக் காட்சிகள். இதெல்லாம் தென்மாவட்ட ப்ராண்ட் சினிமா சமையலுக்கான, மிளகாத்தூளு, கொத்தமல்லித் தூளு, மஞ்சத் தூளு, தேவையான உப்பு, ஒரு சிட்டிகை பெருங்காயத் தூளு, கரம் மசாலா இருந்தா சேத்துக்கலாம். நல்லாருக்கும்.

ருசியா எல்லாரும் சாப்பிடுவாங்க.

27

இது நான் எழுதுவது 27-வது அத்தியாயம். நான் கொஞ்சம் எளிதாகவே, எந்த ஒரு விஷயத்தையும் முன்னர் சொல்லியிருந்தாலும், இப்போதைய சந்தர்ப்பத்தில் அதைத் திரும்ப நினைவுக்குக் கொண்டு வர திரும்பச் சொல்ல வேண்டியிருந்தால் இரண்டாம், முறை மூன்றாம் முறையும் சொல்லி விடுகிறேன். கடந்த 26 அத்தியாயங்களையும் ஒரு முறை தொடர்ந்து வாசித்து வருபவர்கள் பல விஷயங்களை நான் ஒன்றுக்கு மேற்பட்ட முறை சொல்லி வந்துள்ளதைப் பார்த்திருக்கலாம். இதை ஏன் மறுபடியும் மறுபடியும் சொல்கிறான் இந்த மனுஷன் என்று கூட பலர் நினைத்திருக்கலாம். ஆனால் நான் என்ன சொல்கிறேன் என்று கேட்பதற்காக, அது பற்றி சிந்திப்பதற்காக அல்ல, தாம் அனுபவித்துவரும் சந்தோஷத்தைக் கெடுப்பதற்காகவும், தாம் போற்றி புகழ்ந்து வரும் படங்களையும், நட்சத்திரங்களையும் அவமானப்படுத்துவற்காகவே எழுதுவதாக சிலருக்கு கோபம் எழுகிறது. இது போல நிறைய இங்கு பார்க்கிறேன். உதாரணத்திற்கு ஒன்று. நான் கடந்த அத்தியாயத்தில் எழுதியிருந்தேன்.

'யாரும் பணத்தைக் கொட்டி நாசமாக்குவதற்காக இங்கு வரவில்லை. ஒரு படம் எடுத்து பணம் பண்ண வேண்டும் தான். நிறையவே வேண்டும். அந்தப் பணம் திரும்ப எடுக்கப் படவேண்டும் தான். ஆனால் பணம் கொள்ளை கொள்ளையாக சம்பாதிக்க வேண்டும் என்ற ஒரே சிந்தனையோடு அதற்கான காரியங்கள் அத்தனையையும் சந்தை நிலவரத்தை, இந்த வாரம் ஹிட்டான படத்தின் தரத்தை கணக்கில் எடுத்துக்கொண்டு அதே மாதிரி தானும் செய்ய வேண்டும் என்ற மந்தை மனப்பான்மைதான் தமிழ் சினிமாவின் மொத்த உருவாகவும், கலாச்சாரமாகவும் இருந்து வந்துள்ளது.

'இதற்கு உடனே எதிர்வினை எழுதுபவர் சொல்கிறார்'

'ஐயா திரைப்படம் எடுக்க வருவது அனைவரும் சம்பாதிக்க தான். பிறகென்ன இங்கே வந்து சேவையா செய்வது? சுமார் இரண்டாயிரம் குடும்பங்கள் ஒரு திரைப்படத்தை நம்பி இருக்கிறது. அவர்கள் அனைவரும் சாப்பிட நிச்சயம் வணிக சினிமா தேவைப்படுகிறது'

(பிரகாஷ் on Thursday, 22.09.11 @ 21:01pm)

நீ என்னவேண்டுமானாலும் எவ்வளவு காரணங்களோடும் எவ்வளவு தடவை வேண்டுமானாலும் எழுதிக்கொண்டு போ. அதை நான் கேட்டுக்கொள்ளத் தயாரில்லை. நீ எதுவும் எழுதாதது போலவே பாவனை செய்துகொண்டு நான் பழைய நிலையிலேயே தான் உழன்று கொண்டிருப்பேன் என்கிற மனோபாவம் இது. இதை நாம் எதுவும் செய்ய முடியாது. நான் யாருடைய சந்தோஷத்தையோ, கெட்டிப்பட்ட மனோபாவங்களையோ மாற்றியே தீருவது என்ற சபதம் எடுத்துக்கொண்டு இங்கு பிரச்சாரம் செய்ய வரவில்லை. இங்கு சமூகத்தில், கலைகளில் தொடர்ந்து நடப்பதும், சமூகத்தின் உணர்வுகளும், ரசனையும் ஆபாசப்படுத்தப்படுவதும் சகிக்காமல் எழுதுகிறேன். அவரவருக்கு எது சந்தோஷம் தருகிறதோ அதில் அவர்கள் ஆழ்ந்திருப்பது எனக்கு வருத்தம் தருவதானாலும் அவர்கள் சந்தோஷங்களைக் நான் கெடுக்க வரவில்லை. அவர்கள் இவற்றையெல்லாம் ஏற்க பழக்கப்படுத்தப்பட்டிருக்கிறார்கள். அப்படி பழக்கப்படுத்துகிறவர்கள், சமூகத்தை நாசப்படுத்துவதுமல்லாமல் சுய லாபக் கொள்ளையில் ஈடுபட்டிருக்கிறார்கள் என்று நான் சொல்ல எனக்கு உரிமையும் சுதந்திரமும் உண்டு. கேட்பதும் அல்லது உதறித் தள்ளி நகர்ந்து செல்வதும் அவரவருக்குள்ள சுதந்திரமும் உரிமையுமாகும்.

ஆனால் ஒன்று. நான் எழுதுவதை நீங்கள் விரும்பவில்லை. ஆதலால் என் கருத்துக்களை எதிர்கொள்ளாமல், உங்களுக்கு பழக்கப் படுத்தியதையே திரும்பத் திரும்பச் சொல்கிறீர்கள் என்பது படிப்பவர்களுக்குத் தெரியும்.

ஒருவர் சொன்னார்: 'நீங்கள் சொல்கிறபடி வாழ்க்கையைப் பிரதிபலிக்க வேண்டும், வாழ்க்கைப் பிரச்சனைகள் தான் சினிமாவில் கையாளப்பட வேண்டும், வாழ்க்கையை மீறிய கனவுலகத்தையே சிருஷ்டிக்கக் கூடாது என்று சொல்வீர்களானால், அதற்கு சினிமா எதற்கு? அடுத்த வீட்டில் என்ன நடக்கிறது என்று எட்டித் தான் பார்க்கவேண்டும், அது தான் சினிமாவா? என்று கேட்டார். ஒருவர், இப்போது தேடிப் பார்த்து அவர் யார் என்று சொல்ல வேண்டிய அவசியமில்லை. அவரும் சினிமாத் துறைக்குச் சம்பந்தமில்லாத, அது பற்றி எதுவும் தெரியாத, கலை உணர்வே இல்லாத கொள்ளை லாபமே குறியாகக் கொண்டவர்களால் பழக்கப்படுத்தப்பட்டவர். இவர் மாத்திரமல்ல. தமிழ் சினிமா ரசிகர்கள் எல்லோருமே தான். ஏதோ லம்பாடி இனக்குழு நடனமாட மச்சுப் பிச்சுவைத் தேடி ஒருவர் போய் அங்கு ஐஸ்வர்யா ராயையும், ரஜினிகாந்தையும் இன்னும் நாற்பது பேரோடு ஆடச் சொன்ன தமிழ் வாழ்க்கைப் பிரச்சனை என்ன? அது என்ன தமிழ் ரசனை? என்ன தமிழ் மக்கள் பற்று? என்று நாம் கேட்பதில்லை. இப்படியெல்லாம் கேட்காமல் சென்னையின் கொளுத்தும் வெயிலில் அன்று சம்பாதித்த ரூபாய் 100-ஓ 150-ஐயோ டிக்கெட் கௌண்டருக்கு முன்னால் மணிக்கணக்கில் வரிசையில் நிற்க வைத்திருப்பது பழக்கப்படுத்தப்பட்டதால் தான். ஏழை என்று 20 கிலோ அரிசி அன்று கொடுக்கப்படாவிட்டால் கோபம் வருகிறது. ஆனால் இங்கு 150 ரூபாய் கொடுத்து வெயிலில் வறுபட்டாலும் சந்தோஷம் தான்.

எப்படியெல்லாம் நம் வாழ்க்கை ஆபாசப்படுத்தப் பட்டுவிட்டது! எப்படியெல்லாம் நம் உணர்வுகளும், மூளையும் சலவைச் செய்யப்பட்டு விட்டன!. ஆச்சரியம் தான். பரிதாபம் தான். எல்லாவற்றையும் விட என்னைப் பொறுத்த மட்டில் அது ஒரு சோகம். பெரிய சோகம்.

அடுத்த வீட்டில் என்ன நடக்கிறது என்று பார்ப்பது தான் சினிமாவா என்று கேட்டவர், கொஞ்சம் யோசித்திருந்தால், பின்னோகிப் பார்த்திருந்தால், வீட்டுக்குள் நடப்பதையும் தான் தமிழ் சினிமா காட்டுவதாக பாவனை செய்துள்ளது. காட்சிகள் வீட்டுக்குள்

நடப்பதாகத்தான் தயாரித்தவர்களும் சொன்னார்கள். நாமும் அப்படி எண்ணித்தான் பார்த்தோம். ஆனால் இவை யார் வீட்டிலும் நடப்பதல்ல. ஸ்டுடியோவில் வீடாக செட் அமைத்து அதில் சிலரை நிற்க வைத்து வசனம் பேசச் செய்த காட்சிகள் தான் அவை. சாதாரணமாக வீட்டில் வாழும் வாழ்க்கையை, மனிதர்களை, அவர்கள் ஜீவனைக் கூட சொல்லமுடியாத, நேர்மையாகக் காட்சிப்படுத்த முடியாதவர்கள் நாம். இந்தப் பொய்மையை நாமும் இத்தனை வருஷ காலமாக பார்த்து, ரசித்து, புகழ்ந்து, அதை ஒரு மரபாக வேறு பேணி காத்து வருகிறோம். எந்த சினிமாவில், எந்த வீட்டில் நமக்குக் காட்டப்பட்ட மனிதர்களும், வீடும், அவர்களிடையேயான பேச்சும் நம் வாழ்க்கையின் நம்பகத் தன்மையைப் பெற்றிருந்தது? இல்லாத வாழ்க்கையை, இல்லாத மனிதர்கள், இல்லாத தோரணையில் இல்லாத பேச்சை, மிக அபத்தமான நாடகமாக, தமிழ் நாடகத்துக்கே உரிய அபத்தத்துடன் நாம் சினிமாவில் பார்த்து வருகிறோம். அன்றாட வாழ்க்கையை, நாம் தினம் எதிர்கொள்ளும் மனிதர்களைச் சினிமாவில் காட்டியதாகப் பெயர் பெற்ற இயக்குனர் சிகரத்தை, ஒருவர் ‘என்னிக்கு ஐயா நீங்க நாடகத்தை நிறுத்தி சினிமா எடுக்கப் போறீங்க?’ என்று கேட்டு விட்டார். உடனே ஒரு படை பாய்ந்தது பத்திரிகை அலுவலகத்துக்கு.

சமீபத்து உதாரணத்தைச் சொல்கிறேன். வெற்றிமாறனின் படம், ஆடுகளம். ஊரெல்லாம் இரவு பூராவும் சுற்றி விட்டு வீட்டுக்கு வருகிறான். அந்தக் காட்சி அமைப்பை நினைவு கொள்ளலாம். ஒரு சின்ன சந்து போல இருக்கும் நுழைவு. உள்ளே போகும் மகனைக் கடிந்து கொள்கிறாள் தாய். அந்தக் காட்சியும், பேச்சும், தாயும் மகனும் அவர்கள் வீட்டினுள் நடப்பும் நிஜ வாழ்க்கையின் பிரதிபலிப்பு தான். குடிசை தான். முன் திண்ணையில் கைலியை மடித்துக்கட்டி குந்தி உட்கார்ந்திருப்பவன் டீயை ஒரு வாய் குடித்துத் துப்புகிறான். பின் உட்புறம் பார்த்து அம்மாவைக் வைகிறான். அம்மா திருப்பி அவனைத் திட்டுகிறாள் அந்தக் காட்சியில் அவனது பொறுப்பில்லாத் தத்தாரித்தனமும், அம்மாவின் கஷ்டங்கள் அறியாது அம்மாவைக் கண்டபடி திட்டுவதும் நம் தமிழ் நாட்டு வாழ்க்கைக் காட்சிகள். எல்லாமே உண்மை. எதுவும் ஜோடிக்கப் படவில்லை. இந்த

மாதிரியான ஒரு காட்சியை நான் தமிழ் சினிமாவில் காண இத்தனை வருடங்கள் காத்திருக்க வேண்டியதாயிருக்கிறது.

வெற்றி மாறனின் படம் பெரும்பாலும் ஒரு நல்ல முயற்சி என்று தான் சொல்ல வேண்டும். தமிழ் சினிமா ரசிகனுக்கு சண்டைக் காட்சிகள் இல்லாவிட்டால் ரசிக்காது. அது சேவல் சண்டைக் காட்சிகளால் அந்த ஆசையும் நிறைவேற்றப்படுகிறது. அதை நாமும் ஏற்றுக்கொள்ளலாம். கதையே சேவல் சண்டையைத் தான் மையமாகக் கொண்டுள்ளது. எந்த காரை, ஜீப்பை பறக்கவிடலாம் என்று அலையவில்லை. யாருடைய பேச்சும் இயல்பான ஒன்றே. அதை இயல்பாகவே பேசுகிறார்கள். தமிழ் சினிமாவில் எல்லா வசனத்தையும் இரண்டு அல்லது மூன்று வார்த்தைகளாக வெட்டி வெட்டியே பேசுவார்கள்.

இவர்களுக்கு இந்த வியாதி எங்கேயிருந்து வந்தது என்று நமக்குத் திகைப்பாக இருக்கும். நாடகத்தில் பக்கத்தில் மறைந்திருந்து ப்ராம்ப்டர் இரண்டு இரண்டு வார்த்தைகளாகத்தான் நம்ம ராஜபார்ட்டுக்கு வசனம் சொல்வார். ஒரு முழு வாக்கியத்தையும் சொல்லி அவர் பேசிவிட முடியாது. அந்தக் கண்றாவி தான் இன்று 70 வருடங்களாகியும் தமிழ் சினிமாவை விட்டு நீங்க மறுக்கிறது. தனுஷை யாரும் சினிமா கதாநாயகன் என்று சொல்ல மாட்டார்கள். ரிக்ஷாக்காரனானாலும் எம்.ஜி.ஆருக்கு பாண்டும் ஷர்ட்டும் பளபளக்கும் பட்டில் தான் வேண்டும். இல்லையெனில் ரசிகர்கள் ஏற்றுக் கொள்ளமாட்டார்கள். இப்படி ஒவ்வொருவருக்கு ஒன்று. நம் எல்லா சினிமா கதாநாயகர்களும், கதாநாயகிகளும் தம்மை தாமாகத் தான் சினிமாவில் காட்டிக்கொள்வார்கள். உலக நாயகன் கமல் சாரையும் சூப்பர் ஸ்டார் ரஜினி சாரையும் சேர்த்து. ஆகையால் தனுஷையும் ஒரு சில நிமிடங்களுகாவது குத்தாட்டம் போட வைத்துவிட்டுத் தான் தீர்வது என்று இருந்திருக்கிறார்கள்.

காதல் இல்லாது ஒரு தமிழ் சினிமா படம் சாத்தியமா என்ன? இது தமிழ் சினிமாவுக்கு மட்டுமல்ல இந்தியா பூராவும் இதே கதை தான், அதாவது வியாபாரத்தை முன் வைத்தே எடுக்கப் படும் படங்களில்.

வெங்கட் சாமிநாதன்

சேவல் சண்டையை மையமாகக் கொண்டு எடுக்கப்பட்ட கதையே ஆனாலும், அதில் இருக்கும் வாலிபன் ஒருவனுக்கு அங்கு இருக்கும் பெண்மேல் ஆசை வராதா என்ன? வரும் தான். அந்த வாழ்க்கைப் பகுதியை விட்டு விடலாம் என்றாலும் அது சேர்க்கப்பட்டாலும் பெரிய தவறு இல்லை தான். ஆனால் அது வெள்ளை வெளேரென்று இருக்கும் ஒரு சட்டைக்காரியாகத் தான் இருக்கவேண்டும், அவளும் கொளுத்த அழகியாக இருக்க வேண்டும் என்று தீர்மானித்தது சந்தையில் விலை போக வேண்டுமே என்ற நினைப்புத்தான் நிச்சயமாக. அதுக்கு ஒரு டாப்ஸியோ, பாப்ஸியோ (இந்தப் பெயர்கள் எனக்கு சரிவர நினைவிலிருப்பதில்லை) அவளை வடக்கேயிருந்து தான் இறக்குமதி செய்யவேண்டும் என்பது தமிழ் சினிமாவின் இன்றைய கால கட்ட சந்தை விதித்துள்ள விதி.

இந்த விதி எப்படியோ உள்ளே நுழந்து விட்டது. அதுவும் வடவர் ஆதிக்கத்தை மூன்று தலைமுறையாக எதிர்த்து வந்த இயக்கம் அரசில் மாத்திரம் இல்லை, சமூகத்தின் குணமாகவே ஆக்கிவிட்ட இன்றைய கால கட்டத்தில் தமிழ் சினிமா கதாநாயகிகள் எல்லாம் வடக்கத்திக் குட்டிகளாகவே இருக்கவேண்டும் என்ற நியதி திராவிட கழகங்கள் ஆட்சி தொடர்ந்து 50 வருட காலம் ஆகிவிட்டபிறகு வந்து ஆட்சி செய்வது, அதுவும் அவ்வியக்கத்தின் 86 வயது மூத்த தலைவர் இதற்கு எதிராக முணுமுணுத்ததாகக் கூட தகவல் இல்லாது போனது ஒரு விசித்திரம் தான். நான் காணும் தொலைக்காட்சி விழா பதிவுகளை நம்புவதென்றால் அவருக்கு இதில் ஆட்சேபம் என்ன, அவரை இந்த மாற்றம் மகிழ்விக்கிறது என்று கூடத் தோன்றுகிறது.

சரி சட்டைக்காரியின் மேல் காதல் ஏற்படக்கூடாதா? அப்படி ஒன்றும் விதி இல்லை. ஆனால் அவள் சினிமா கதாநாயகி மாதிரி தான் இருக்க வேண்டுமா? கொஞ்சம் நம்பும் படியான தோற்றம் இருக்கக் கூடாதா? தனுஷை நம்பி படம் எடுக்கவில்லையா? தனுஷ் மாதிரி ஒருவர் நம் தமிழ் சினிமாவில் நுழைந்துள்ளதும், அவருக்கு தன்னைப் பற்றிய கதாநாயக பிரமைகள் ஏதும் இல்லை என்பதையும் அறிய மிகவும்

சந்தோஷமாகத்தான் இருக்கிறது. அவரை நம்பி படம் ஓடவில்லையா? தென்மேற்குப் பருவக்காற்று படத்தில் (இதைப் பற்றி அடுத்து எழுதுகிறேன்) இரண்டு பெண்கள் வருகிறார்கள். இளம் பெண்கள் தான். ஒருத்தி மேல் காதல். இன்னொருத்தி அவன் தாய் நிச்சயித்துள்ள பெண். இருவரும் கிராமத்தில் நாம் காணும் சாதாரணப் பெண்கள் என நம்மை நம்ப வைக்கவில்லையா? அவர்கள் அனுஷ்காவையும் ஷ்ரேயாவையும் தேடிப் போகவில்லையே?

இப்படி இன்னும் சில சொல்லலாம் தான். தனுஷின் குருவாக நாம் காணும் ஈழத்துக் கவிஞர் ஜெயபாலன் மிகச் சிறப்பாகத் தனக்குக் கொடுக்கப்பட்டுள்ளதைச் செய்திருக்கிறார். மிக நன்றாக என்று சொல்லவேண்டும். ஆனால் கடைசியில் இத்தனை வன்மமும், குரூர சதி மனமும் இருக்குமா என்பது சந்தேகம் தான். தேவையுமில்லை. இப்படித்தான் அதிகம் நாடகத் தன்மையேற்றி விடுகிறார்கள், ரசிகர்களைத் திருப்திப் படுத்த, தனுஷும் டாப்ஸியும் இரவில் பேசி நடந்து வரும் காட்சியிலும் இரவில் மைதானத்தில் கூட்டத்தைக் காணும் காட்சியிலும் ஒளி அமைப்பு நாடகத் தன்மை கொண்டது.

இருப்பினும் நான் அதிகம் வரவேற்கும் மாற்றங்களையும், சந்தைக்குத் தயாராக்க மிகக் குறைவான சமரசங்களையும் கொண்ட படம் ஆடுகளம். இதை சன் பிக்சர்ஸ் வெளியிட்டது ஏதோ தவறிப் போய் நடந்து விட்ட காரியம். மங்காத்தாவும், சிங்கமும் காணும் இடத்தில் ஆடுகளம் இருப்பது விசித்திர நிகழ்வு தான். இதற்கு தேசிய விருது கிடைத்திருப்பது இப்படத்தின் பொறுப்பாளர்களை உற்சாகப்படுத்தும் என்று நினைத்தேன். ஆனால், வெற்றிமாறன் உத்தேசித்திருக்கும் அடுத்த படம் அந்த நம்பிக்கையை எனக்குத் தரவில்லை சில சமயம் பரிட்சையில் நமக்கே தெரியாமல் சரியான பதிலை எழுதி விடுவதில்லையா?

28

நம்மவர்கள் அவர்கள் இஷ்டத்துக்கு தரமும், பண்புமற்ற வியாபாரிகளின் சந்தைப் பொருட்கள் காலம் காலமாக பழக்கி விட்ட ரசனையை யாரும் கேள்வி எழுப்பாமல் இருந்தால் சுகமே என்று இருப்பார்கள். அந்த கனவு சுகத்தைக் கலைத்து விட்டால் அவர்களிடமிருந்து தங்கள் ரசனை சார்பான வாதங்களோ பதில்களோ வருவதில்லை. சீற்றம் தான் கனல் அடிக்கிறது.

அன்பர் பிரபாகர் என்னை மன்னிக்கவேண்டும். நான் மேற்சொன்ன இந்த தரமற்ற ரசனைக்குப் பழக்கப்பட்ட கூட்டத்தில் அவர் தனித்தவரல்லர். எத்தனையோ கோடிகளில் அவர் ஒருவர். அவர்களால்தான் தமிழ் சினிமா தொடர்ந்து ஜீவிக்கிறது, இன்னும் கீழ் நோக்கிய பயணத்தில். நான் மாதிரிக்காக ஒருவர் பெயரை, நான் எழுதியதுக்கு பதில் தராது தான் சொன்னதையே சொல்லும் எதிர்வினையைத் தான் குறித்துச் சொன்னேன். அதைச் சுட்டிய பிறகும் அவர் நான் கேட்ட கேள்விக்கு, சுட்டிய அவர் சொன்னதைச் சொல்லும் குணத்திற்கு பதில் சொல்லவில்லை. ஆடுகளம் படத்தை குறைந்த சமரசங்கள் கொண்ட, மறுபடியும் சொல்கிறேன், குறைந்த சமரசங்கள் கொண்ட, அதிக அளவு யதார்த்த முயற்சி என்றேன். காரணங்களையும், காட்சிகளையும் குறிப்பிட்டேன் உதாரணத்திற்கு. ஆனால் இதை அன்பர் தனது காரணங்களைச் சொல்லி மறுத்திருக்க வேண்டும். இல்லை. மாறாக, இதைப் போய் யதார்த்தம் என்றும், தனுஷைப் போய் பெருமைப் படுத்துவதற்கு என்ன காரணம் என்றும் கேட்கிறார்.

மறுபடியும், பிரபாகர் என்னை மன்னிக்க வேண்டும். இதிலும் நீங்கள் தனித்து நிற்கவில்லை. நம் ரசனையை நம் குணத்தை யாரும் குறை

சொல்லி விட்டால் வரும் ஆத்திரம்; கோடி கோடியான பழக்கப்பட்ட ரசனைகொண்ட தமிழர்களில் அவரும் ஒருவர். நான் எழுதும் விஷயங்களைச் சுட்டி ஏன் மறுக்கிறார்கள் என்று சொன்னால் நல்லதாக இருக்கும். இது காப்பி என்றால் எதனின் காப்பி என்று சொல்ல வேண்டும். பெயர் நினைவுக்கு வர இல்லையென்றால், ஏன் காப்பி என்று தோன்றுகிறது என்றாவது சொல்ல வேண்டும். இது வரை நான் பார்த்த சமீபத்திய, தமிழ்ப் படங்களில் தமிழ் மண்ணை ஒட்டிய படங்கள் என்று ஆடுகளம், தென்மேற்குப் பருவக்காற்று அதுவும் ஓரளவுக்குத் தான், என்று சொல்கிறேன்.

இவையெல்லாம் ஆரம்ப முயற்சிகள், மூன்று தலைமுறையாக தடம் புரண்டு சென்று விட்ட தமிழ் சினிமா திரும்ப தன் மண்ணில் தடம் பதிக்க முயலும் ஆரம்ப கட்டங்கள். இதை நாம் சுட்ட வேண்டும். இந்த முயற்சிகளைப் பாராட்ட வேண்டும். அதில் காணும் சமரசங்களை, தான் வாழும் வாழ்க்கையைப் பிரதிபலிக்கும் முயற்சியில் காணும் தடுமாற்றங்களையும் சொல்ல வேண்டும். ஆடுகளத்தில் நான் காணும் நல்ல மாற்றங்களையும் சொன்னேன்.

தென்மேற்குப் பருவக்காற்று, முழுக்க முழுக்க தமிழ் வாழ்க்கை சார்ந்தது. நாம். பார்த்தது தமிழ் கிராமங்களைத் தான். கிராம மக்களைத் தான். திருடர்களும், ஆடு மேய்ப்பவர்களும், பெண் தேடுபவர்களும், பழிவாங்கல்களும் எல்லாம் தான். அங்கு ஒரு அனன்யாவையோ ஷ்ரேயாவையோ கமலஹாசனையோ பார்க்கவில்லை. இந்தத் தலைமுறைக்கு இவர்கள் தானே நம் நினைவுக்கு உடனே வருவார்கள்.? முப்பது வருஷங்களுக்கு முன் கிராமத்தைக் காட்டுகிறேன் என்று புரட்சி செய்த பாரதிராஜாவே அவர் காலத்திய ராதிகாவையும், ஸ்ரீதேவியையும் தான் பவுடர் பூசி, லிப்ஸ்டிக் தடவி கிராமத்துப் பெண்களாக நம் முன் வைத்தார். பின் என்ன மாரியாயியையும் பழனியம்மாவையுமா ஷூட்டிங்குக்குக் கூப்பிடமுடியும்? நம் நடிகர்கள் தான் அதற்கு ஒப்புக்கொள்வார்களா? ஸ்ரீதேவியோட டூயட் பாடறதுக்கும் வடுகபட்டி வேலாயியோட பாடி ஆடறதுக்கும் வித்தியாசம் இல்லையா?

சரண்யாவை கிராமத்துத் தாய் ஒருத்தியாகத் தான் பார்த்தோம். அவர் பாவனை செய்யவில்லை. வசனங்கள் பேசவில்லை. ஆனால் அவளுடைய தத்தாரியாகத் திரியும் மகனாக வந்தவர் களவுக்கூட்டதைச் சேர்ந்த பெண்ணிடம் தன் காதலை வெளிப்படுத்தும் கட்டங்களில் இயல்பான பாவங்கள் இல்லை. இப்படிப் பார், இப்படிப் பேசு என்று இயக்குனர் சொல்லி, அதைச் செய்ய முயல்கிறார். தன் ஆடுகளைக் களவாண்ட பெண்ணிடம் எப்படி ஆசை வரும்? ஒரு தமிழ் நடிகர் இப்படி இயக்குனரிடம் பாடம் கேட்கமாட்டார். அவர் ஏற்கனவே ஆகிவந்த நிலைத்த தமிழ்சினிமா பாவித்து வரும் பாவனையில் பேசுவார். நடிப்பார். அப்போது தான் ரசிகர்களுக்கு விருந்து இருக்கும். இரண்டுக்கும் நடுவில் தடுமாறும் தடுமாற்றம் இயக்குனரது. கிராமத்துக் கூட்டங்கள், களவுக் கூட்டத்தில் சேர்ந்த பெண் சைக்கிளில் தப்பி ஓடுவதும், வீடு வந்ததும், சைக்கிளை சுவருக்கு அப்பால் தூக்கி எறிவதும், சுவர் தாண்டி வீட்டுக்குள் குதிப்பதும் இயக்குனரின் கிராம வாழ்க்கைத் தாகத்தைச் சொல்வன. ஆனால் தமிழ் சினிமாவின் மிகைப் படச் சித்தரிக்கும் மிகையுணர்ச்சி நாடகமாக்கும் குணமும் தவறுவதில்லை. சரண்யா வயிற்றில் கத்திக்குத்துப் பட்டு மரத்தடியில் சாய்ந்திருப்பவர், கிராமத்துக்காரர்கள் ஓடி வந்து அவர்களுக்குச் செய்தி சொல்லும் வரை அங்கு காத்திருப்பார். பின் புடவைத் தலைப்பைக் கிழித்து வயிற்றைச் சுற்றிக் கட்டிக்கொண்டு அந்த வயல்காட்டிலிருந்து தூரத்திலிருக்கும் ரோட்டுக்கு ஓடுவார். ஏற்கனவே இயக்குனரும் கதாசிரியரும் திட்டமிட்டது போல அவர் ரோட்டை அண்டியதும் தூரத்திலிருந்து பஸ் வரும். பஸ்ஸில் ஏறியதைக் காட்டவில்லை. ஏறித்தானே டவுனுக்குப் போக முடியும்? வயிற்றில் கத்திக் குத்தை விடுங்கள். வயிற்றில் வலி வந்தாலே அவ்வளவு தூரம் வயல் வரப்புக்களில் நடந்து பஸ்ஸுக்காகக் காத்திருந்து டவுனுக்குப் போய் பின் ஆஸ்பத்திரிக்குப் போக என்னால் முடியாது. ஆனால் சரண்யாவுக்கு கொடுக்கப்பட்ட ரோல் வேறே ஆச்சே. சரி, கண்டக்டர் என்ன செய்தார்? முந்தானையில் தயாராக முடிச்சுப் போட்டு வைத்திருந்த காசைக் கொடுத்து, சரண்யா பஸ் டிக்கட் வாங்கினார். டவுன் போனதும் பஸ்ஸை விட்டு இறங்கி ஆஸ்பத்திரிக்கு நடந்து போயிருக்கிறார்.

ஆஸ்பத்திரி வாசலில் காவல்காரர் யாரும் அவரை நிறுத்தி, 'ஏ புள்ளே நீ பாட்டிலே போய்க்கினே இருந்தா என்ன அர்த்தம்?' என்று அதட்டி நிறுத்தி காசு கழட்டச் சொல்லவில்லை. ஆஸ்பத்திரியிலும் அவருக்கு உடனே சிகிச்சை நடந்திருக்கிறது.. இது பொற்காலம் என்று கழக ஆட்சியில் சொல்லியிருக்கிறார்களே. அதை நம் இயக்குனரும் கதாசிரியரும் நம்பியிருக்கிறார்கள். அடுத்த காட்சியில் சரண்யா ஆஸ்பத்திரியில் படுத்துக் கொண்டு, கதை ஆசிரியர் எழுதி வைத்திருந்த வசனம் சொல்லும் வரை உயிரோடு இருந்து வசனம் சொல்லி முடித்ததும் கண்களை மூடி தலையைச் சாய்த்துக்கொள்கிறார். தாயின் வாக்கைக் காப்பாற்ற வேண்டாமா தத்தாரி மகன்? வசனம் சொல்லி முடிக்கிற வரைக்கும் உயிரை கையில் பிடித்து வசனம் முடிந்ததும் தலை தொங்குகிற காட்சிகள் எத்தனை தமிழ் சினிமாவில் பார்த்திருக்கிறோம்?

களவுக் கூட்டத்தைச் சேர்ந்த பெண் சரண்யாவிடம் வந்து வீட்டு வாசலில் நின்று 'உன் மகனை உன் இஷ்டப்பட்ட பெண்ணுக்கே கட்டிக் கொடுத்துக்கோ, நான் தடையாக இருக்க மாட்டேன்,' என்று அழுது கொண்டே சொல்கிறாள். அதைக் கேட்டுக்கொண்டிருக்கும் சரண்யா அவள் திரும்பிப் போவதைப் பார்த்து, 'ஏய், நில்லு, இங்கே வா' என்று கூப்பிடுகிறாள். மிக அழகான கட்டம். அந்தக் காட்சி அமைப்பும் சரண்யாவின் அந்த அதட்டலும் தீர்மான முகமும் மிக அழகானவை. மிக அரிதான காட்சி தமிழ் சினிமாவில். இது ஒரு முனை. இன்னொரு முனையில் நான் மேற்சொன்ன அபத்தக் காட்சி. இரண்டும் ஒரே கதாசிரியரிமிருந்து, இயக்குனரிடமிருந்து எப்படி பிறக்கிறது என்பது ஆச்சரியம். ஒரு முனையில் நுட்பமானதும் யதார்த்தமானதுமான பார்வை. இன்னொரு முனையில் தமிழ் சினிமாவின் வழிவந்த அபத்தம். இதில் வரும் இரண்டு பெண்களுக்கும், சரண்யாவின் மகனாக வரும் ஹீரோவுக்கும் யாரைப் போடலாம் என்று ஆள் தேடி கோடம்பாக்கம் செல்லாதது ஒரு பெரும் ப்ளஸ் பாயிண்ட். எல்லாம் அசல் கிராமத்து முகங்கள். சாதாரண இளம் முகங்கள். இவ்வளவு தூரம் தமிழ் சினிமா வந்துவிட்டதே. மங்காத்தாக்களும், ஆளவந்தான்களும், எந்திரன்களும் கோலோச்சும் காலத்தில்.

இதே போல இன்னும் ஓரிரண்டு. பார்த்த நினைவிருக்கிறது. உடனே இப்போது நினைவுக்கு வருவது 'மாயாண்டி குடும்பத்தார்' என்று ஒரு படம். ஒரு பெரிய குடும்பம் இரண்டாகப் பிளவு பட்டுப் போகின்றது. பல காட்சிகள், பல மனிதர்கள், பெண்கள் பேச்சுக்களும், நடப்புகளும் அத்தனை இயல்பாக எனக்கு மிகவும் ஆச்சரியப் பட வைத்தன, இவ்வளவு தூரம் தமிழ் சினிமா நகர முடிந்திருக்கிறதே என்று. அனேக இடங்களில், அதே சமயம் அது மிகவும் அபத்த மிகையுணர்ச்சி திருப்பங்களும் காட்சிகளும் நிறைந்து இருந்தது. லெனின் வேறு இடத்தில் சொன்னதை இங்கு சொல்வதென்றால், அவ்வப்போது ஒரு சில படங்களில் வரும் ஒரு சில மாற்றங்கள் கூட Two steps forward and two steps backward ஆகவே நிகழ்ந்துள்ளன.

இவையெல்லாம் சரியான பாதையில் முதல் அடி வைப்புகள்.

உடனே ஆவேசம் வந்து ஆஹா ஓஹோ என்று சாமியாட வேண்டியதில்லை. கமலஹாசனையும் ரஜினிகாந்தையும் பார்த்த உடனே நமக்கு ஏதோ சாமி வந்தது போல தரையில் உருண்டு அங்கப் பிரதக்ஷிணம் செய்யவோ மண் சோறு திங்கவோ ஆரம்பிக்க வேண்டிய அவசியமில்லை.

ஒன்று சொல்லவேண்டும். இந்த மாதிரியான ஆரம்பக் கட்டங்களை வங்காளிப் படங்கள் ஐம்பதுகளிலேயே ஸ்தாபித்துவிட்டன. அத்தகைய விளைபூமியில் தான், சந்தைக்காக ஆபாசத்தையும் தரங்கெட்ட தனத்தையும் ரசித்துப் பழகிய மக்களை அவர்கள் எதிர்கொள்ள வேண்டிய நிர்ப்பந்தம் பின்னர் ஒரு சில வருடங்களில் வந்த சத்யஜித் ரேயுக்கோ, மிருணாள் சென்னுக்கோ, ரித்விக் காடக்குக்கோ இருக்கவில்லை. அவர்களுக்குக் கிடைத்தது களை அகற்றிய உழுது சீராக்கப்பட்ட நிலம்.

நம் மண்ணில் மண்டிக்கிடப்பது கள்ளிக்காடு முள்ளும், புதரும் என்று சொன்னாலே 'பின் என்னய்யா மக்களுக்காகத் தானே அவர்கள் ரசனை அறிந்து படம் எடுப்பார்கள்?' என்று சீறிப் பாய்கிறார்கள். உலக சினிமா அத்தனையையும் பார்த்து தன் கைவிரல்களின் பிடியில் வைத்திருப் பதாகச் சொல்லும் நம் உலக நாயகர்கள் சத்யஜித் ரே, மிருணாள் சென்

போன்றோரின் தோற்றத்துக்குப் பின் ஒரு அரை நூற்றாண்டு கழிந்த பின்னும், தசாவதாரம் போன்ற ஒரு மாயாஜாலத்தை, தன்னைச் சுற்றி எழுப்பி ஒரு ஒளி வட்டம் தலைக்குப் பின் சுழல்வதான மயக்கத்தில் ஆழ்கிறார்கள். சூப்பர் ஸ்டார்களோ, கம்ப்யூட்டர் விளையாட்டுக் களையே திரையில் பிரம்மாண்டமாக விஸ்தரித்து விடுகிறார்கள் 'ஆஹா என்னா டெக்னீக்கு! என்னா டெக்னீக்கு?' என்று நம் பிளந்த வாய்கள் பிளந்தபடியே உறைந்து போகின்றன.

29

சமீபத்தில் இரண்டு படங்கள் பார்த்தேன். முரண், எங்கேயும் எப்போதும். இந்த இரண்டையும் பார்த்து வெகு நாட்களாகி விட்டன. ஆகவே சிறு சிறு தகவல்களுக்கு விரிவாகச் செல்ல முடியாது. அவசியமும் இல்லை. இங்கு எந்தப் படத்தைப் பற்றியும் கதாபாத்திரங்கள் ஒவ்வொருவராக, அல்லது காட்சிகள் எது பற்றியும் விரிவாகச் சொல்ல வேண்டிய அவசியம் இல்லை. படத்தைப் பார்த்துக்கொண்டிருந்த போது மனதில் தோன்றியதையும் இப்போது அந்த இரு படங்கள் பற்றி மனதில் படிந்துள்ள எண்ணங்கள் பற்றியும் சொன்னாலே போதும். அவற்றைச் சொல்லி நகர்வது தான் என் உத்தேசமும். யாரையும் என் தரப்புக்கு மனமாற்றம் செய்யும் நோக்கமில்லை. எது பற்றியும் அவரவர் தம் எண்ணங்களைச் சொல்லி சர்ச்சித்து ஒருவர் மற்றவர் எண்ண வோட்டங்களைப் புரிந்து கொள்வது என்பது இன்றைய தமிழ்ச் சூழலில், சினிமா பற்றியும் அரசியல் பற்றியும் சாத்தியமில்லை. அம்மாதிரியான ஒரு கலாசாரத்தை, சூழலை நாம் வளர்த்துக் கொள்ளவில்லை. தனக்குப் பிடிக்காத அல்லது தாம் வணங்கித் தொழும், போற்றித் தோத்திரம் பாடும் நட்சத்திரங்களையோ, அரசியல் தலைமைகளைப் பற்றியோ ஒரு மாறிய அபிப்ராயத்தைச் சொல்லி விட்டாலே, உடனே ஜாதிக் குண்டாந்தடியை எடுத்து வீசும் மூர்க்கத்தனம் இங்கு பரவலாக வளர்ந்து முற்றிக் கிடக்கிறது. தனக்குப் பிடிக்காதது எதுவும் பேசப்படக் கூடாது என்ற மூர்க்கத் தனம் இங்கு ஆட்சி செலுத்துகிறது. அவர்களுக்கு ஆண்டவன் அறிவையும் உணர்வுகளையும் எதற்குக் கொடுத்துள்ளான்? சரி ஆண்டவன் கொடுக்கவில்லை, தந்தை பெரியார் சொல்லிவிட்டார். இந்த சமாசாரங்கள் இவர்கள் மண்டையிலும் இதயத்திலும் எதற்கு இருக்கிறது?, இவர்கள் யாராலோ பிடித்து வைக்கப்பட்ட களிமண் பொம்மைகளாக, சூளையில்

சுட்டு இறுகிவிட்டவையாக இருந்தால் அவற்றை நாம் என்ன செய்ய முடியும்?

இரண்டு படங்களைப் பற்றிப் பேசுகிறேன் என்று சொன்ன போதே பார்த்து சில நாட்களாகி விட்டன. எழுதி வரும்போது இவை பற்றிச் சொல்லலாம் என்ற நினைப்பு எழுந்தது. ஆனால் இந்த முறைக்கு இவ்வளவு போதும், அடுத்த தவணைக்கு எழுதலாம் என்ற எண்ணத்தில் அப்படிச் சொன்னேன். அதன் பிறகு இன்னும் நிறையப் படங்கள் பார்த்தாயிற்று. முரண், எங்கேயும் எப்போதும் இரண்டின் நினைவுகளும் பின்னோக்கிப் பயணம் செய்து கொண்டே இருக்கின்றன. ஆகவே தான் மனப் பதிவுகளை மாத்திரம் தான் எழுத முடியும்.

இரண்டு படங்களுமே தமிழ் சினிமாவுக்கு என்றே கட்டமைக்கப் பட்டுள்ள கதை சொல்லும் முறையும், கதைகளும் மிகவும் வித்தியாசப்பட்ட வகையைச் சேர்ந்தவை. ஓரிடத்திலிருந்து இன்னொரு இடத்துக்கு போகிறோம். ஏதோ ஒரு காரணத்திற்காக. ஒரு காரிய நிறைவேற்றத்திற்காக. பஸ்ஸில் போகும் அறுபது சொச்சம் பயணிகளும் ஏதோ ஒரு எதிர்பார்ப்போடு வாழ்க்கையின் ஒரு கட்டத்திலிருந்து இன்னொரு கட்டத்துக்கு நகர்ந்து செல்கிறார்கள். அது பயணிக்குப் பயணி வித்தியாசப்படும். எல்லோருமே ஒரே நோக்கத்தோடு போகிறவர்கள் இல்லை. ஒருவர் வேலை தேடிப் போகலாம். ஒருவர் தீர்த்த யாத்திரை போகலாம். இன்னொருவர் தம் காதலியைத் தேடிப் போகலாம். இன்னொருவர் படிப்பிற்கு... இன்னொருவர் ஊர் சுற்றிப் பார்க்க. இப்படி வித்தியாசமான நோக்கங்கள் பல. வெகு சாதாரணமாக நடக்கும் அன்றாடம் நடக்கும் ஒரு வாழ்க்கைச் சித்திரம் இது. ஆனால் அதே போல பஸ்கள், ஆட்டோக்கள், ரயில்கள் விபத்துக்குள்ளாவதும் உண்டு. அபூர்வமாக, அல்லது அவ்வப்போது. நடக்காத விஷயம் இல்லை. இரண்டு பேருந்துகள் மோதிக்கொள்கின்றன. அவர்களுக்கு நாளைக்கு இத்தனை ட்ரிப் என்று கணக்கு. இல்லை, அடுத்த 147 பின்னாலே வரான். அவனை முந்திக்கொண்டால், அவன் சவாரியையும் லவட்டிக்கலாம். இப்படி எத்தனையோ காரணங்கள். ஆக நூறுக்கும் மேற்பட்ட மனிதர்களின் எதிர்பார்ப்புகள், ஆசைகள், திட்டங்கள் இங்கு

நடைபெறாது, பெரும் சோகத்தைத் தம் வாழ்க்கையில் எதிர்கொள்ளும் நிர்ப்பந்தத்திற்கு உள்ளாகின்றன.

நம் வாழ்க்கையில் இம்மாதிரி எத்தனை பிரயாண விபத்துக்களைக் கேட்டிருக்கிறோம். படித்திருக்கிறோம். நூற்றுக்கணக்கில் இருக்கும். இவை சாதாரண மனிதர் வாழ்க்கையில் நிகழ்வன. அவர்களது வெகு சாதாரண ஆசைகளையும் திட்டங்களையும் கூட நிர்மூலமாக்கி விடுகின்றன.

கிட்டத்தட்ட 80 வருட கால நமது சினிமா வரலாற்றில் இப்படி ஒரு விபத்து, மனித சோகம் எதையும் பதிவு செய்த ஒரு படம் கூட ஏன் காணவில்லை? முதலில் எந்த கதாசிரியரும் இதை நினைத்துப் பார்க்கவில்லை. மற்ற பெரும் தலைகளும், 'அதெல்லாம் எடுக்காதுங்க. போண்டியாயிருவோம்' என்ற பதில்தான் வந்திருக்கும்.

ஆக, இந்த கதை தமிழ் சினிமாவுக்கும் புதுசு. அது மட்டுமல்ல. நிறைய விஷங்களில் நம் தமிழ் சினிமா வரலாற்றை, பண்பாட்டை இது போன்ற படங்கள் மீறியிருக்கின்றன. இந்த கதை சொல்லப்பட்ட முறை இருக்கிறதே, அதன் கட்டமைப்பு, (the structure and style of narration) தமிழ் சினிமாவுக்குப் புதுசு. பாராட்டலாம். ஆனால் இந்த படத்தில் காசு போட்டவரும் மற்றோரும் எந்த ரிஸ்கும் எடுக்கத் தயாராயில்லை. எதிரும் புதிருமாக வந்து மோதி விபத்துக்குள்ளான இரண்டு பஸ்களிலும் பிரயாணம் செய்த நூத்துச் சொச்சம் பிரயாணிகளில் இந்த படத்துக்குக் கிடைத்தவர்கள் இரண்டே இரண்டு காதல் தம்பதிகள் தான். அவர்கள் கதைகள் தான் பெரும்பாலும் சொல்லப்பட்டுள்ளன. இன்னொன்று கொசுருக்காக ஒரு துண்டுக் கதை. ஒரு சின்ன பொண்ணை சைட் அடிக்கிற சோமாரி என்று தோற்றம் தந்தவன் ஒருவன். அவன் கடைசியில் சம்பந்தப் பட்ட பெண் ஆசைக்கு ஆளானவனாகவே காட்டப்படுகிறான். ஆக, இதுவும் அதே காதல் சரக்குத் தான். கொஞ்சம் வித்தியாசமான காதலர் ஜோடிகள் இரண்டும். ஒரு ஜோடி, தூரத்திலிருந்து சைட் அடித்துக்கொண்டிருந்தவனை, கொஞ்சம் பம்பரம் ஆட்டிப் பார்க்கலாம் என்று இஷ்டத்துக்கு அதிகாரம் செய்யும் ஒரு நர்ஸ். அவனை காஃபி பாருக்கு அழைத்துச் சென்று இரண்டு காஃபிக்கு 200 ரூபாய் செலவழிக்கத்

தூண்டுபவள். பின், ஜவுளிக்கடைக்கு அழைத்துச் சென்று இது நல்லாருக்கும் அது நல்லாருக்கும் என்று வாங்கச் செய்து அவன் தலையில் பில்லைக் கட்டுகிறாள். என்னதான் காதல் வசப்பட்டிருந்தாலும், சக்திக்கு மீறி இப்படி அவள் சொன்னதெல்லாம் கேட்பானா, என்பது சந்தேகம். அது போக, ஒரு நர்ஸாக வேலை பார்ப்பவள் காஃபிக்கு 40 ரூபாய் கொடுக்க வேண்டியிருக்கும் காஃபி பாருக்கு போகும் பழக்க முள்ளவளாக இருப்பாளா என்பதெல்லாம் இந்தப் படத்துக்கு கதை வசனம் எழுதியவருக்குத் தான் வெளிச்சம். இந்தக் கேள்விகளை 2011-ல் இந்தப் படத்துக்கு எழுத வந்தவரைக் கேட்கிறேன். அண்ணாதுரை, மு.கருணாநிதி, ப.நீலகண்டன் போன்றார் எழுதிய காலத்தில் இருந்து கொண்டு கேட்கவில்லை.

இன்னொரு ஜோடி இதற்கு நேர் எதிர் குணம் கொண்டது. தனியாக ஒரு இண்டர்வ்யூவுக்குப் புறப்பட்ட பெண்ணுக்கு, எல்லாத்துக்கும் பயம். யாரைக்கண்டாலும் பயம். எந்த ஆணும் தன்னைக் கடத்திக்கொண்டு போகவே டெலிபோன் பூத்துக்கும் பஸ் ஸ்டாண்டுக்கும் கடைத் தெருவுக்கும் காலையிலேயே திட்டமிட்டு தான் அங்கு வந்திருக்கும் சமயம் பார்த்து எதிர்ப்படுவதாக ஒரு பயம். ஆனால் பயந்துகொண்டே அவனோடு பயணம் செய்து தன் அக்கா வீடு வரை கொண்டு வந்து விட உடன் செல்ல நேர்கிறது. பயந்து கொண்டே அவனைத் தனக்கு உதவியாக இருக்க கேட்கிறாள். திரும்பத் திரும்ப ஒவ்வொரு அடுத்த அடி வைப்புக்கும் கேட்கிறாள். அந்த சோமாரி கதாநாயகனும் சொன்னதையெல்லாம் செய்கிறான். முதல் தடவையாக தமிழ் சினிமாவில் இரண்டு வாயில்லாப் பூச்சிகளாக கதாநாயகர்கள் உருவாக்கப் பட்டிருக்கிறார்கள். இதை சூப்பர் ஸ்டார் என்ன, உலக நாயகன் என்ன, சிம்பு கூட ஒத்துக் கொண்டிருக்க மாட்டார். ரசிகர்கள் ஒத்துக்கொள்ள மாட்டார்கள்.

தமிழ் சினிமாவுக்கே உரிய செண்டிமெண்ட் என்கிற சரக்கை குடம் குடமாகக் கொட்டி அழுது வாளி வாளியாக நிரப்பும், உடனே டிம்பக்டுவுக்கும் நயாகரா நீர்வீழ்ச்சிக்கும் ஓடி டூயட் பாடும் கண்றாவிகளிலிருந்து ஒரு வழியாகத் தப்பித்தோம் என்ற நினைப்பே இந்த இரண்டு ஜோடிகளின் கொஞ்சி வசனம் பேசாத, நீர்வீழ்ச்சியில் டூயட்

பாடாத சாதாரண வாழ்க்கையின் சில மணிநேரங்கள் (கொஞ்சம் மிகைப்படுத்தப்பட்டிருந்தாலும்) அப்பாடா, தமிழ் சினிமா கனவுலக மாயா ஜாலத்திலிருந்து அன்றாட தமிழ் பெண்ணயும் ஆணையும் பார்க்கக் கிடைத்த ஆசுவாசம் மகிழ்ச்சி தருகிறது.

இருந்தாலும் தமிழ் சினிமாவின் சந்தை விதிகளை அப்படி ஒரேயடியாக மீறிவிட முடியுமா என்ன? எதிர் வீட்டு மாடி நோக்கி தான் சைட் அடித்துக்கோண்டிருந்த பெண்ணுடன் கற்பனையில் ஒரு டூயட் புகுத்தாமல் இருக்க முடியவில்லை. ஆனால் இது நம்ம சூப்பர் ஸ்டார் ரகமோ உலக நாயகன் ரகமோ இல்லை. மலிவு விலை டூயட் தான். வேண்டாமாக இருந்தது.

இந்த டூயட்டினால் எத்தனை டிக்கட் அதிகம் விற்றிருக்கும்?

காதல் தவிர வேறு அவஸ்தைகளில் தமிழன் உழல்வதோ, இல்லை அவனுக்கு வேறு ரக சந்தோஷ எதிர்பார்ப்புகளோ கிடையாதா? அந்த இரண்டு பஸ்களிலும் இருக்கும் 100 - 120 பேருக்கு வேறு வேலையோ சிந்தனையோ கிடையாதா என்ன?

இந்த ரெண்டு ஜோடியும் மேஜர் காதல் ஜோடி. படம் முழுக்க விரவியிருக்கும் ஜோடி. மூன்றாவது பத்திரிகையில் வரும் நகைச்சுவைத் துணுக்கு மாதிரி ஒரு சின்ன துணுக்குக் காதல் ஜோடி,. இந்தக் காதலைத் தவிர நமக்கு வாழ்க்கையில் வேறு ஒன்றும் தெரிவதில்லை. அந்த 120 பேரில் ஒரு வியாபாரி இருக்கமாட்டானா, ஒரு மாணவன் இருக்க மாட்டானா, ஒரு நோயாளியைப் பார்க்கப் போகிறவன் இருக்க மாட்டானா? இந்தக் கதை எழுதியவரும் தயாரிப்பாளரும் இயக்குனரும் உண்மையாகச் சொல்லட்டும், பணத்தைத் தவிர வேறு சிந்தனை இருந்திருக்குமா அவர்களிடம்? இந்த கதை எழுதும்போதும் இயக்கும் போதும் காதலிலா அவர்கள் மயங்கிக் கிடந்தார்கள்?

என் நினைவில் ஒரு அப்பா தன் மகளுக்கு கைபேசியில், ‘இது வந்துட்டே இருக்கேண்டா கண்ணு, இதோ வந்துட்டேண்டா’ என்று ஆறுதல் தருகிறார். ஒரு கழகக் கண்மணி இல்லை. ஒரு டீச்சரம்மா இல்லை.

இருந்தாலும் தமிழ் சினிமா இதுகாறும் வீழ்ந்துகிடந்த குப்பை மேட்டிலிருந்து எழுந்து வந்துள்ளது சந்தோஷமான காரியம். குப்பையிலேயே இதுகாறும் விழுந்து கிடந்ததால் எழுந்து வந்த பிறகும் கொஞ்சம் குப்பை கூளம் ஒட்டிக்கிடக்கும் தானே.

இரண்டு பஸ்களும் மோதிக்கொள்ளும் சமாசாரம் வேடிக்கையானது. ஒரு அகன்ற நெடுஞ்சாலையில் அவை நேருக்கு நேர் மோதிக்கொள்கின்றன. நடக்காத சமாசாரம். உரசி கவிழும். ஆனால் இங்கு டிவைடரை அலட்சியம் செய்து ஒரே லேனில் இரண்டும் நேருக்கு நேர் மோதிக்கொள்கின்றன. அப்படி இல்லாமலும் கதை சாத்தியம். பஸ் கவிழ்வதும் சாத்தியம். கவிழ்ந்த பின் விபத்தின் காட்சிகளும் தயாரிக்கப்பட்டவை தான்., நிகழ்ந்தவை என்று சொல்ல சாத்தியமில்லை. என்ன செய்ய? நம் தொழில் நுணுக்கம் ஆர்ட் டைரக்ஷன் அப்படியான ஒரு மரபு பெற்றது. தலையில் ஒரு கட்டு. நெற்றியிலிருந்து கன்னங்களில் வழியும் கொஞ்சம் சிவப்பு வர்ணக் குழம்பு. பிறகு இருக்கவே இருக்கிறது பேச வேண்டிய வசனம். தீர்ந்தது சமாசாரம். இப்படி 80 வருஷ காலம் குப்பை கொட்டியாயிற்று. கொட்டி என்னென்னமோ திலகம், சிகரம், என்றெல்லாம் கூட பேர் வாங்கியாயிற்று. டெக்னிக்கில் நாம எங்கியோ போயிட்டோம்ல.

நம்ம சினிமா கதையில் நர்ஸ் மாத்திரம் தப்பித்துக்கொள்கிறாள். ஒரு காயமும் இல்லாது. துணுக்குக் காதல் ஜோடியில் ஒன்று காலி. எப்படியோ போகட்டும். இந்த இரண்டு காதல் ஜோடிகளும் பஸ்ஸில் ஏறும் வரையிலான நிகழ்ச்சிகள், அவர்கள் உறவுகளில் காணும் நெகிழ்ச்சிகள் எல்லாம் எனக்குப் பிடித்திருந்தன. அவை கொஞ்சம் மிகையாக இருந்த போதிலும். மிகை என்ற எண்ணம் தோன்றும் போதெல்லாம் நம்ம உலக நாயகனும் சூப்பர் ஸ்டாரும் இளைய தளபதிகளும் தோன்றும் காதல் காட்சிகளை நினைத்துக் கொள்வேன். மனம் நிம்மதி அடைந்து விடும். இத்தனை நாளாக பேத்திக் கோண்டிருந்தவன், பாயைச் சுரண்டிக் கொண்டிருந்தவன் இப்போது ஏதோ நார்மலாக இரண்டு மூன்று வார்த்தை பேசினால் நமக்கு பெருத்த நிம்மதியின் ஆசுவாசம் ஏற்படாதா என்ன?

30

இன்று இங்கு (பெங்களூருவில்) பத்திரிகைகளில் ஒரு செய்தி வந்துள்ளது. எனக்குப் பிடித்த ஒரு நடிகர் ஓம் பூரி பெங்களூருவில் இப்போது நடந்து கொண்டிருக்கும் International Film Festival - ல் பேசியிருக்கிறார். Art film - ம் commercial film - ம் ஓரிடத்தில் சந்திக்க வேண்டும் என்று. ஷ்யாம் பெனகல், கோவிந்த் நிஹலானி போன்றவரால் சினிமா உலகத்துக்கு அறிமுகப் படுத்தப்பட்டவர். சினிமாவுக்கு வரும் முன் National School of Drama, Delhi யில் பயின்றவர். நாஸ்ருதீன் ஷா போன்று நாடகம் பயின்றவர் சினிமாவுக்கு வந்ததும் தன்னை மிக வியந்து பாராட்டும் வகையில் ஆச்சரியப்படும் வகையில் சினிமாவுக்கு ஏற்ற வகையில் தன் நடிப்பை மாற்றிக்கொண்டவர். இன்று ஹிந்தி சினிமா உலகில் மிகச்சிறந்த நடிகர் என்று நாம் அங்கீகரித் தகுந்த மிகச் சிலரில் ஒருவர் இந்த ஓம் பூரி.

அவர் பெங்களூருவில் சொன்னதாக செய்தி சொல்கிறது. ஓம் பூரி சொன்னாராம், 'ஆர்ட் சினிமாவும் வியாபார சினிமாவும் சந்தித்துக்கொள்ள வேண்டும். பாட்டையும் டான்சையும் (சங்கீதம், நடனம் என்று நான் அதை மொழிபெயர்க்க விரும்பவில்லை - இந்த இரண்டையும் நாம் புரிந்து கொண்டிருப்பது மிகவும் கேவலப் படுத்தித்தான்). நாம் வெறுத்தொதுக்கக் கூடாது. ஏனெனில் இவை இரண்டும் நம் பாரம்பரியத்தில் ஊறியவை. நம் சினிமாவை தனித்துக் காட்டுபவை. எல்லாவற்றுக்கும் மேலாக இவை இரண்டும் தான் ஹாலிவுட் சினிமாவின் படையெடுப்பை மீறி நம் சினிமாவை வாழவைப்பவை' என்றெல்லாம் அதன் புகழ் பாடியிருக்கிறார். இது அவருக்கு தன் அறுபதாவது வயதில் தோன்றிய ஞானம். ஷ்யாம் பெனகல், சத்யஜித் ரே,

கோவிந்த் நிஹலானி போன்றோரின் சினிமாவில் நடித்துக்கொண்டிருந்த போதெல்லாம் அவருக்கு இந்த ஞானம் கிட்டவில்லை. அப்போதும் ஹிந்தி சினிமா தன் பாட்டு டான்ஸோடு உலகைக் கலக்கிக் கொண்டிருந்தது தான். இப்போது அவருக்கு இந்த ஞானம் தோன்றக் காரணம், ஹிந்தி சினிமாவில் கிடைக்கும் பிரபல்யமும் பணமும் வேறு எதிலும் கிடைக்காது. ஹாலிவுட் படங்களிலும் அவர் நடித்திருக்கிறார் தான். ஆனால் அதில் பெயர் கிடைக்குமே தவிர பணம் வடிவேலு மாதிரியோ கூடக் கிடைக்காது. ஹிந்தி பட வாய்ப்புக்கள் இப்போது அவருக்கு இல்லை. கிடைக்கும் வாய்ப்புக்களின் படங்கள் எப்படி இருந்தாலும் அவர் தனித்து தன்னை ஓம் பூரி என்னும் சிறந்த கலைஞராக அடையாளம் காட்டிக்கொள்கிறார் தான். எல்லாம் நகைச் சுவைப் பாத்திரங்கள். பாவம் வியாபார உலகில் ஒளி வீச அவருக்கு ஆசை ஏற்பட்டு விட்டது. தவறில்லை. ஆனால் அதற்கு நியாயம் கற்பிக்கும் வாதம் தான் அபத்தமானது.

போகட்டும். நம்மூர் சந்தை தயாரிப்பாளர்களில் சிலர் கொஞ்சம் ஆங்கிலம் ஸ்டைலாக பேசுகிறவர்கள் தம் கோமாளித்தனத்துக்கு அங்கீகாரம் கேட்பது போல, 'ஆர்ட் சினிமா, கமர்சியல் சினிமா என்று இரண்டு கிடையாது. ஆர்ட்டோ கமர்சியலோ, எதாக இருந்தாலும், நல்ல சினிமா மோசமான சினிமா என்று தான் இரண்டு உண்டு' என்பார்கள். இந்த வாதம், 'படம் எதுக்கய்யா எடுக்கறாங்க, சம்பாதிக்கத்தானே. சம்பாதிக்கறது ஒண்ணும் பாவம் இல்லையே' என்று சொல்வார்கள். இது எந்த அரசியல்வாதியும் 'நாங்கள் மக்களுக்கு உழைக்கிறோம்' என்று சொல்வது போன்ற ஒரு படு மோசடித்தனமான கோஷம்.

வெகு காலம் ஆர்ட் சினிமா என்று சொல்கிறார்களே, அது என்ன ஆர்ட் சினிமா? அதை அர்த்த முள்ள சினிமா; நம் வாழ்க்கையைச் சார்ந்த சினிமா; இன்றைய சந்தைக்கான சரக்கு என்றில்லாமல், வெகு நீண்ட காலத்துக்கு மனித வாழ்க்கையோடு உறவாடும் குணமுள்ள சினிமா; மொழி, கலாசாரம், எல்லாவற்றையும் தாண்டி உலகின் எந்த மூலையிலிருக்கும் மனிதனுக்கும் அர்த்தமும் உறவும் உள்ள சினிமா;

சினிமாவான சினிமா; (புகைப்படமெடுக்கப்பட்ட நாடகமோ, கூத்தோ, ரெக்கார்ட் டான்ஸோ அல்ல) சினிமா என்ற தொழில் நுணுக்கம் தரும், சினிமா என்ற தகுதி பெறக்கூடிய சினிமா; சுருக்கமாக சினிமா என்று இனம் காணக்கூடிய ஒன்றைத் தான் சந்தைக்காக தயாரிக்கப்பட்ட சரக்கு அல்லாத ஒன்றை ஆர்ட் சினிமா என்று பிரித்துப் பார்க்கும் வகையில் சொல்லப்பட்டிருக்க வேண்டும்.

இது தெரியும் பாமரத்தனமான மோசடி கோஷங்கள் எழுப்புகிறவர்களுக்கு. ஆனால் இவர்களின் பணக்கொள்ளையை நியாயப்படுத்த குத்தாட்டம் போட்டு அதை நமது பாரம்பரியத்தில் உள்ள டான்ஸாக்கும் என்று கோஷம் போட்டு மறைக்கும் களவாணித் தனம்.

முதலில் இவர்களுக்கு சினிமா என்றாலே என்னவென்று தெரியாது. ஓம் பூரி பேசிய அதே விழாவில் பேசிய இரானிய சினிமா இயக்குனர் மெஹ்ர்ஜூயி, Cinema's soul is in poetry and philosophy not in gadgetry" என்று சொல்லியிருக்கிறார். ஓம் பூரியைக் கேட்டால், 'ஆமாம் அது உண்மைதான்' என்று கட்டாயம் ஒப்புக்கொள்வார். மெஹ்ர்ஜூபியின் படங்கள் எதுவும் நான் பார்த்தது கிடையாது. அவர் பெயரையே நான் இப்போது தான் கேள்விப்படுகிறேன். ஆனால் இரானிய படங்கள் பற்றியும் இயக்குனர்கள் பற்றியும் எனக்கு அபரிமிதமான மதிப்பும் மரியாதையும் உண்டு. அவர்களில் பெரும்பாலானவர் இரானிய அரசின் சிறையில் கிடப்பவர்கள். அரசின் கொடுமைக்கு ஆளாகியவர்கள். இரான் ஒரு முஸ்லீம் நாடு. அரசும் இஸ்லாமின் மதகுருக்களின் பிடியில் சிக்கி பணிந்து நடப்பவர்கள். அரசின் முடிவுகளையும் தன் மதப்பார்வைக்கு ஏற்ப தடுத்து நிறுத்தும் அதிகாரம் மதகுரு கொமேனிக்கு உண்டு. அத்தகைய சமூகத்தில் தான் பெண்கள் சுதந்திரம் மறுக்கப்படுவதையும் ஆண்களின் யதேச்சாதிகாரத்தையும் வெளிப்படுத்தும் படங்களை அவர்கள் தயாரிக்கிறார்கள். ஒரு யதேச்சாதிகாரத்தின் கீழ், மதத்தின் இறுகிய பிடியின் கீழ் வாழும் ஒரு கலைஞன் தன் சுதந்திரத்தை வலியுறுத்தும் போது தான் கருத்து சுதந்திரம் என்றால் என்ன, கலைஞர் என்று யாரைச் சொல்வது என்று நாம் தெரிந்து கொள்கிறோம். அதை நாம்

இரானிய சினிமாவிலிருந்தும் இரானிய கலைஞர்களிடமிருந்தும் கற்றுக் கொள்கிறோம். சற்று முன் சொல்லப்பட்ட மெஹ்ர்ஜூயியின் படம் ஒன்று ஒன்பது வருடங்களாகத் திரையிடப்படவில்லை. 'என் இப்போதைய அக்கறை எங்கள் சமூகமும் அரசும் மறுக்கும் பெண்களின் சுதந்திரத்தைப் பற்றித் தான்', என்கிறார் மெஹ்ர்ஜூயி. அவர் சொல்கிறார் 'தொழில் நுட்ப சாதனங்கள் முக்கியமல்ல, அவை சினிமாவாகாது' என்று.

நம்மூர்க்காரர்களுக்குத் தான் அது புரியாது. நாம் எவ்வளவு டெக்னிக்கில் முன்னேறியிருக்கிறோம். ஷங்கரைப் பாருங்க, மணிரத்தினத்தைப் பாருங்க, க்ராபிக்ஸைப் பாருங்க, நாம் உபயோகப்படுத்தற காமிராவைப் பாருங்க, அந்தால காரு ஆகாயத்திலே பறக்க வச்சிடறாரே. ரயில் பெட்டி முப்பது முப்பத்தைந்தையும் ரஜினி என்னமா பக்கவாட்டிலே படுத்துக்கிட்டே என்னா வேகமா ஓடி பெட்டிக்குள்ளே சடக்குனு புகுந்துக்கறாரு? இதெல்லாம் டெக்னிக் இல்லாமே முடியுமா?' என்று சொல்லக் கூடும்.

இதெல்லாம் நம்மூரில் கிராமங்களில் பயாஸ்கோப் காட்டுகிறேன் என்று ஒரு பெட்டியைத் தூக்கிக்கொண்டு ஒருவன் வருவான். ஒரு சின்ன துவாரத்தில் கண் வைத்துப் பார்க்க வேண்டும். 'பாரு பாரு பட்டணம் பாரு' என்று பாடிக்கொண்டே உள்ளே படம் காட்டுவான். அதைப் பார்த்து அதிசயித்த சிறு வயதுப் பருவம் உண்டு. இப்போது வளர்ந்து பெரியவர்களாகி விட்டதால் நமக்கு ரஜினி சுட்டு விரலை ஆட்டினால் ரம்பம் அறுக்கும் சப்தம் வர வேண்டும். ஆகாயத்தில் ஷங்கர் படக் கதாநாயகியும் நாயகனும் டான்ஸ் பண்ணிக்கொண்டே ஆகாயத்தில் மிதப்பார்கள். பின் அந்தரத்திலேயே அப்படியே கால் பரத்தி கைகள் நீட்டி உறைந்து விடுவார்கள். ரஜினி நடு ரோட்டில் நின்றால் அவரைத் தாக்க வந்த கூட்டத்தின் திருப்பாச்சி, வெட்டருவாள், பிச்சுவாக்கத்தி எல்லாம் அவர் உடம்பில் வந்து ஒட்டிக்கொள்ளும். இது ரஜினி ஸ்பெஷல். மற்ற ஹீரோக்களுக்கெல்லாம், டெக்னிக் வேறே. சரி தனுஷை எடுத்துக்குவோம். அவருக்குன்னு ஒரு ஸ்டைல், அவர் வீர நடை போட்டு வருவார். எதிரில் வரும் எட்டு தடியன்களும் அவர் முஷ்டியை

நீட்டியதுமே எட்டு திசைகளிலும் ஏதோ கம்பி மத்தாப்பு பூச்சொரிவது போல மிக அழகாக ஆகாயத்தில் கோலம் போட்டது போல விழுவார்கள். அவர்களுக்குஒன்றும் ஆகியிருக்காது. ஒரு சிராய்ப்பு, ஊஹூம், நமக்கு கால் எலும்பு முறிந்திருக்கும். ஆனால் அந்த தடியர்கள் மீண்டும் எழுந்து வந்து இன்னொரு ரௌண்ட் வந்து வரிசையாக ஒவ்வொருவராக வந்து அடிவாங்கிச் செல்வார்கள்.. அல்லது மறுபடியும் தனுஷ் தன் முஷ்டியைச் சுழட்டவேண்டியிருக்கும். ஸ்டண்ட் மாஸ்டர் என்ன சொல்லியிருக்கிறாரோ தெரியாது. எவ்வளவு நேரத்துக்கு எவ்வளவு ரௌண்ட் அடிவாங்க வேண்டும் என்பது ஷூட்டிங் ஸ்க்ரிப்டில் இருக்கும்.

தமிழ் வாழ்க்கைக்கும் நம் அன்றாட சந்தோஷங்கள், ஏமாற்றங்களுக்கும் இந்தப் படங்களுக்கும் ஏதும் சம்பந்தமிராது. எல்லாம் கனவுலக மயக்கங்கள். கற்பனைக் கனவுகள். அதிலும் பைத்தியக்காரக் கனவுகள்.

சினிமாவில் தொழில் நுட்பம் என்பது எப்படி எடுத்தார்கள் என்று நமக்குத் தெரியாமல் படம் பார்க்கும்போது ''என்னா டெக்னிக்கு என்னா டெக்னிக்கு'' என்று வாய் பிளக்க வைக்காமல் இருப்பது.

ஒரு இரானியன் படம். Mirror. என்று பெயர். Zafar Panahi அதன் இயக்குனர். இவர் இப்போது எட்டு வருஷ காலமாக சிறையில் இருக்கிறார். எந்த அப்பீலும் அவருக்கு உதவவில்லை. உலகத்தின் சிறந்த சினிமா கலைஞர்கள் எல்லாம் அவருக்காக மன்றாடியும் பயன் இல்லை. அப்படி என்ன ராஜதுரோகம் செய்துவிட்டார் அவர்?. பேசாமல் நமீதாவோடு 'வருவீயா, மாட்டீயா?' என்று டான்ஸ் ஆடிவிட்டுப் போயிருக்கலாம். ஆனால அவர் புத்தி கெட்டுப் போய், இரானில் பெண்களின் அவல நிலை பற்றி படம் எடுத்திருக்கிறார். அவ்வளவே. The Circle என்று ஒரு படம். ஒரு இளம் பெண் கர்ப்பமாகியிருக்கிறாள். அவளுக்கு உதவுகிறவர்கள் யாரும் இல்லை. அவளுடைய அன்பான சினேகிதி கூட அவள் கர்ப்பத்தைக் கலைக்க உதவுவதில்லை. அவள் சிறையிலிருந்து தப்பியவள். கடைசியில் தெரு விபச்சாரியாக குற்றம் சாட்டப்பட்டு சிறைக்கு எடுத்துச் செல்லப்படுகிறாள்.

Off side என்று இன்னொரு படம். ஒரு இளம் பெண். அவளுக்கு. கால்பந்தாட்டம் பார்க்க ஆசை. கொரிய அணியும் இரான் அணியும் ஆடுகின்றன. அப்பாவின் கட்டுப்பாட்டையும் மீறி, ஆண் வேஷம் போட்டுக்கொண்டு ஸ்டேடியத்துக்குப் போகிறாள். அவள் பிடிபட்டு அவளைப்போல பந்தாட்டம் பார்க்க வந்த இன்னும் மற்ற பெண்களோடு, ஒரு வெளியிடத்தில் ஆடுகள் கிடையில் அடைக்கப்படுவது போல அடைபடுகிறாள். கடைசியில் அவளும் ஒரு போலீஸ் வானில் மற்ற கால்பந்தாட்ட ரசிகைகளோடும், வேசிகளோடும் எடுத்துச் செல்லப் படுகிறாள். அவள் குற்றம் அனேகமாக தெருவில் தொழில் செய்தாள் என்று தான் இருக்கும். சரி, மிர்ரருக்கு வரலாம். ஒரு எட்டு வயதுக் குழந்தை. ஸ்கூல் முடிந்ததும் வெளியே வருகிறது. ஸ்கூலின் சுற்றுச் சுவர் மேல் உட்கார்ந்து கொள்கிறது. அதன் இடது கையில் ப்ளாஸ்டர். அம்மா வருவாள் அழைத்துச் செல்ல என்று.

அந்த ஸ்கூல் எதிரில் அண்ணாசாலை மாதிரி ஒரு போக்கு வரத்து நெரிசல் மிகுந்த சாலை. நமது மிகச்சிறந்த படங்களில் ஒன்றான, மூன்றாம் பிறையில் உலக நாயகன் நொண்டி நொண்டிக்கொண்டே,. ஸ்ரீதேவி உட்கார்ந்து இருக்கும் பெட்டி பின்னால் கதறிக்கொண்டே ஓட வசதியாக முற்றிலும் ஈ காக்கா இல்லாத ரயில்வே ப்ளாட்ஃபார்மாக (ஒரு அரை நாளுக்கு ஸ்டேஷனையே வாடகைக்கு எடுத்திருப்பார்களோ என்னவோ) இராது. கார்களும் பஸ்களும் விரைந்து சென்று கொண்டிருக்கும் அந்த சாலையின் குறுக்கே அந்த சிறு பெண் கொஞ்சம் இடைவெளி கிடைத்ததும் குறுக்கே போவாள், எதிர் நடை பாதைக்குச் செல்ல. முதலில் யாராவது ரோடைக் கடக்கிறார்களா என்று பார்த்து அந்த ஆளோடு ஒட்டிக்கொண்டு செல்வாள். இதற்குள் மறுபடியும் கார்கள் குறுக்கிடும். பாதி ரோடில் நின்று பின் அடுத்த பாதியில் ரோடு காலியாவது பார்த்து ஓடுவாள். இப்படி அந்த படம் பூராவும் சுமார் ஒன்றரை மணி நேரம் படம் பிடித்திருப்பது அத்தனையும் அந்தக் குழந்தை தாய் வராது தவிக்கும் நிகழ்வுகள் தான். படப்பிடிப்புக் குழு ஒரு வானில் காமிரா வைத்துக்கொண்டு படம் பிடித்துக்கொண்டிருப்பார்கள். அது நமக்குத் தெரியாது. கடைசியில் படம் முடிவதற்கு 10 நிமிஷம் இருக்கும் போது

தான் அந்தப் பெண், நான் இனிமேல் நடிக்க மாட்டேன் என்று கோபித்துக்கொண்டு தன் உடலில் பொருத்தியிருக்கும் ஸ்பீக்கரைக் கழற்றிக் கொடுப்பாள். படம் பிடிப்பவர்கள் ஒவ்வொருவராக வந்து அவளைக் கெஞ்சுவார்கள் யாரும் உன்னை எதாவது திட்டினார்களா என்று. அவர்களுக்குள் தகராறு எழும். இன்னம் கொஞ்ச நேரம் தானே கடைசிக் காட்சி. யார் குழந்தையை என்ன சொன்னது என்று அவர்களுக்குள் வாதப் பிரதி வாதங்கள். ஒருவரை ஒருவர் குற்றம் சாட்டிக்கொள்வார்கள். இந்தக் கடைசிக் காட்சியின் போது தான் நமக்கு காமிராவுடன் ஒரு வண்டி பின் தொடர்கிறது என்று தெரியும். அதுவும் எப்படி சாத்தியம் என்று நமக்கு வியப்பாக இருக்கும். அங்கு இருக்கும் டாக்ஸி ட்ரைவர்களின் கூட்டத்தில் சென்று அந்தப் பெண் விசாரிப்பாள். இன்னொரு துணி வியாபாரி தான் அவளை பஸ் ஸ்டாண்டுக்கு அழைத்துச் செல்வதாக தன் பைக்கில் ஏற்றிச் செல்வான். இன்னொரு சமயம் அங்கு வரும் பஸ் டிரைவரிடம் விசாரிப்பாள். அன்னிக்கு என் அப்பாவோட சண்டை போட்டாயா என்று இன்னொரு ட்ராஃபிக் போலிஸிடம் கேட்பாள். அன்று ஃபைன் போட்டாயே எங்க அப்பா இன்ன காரில் வந்து கொண்டிருந்தாரே என்று அவரிடம் வழி கேட்பாள். அவர்கள் விழிப்பார்கள். குழந்தைக்கு உதவ விருப்பம் தான். ஆனால் குழந்தை சொல்வதை எப்படி புரிந்து கொள்வது? கற்பனை செய்துகொள்ளுங்கள். அண்ணாசாலையில் சாயந்திரம் ஆறு மணிக்கு இதெல்லாம் நடக்கிறது. ஷூட்டிங் நடக்கிறது. ஒரு எட்டு வயதுப் பெண் அங்குமிங்கும் ரோடைக் கடக்கிறாள் விசாரிக்கிறாள். ட்ராஃபிக் போலீஸ், டாக்ஸி ட்ரைவர்கள் கூட்டம் என்று எல்லாரையும்.

இது ஸ்டுடியோவில் நடக்கிற காரியம் இல்லை. பகலில் நடு ரோட்டில். இயல்பான அவ்வளவு நெரிசலையும் படத்துக்குள் கொணரவேண்டும். இடையில் அந்தச் சிறு பெண்ணும் நடிக்கவேண்டும், அவர்களில் ஒருவராக. இது தான் தொழில் நுட்பம். இந்த தொழில் நுட்பம் இன்னும் நம்மவர்க்கு சாத்தியமாகவில்லை என்று தான் நான் நிச்சயமாகச் சொல்வேன்..

ஜாஃபர் பனாஹி சிறையிலடைபட அவர் செய்த குற்றம் என்ன? அயதொல்லா கொமேனி ராஜ குருவாக இருக்கும் இரான் நாட்டில் பெண்கள் கால்பந்தாட்டம் பார்க்கப் போகலாமா? கர்ப்பமாகி தவறு செய்த பெண், தன் கர்ப்பத்தைக் கலைக்கலாமா? அவளுக்கு உதவுவது குற்றம் என்று மறுக்கும் சினேகிதி நர்ஸூம் டாக்டரும் இருக்கும் நாட்டில். சரி. இந்தச் சிறு பெண் எட்டு வயதுப் பெண் அம்மாவுக்காகக் காத்திருக்கும் பெண்ணின் கதையில் என்ன குற்றம்.?

எப்படியடா இதையெல்லாம் படம் எடுக்கிறார்கள் என்று நாம் வியக்கச் செய்தவன் சிறையில். கெட்டிப்பட்ட மதவாதிகளின் இறுகிய மனங்கள் ஆட்சி செய்யும் நாட்டில் இருக்கும் வதைபடுவோருக்கு சாத்தியமாகும் படங்கள் இந்த மதச் சுதந்திரம் மதசார்பற்று இருக்கும் சுதந்திரம், பிரம்மனின் நாக்கில் இருக்கும் சரஸ்வதி எங்கு மலம் கழிப்பாள் என்று கேட்கும் சுதந்திரம் உள்ள நாட்டில் ஏன் மாயா ஜாலங்களே மக்கள் விரும்பும் சினிமாவாகிறது? அதனால் தான் நம்மவர்கள் அரசுக்கு வாரத்துக்கொரு முறை பாராட்டு விழா கொண்டாடுகிறார்கள். ஏதாவது ஒரு காரணம் வைத்துக்கொண்டு. அதில் தம் ஜன்ம சாபல்யம் காண்கிறார்கள். இவர்களும் சிறை செல்ல வேண்டும் என்று சொல்லவில்லை. கொஞ்சம் முதுகெலும்போடு, கொஞ்சம் விவஸ்தையோடு, கொஞ்சம் பொதுப்புத்தியை இழக்காமல் இருக்கலாம். இதுவே இவர்களிடம் அதிகம் வேண்டுவதாகிறதோ என்னவோ!

31

இது காறும் நான் எழுதிவந்தவற்றுக்கு அவ்வப்போது வரும் எதிர்வினைகளைப் பார்க்கும் போது தெரிவது என்ன? இதை நான் ஆரம்பத்திலிருந்தே அனேகமாக ஒரு வருட காலமாக தொடர்ந்து வரும் கருத்துக்களில், தொனிகளில் கவனித்து வருகிறேன். பல அபத்தமான கருத்துக்களை அவை அப்போதைக்கு கிளுகிளுப்பூட்டுவதால் சற்றும் யோசிக்காமல் சந்தோஷமாக உள்வாங்கிக்கொண்டு பின் அந்த கிளுகிளுப்பை உதற மனதில்லாமல் ஏதோ மதம் போல, அந்த அபத்தத்தை ஏதேதோ சால்ஜாப்புக்கள் சொல்லி இறுகப் பற்றிக்கொண்டிருக்கத் தான் தோன்றுகிறது. 'சினிமா என்னத்துக்கு இருக்கு?. நாள் பூராவும் உழைத்து ஓய்ந்து வரும்போது மனதுக்கு சந்தோஷம் தரும் பொழுது போக்கு தானே?' என்று. இந்த பாமர, பைத்தியக்காரத்தனத்துக்கு சினிமா தயாரிப்பாளர்களிலிருந்து தொடங்கி சினிமா பெஞ்ச் ரசிகன் வரை எல்லோரும் நியாயம் கற்பிக்கிறார்கள். இந்த அபத்தத்திற்கு கலை என்று ஒரு முத்திரையும் குத்தி அறிவுஜீவிகளும், அதிகாரவர்க்கத்தினரும் பத்திரிகையாளர்களும் அதற்கு ஆதரவளிக்க மிக சௌகரியமான சாக்காகக் காண்கிறான் ரசிகன். முன்வரிசை ரசிகன் மாத்திரம் சொல்லவில்லை. ரூபாய் 200-ஓ 500-ஓ கொடுத்து காரில் குடும்பத்தோடு வரும் அதிமேதை பணக்காரன் கூடத் தான். இந்தப் பைத்தியகார கூத்தாட்டத்திற்கு கலை என்று வேறு முத்திரை குத்தினால் வேண்டாம் என்கிறதா என்ன சம்பந்தப்பட்ட யாருக்கும்?

கலை என்பது சர்க்கஸாகியிருக்கிறது... மாயாஜால காட்சியாகியிருக்கிறது. ரிக்கார்ட் டான்ஸாகியிருக்கிறது. ஒவ்வொருத்தனும்

தன்னைக் கலைஞர் என்றும் என்னென்னமோ சிகரம், மேதை, திலகம், ஞானி, என்று ஒரு ஒளி வட்டத்தை கற்பனை செய்து கொள்கிறான்.

இந்தக் கூத்தாட்டத்தையெல்லாம் செய்து கொண்டே, இதன் அபத்தத்தையும் அவ்வப்போது போட்டு உடைக்கும் ஒரே ஜீவனாக தனுஷைத்தான் பார்க்க முடிகிறது. அப்படிச் சொன்னாலும் தனுஷ் குத்தாட்டம் போடுவதையோ, பத்து குண்டன்களை சும்மா காலை உதறி, கையை வீசி திரும்பத் திரும்ப விழுத்தாட்டும் காரியங்களை செய்ய மறுப்பதில்லை. மாமனார் செய்யும் விரலை அசைத்து ரம்பம் அறுக்கும் ஒலிப்பதிவோடு தன் வீராப்பைக் காட்டத் தொடங்கவில்லை (தமிழ் சினிமா தொழில்நுட்பத்தில் உலகத்தரத்துக்கு உயர்ந்துள்ளதற்கான சாட்சியம் இந்த விரலைசைப்பும் ஒரு காலை எடுத்து ஒரு ராஜ கம்பீரத்தின் பாவனையுடன் இன்னொரு காலின் மேல் ஒரு வீரப் புன்னகை பூத்து போடுவதும், அதற்கெல்லாம் ரம்பம் அறுக்கும் ஒலி பின்னணியில் இருக்க வேண்டும். உலகத்தில் எந்த நாட்டிலும் எந்த மொழியிலும் இந்த மாதிரி தொழில்நுட்பத்தைக் காணமுடியாது. இது தமிழ் சினிமா மூளையின் கண்டுபிடிப்பு. அவர்கள் காப்பிரைட். சிம்புவும் அதேபோல செய்ய ஆரம்பித்தாயிற்று.

இன்னும், ‘இதையெல்லாம் ரசிகர்கள் எதிர்பார்க்கிறார்கள். செய்கிறேன்’ என்று சொல்லி உதறும் நிதானம், புத்தி விவேகம் தனுஷிடமிருந்து போய்விட வில்லை. உலக நாயகனிடமோ அல்லது வேறு யாரிடமோ இந்த பேத்தல் காரியங்களை பேத்தல் என்று ஒப்புக்கொள்ளும் விவேகமும் வேளையும் இன்னும் வரவில்லை. சமீபத்தில் தான் பாலுமகேந்திராவின் படம் ஒன்று பார்த்தேன். ‘அது ஒரு கனாக் காலம்’ என்று நினைக்கிறேன். அதில் தனுஷ் பாலு மகேந்திரா சொன்னதைச் செய்யும் நேர்மையைப் பார்த்தேன். அதை நம் தமிழ் நடிகர்கள் வேறு யாரும் செய்திருக்கமாட்டார்கள். தன் இமேஜ் என்று ஒன்று இருப்பதாகவும், தன் ரசிகர்கள் இதை ஏற்கமாட்டார்கள் என்றும் சொல்வார்கள். தனுஷுக்கு அந்தக் கவலையெல்லாம் ஏதும் கிடையாது. ‘என் முகத்தைப் பாத்து எவளாவது...’ என்று தொலைக் காட்சியில்

வெளிப்படையாகப் பேசும் ஒரு தமிழ் சினிமா நடிகனை, 'அம்மா நீங்கள்ளாம் பெரிய பெரிய இடத்தைச் சேந்தவங்க. நான் ஏதோ சாதாரண...'என்று ஐஸ்வர்யாவைப் பார்த்து மேடையிலேயே சொல்லும் கணவனையும் நடிகனையும் முதல் தடவையாக தமிழ் சினிமாவில், தொலைக்காட்சியில் பார்க்கிறோம். நினைத்துப் பார்க்கலாம். இந்த வார்த்தைகளை, தனுஷ் நடிக்கும் ரோல்களை, வேறு எந்த தமிழ் நடிகரிடமிருந்தும் எதிர்பார்க்க முடியும் என்று எனக்குத் தோன்றவில்லை. கார்த்தி எப்போதும் தரித்திருக்கும் அந்த சிரிப்பு, சிம்பு பேசும், முகத்தை வைத்துக்கொள்ளும் பாவனைகள், தன்னைப் பற்றி வளர்த்துக் கொண்டிருக்கும் பிம்பங்கள் ஜெயம் ரவியின் அங்க சேஷ்டைகள் எதுவும் சகித்துக்கொள்ள முடிவதில்லை. இவர்களை இந்தத் தலைமுறையினர் என்பதால் சொல்கிறேன். இவர்கள் தனித்து நிற்பவர்கள் இல்லை. எல்லோருக்கும் அவரவரது அலட்டல்கள், ஒளிவட்டம் ஒன்று தலைக்கு மேலும் பின்னும் சுழல்வதான பிரமைகள், சிவாஜி கணேசனிலிருந்து தொடங்கி தலைமுறை தலைமுறையாக தொடர்ந்து வருகிறது.

சோகம் என்னவென்றால், இவர்கள் எல்லாம் வேறு வித சூழலில், சமுதாயத்தில், சினிமா கலாசாரத்தில், இப்படியான பிரமைகளில மூழ்கிக் கிடந்திருக்க மாட்டார்கள். பாரதி படத்தில் செல்லம்மாளாக நடித்த தேவயானியிடம், glamour girl- ஆகவே தமிழ் சினிமாவில் அது வரை வாழ்ந்துவிட்டவரிடம் இந்த செல்லம்மாள் ஒளிந்து கொண்டிருப்பதை யார் எதிர்பார்த்திருக்க முடியும்?. பாரதி படம் முடிந்ததும் அவர் மறுபடியும் ஆடிப்பாடி வசனம் பேசப் போயாயிற்று. இப்படி எத்தனை பேர் இருக்கிறார்களோ தமிழ் சினிமாவில். கமலஹாசனைச் சொல்லலாம். ஆனால் கமலஹாஸனின் மனம் என்ன சொன்னாலும் பொழுது போக்கு தானே சினிமா என்ற வாய்ப்பாட்டையே அலுக்காமல் சலிக்காமல் சொல்லும் தமிழ் சினிமா ரசிகனைப் போல, என்னதான் உலகப்படங்களையெல்லாம் பார்த்து பார்த்து வியப்பதாகச் சொன்னாலும் ஆணோ பெண்ணோ கிழவியோ, குள்ளனோ, கோவணதாரியோ, தசாவதாரம், சதாவதாரம் என்ற அவதார மேக்கப் பிரமைகளில் ஆழ்ந்திருக்கும். மேடையில் கலைஞர், முதல்வர், கருணாநிதி

நடுநாயகமாக அமர்ந்து பாராட்டுக்களை முகமலர்ந்து ரசித்துக் கொண்டிருக்கும் வேளையில், 'கலைஞரிடம் தான் நான் தமிழ் கற்றேன், பராசக்தி படத்தைப் பார்க்கும் போது கலைஞருக்கு 1952 லேயே இருந்த சினிமா உத்திகள் பற்றி எவ்வளவு தெரிந்திருக்கிறது! என்று இப்போதும் நான் மலைத்து பிரமித்துப் போகிறேன்' என்று தன் உலகளாவிய சினிமா ரசனையை வெளிக்காட்டும் போதும் தமிழனுக்கு எது தெரியுமோ தெரியாதோ, அதிகார பீடங்களுக்கு பாலாபிஷேகமும் செய்து சாஷ்டாங்க நமஸ்காரமும் உலகறியச் செய்து தன் வாழ்க்கையை எவ்வித ஊறும் நேராது பாதுகாப்பதற்குரிய அத்தனை உபாயங்களும் தெரிந்தவன் என்பது சாட்சியம் பெற்றது.

வெகு அபூர்வமாக ஒரு தமிழ் விளம்பரப் படம் அதிகம் அசட்டு பாவனைகள் நமக்கேயான வசனங்கள், நடிப்புகள் இல்லாத அமைதியும் அழகுமான விளம்பரம். சூர்யா பக்கத்திலிருக்கும் ஜோதிகாவுக்கு சூர்யனைக் காட்டி, நீ கேட்டால் அந்த சூர்யனை எப்போதும் அங்கேயே இருக்கச் செய்துடட்டுமா? என்று சொல்ல, அப்போது ஜோதிகா சில வினாடிகளுக்கு சூர்யாவைப் பார்க்கும் கூர்ந்த பார்வையும் (இப்படியும் உளறுவியா நீ, பெண்டாட்டிகிட்ட பெருமை அடிச்சுக்க) பின் சின்ன, முகச்சுளிப்பும் எத்தனை சுலபமாகச் சொல்லிவிடுகிறது. இந்த மாதிரி திறன் ஜோதிகாவிடமிருப்பதை எந்தத் தமிழ் இயக்குனர், தன் படம் மூலம் வெளிக்கொணர முடிந்திருக்கிறது? வித்தியாசமாகப் படம் எடுப்பதற்கு முயன்றவர் பிரகாஷ் ராஜ் தன் மொழி படத்தில் ஜோதிகாவை ஊமைப் பெண்ணாக்கி என்னேன்ன கோணங்கித்தனமெல்லாம் செய்ய வைத்திருக்கிறார்? எந்த ஊமைப் பெண் இவ்வளவு கோணங்கித் தனம் செய்யப் பார்த்திருக்கிறோம்? அதில்லையென்றால் டான்ஸ், க்ளாமர் கோர்லுக்கு தமிழ்ப் படங்களுக்கென்று தயாரித்து வைத்திருக்கும் பாவனைகள், ஆட்டங்கள், வசனங்கள். பாட்டுக்கள். தமிழ் ரசிகர்களிடம் என்ன, எந்த விதமான ரசனை வளர்க்கப்பட்டிருக்கிறது அவர்கள் என்ன எதிர்பார்க்கிறார்கள், வசூலை அள்ளிக்கொண்டு வர என்னென்னெ செய்யவேண்டும் என்று கையிலிருக்கும் ரெடிமேட் கையடக்கப் புத்தகம் பார்த்துப் பார்த்து செய்யும் போது தேவயானிக்கும் ஜோதிகாவுக்கும்

எங்கேயாவது ஒன்றிரண்டு காட்சிகள் அபூர்வமாக ஒரு படத்தில் கிடைத்தால் பெரிது. அதை நம் தமிழ் ரசிகர்களும் மறந்து விடுவார்கள்.

அந்த வெற்றி ஃபார்முலாவும் வெற்றி தருவதில்லை. ரசிகர்கள் என்ன வேண்டுகிறார்கள் என்று தெரிந்து வைத்திருக்கும் சூப்பர் ஸ்டாரின் 'பாபா' என்ன ஆயிற்று? குசேலன் என்ன ஆயிற்று உலக நாயகனின் தசாவதாரம் என்ன ஆயிற்று? ஆளவந்தான் என்ன ஆயிற்று? காப்பியே அடித்தாலும், உன்னைப் போல் ஒருவன் தன் கையடக்கப் புத்தகத்தின் பட்டியலில் இருக்கும் வெற்றிப்பட மசாலாக்களை எல்லாம் சேர்க்காமல் எடுத்த உன்னைப் போல் ஒருவனால் என்ன பெரிய படுபாதாள வீழ்ச்சி ஏற்பட்டது? என்ன செலவாயிற்று? என்ன வசூல்? என்ன நஷ்டம்?

ஏன் கோடி கோடியா அள்ளணும் என்ற பேராசை எல்லாரையும் பிடித்துப் பேயாக ஆட்டுகிறது? தன் வெற்றிப்பட பார்முலாக்களை தன் ரசிகர்கள் ஆசைகளைப் பற்றி தவறிப் போய் A Wednesday யை ஃப்ரேமுக்கு ஃப்ரேம் காப்பியடித்ததால் என்ன மோசம் போயிற்று? காப்பியடித்ததிலோ புதுசா ஒன்றும் நடந்து விடவில்லை. வழக்கமாகச் செய்து வந்தது தானே. கொஞ்சம் பொதுப்புத்தியை உபயோகித்து அப்படியே ஈயடிச்சான் காப்பி அடித்ததால் தன் ப்ராண்டு கோணங்கித்தனம் எதுவும் செய்யாமல் ஒழுங்காகக் காப்பியாவது அடிக்க முடிந்திருக்கிறதே.

பாலு மகேந்திராவும் பார்த்தார். தமிழ் நாட்டில் இதெல்லாம் சரிப்படாது. அவங்க கேக்கற மசாலாவும் கொஞ்சம் அங்கே இங்கே தூவலாம் என்று தூவப் போய், அவர் ஒன்றும் தன் படங்களை வெற்றிப் படங்களாக்கி விட முடியவில்லை. படத்தின் பெயர் நினைவில் இல்லை. ஏதோ ஒரு படத்தில் சரிதாவை கன்றாவியாக ஆடவைத்து, இன்னொரு க்ளாமர் நடிகையை ஜலக்ரீடை செய்து பாடவும் வைத்து, ஒன்றும் பயனில்லாது போய்விட்டது. மலையாளத்தில் படம் எடுக்கும்போது இதையெல்லாம் அவர் செய்வதில்லை. தொழில்நுட்பத்தில் என்னமோ உலகத்தரத்துக்கு தமிழ் நாட்டில் சினிமா எடுக்கிறார்களாமே, அந்த தமிழ் நாட்டில் தமிழ் ரசிகர்களுக்கு அவர் படம் எடுக்கும் போது தான் அவர்

இதையெல்லாம் செய்ய நிர்ப்பந்திக்கப் படுகிறார். உலகத் தர தொழில்துட்பத்தை வேண்டும் தமிழ் ரசிகன் இந்த அரை குறை சமாசாரங்களால் எல்லாம் ஏமாறுவதில்லை. அவன் மிகப் பிடிவாதமான ரசிகன், கொள்கை தீவிரம் கொண்டவன். சூப்பர் ஸ்டார் ஆனாலும் அவரை மச்சுப் பிச்சுக்குப் போய் ஐஸ்வர்யாவுடன் நாப்பது எக்ஸ்ட்ராவோடு டான்ஸ் பண்ணி கிதாரும் வாசித்தால் தான் அவனைத் திருப்திப் படுத்த முடியும். ஷங்கரும் புதுசு புதுசா ஏதும் பிரம்மாண்டமான கோமாளித் தனங்களை யோசித்துத் தான் ஆகணும். இல்லையெனில் எல்லாத்தையுமே பாபாவாக்கிவிடுவான்.

அவ்வப்போது என்ன காரணத்தாலோ கொஞ்சம் யதார்த்தமும் தமிழ் வாழ்க்கையையும் மற்ற மசாலாக்கள் போல சேர்த்துக் கொள்ளலாமே என்று சிலர் யோசிக்கிறார்கள். அதில் தான் இந்த மதுரைப் பேச்சு, விருது நகர் தெருக்கள், தன் காக்கி அண்டர்வேர் தெரிய கைலியை மடித்துக் கட்டுதல் எல்லாம் வந்து சேரும்.

(இதெல்லாம் யதார்த்தமுங்க, தமிழ் ரசிகன் படிப்படியா மாறீட்டு வராங்க, அதுக்குத் தக்காப்போல நாம்பளும் மாறாட்டி எப்படீங்க, கொஞ்சம் யோசிச்சுப் பாருங்க)

இதில் அதிக அளவு முன்னேறியது வெற்றி மாறன் ஆடுகளத்தில். அதுக்கு தனுஷ் தான் சரி. உலக நாயகனையா, இல்லை சூப்பர் ஸ்டாரையா கூப்பிட முடியும்? சூப்பர் ஸ்டார் 'இந்தத் தடவை மெக்ஸிகோ போலாங்க அங்கேயும் தமிழ் நாட்டுக்கரங்க மாதிரியே வான்கோழி, இல்லை வல்லூறு சண்டை இருக்கான்னு ஷங்கர் ஒரு சர்வே பன்ணீட்டு வந்துருவாரு இல்லாட்டி அந்த ஊர எருமைச் சண்டையா வச்சிக்கிடலாங்களா?' என்று சொல்லலாம். உலக நாயகனுக்கும் இப்படி ஏதாவது மேக்கப் ஐடியா வரலாம். நம்ம தமிழ் சினிமா மரபை எப்படி மாத்தறது?. ரிக்ஷாக்காரன் தான் என்றாலும் பட்டு வேஷ்டி, தலைப்பாகை, சில்க் ஜிப்பா போட்டு ரிக்ஷா மேலே நின்னுக்கிட்டே பாடினாத்தான் எம்ஜிஆர் ரசிகர்கள் ஒத்துக்குவாங்க. அதே போல ரிக்ஷாக்காரன் கலைஞர் கருணாநிதி வசனம் எழுதி அதை சிவாஜி சார் பேசணும் என்று சொல்லக்கூடும்.

இதெல்லாம் ஒரு படத்தோடு சரி. இனி ஆடுகளம் மாதிரியே எடுத்திட்டிருப்பாங்களா, வளர்ற கலைஞர்கள் என்று வெற்றி மாறனும் வெற்றிப்படம் ஃபார்முலாவுக்கு போயாற்று என்று தோன்றுகிறது.

இப்படித்தான் சாண் ஏறி முழம் சறுக்கும் விவகாரமாகத் தான் தமிழ் சினிமா வரலாறு இருக்கிறது. முந்தியெல்லாம் சறுக்கு மரத்துக்கு எண்ணெய் தடவினார்கள் என்றால் நம் ஹீரோக்கள் சொல்லக் கூடும், 'நல்ல ஊத்துக்குளி வெண்ணெயாத் தடவனுங்க. காலம் மாறுது நாமும் வளரணும்க' என்ற ரகத்தில் தான் நம் சினிமா சிந்தனைகள் இருக்கின்றன'

இப்போ ஷங்கருக்கு போட்டியா வெற்றிப்பட இயக்குனர் ஏ.ஆர். முருகதாஸ் 'ஏழாம் அறிவு' என்று ஒரு படம் எடுத்திருக்கிறார். அவருக்கு எப்படி 'எங்கேயும் எப்போதும்' படம் கொண்டிருந்தது போன்ற கதையை கற்பித்துக்கொள்ள முடிந்தது, பின் அதை படமாக்கவும் மனதில் ஒரு எண்ணத்தைத் தைரியமாகக் கொள்ள முடிந்தது என்பது புதிராக இருக்கிறது. புதுமை புதுமை என்று கோஷமிடுவதில் தமிழனுக்கு ஒரு அலாதி பரவசம் உண்டு. புதுமை இருக்கோ இல்லையோ அதுபற்றிக் கவலை இல்லை. ஸ்ரீதர் தமிழ் சினிமாவுக்கு தன் ஒரு கையை மடக்கி தாடையைத் தாங்கி உட்கார்ந்து ஒரு சிந்தனையாளராகப் போஸ் கொடுக்கத் தொடங்கிய காலத்திலிருந்து 'இந்தப் படத்திலே என்ன புதுமை புகுத்தியிருக்கீங்க?' என்று ஒரு வழக்கமான கேள்வி அவரிடம் கேட்கப்படும். அவரும் புளகாங்கிதமடைந்து எதாவது சொல்லி வைப்பார். அதன் பின் இந்தப் புதுமை என்ற கேள்வி எல்லாரிடமும் கேட்கப்பட்டது. காப்பி அடிப்பவர்களெல்லாம் ஏதாவது புதுமை செய்ய ஆங்கிலப் படம் பார்த்து நோட்ஸ் எடுக்க ஆரம்பித்தார்கள். அந்த மாதிரி முருகதாஸும் ஏழாம் அறிவு எடுத்ததாகச் சொல்கிறார்கள். அது முற்றிலும் புதுமை என்றும் சொல்கிறார்கள். இருக்கலாம் சந்தோஷம் தான். நான் இன்னும் பார்க்கவில்லை. சண்டை, மாயா ஜாலங்கள், தமிழன் பெருமை என்று இந்த மாதிரி ஆகிவந்த வெற்றிச் சமாசாரங்கள் அதில் இருப்பதாகச் சொல்கிறார்கள்.

போகட்டும். ஆனால் முரண் பற்றி சொல்வதாகச் சொல்லி பாதை மாறிக்கொண்டே இருக்கிறேன். பார்த்து ஒரு மாதத்திற்கு மேல் ஆகிவிட்டது. சேரன், பிரசன்னா இருவர் தான் எனக்கு நினைவில் இருக்கிறார்கள். மற்ற யாரும் எனக்கு நினைவில் இல்லை. அவர்கள் இருவரும் நினைவில் இருக்க வேண்டியவர்கள் தான்.

படத்தின் ஆரம்பத்திலேயே பிரசன்னா குடி போதையில் எதிரிலிருப்பவர்கள் முன் திடீரெனெ தோன்றி வம்புக்கு இழுத்து சவால் விட்டு, தற்கொலை செய்துகொள்வது போல பயமுறுத்தியதும், பின் காரில் வந்து கொண்டிருந்த சேரன் காரோடு ஒரு பணக்கார போக்கிரிக் கும்பல் கலாட்டா செய்துகொண்டே மோதிச் செல்ல பழுதடைந்த காரை ரோட்டிலேயே விட்டு விட்டு ஏதும் கார் கிடைக்குமா என்று ரோட்டில் நின்று கொண்டிருக்க பிரசன்னா காரை நிறுத்தி சேரனை தன் காரில் ஏற்றிக்கொண்டு, சேரனோடு பேச்சுக் கொடுக்க நீண்ட தூர பிரயாணத்தில், அவரைச் சினேகிதம் செய்து கொண்டு தன் தந்தையைக் கொலை செய்தால், தான் சேரனின் மனைவியை, சேரனிடம் அன்பு செலுத்தாத, சேரனை அவமானப்படுத்தும் மனைவியைக் கொல்ல உதவுவதாகச் சொல்கிறான். சேரனைச் சினேகிதம் செய்துகொள்ள பிரசன்னா கையாண்ட உபாயம் காரை அந்தப் போக்கிரிக் கும்பல் இருக்குமிடம் சென்று அவர்களை வதைத்ததும், பின் வாழ்க்கையில் ரிஸ்க் எடுக்காமல் எப்படி இருக்கமுடியும் என்று சொல்லி சாலையின் நடுவில் நின்று கொண்டு எதிர் எதிர் திசையில் விரைந்து வரும் இரண்டு கார்களுக்கு இடையில் நின்று உயிரைப் பணயம் வைத்துப் பிழைத்து வருவதை அதிலும் ஒரு சிறிய மனச் சலனம் உடல் பதற்றம் கூட இல்லாது வருவதைப் பார்த்து சேரனுக்குத் தான் பதற்றமும் பயமும்.

இப்படி சின்ன சின்ன விஷயத்துக்கெல்லாம் இப்படிப் பட்ட உயிர் போகும் சவால்களா? படத்தின் கடைசி வரை பிரசன்னாவுக்கும் சேரனுக்கும் இடையேயான பேரங்களும் பேச்சுக்களும் சவால்களும் சேரனின் தயக்கங்களும் பிரசன்னாவிடம் காட்டும் வெறுப்பும் திரும்பத் திரும்ப பிரசன்னா சேரனைத் தூண்டுவதும்... எல்லாம் தமிழ் சினிமாவுக்கு

புதியவை. அந்த அமைதியான, சாதாரணமாக நாம் இருவருக்குள் பேசிக்கொள்ளும் குரலிலேயே அந்த படம் முழுவதும் விரவியிருக்கும் பரிமாறல் எனக்கு மிக ஆச்சரியத்தையும் மகிழ்ச்சியையும் அளித்த ஒன்று. இந்த புரட்சிகர மாற்றம், வசனத்தில், பேசும் தொனியில், பெரும்பாலும் காரில் விரைந்து செல்லும்போதே நிகழ்வதான படப்பிடிப்பும் எனக்குப் பிடித்தவை. இது தொடர வேண்டும். தமிழ் சினிமாவில் கத்துவார்கள். வீர வசனம் பேசுவார்கள். காதல் வசனம் என்று பிதற்றுவார்கள். ஆட்டம், பாட்டம் எல்லாம் இருக்கும். அதை விட்டு சாதாரணமாக நாம் வாழ்க்கையில் பேசும் குரலில், பேசும் மொழியில் இருவர் இடையில் பேச்சு அமைந்திருப்பதும், அது படத்தின் பெரும்பகுதியை ஆக்கிரமித்திருப்பதும் புதிய பாதையில் நிகழும் புதிய பயணம்.

ஆனால் இந்த மாதிரியான சாலையில் திடீர் சிநேகிதமும், அந்த சிநேகிதனிடம் நான் உனக்கு உதவுகிறேன், நீ என் அப்பாவைக் கொலை செய்யவேண்டும் நான் உனக்கு வேண்டாத உன் மனைவியைக் கொல்கிறேன் என்று பேரம் பேசுவதும், இதே படம் முழுவதும் ஆக்கிரமித்துக்கொண்டிருப்பதும், வாழ்க்கையில் காணாத குரூர கற்பனை. இதற்கும் தமிழ் வாழ்க்கைக்கும் ஒரு சம்பந்தமும் கிடையாது. இது ஒரு குரூரமான கற்பனை. என்று நான் யோசித்துக்கொண்டிருக்கும் போதே, என் மருமகள் சொன்னாள், இது ஹிட்ச்காக்கின் Strangers in a Train என்னும் படத்தின் காப்பி என்றாள். பொத்தென என் சந்தோஷம், தமிழ் சினிமா கனவுகளெல்லாம் உடைந்து சிதறின. இருப்பினும் மீசை முறுக்காத, கோரமாக தலையை விரித்துப் போட்டுக்கொள்ளாத, பயங்கரமாகச் சிரிக்காத, பயங்கரமாக விழிகளைப் பிதுக்காத பயமுறுத்தும் கொடிய வசனம் பேசாத சாதாரணமாக நம்மைப் போல் தோற்றமும் பேச்சும் கொண்ட ஒரு வில்லத்தனத்தை ஏதோ வீடு வாங்குவது போன்று ஒரு கொலைத்திட்டத்தைப் பேசும் வில்லனை, காப்பி அடித்தாவது தமிழ் சினிமாவில் உலவ விட்டிருக்கிறார்களே, அதுவரைக்கும் சந்தோஷப்படலாம். கொலை, வில்லன் என்றால் பி. எஸ் வீரப்பா வகைதான்என்று நினைக்காத தமிழ் சினிமா எட்டிப் பார்த்து விட்டதே.

32

இங்கு நான் எழுதிவருவதையும் தொடர்ந்து அதற்கு வரும் எதிர்வினைகளையும் பார்த்து வருபவர்களுக்கு இதற்கெல்லாம் அப்பால் வெளி உலகில் இந்த சினிமாக்களையும் அதன் ரசிகர்களையும் இவை பத்திரிகைகளில் பெறும் எதிர்வினைகளையும் பார்ப்பவர்களுக்கு ஒரு சில விஷயங்கள் தெளிவாகலாம். ஏற்றுக்கொள்கிறார்களோ என்னவோ. எனக்குள் ஏற்கனவே தெளிவானது இங்கு வலியுறுத்தப்படுகிறது என்றே தோன்றுகிறது. வணிகச் சூழல் அவ்வப்போது ஒரு ரசனையை மக்களிடையே திணித்து லாபம் பெறுகிறது. அதை மக்கள் தாமறியாதே தம்முள் திணிக்கப்பட்ட ரசனையை தமது ரசனையாகவோ தாம் வளர்த்துக்கொண்ட ரசனையாகவோ நினைத்து மாய்ந்து போகிறார்கள். திணிக்கப்பட்டதை தாமாகவே உணர்ந்து ஏற்கவோ மறுக்கவோ செய்வதில்லை.

அன்றைய ஓடாத ஒரு படத்தை தயாரிப்பாளர் தன்னிடம் வேண்ட, என்.எஸ் கிருஷ்ணன் அவரிடம் பரிதாபம் கொண்டு தான் தனியாக தயாரித்துச் சேர்த்து அந்தப் படத்தை ஓட வைத்த மிளகாய்ப் பொடி காமிக்கிலிருந்தே ஒரு சௌகரியத் தெளிவுக்காகத் தொடங்கலாம். நம் சினிமாவின் ஆரம்பமே கூட, சினிமா என்ற ஒரு புது தொழில் நுட்ப சாதனத்தைக் கையாள்வது பற்றி அல்ல. அதை ஒரு கலையாக கையாள்வது எப்படி என்பது பற்றி அல்ல. இது இன்னொரு புதுக் கடை.

இதை வைத்துக்கொண்டு தனக்குத் தெரிந்த மார்க்கெட்டை தனக்குத் தெரிந்த வகையில் எப்படிக் கொண்டுசென்று பணம் பண்ணலாம் என்ற ஒரே சிந்தனை தான். அதனால் தான் முதல் சினிமா படம் எடுக்க வந்தவர், 'வெற்றிகரமாக ஓடிக் கொண்டிருக்கும் நாடகம் எது? பவளக்கொடியா,?

சரி அதை சினிமாவா எடுக்கலாம். அதன் வெற்றிக்குக் காரணமான எம்.கே.டி. பாகவதரா? சரி, அவரையே போட்டுக்க. கூட நடிக்கிறது யார்? எஸ். டி சுப்புலக்ஷ்மியா? சரி, அந்த அம்மாவே இருக்கட்டும். அந்த நாடகத்தை அவங்க வழக்கம் போலவே நடிக்கட்டும். அதான் ஆகி வந்தது. அதையே படமாக்கிப் போடலாம். புதுசா யாரையாவது போட்டு எத்தையாவது புதுசா செய்யறேன்னு செஞ்சு பணத்தைக் கரியாக்க வேணாம்' என்ற பிரமாதமான வியாபார யுக்தியில் பிறந்தது. நாடகத்தையே படம் பிடித்துப் பிறந்தது நம் தமிழ் சினிமா? நம்ம சினிமா என்ன, ஹிந்தி சினிமாவும் தான். அவங்களாவது பின்னாலே அப்பப்போ கொஞ்சம் புத்தி வந்தவங்க ஏதாச்சும் மாறிச் செய்வானுங்க. ஆனால் நாம எத்தனையோ கல் தோன்றி மண் தோன்றா''...ன்னு எதுக்கெடுத்தாலும் தூபம் போடுவானுங்களே (நாமல்லாம் என்ன அந்தக் காலத்து ஆப்பிரிக்க காட்டுமிராண்டிகளா?) தமிழ் மரபுகளை, தமிழ் வரலாறுகளைத் தலையில் சுமந்துகிட்டே இருக்கோம். பணம் தான் பண்ண வந்திருக்கோம். அதே சமயம் இந்த கல் தோன்றா தமிழ் சமாசாரங்களைச் சொல்லியே பணம் பண்ணனும்.

சந்தையில் வெற்றி கண்ட நாடகத்தைச் சினிமா படம் பிடித்ததிலிருந்து, விலை போகாத சரக்கை, மிளகாய்ப் பொடி காமிக் சேத்து சந்தையில் விற்றுப் பணம் பண்ணியதிலிருந்து குத்தாட்டம் இல்லாத தமிழ் சினிமாவா?, அதை எப்படி தமிழ் சினிமா ரசிகன் ஏற்பான்? என்ற சிந்தனையின், அதை ஏற்கும் பொது ரசனையின் கபட நாடகம் இருக்கிறதே அது, கலை என்றும் தமிழ் மரபு என்றும் சொல்லியே சினிமாவும் அரசியலும் இரு தரப்பினரும் தமிழ் நாட்டில் வெற்றிகரமாக அரங்கேற்றி வரும் கூத்தை ரசனை என்றும் தமிழ்ப் பற்று என்றும் இரண்டு மூன்று தலைமுறைத் தமிழனை மூளைச் சலவை செய்தாயிற்று.

இதை மீறி ஒருத்தரும் சிந்திக்க மாட்டேன் என்கிறான். நாம் வாழும் வாழ்வு என்று ஒன்று நிதர்சனமாக நம்மை அன்றாடம் அல்லல் படுத்தி வருகிறது. அது பற்றி சிந்தனையே இல்லாமல் குத்தாட்டம் ஆடி, வசனம் பேசி, எங்கே போனாலும் எதுக்கெடுத்தாலும் பத்துப் பேரை ஸ்டண்ட்

மாஸ்டர் சொல்றபடி விழுத்தாட்டி, பத்து கார்களைப் பறக்க விட்டு, ‘பார் பார் பட்டணம் பார் பயாஸ்கோப் மாதிரி புதுசு புதுசா நயாகராவா, மச்சு பிச்சுவா’ன்னு ஊர் சுத்திக் காமிச்சு, (அங்க தெருவிலே நாற்பது பேரோட தெருவிலே போறவன் வரவன்லாம் வேடிக்கை பாத்து நிற்க டான்ஸ் பண்ண வெக்கப் படமாட்டீங்களாடா நீங்க) .

இவங்க பண்றது இந்தக் கால கலை என்று காலரை தூக்கி விட்டுக் கொண்டு பாராட்டுக்கூட்டம் போடும் ரிக்கார்ட் டான்ஸ். ஒரு காலத்தில் இரவு நேரம் தலையில் துணியைப் போட்டுக் கொண்டு ரகசியமாகப் பார்த்த ரெக்கார்ட் டான்ஸ், இங்கு அரசியல் தலைவர்கள் முன் பாராட்டு விழா விஷயமாகிவிட்டது.

அதிலும் நம் தலைவர்கள் வாய் மலர தம் கலை அனுபவத்தை கண்டு மகிழும் சமாசாரமாகிவிட்டது. எத்தனை தரம் பார்த்தாலும் எத்தனை பாராட்டுக் கூட்டங்களுக்குப் போனாலும் அலுப்பதில்லை. அதிலும் குத்தாட்டம் போடறதுக்கு முன்னாடி குத்தாட்டக் கலைஞி குட்டைப் பாவாடையோடு பக்கத்தில் உட்கார்ந்திருந்தால் இன்னும் சிறப்பு. இந்த அரசு எல்லாக் கலைகளையும் கலைஞர்களையும் போஷிக்கும் அரசு.

நம் அன்றாட வாழ்க்கையை பார்க்க வேண்டும். அதைப் பரிசீலிக்க வேண்டும் என்றால், அதற்கு ஒருத்தர் கேட்டார். ‘அப்படியானா அடுத்த வீட்டுக்குள் ரகசியமாகக் காமிராவை எடுத்துக்கொண்டு போகவேண்டுமா?’ என்று. ஆமாம் அது தான் விஷயம். அடுத்த வீட்டுக்குள் மாத்திரம் அல்ல, உங்கள் எங்கள் வீட்டுக்குள்ளும். வீட்டுக்குள் மாத்திரமல்ல. உங்களுக்குள்ளும் நம் ஒவ்வொருவருக்குள்ளும் காமிராவை எடுத்துச் செல்ல வேண்டும். அடுத்த வீட்டுள்ளும் நம் வீட்டுள்ளும் நம் ஒவ்வொருவருள்ளும் உள்ள உண்மையையும், சொல்லும் உண்மையையும், சொல்லாத உண்மையையும் வெளிக்கொணர வேண்டும். அடுத்த வீட்டுக்குள்ளும் உங்கள் வீட்டுக்குள்ளும் காமிரா நுழைந்து விட்ட பிரமையை நமக்கு தந்துவிட முடியுமானால் அது தான் சினிமா; அது தான் கலை. நம்மை, நம் சமூகத்தை நம் வாழ்க்கையின் உள்ளையும் வெளியையும், உண்மையையும்

தோற்றத்தையும் வெளிக்கொணர முடிந்து விட்டால், எந்த பாவனையுமின்றி, எந்த சந்தையின் முன் முடிவுகளுமின்றி சொல்ல முடிந்து விட்டால் தமிழனுக்கு சினிமா என்னும் கலை தெரிந்து விட்டது; அவனும் ஒரு சினிமா கலைஞனாகி விட்டான் என்று சொல்லிக் கொள்ளலாம்.

அந்த மாதிரியான புதிய பாதையில் அவ்வப்போது எளிய முன் முயற்சிகள், ஒன்றிரண்டு அடி வைப்புக்கள் இருந்துள்ளன. முதல் உதாரணம் பாலு மகேந்திராவின் 'வீடு' ஆனால் நமக்குத் தான் நேர்மையும் உண்மையுமான மனிதர்கள் தேவையில்லையே. பத்து பக்கம் மூச்சு விடாமல் வசனம் பேசுபவர்களும் டெலிபோன் மணி போல் சிரிப்பவளே என்று பாடும் உலக நாயகர்களும் தானே வேணும்!. அந்த மனிதர் இந்த கல் தோன்றா இத்யாதி நாட்டில் வாழ விரும்பினா ஆட முடியாது பெருத்து விட்ட பழம் கதாநாயகிகளை ஒன்று ஆடவை, இல்லை ஒரு கவர்ச்சிக் கன்னியை குளிக்க வை, இல்லையானால் எங்கள் தமிழன் யாரையும் கலைஞனாக ஒப்புக்கொள்ளமாட்டான். அப்படியும் அவரை இருக்குமிடம் தெரியாமல் செய்தாகி விட்டது.

தனுஷ் மாதிரி முகவெட்டோ, ஸ்டைலோ ஒரு மண்ணும் இல்லாத ஒரு ஒல்லிப் பிச்சானை, உள்ளே விட்டதே தப்பு. உள்ளே வந்தாச்சு எப்படியோ. ஆடுகளம் போலவா எப்போதும் எல்லாத்தையும் அனுமதித்துக் கொண்டிருக்க முடியும்? மாமனாராவது கொஞ்சம் கண்டிச்சு ரெண்டு வார்த்தை சொல்லலாம். தனுஷும் டான்ஸ் பண்ணவேண்டாமா, ஸ்டண்ட் வேலையெல்லாம் செய்ய வேண்டாமா? நிலைச்சு நிக்கணுமே? தமிழ் ரசிகன் இருக்கான். விநியோகஸ்தர்கள் இருக்காங்க, எத்தினி டான்ஸ் எத்தினி ஸ்டண்ட் இருக்குன்னு பாத்து ஓடுமா ஓடாதான்னு சொல்ல இருக்காங்களே. பின்னே தொலைக் காட்சி வேறே. சினிமாவிலேயே தோய்ந்து அதிலேயே மலர்ந்து பணம் அள்ளும் தொலைக்காட்சிகள் வேறு, அதுக்கு பிடித்து விட்டால் டாப் டென்னில் முதலாவதாக அது தானே நாலு மாசத்துக்கு விடாம தொடரும்.? பின் பாடல் வெளியீட்டுக் கொண்டாட்டம் என்ன, படத்தின் பின்னணி என்று கொண்டாட்டம் என்ன,

தயாரிப்பாளர், நடிகர், இத்யாதி எல்லாம் என்னென்ன மாயம் எப்படி யெல்லாம் செய்திருக்கோம் என்று சொல்ல வச்சு ஒரு விளம்பரம், புதுசு புதுசா வேறு எங்கும் இல்லாத காணக்கிடைக்காத கலைக் காட்சிகள் தமிழ் தொலைக்காட்சிகளில் காணலாமே. எந்த மட்ட ரகமானால் என்ன? அது கலை தான் பணம் கொட்டுமானால், முதன் மந்திரியும் கலைஞரும் ஒன்றாயிருக்கும் சமயமானால் இன்னும் கொண்டாட்டம் தான். அவருக்கும் கொண்டாட்டம் தொலைக்காட்சிக்கும்; சினிமா தயாரிப்பாளருக்கும். கடைசியில் நம்ம ஏமாளிக் கூட்டம் தமிழ் சினிமா ரசிகர் பட்டாளத்துக்கும்.

33

கடைசியில் கடம்மாவைக் கூட்டிவர அவள் வேலை செய்யவிருக்கும் ஷேக் வீட்டிலிருந்து ஷேக்கின் அப்பனும் அந்த வீட்டு டிரைவரும் வந்து அழைத்துச் செல்கிறார்கள். போகும் வழியில் சேக்கின் அப்பனான கிழவன் அஸ்வினியைத் திரும்பித் திரும்பி பார்த்துக்கொண்டே வருகிறான். அவ்வப்போது தன் கைத்தடியால் டிரைவரைக் குத்திக்கொண்டே வருகிறான். ட்ரைவர் உஸ்மானும் மலையாளிதான்; முஸ்லீம். முஸ்லீமேயானாலும் அவன் அங்கு வயிறு பிழைக்க வந்தவன். வேலைக்காரன் தான். அயல் நாட்டு வேலைக்காரன். ஆனால் ஷேக் ஒரு சௌதி. கொள்ளை பணக்காரன். பெட்ரோல் தரும் பணம். அதில்லாத ஒரு காலத்தில் சௌதிகள் பழங்குடி இன மக்களைப் போல வாழ்ந்தவர்கள். அந்த பழங்குடி இனத்தின் வாழ்க்கைக் கூறுகள் இன்னமும் தொடர்ந்து வரும் விந்தையான நாகரீகம் அவர்களது. எந்தத் தண்டனையும் சாட்டையடிகள் இத்தனை என்று தான் ஆரம்பிக்கும். கொள்ளையாகக் குவியும் பணம் இன்னும் கொடூரத்தை அதிகரிக்கவே செய்யும். டிரைவர் மலையாளத்தில் தன் கிழட்டு முதலாளியைப் பற்றிக் கேவலமாகவும் கேலியாகவும் காரில் வரும் போது அவ்வப்போது அஸ்வினிக்குச் சொல்லிக்கொண்டு வருவான். அவர்களது மாளிகை வந்ததும் இளைய ஷேக் அஸ்வினி உள்ளே நுழையும் முன் அவளிடமிருந்து பாஸ்போர்டை வாங்கி வைத்துக்கொள்வான். இனி அவன் அனுமதி இன்றி அவள் வீட்டுக்கு வெளியே காலெடுத்து வைக்க முடியாது. அவனுக்குத் தெரியாமல் ஓடிவிடமுடியாது. இனி அவள் அந்த வீட்டுக்கு வந்து சேர்ந்துள்ள ஒரு அடிமை தான்.

அவள் அந்த வீட்டு வேலைகள் எல்லாம், துணி துவைப்பது, வீட்டை மெழுகி சுத்தம் செய்வது, சமையல் செய்து வைப்பது குழந்தைகளைப் பார்த்துக்கொள்வது இத்யாதி. வீட்டுப் பெண்கள் ஊர் சுற்றப் போய்விடுவார்கள். வீட்டில் இருக்கும் கிழவன் ஷேக்கின் விஷமங்களையும் பொறுத்துக் கொள்ள வேண்டும். வீட்டில் இன்னொரு இளம் பெண்ணும் வேலைக்காரியாக இருக்கிறாள். இந்தோனேஷியாவைச் சேர்ந்தவள். ஒரு நாள் நடு இரவில் அவளைப் படுக்கையில் காணோம். முதலாளி ஷேக்கின் படுக்கை அறையிலிருந்து அவள் வெளிவருவாள். ஒரு நாள் அவளுடைய கதறலைக் கேட்டு விழித்தவள், ஷேக் அவளை பெரும் குரலில் திட்டிக்கொண்டே சாட்டையால் அடிப்பதும் ஷேக்கின் பெண்டாட்டி திட்டிக்கொண்டே தன் கணவனைத் தூண்டிவிடுவதையும் பார்த்து நடுங்கிப் போகிறாள். மறு நாள் ஷேக்கின் குடும்பம் எல்லாம் வெளியே போயிருக்கும் போது டிரைவர் அந்த இந்தோனேஷியப் பெண் வெளியே தப்பிப் போவதற்கு வழி சொல்லிக்கொடுக்கிறான். அவள் இனி இங்கிருந்தால் உயிரோடு இருக்க மாட்டாள் என்றும் எச்சரிக்கிறான். திரும்பி வந்த ஷேக், அஸ்வினியும் இதற்கு உடந்தையென கருதுவதால் அவளுக்கும் சாட்டையடி விழுகிறது. ஷேக்கின் வீட்டுப் பிள்ளைகள் சிறுவர்களாக இல்லை; ராக்ஷஸப் பிறவிகள் தாம். தின்று கொழுத்துக் கிடக்கும் குட்டி பிசாசுகள். அதுகளுக்கும் கத்தியைக்காட்டி அஸ்வினியைச் சீண்டி பயமுறுத்தல் ஒரு சாதாரண விளையாட்டு.

அஸ்வினி டிரைவர் உஸ்மானிடம், 'இனி இங்கிருந்தால் செத்துவிடுவேன், எனக்கு வீடு திரும்ப வேண்டும்' என்கிறாள். அந்த உஸ்மான் தான் இந்தோனேஷியப் பெண் தப்ப வழி சொன்னவன். இவளுக்கும் பின்புற ஏணியில் ஏறி உயர காம்பவுண்டு சுவரை தாண்டி வெளியே குதித்து நேராகசென்று வலது புறம் போனால் ஒரு மலையாளி முஸ்லீம் கடையைத் தட்டினால் அவளுக்கு அடைக்கலம் கிடைக்கும் என்கிறான். வெளியில் யார் கண்ணிலும் படாமல் பார்த்துக்கொள் என்றும் எச்சரிக்கிறான். உஸ்மானுக்கு இந்தப் பெண்கள் இந்த ராக்ஷஸர்களிடம்

அகப்பட்டு சித்ரவதைக்குள்ளாவது பொறுப்பதில்லை தான். ஆனால் அதே உஸ்மான், அஸ்வினிக்கான சம்பளம் 800 ரியாலில் 200 ரியாலைத் தன் கமிஷன் என்று எடுத்துக்கொள்ளவும் செய்வான். சௌதியில் வாழ்க்கை அப்படியான ஒரு இரட்டை நிலையில் தான் எவரையும் வைத்துள்ளது போலும். மனித அபிமானம் முற்றிலும் இழந்தவர்களும் இல்லை. தம் வாழ்க்கைச் சுயநலத்தையும் பார்த்துக்கொள்ள வேண்டிய நிர்ப்பந்தமும் அவர்களுக்கு இருக்கிறது போலும்.

அஸ்வினி பின்புற ஏணியைக் கொண்டு அந்த 10-12 அடி உயர காம்பவுண்ட் சுவரை ஏறி வெளியே குதிக்கிறாள். அதுவே கை கால் எலும்பை அல்லது இடுப்பை முறித்திருக்கும். ஆனால் அவளுக்கு நேர்ந்தது வெளியே கிடந்த கண்ணாடிச் சில்லுகளால் பாதத்தில் காயம். ரத்தம் பெருகும் காயத்தோடு உஸ்மான் சொன்ன கடைக்குப் போனால் கதவு பூட்டியிருக்கிறது. காயம் பட்டு ரத்தம் ஒழுகும் காலோடு அவள் ஊருக்கு வெளியே பாலைவன மணல் வெளியில் நடந்து செல்வதைத் தான் அடுத்து பார்க்கிறோம்.

நாக்கு வறண்டு கால்கள் தளர்ந்து செல்லும் அஸ்வினி பாலைவன ரோடில் செல்லும் வண்டிகளையெல்லாம் நிறுத்த கை நீட்டுகிறாள். நிற்கும் ஒரு ட்ரக் ட்ரைவரிடம் தண்ணீர் வேண்டுமென சைகை காட்ட அவர்கள் தண்ணீர் கொடுத்து பின்னர் ட்ரக்கின் பின்னால் ஏறிக்கொள்ளச் சொல்கிறார்கள்.. அந்த ட்ரக் நிறைய ஒரு மந்தை வெள்ளாடுகள். அந்த ஆட்டு மந்தையின் இடையே ஒரு பயங்கர தாடியும் மீசையுமான ஒரு ஆள்.

ட்ரக் பாதையை விட்டு விலகி பாலைவன மணல்வெளியில் திருப்பப் படுகிறது. அஸ்வினி பயந்து வண்டியை நிறுத்தச் சொல்லி கூச்சலிடுகிறாள். ட்ரக் ஒரு பாலை வெளியில் தனித்துக் காட்சி தரும் ஒரு பெரிய ஆட்டுக்கிடாய் போன்ற ஒரு கொட்டகை முன் நிற்கிறது. அங்கு ஒரு தோலுரிக்கப்பட்ட ஆடு அனலில் சுடப்பட்டுக்கொண்டிருக்கிறது. அஸ்வினிக்கு ஏதோ சாப்பிடக்கொடுத்து மற்றவர்களும்

சாப்பிடுகிறார்கள். அவர்களது நடத்தையும் சிரிப்பும் அடுத்து அஸ்வினி அவர்களுக்கிரையாகப் போகிறாள் என்பதை உணர்த்தும். ட்ரக்கிலிருந்து ஆடுகளை இறக்கி கிடையில் கட்டித் திரும்பிய அந்த ஒல்லி தாடிக்காரன் மற்றவர்கள் நமாஸ் சொல்லிக் கொண்டிருப்பதைப் பார்த்து, அஸ்வினியைக் கையைப் பிடித்து இழுத்துக்கொண்டு பாலை வெளியில் ஓடுகிறான். மற்றவர்களின் கண்மறையும் தூரம் வந்ததும் மலையாளத்தில், 'இங்கே இருக்காதே ஓடிப்போ, நேரா எங்கேயாவது ஓடி தப்பிப்போ' என்று எச்சரித்துவிட்டு திரும்பி தன் இடத்துக்கு வந்தால், அஸ்வினியைத் தப்ப விட்டதற்கு அவனுக்கு சாட்டையடி விழுகிறது. அவர்கள் அவனைக் கையைக் காலைக் கட்டி வாயில் துணி அடைத்து வண்டியை எடுத்துக்கொண்டு அஸ்வினியைத் தேடப் போகிறார்கள்.

இடையில் ஆடுகளுக்கு தீவனம் சப்ளை செய்யும் ஆள் வருகிறான். அவனும் ஒரு மலையாளி முஸ்லீம். 'ஏய் பஷீர்' என்று சத்தம் போட்டுக்கொண்டு வருகிறவன் வாயடைத்துக் கட்டப்பட்டுக் கிடக்கும் பஷீரை விடுவிக்கிறான். பஷீர் தான் தப்புவித்த பெண்ணைத் தேடிக் காப்பாற்ற வேண்டும் எனறு வந்தவனிடம் வேண்ட அவர்கள் வண்டியெடுத்துக்கொண்டு கிளம்புகிறார்கள். கடைசியில் அவள் எங்கோ மயங்கிக் கிடப்பதைக் கண்டு வண்டியில் அவளை ஏற்றி அனுப்பிவிட்டு பஷீர் தன் கிடைக்குத் திரும்புகிறான். அவனை நாம் படத்தின் கடைசியில் பார்ப்பது ஒரு சவக்கிடங்கில் அடையாளம் தெரியாத இந்திய பிணமாக.

இங்கு இன்னுமொரு முக்கியமான நபரைக் குறிப்பிட மறந்து போயிற்று. அந்த நபரும் ஒரு மலயாளை முஸ்லீம் தான். ரஸாக் என்ற பெயர் கொண்ட social activist. அயல் நாட்டில் திக்கற்றுத் தவிப்பவர்களுக்கு தானே முனைந்து தன்னால் ஆன உதவிகள் செய்பவர். கட்டிட வேலைக்குச்சேர்ந்த தகுந்த ஆவணங்கள் இல்லாத ஒருவர் கட்டிட உச்சியிலிருந்து விழுந்த செய்தி கேட்டு ரசாக் அங்கு வருகிறார். அங்கு விழுந்த நிலையிலேயே கிடப்பவருக்கு கட்டிடவேலை செய்யும் குத்தகைக்காரர் ஆவணம் இல்லாதவரை வேலைக்குச் சேர்த்தது

தெரியவந்தால் தனக்கும் ஆபத்து என்று எந்த உதவியும் செய்ய மறுக்கிறார். மலையாளியே ஆனாலும் நாட்டுக்காரனுக்கு ஒரு அளவுக்கு மேல் உதவி செய்து இக்கட்டிலகப்பட்டுக் கொள்ள தயார் இல்லை. இது அங்கு எல்லோரிடமும் காணும் குணம். உஸ்மான் ஷேக்கின் வீட்டில் அவதிப்படும் பெண்களுக்கு உதவத் தயார். ஆனால் அவர்கள் அகப்பட்டுக் கொண்டால், தனக்கு ஒன்றும் தெரியாது என்று கைவிரிப்பது போல. ரஸாக்குக்கு அஸ்வின் என்று ஒரு மலையாளிப் பெண் எங்கோ வேலைக்குச் சேர்ந்து இப்போது இருப்பிடம் தெரியாது அலைந்து கொண்டிருக்கிறாள் என்ற செய்தி வருகிறது. ரசாக் உஸ்மானிடம் விசாரிக்கும் போது உஸ்மான் தனக்கு ஏதும் தெரியாது என்று சொல்லி விடுகிறான். அஸ்வினி வேலை செய்த ஷேக்கிடம் விசாரிக்கச் சென்ற ரஸாக்குக்கு அங்கு மிரட்டலும் வசையுமே கிடைக்கிறது. ரஸாக்குக்கும் குடும்பம் உண்டு அங்கு, குடும்பத்தைக் கவனிக்காது ஊரார் அவதியையெல்லாம் தன் தலையில் சுமத்திக்கொள்வதாக அவனுக்கு வீட்டிலும் எதிர்ப்பு.

அஸ்வினை பஷீர் கேட்டுக்கொண்டதன் பேரில் தன்னுடன் காரில் ஏற்றிய காசிமுக்கு - (இது நான் இப்போது என் சௌகரியத்துக்குக் கொடுத்துள்ள பெயர். படத்தில் என்ன பெயர் என்பது மறந்து விட்டது) - அஸ்வின் ஒரு வேண்டாத வில்லங்கம். போலீசுக்குத் தெரிந்தால் தனக்கும் ஆபத்து என்று உணர, அவளை பாதி வழியில் இறக்கி ‘எங்கேயாவது போய்க்கோ’ என்று மிரட்டி இறக்கி விட்டாலும் பின் இரக்கம் தோன்றி, அவளை மீண்டும் காரில் ஏற்றித் தன் அறைக்கு இட்டுச் சென்று அவளுக்கு அங்கு பாதுகாப்பு தருகிறான். அவளுக்கு சாப்பாடும் புதிதாக துணிகளும் வாங்கித் தருகிறான். இரவு வந்ததும் அவள் அவன் அறையிலிருக்க, அவன் வெளியில் தன் காரில் உறங்கிக் கழிக்கிறான். ஆனால் மறுநாள் அஸ்வினியும் காஸிமும் கைதாகி சிறையில் அடைக்கப்படுகிறார்கள். சிறையிலும் அவளுக்கு சாட்டையடிகள் விழுகின்றன. பெண் காவலர்களும் அவளிடம் கொடூரமாகத் தான் நடந்து கொள்கிறார்கள்.

ரஸாக் கடைசியில் அவர்களைக் கண்டு பிடித்து சிறைக்குச்சென்று தண்டனை காலம் வரை எப்படியாவது பல்லைக் கடித்துக்கொண்டு கழித்து விட்டால் தான் வந்து காப்பாற்றுவதாகச் சொல்கிறான்.

படத்தின் கடைசிக் காட்சியே அது தான். ரஸாக்கும் அவன் தோழர்களும் இரண்டு கார்களில் வந்திறங்குகிறார்கள் சிறைச் சாலையின் வாசலுக்கு எதிரில். சிறைசாலையின் வெளிக்கதவு திறக்க வெளிப்படுவது அஸ்வினி. அவள் கிட்டத்தில்வந்ததும் ரஸாக் அவளிடம் கொடுப்பது கேரளாவுக்குத் திரும்ப விமான டிக்கட்டும் பணமும். அத்தோடு கட்டாயம் பாஸ்போர்ட்டும் இருக்க வேண்டும். அது எப்படிக் கிடைத்திருக்கக் கூடும் என்பது தெரியவில்லை. சொல்லப்படவும் இல்லை. அஸ்வினியின் உயிர் நாடியே, ஷேக் அவள் அங்கு கால் வைத்த தினமே பிடுங்கி தன்னிடம் வைத்துக்கொண்ட அந்த பாஸ்போர்ட் தான். அவளுக்கு அது உயிர் நாடி. ஷேக்குக்கு அது ப்ளாக்மெயில் சாதனம். இது அரபு நாடுகளில் வேலைக்குச் செல்லும் எல்லோருக்கும் நேர்வது தான்.

பின்னால் வண்டியில் இருப்பது அவளுக்கு கடைசியாக தஞ்சம் அளித்த காஸிம் என்னும் ட்ரைவர். அவனுக்கும் சிறையிலிருந்து விடுதலை கிடைத்து விட்டது.

இன்னும் ஒரு காட்சி பாக்கி இருக்கிறது. ரஸாக்குக்கு டெலிபோன் வருகிறது. ஒரு அனாதைப் பிணத்தை அடையாளம் காணவேண்டும் என்று. அந்தப் பிணம் ஆட்டுக்கிடையின் பொறுப்பிலிருந்த, அஸ்வினியைத் தப்பி ஓடச் சொல்லி இழுத்துச் சென்ற பஷீர். ஆனால் ரஸாக்குக்கு அவனைத் தெரியாது. பஷீர் அனாதைப் பிணமாக சௌதி சவக்கிடங்கில் ஒரு பெட்டியில் அடைபட்டுக் கிடக்கிறான்.

இது தான் கடம்மாவின் கதை. கதையைச் சொன்னேனே ஒழிய நம் முன் விரியும் திரைப்படத்தின் குணத்தைச் சொல்லவில்லை. இது தான் திரைப்படத்தை எழுத்தில் சொல்லும் போது எழும் போதாமைகள்.

இந்தப் போதாமை, காட்சியில் காணும் அற்புதக் கலைப் படைப்பை அபத்தமாக உருமாற்றிக் காட்டும் பலம் கொண்டது. சொற்கள், காட்சியில்

காணும் அபத்தத்தை வேறு ஏதோவாகத் தான் உருமாற்றிக் காட்டும் சாத்தியம் கொண்டவை. ஆனால் ஒரு போதும் அபத்தத்தை கலையாக்கிக் காட்டி விடமுடியாது தான். அந்த அளவு நிம்மதி கொள்ளலாம்.

முதலில் நான் இதில் காணும் குறைகளைச் சொல்லிவிடுகிறேன். அஸ்வினிக்கு அவள் பிறந்த கேரள கிராமத்து வீட்டிலிருந்து நேர்வதெல்லாம் கடைசி வரை ஒரே சோகக் கதை தான். அவளைத் துரத்தித் துரத்திக் காதலிப்பவனுக்கே அவள் மனைவியாக வாய்க்கிறாள். அவனும் செத்துத் தொலைக்கிறான். அவள் குடும்பத்தைக் காப்பாற்ற அவள் ஒரு ஏஜெண்ட் மூலம் சௌதி போகிறாள். அங்கு கால் வைத்த நிமிடத்திலிருந்து அவளுக்கு உலகத்தில் உள்ள கொடுமைகள் எல்லாம் நேர்கிறது. எப்படியோ எத்தனை முறை எத்தனை வெவ்வேறு இடங்களில் கொடூர ஆண்களிடம் அகப்பட்டுக்கொண்ட போதிலும் அவளை யாரும் தொடுவதில்லை. அவளோடு அதே அறையில் தங்கியிருக்கும் இந்தோனேஷியப் பெண் தினம் கற்பழிக்கப்படுகிறாள். சாட்டையடி விழுகிறது. ஆனால் அஸ்வினி தமிழ்ப்படக் கதாநாயகி போல இலங்கைச் சிறையில் அனுமன் கண்ட கற்பெனும் பெயரதொன்றாகத் தான் தப்பி விடுகிறாள். கதாநாயகிக்கு தமிழ்த் திரைப்பட மரபு கொடுக்கும் கௌரவத்தை மலையாளத் திரைப்படமும் கொடுத்துள்ளது போலும். இதைத் தவிர சௌதி அரேபியாவில் ஒரு அயல் நாட்டு இளம்பெண்ணுக்கு விதிக்கப்படும் அவதிகள் அத்தனையும் அவளுக்கு நேர்கிறது. அந்த அவதியும் கொடுமையும் யாருக்கும் நேராத கற்பனை அல்ல. அவை அங்குள்ள யதார்த்தங்கள். ஆனால் அவை எல்லாம் ஒரு சேர அஸ்வினிக்கு நேர்வது தான் இந்தப் படத்தை நவீன நல்லதங்காள் கதையாக்கி விடுகிறது.சென்னையிலும் தமிழ் நாட்டிலெங்கிலும் குப்பையும் சாக்கடைத் தண்ணீரும் தெருவில் கொட்டிக்கிடப்பது உண்மைதான். ஆனால் எல்லாவற்றையும் ஒரு இடத்தில் திரட்டிக் குவித்தால் அது உண்மையல்லவே. பலரால் பல இடங்களிலும் அனுபவிக்கப் படும் கொடுமைகளையெல்லாம் ஒரே பெண்ணின் மீது

சுமத்தினால் அது கொஞ்சம் அனுபவ யதார்த்தத்தை கற்பனையாக்கி விடுகிறது.

குழந்தைகள், குழந்தைகள் தான் உலகெங்கிலும். அது வயது ஆக ஆகத் தான் சுற்றுச் சூழலிருந்து கற்று என்னவோ ஆகிப் போகின்றன. எவ்வளவு தான் தீய சக்திக்கு உருக்கொடுத்த மாதிரி நம் அரசியல் தலைவர்கள் இருந்தாலும் அவர்கள் குழந்தைப் பருவத்தில் கட்டாயம் நம் கொஞ்சுதலுக்கு உரியவர்களாகத் தான் இருந்திருப்பார்கள். இன்று நம் நிலத்தை அபகரித்தவர்களுக்கு அன்று ‘மிட்டாய் சாப்பிறயாடா கண்ணு’ என்று பிரியம் காட்டியிருப்போம். தவழும்போதே அசுரர்களாகவா இருந்திருப்பார்கள்?. அஸ்வினி வேலைக்குச் சேரும் ஷேக் வீட்டின் சிறுவன் கூட ராக்ஷஸப் பிறவியாக கத்தியை எடுத்துக்கொண்டு மிரட்டுகிறான். அரபு நாட்டுக் குழந்தைகளும் சிறு பிராயத்தினரும் எந்த நாட்டினரும் போல மிக அழகாக ஒரு தெரியாத்தனத்துடன் தான் இருப்பார்கள். அவர்களையும் ராக்ஷஸர்களாக்குவானேன்? இதுவும் தமிழ் சினிமாத்தனம் கேரளாவிலும் பரவியிருப்பதைத் தான் சொல்கிறதோ என்னவோ.

கடைசிக் காட்சியில் ரஸாக் சிறைச்சாலை வாசலுக்கு எதிரே இரண்டு கார்களில் வந்து அஸ்வினி வெளியே வந்ததும் தன் கைகளில் தயாராக வைத்திருக்கும் பணம் பாஸ்போர்ட், விமான டிக்கட் எல்லாம் அஸ்வினிக்குக் கொடுத்து அபய வசனம் பேசுவது டிபிகல் தமிழ் சினிமா அபத்தம். பெண் ரசிகர்கள் கண்ணீர் சிந்தலாம். அழக்கூட அழலாம் முடிந்தால்.

இனி இதையெல்லாம் மீறி இங்கு இந்தப் படத்தைப் பற்றி இவ்வளவு எழுத நேர்ந்த நியாயம் பற்றிச் சொல்ல வேண்டும்.

நேராகக் கதை காட்சிப் படுத்தப்படுகிறது. அஸ்வினி ஒரு இடத்தில் கூட நம்ம சௌகார் ஜானகி போல, கன்னாம்பா போல அல்லது இன்னும் சமீபத்திய விஜயகுமாரி போல அழுது புலம்பவில்லை; ஒப்பாரி வைக்கவில்லை; நீண்ட வசனம் பேசுவதில்லை. அஸ்வினி முழுப்

படத்திலும் பேசுவது மொத்தம் ஒரு பத்து பதினைந்து வரிகளுக்கு மேல் போகாது. அதிகம் அவள் நா தழுதழுக்கிறது அவ்வளவே. படம் முழுதிலும் கூச்சலே இல்லை. அமைதியாகவே தன் துன்பத்தை எதிர்கொள்கிறாள். எந்த இடத்திலும் யாரும் அனுபவத்தை யதார்த்தத்தை மீறிய வசனம் பேசுவதில்லை. ஒரு கொடூர வாழ்க்கையும் அக்கிரம அதிகாரமும் நிலவும் சூழலில் ஒரு சண்டை காட்சிகள் கிடையாது. டான்ஸ் கிடையாது. குத்துப் பாட்டு கிடையாது. நேரான கதை சொல்லலில். வாழ்க்கையின் அனுபவம் நம் முன் விரிகிறது. எல்லாம் அன்றாடம் சந்திக்கும் மனிதர்கள். நம் சினிமா மரபின் அத்தியாவசிய ஹீரோக்கள் ஹீரோயின்கள் கிடையாது. நேரான, சின்சியரான கதை நம் முன் காட்சிகளாக விரிகிறது.

சௌதி அரேபியாவில் இதன் ஷூட்டிங் நடந்திருக்க சாத்தியமா? தெரியாது. ஆனால் பாலைவனக் காட்சிகள், வண்டிகளின் நெரிசல் நிறைந்த தெருக்காட்சிகள் எல்லாம் சௌதி அரேபியாவைத் தான் நம் முன் நிறுத்துகின்றன. இவை வேறு எங்கு சாத்தியம் என்று எனக்குத் தெரியவில்லை.

அராபியர்கள் அரபி பேசுகிறார்கள். மலையாளிகள் மலையாளம் தான் பேசுகிறார்கள். இந்தோனேஷியப் பெண் அவள் மொழியில் தான் தனக்குள் ஒரு பாட்டை முணுமுணுக்கிறாள்.

கட்ட பொம்மனில் வரும் மொழிக் கொடுமை இங்கு நடப்பதில்லை. அரபியில் பேசும் பொழுது மலையாளாத்தில் கீழே அதன் மொழிபெயர்ப்பு ஓடும்.

கடைசியாக மிக மிக முக்கியமாக இந்தப் படத்தில் சொல்லப்படும் வாழ்க்கையின் உண்மையும் அதைச் சொல்லும் நேர்மையும்.

கேரளாவிலிருந்து அரபு நாடுகளுக்கு வேலை தேடிச் செல்வோரின் எண்ணிக்கை வேறு எந்த மாநிலத்தையும் விட மிக அதிகம். அவர்கள் கேரளாவுக்கு அனுப்பும் பணம் எத்தனை பில்லியனில் என்பதை நாடு அறியும். அவர்கள் அனைவரும் அங்கு வேலை செய்ய மட்டுமே உரிமை

பெற்றவர்கள் . வாழும் உரிமையோ குடி உரிமையோ பெற்றவர்கள் அல்ல; அன்னியர்கள் தான்; எந்த நேரத்திலும் பலவந்தமாக திருப்பி அனுப்பப்படும் நிலையில் உள்ளவர்கள் தான். இங்கு பங்களாதேஷிலிருந்து குடியேறி ரேஷன் கார்டும் வேலையும் பெற்று ஓட்டுரிமைக்கு வாதமிடும் கோடிக்கணக்கான பங்களா தேசி முஸ்லீம்கள் போல அல்ல. அவர்களை எதுவும் சொல்ல இந்த எதிர்கால வல்லரசு பயந்து நடுங்குகிறது. அதன் கால் உதறல் உலகம் அறிந்தது.

இப்படத்தில் வெளிப்படும் சௌதி அரேபியர்களின் சித்திரம் எள்ளளவிலும் அவர்களுக்கு உவப்பானதல்ல. இங்கிருந்து தம் ஏழ்மையிலிருந்து விடுதலை பெற அங்கு உழைக்கச் செல்லும் நம் மக்கள் அங்கு சந்திப்பது இனவெறியின் கொடுமை. பணத்திமிரின் அரக்கத் தனம்; அதிகாரத்தின் கொடூரம். அங்கு செல்பவர்கள் முஸ்லீம்களானாலும் அவர்கள் மதவெறியிலிருந்து தப்பலாமே ஒழிய, மற்ற கொடுரங்களுக்கு இரையாகிறவர்கள்தான்.

அவர்கள் அனுப்பும் பல்லாயிரங்கோடிகளின், அல்லது லக்ஷங்கோடிகளின் பின்னிருப்பது அவர்கள் எதிர்கொண்ட கொடூரங்கள். இதை இழக்க கேரள அரசும் விரும்பாது; இந்திய அரசும் விரும்பாது. போபால் விஷ வாயுவினால் பாதிக்கப்பட்ட இந்தியர்கள் ஒரு பொருட்டல்ல; புதை மூடி மறைக்கும். இந்திய அரசின் கவலை, இந்தியாவுக்கு வரும் அந்நிய முதலீடு பாதிக்கப் படக்கூடாது என்பது தான். 2-ஜி கொள்ளையிலும் இது கொள்ளை என்று தெரிந்தும் அதை மறைக்கச் செய்யும் பிரயத்தனங்கள், இது பூதாகாரமாக வெடித்து விடக்கூடாதே என்ற கவலை இந்திய அரசுக்கு. காரணம் கொள்ளையடித்த கம்பெனிகள் கடைமூடப்பட்டால் மறுபடியும் அந்நிய முதலீடு வருவது பாதிக்கப்படுமே என்ற கவலை தான். அந்நிய முதலீடுகளுக்காக இந்திய அரசு எந்த இழப்புக்கும் தயார் என்ற கொடுமை. சக மனிதர்களை சக மனிதர்களாகவே கருத விரும்பாத நிலையைக் கண்டும் வாய் மூடிக்கிடக்கும் இந்திய அரசு.

இந்த பின்னணியில் அராபிய நாடுகளுக்கு வேலை செய்யச் செல்லும் நம் மக்கள் எத்தகைய கொடுமைகளை சந்திக்கிறார்கள், எத்தகைய சமூகத்தின் கொடூரங்களை அனுபவித்து இந்தியாவுக்கு பணம் அனுப்புகிறார்கள் என்பதைச் சொல்வதில், இந்தப் படம் எத்தகைய தயக்கத்தையும் காட்டவில்லை.

இந்தப் படம் நமக்கும் அரபிய நாடுகளுக்கு இடையேயான நல்லுறவைப் பாதிக்கும் என்று சொல்லக் கூடும் இந்திய அரசும், மாநில அரசும். அவர்களுக்கு வேண்டியது இவர்கள் அனுப்பும் லட்சம் கோடிகள்; அல்லது பல ஆயிரம் கோடிகள்.

இது போன்ற ஒரு கதையும் படமும் தமிழில் சாத்தியமில்லை. ஒரு சாதியை இனம் காட்டி ஒரு பாத்திரம் உலவ முடியாது. சுஜாதா கதையில் ஒரு கவுண்டரோ நாடாரோ வந்து விட்டால் குமுதம் அலுவலகத்துக்கு எதிரில் கலவரம் வெடிக்கும். அந்தத் தொடர் உடன் நிறுத்தப்படும். ஒதுக்கீடு பற்றி ஒரு படம் வந்தால் அதற்கு தடை உடனே வரும். ‘பம்பாய்’ படம் எத்தனை தான் உண்மையோடு உறவற்று கற்பனையேயானாலும் பால் தாக்கரேயிடம் சென்று அனுமதி பெற்றேயாக வேண்டும். ‘இருவர்’ கதை எத்தனை உண்மைக்கு மாறான திருகல்கள் கொண்டிருக்க வேண்டியிருக்கிறது. இந்த எழுபது எண்பது வருட கால தமிழ் சினிமா வரலாற்றில் வெளிவந்துள்ள பல்லாயிரக் கணக்கான படங்களில் எதாவது ஒன்று, ஒன்றே ஒன்று வாழ்க்கையை நேராக எதிர்கொண்டது என்று சொல்ல முடிவதில்லை. பாரதியார்கூட ரயில் பிச்சைக்கரரன் மாதிரி ஓடுகிற ரயிலில் பாடுபவராகக் காண்பது தான் நமக்கு பிடிக்கிறது. ஒரே அபத்தமான கற்பனை உலகில்தான் நாம் சஞ்சரித்து வருகிறோம். அதற்குப் பழக்கமாகியுள்ளோம்.

‘கடம்மா’ நமக்கு முற்றிலும் மாறான ஒரு சிந்தனை கொண்ட சமூகத்திலிருந்து பிறந்துள்ளது. இதை எதிர்க்கொள்ளக்கூடிய தைரியம் கூட நமக்கு இல்லை என்பது தான் உண்மை.

கடைசியில் ஒரு வார்த்தை. 'கடம்மா'வை ஒரு கலைப் படைப்பு என்று நான் சொல்ல மாட்டேன். ஆனால் அதில் உண்மை உண்டு; நேர்மை உண்டு; அதைச் சொல்லும் தைரியம் உண்டு. இம்மாதிரியான படங்கள் மலையாளத்தில் அபூர்வம் அல்ல; நிறைய உண்டு. வணிக அபத்தங்களுக்கு இடையே இவையும் கணிசமான என்ணிக்கையில் உண்டு. இவற்றின் பெருக்கத்தில் தான் கலைப் படைப்புகள் வரும் சூழல் உருவாகும்.

நாம் கடம்மாவுக்கு வெகு தூரம் கண்ணுக்கெட்டாத தூரத்தில் இருக்கிறோம்.

கடம்மாவைத் தொடும் நிலைக்கு நாம் தயாராகவே இல்லை.

34

இப்போது ஒரு ஒடியா மொழிப் படம் பற்றிப் பேசலாம் என்று நினைக்கிறேன். கல்தோன்றி மண் தோன்றாக் காலத்துக்கும் முன் தோன்றிய மூத்த குடிகளைக் கொண்ட தமிழ் நாட்டுக்கு ஒடிஸ்ஸா ஈடு சொல்ல முடியாது. நாமதான் எங்கிய்ய்யோயோ... போய்ட்டோமே. எங்கிய்ய்யோயிருந்து எங்கிய்யோ போய்ட்டோம். என்றோ கடல் விழுங்கிவிட்ட லெமூரியாக் கண்டமும் கூட கல் தோன்றா இத்யாதி தமிழர்கள் வாழ்ந்த நாடு தானாமே. தமிழில் இருந்து தானே உலகத்தின் மற்ற மொழிகள்லாம் பொறந்ததாமே.. தேவநேயப் பாவாணரே சொல்லிட்டுப் போயிருக்கார். சரி இவ்வளவு பெருமைகள் தாங்கமுடியாத நம் தமிழ் சினிமாவுக்கு கிட்டத்தட்ட ஆயுசு எண்பதுக்கு மேலே ஆயிடுத்து. நம் ஊர் தொழில் நுட்பத்துக்கு பம்பாய் சினிமா என்ன, ஹாலிவுட் சினிமாவே தலை வணங்குதாமே.

கமலஹாஸனுக்கு மேக்கப் போடறதுக்கு மாத்திரம் தான் ஹாலிவுட்டிலேர்ந்து ஆள் வரவேண்டியிருக்கு. (ஏன்னா கமலஹாஸனுக்கு ‘வேஷம்’ போடத் தெரியாது. தமிழனுக்கே ’வேஷம்’ போடத் தெரியாது. ஆகையினாலே தான் ஹாலிவுட்லேர்ந்து ஆள் வரவேண்டியிருக்கு. நம்மூர் சூப்பர் ஸ்டார், கலைஞர் நாமகரணம் சூட்டிய சுப்ரீம் ஸ்டார், முத்தமிழ் வித்தகருக்கு ஆங்கிலத்திலே தான் விருதுக்கு பேர் தோணுது பாருங்க), லட்சிய நடிகர், நடிப்பிசைப் புலவர், காதல் மன்னன், நடிகர் திலகம் இயக்குனர் சிகரம், இசைஞானி, இப்படி நம்ம கிட்ட நூத்துக்கணக்கிலே... சொல்லி மாளலே நம்ம பெருமையை. 25 கோடி ருபா சம்பளம் வாங்கற, ஒரே சமயத்திலே பத்து வேஷம் போடற,. குண்டுப் பொம்பளை வேஷத்திலேயிருந்து குள்ளன் வேஷம் வரைக்கும்

போடற 58 வயசிலேயும் தனக்கு ஜோடியா 18 வயசு ஹீரோயினைத் தேடி ஹாலந்துக்கும் தாய்லாந்துக்கும் போயி வலைவீசுற ஹீரோக்கள் நம்மகிட்டே தானே இருக்காங்க. அப்படி இருக்கச் சொல்ல, போயும் போயும் ஒரு ஒடியா படத்தைப் பற்றித் தமிழனுக்குச் சொல்ல வரலாமா?

பொருளாதாரத்தில், கல்வியில் மிகவும் பின் தங்கிய மாநிலம். இலக்கியத்திலும் அப்படி சொல்லும்படியாக ஏதும் இல்லை. ஜெயதேவரை ஒரிஸ்ஸாவில் பிறந்தவர் என்பார்கள். ஆமாம் சுபாஷ் சந்திரபோஸ் கூட கட்டக்கில் பிறந்தவர் தான். ஆகையினால் என்ன?. சிற்பம், ஓவியம், நடனம் (ஒடிஸ்ஸி) என்று பேசுவதாக இருந்தால் அவையெல்லாம் பழைய சமாசாரங்கள் அல்லவா? இன்றைய காலகட்டத்தில் படைப்பு என்று சொல்ல என்ன இருக்கிறது? நாம் பேசுவது சினிமா பற்றி அல்லவா? அதற்கான தொழில் நுடபம், கட்டமைப்பு வசதிகள் பற்றி. அல்லவா? தமிழ் நாட்டில் ஒரு வருடத்தில் எடுக்கப்படும் படங்களின் எண்ணிக்கை, ஒரிஸ்ஸாவில் ஆதியிலிருந்து இன்று வரை எடுத்த படங்களின் தொகையை விட அதிகம். ஒரிஸ்ஸாவில் ஸ்டுடியோ என்று ஒன்று கூட கிடையாது. படம் எடுக்க கல்கத்தா தான் போயாக வேண்டும். ஒரிஸ்ஸாவின் திரையரங்குகளில் ஒடியாப் படம் திரையிடப்படுவதில்லை. ஏன்? அடுத்த நாள் திரையரங்கின் கதவை மூடிக்கொண்டு எங்காவது போகவேண்டித்தான் நேரும். ஒரிஸ்ஸா திரையரங்குகளில் சல்மான் கான், ஷாருக்கான், அபிஷேக் பச்சன் படங்கள் ஓடும். இல்லையானால் வங்காளி மொழிப் படங்கள் ஓடும்.

இப்படியாப்பட்ட வறண்ட மண்ணிலிருந்து வரும் படம் ஒன்றையா 70 வருடகாலம் நீண்ட மகத்தான சரித்திரம் படைத்த தமிழ்ப் படங்களைப் பற்றிப் பேசும் சந்தர்ப்பத்தில் பேசுவது என்று ரஜினி காந்த் நலம் பெற மொட்டையடித்துக் கொள்பவர்களும் கட்அவுட்டுக்கு பாலாபிஷேகம் செய்பவர்களும் கொண்ட பக்த ஜனங்கள் கேட்கலாம். ஆமாம். அதுவே தான் காரணம். நம்மிடம் குவிந்து கிடப்பது 70 - 80 வருடகாலமாக ஒவ்வொரு வருடமும் மேலும் மேலும் சேர்த்து மலையெனக் குவிந்துள்ள குப்பை கூளம் இல்லை ஒரிஸ்ஸாவில். அவர்களது மண்

என்னமும் செய்ய சுதந்திரம் தரும் வெற்றிடமாகும். நமக்கு அந்த சுதந்திரம் மறுப்பது மலையாகச் சேர்ந்துள்ள குப்பை கூளம். அதை அகற்றாதவரை, அதைப் போற்றிப் புகழ்ந்து அதிலேயே மாய்ந்து கிடக்கும் வரை, நாம் ஏதும் புதிதாகச் சிந்திக்கவோ செய்லாற்றவோ முடியாத நிலை. இந்தச் சுமை ஒரிஸ்ஸாவில் சினிமாத் துறையில் செயல்படுபவர்களுக்கு இல்லை. இது மிகச் சாதாரண பொது அறிவு சார்ந்த சமாசாரம். முதலில் நிலத்தைச் சீரபடுத்தாமல் அங்கு ஏதும் பயிரிடமுடியாது. நாம் தலைமுறை தலைமுறையாகக் குப்பை கொட்டிக் குவித்து வந்துள்ள இடத்தில் அந்தக் குப்பையை முதலில் அகற்றிச் சுத்தப்படுத்தாமல் அங்கு வீடு கட்டமுடியாது.

முன்னாலேயே சொல்லியிருக்கிறேன். நாற்பதுகளில் திருவள்ளுவரைப் பற்றிய படமானாலும் அதில் சிவபெருமானோ, திருப்பாற்கடலில் சயனித்திருக்கும் விஷ்ணுவோ, இந்திர சபையோ நாரதரோ இல்லாது திருவள்ளுவர் கதை சொல்வது சாத்தியமில்லாது இருந்த காலம் உண்டு. ‘எவண்டி ஒன்னைப் பெத்தான், பெத்தான், அவன் செத்தான், செத்தான்’ என்று காக்கா வலிப்பு வந்தாடும் ஆட்டமோ இல்லை, இன்னமும் அந்த ரக ஏதோ ஒன்றோ இல்லாது நமக்கு எதுவும் சாத்தியமாவதில்லை. காலத்துக்குக் காலம் சம்பந்தமில்லாத குப்பைதான் எது என்பது மாறுகிறதே தவிர குப்பைகள் குவிந்து கொண்டு தான் வருகின்றன. எச்சில் இலையும் காய்ந்த சருகுகளும் நறுக்கிய காய்கறிகளின் தோலும் ஒரு காலத்தில் குப்பையாக இருந்தன. இப்போது ப்ளாஸ்டிக் பைகளும் சானிடரி நாப்கின்களும், ‘சென்று வருக, வென்று வருக’ ‘தளபதியே, தந்தையே’ சுவரொட்டிகளின் கிழிசல்களும் குப்பைகளாவது முன்னேற்றமாகாது.

ஒடியாவில் படம் எடுக்க வருபவனுக்கு இந்த பிரச்சனைகள் ஏதும் முன்னிற்பதில்லை. அவன் ஏதோ சொல்ல வருகிறான். அதை மாத்திரம் நேர்மையாக எந்த மசாலாக் கலப்பும் இல்லாமல் சொல்லி விட முடிகிறது. அவன் சொல்ல வருவதும் அவன் மண்ணைச் சார்ந்தது. அவன் இன்று வாழும் வாழ்க்கையை அல்லது நேற்று வாழ்ந்த வாழ்க்கையைச் சார்ந்தது.

இந்தத் தொடரை எழுதச் சொல்லி அருண் கேட்டபோது, அதாவது கிட்டத்தட்ட ஒரு வருஷத்துக்கு முந்தி ஒரு நாள் தொலைபேசியில் அழைப்பு வந்த போது அதற்கு ஒன்றிரண்டு வாரங்கள் முந்தி தான் லோக் சபா சானலில் ஒரு சனிக்கிழமை இரவுக் காட்சியில் இந்தப் படத்தைப் பார்த்தேன். அதற்கு முந்திய சனிக்கிழமையோ என்னவோ ஒரு மலையாளப் படமும் பார்த்தேன். அதற்குப் பெயர் 'ஓரோரிடத்து பயில்வான்' என்று நினைப்பு. இந்த இரண்டு படங்களைப் பற்றியும் எழுதலாம், நம் தமிழ்ச் சூழலில் இந்த மாதிரி சாதாரண முயற்சிகள் கூட நினைத்தும் பார்க்க இயலாத பகீரத பிரயத்தனங்களாக ஏன் ஆகிவிட்டன என்று நினைத்து எழுத ஆரம்பித்தேன். தமிழ்ச் சூழலின் வறட்சியைச் சொல்ல ஆரம்பித்தது இவ்வளவு நீண்டு விட்டது. குப்பை நிறையத் தான் சேர்ந்து விட்டது என்பதற்கு இதைவிட வேறு சாட்சியம் என்ன வேண்டும்?

இரண்டு படங்களையும் பற்றி என் நினைவில் பதிந்துள்ள அளவு தான் சொல்ல முடியும். காட்சிக்குக் காட்சி விரிவாக எழுத வேண்டிய அவசியமும் இல்லை, இப்போதைய என் தேவைக்கு. மலையாளப் படத்தின் பெயராவது நினைவில் இருக்கிறது. ஒடியா படத்தின் பெயர் கூடத் தெரியாது. ஏனெனில் பத்து நிமிடம் தாமதமாகத் தான் பார்க்க ஆரம்பித்தேன். ஒருவாறாக கதை நினைவில் இருக்கிறது. சில காட்சிகள் மனதில் ஆழமாகப் பதிந்துள்ளன.

கதை பைராகி பிக்குகளைப் பற்றியது. இவர்கள் சன்னியாசிகள். ஆண்கள் மாத்திரமே. பெண்களுக்கு இதில் இடமில்லை. பிரம்மசாரிகள் ஒரு இடத்தில் இருக்க மாட்டார்கள்; ஊர் ஊராக சுற்றிக் கொண்டிருப்பார்கள். தெய்வத்திற்கு தங்கள் ஜீவனை அர்ப்பணம் செய்துகொண்டவர்கள். குருவின் ஆணைப்படி எங்கு தேவையோ அங்கு யாகம் செய்வார்கள். மக்கள் சுபிட்சமாக வாழவேண்டும். மழை பெய்யவேண்டும், பயிர்கள் செழித்து நன்கு விளையவேண்டும் என்னும் ஊர் மக்களுக்கான பிரார்த்தனையோடு யாகம் செய்வார்கள்; பாடுவார்கள்; ஊர் ஊராகச் செல்பவர்கள் கிராமத்தில் ஒரு வீட்டின் முன்

நின்று 'அலேக் மஹிமா' என்று குரல் கொடுப்பார்கள். சற்று நேரம் நிற்பார்கள். வீட்டிலிருந்து ஏதும் உணவு வருமானால் ஏற்றுக் கொள்வார்கள். இல்லையெனில் அடுத்த வீடு. இப்படித் தான் அவர்கள் வாழ்க்கை தினமும் கழிகிறது. வழியில் யாருக்கும் உபதேசம் செய்வது குருவினால் தடை செய்யப்பட்டுள்ளது. யாரும் தம் விருப்பத்தின் பேரிலேயே பைராகியாகச் சேர்கிறார்கள். விருப்பத்தின் பேரிலேயே தொடர்ந்தும் பைராகியாக இருப்பார்கள். யாரையும் உபதேசித்தோ, வாதம் செய்தோ சன்னியாசியாக்குவதோ சேர்ந்த பிறகு விருப்பமில்லாமல் போனால் தொடர்ந்து இருக்க வற்புத்துவதோ கூடாது. குருவின் ஆணை அது. குருவின் ஆணைப்படி இன்னுமொரு கட்டளை. யாரும் பயணம் செய்யும் போது தன் சொந்த ஊர்ப்பக்கம் போகக்கூடாது. விட்டு வந்த பாசம் திரும்ப ஒட்டிக்கொள்ளும் வாய்ப்பு ஏற்படும் என்ற காரணத்தால். ஆனால் திரும்ப விருப்பமிருந்தால் அவர் போய்க் கொள்ளலாம். யாரும் கட்டாயப் படுத்தப் படக் கூடாது. இவையெல்லாம் பைராகி பிக்குகளின் பயணத்தின் போது அவ்வப்போது ஒருவர் மற்றவருடன் வெளிப் படும் பேச்சில் தெரியவருகிறது.

இதில் ஒரு பைராகி எதுவும் பேசுவதில்லை. ஆனால் இக்குழுவோடு சகஜமாக ஒட்டாமல் ஏதோ மனம் அழுந்தி வேதனைப்படுவது அவன் அவ்வப்போது தனித்திருந்து ஏதோ நினைப்பில் ஆழ்ந்து அமைதியாக இருந்து விடுவதிலிருந்து நமக்குத் தெரியவருகிறது. அக்கூட்டத்தில் மூத்தவனாகத் தோன்றும் ஒரு பைராகி தன் சகாக்களிடம் 'அவன் தனக்குள் ஏதோ மனம் பேதலித்துத் தவிப்பவனாகத் தோன்றுகிறது. அவனை யாரும் ஏதும் சொல்லவும் வேண்டாம். வற்புறுத்தவும் வேண்டாம். தானாக மனம் தெளிந்தால் நம்மோடு வந்து சேர்ந்து கொள்வான். அவன் பிரச்சினையை அவனே தான் தீர்த்துக்கொள்ளவேண்டும். வாருங்கள் நாம் போகலாம்' என்று தன் சகாக்களை அழைத்துக்கொண்டு பயணத்தை மேற்கொள்வான். தனித்து விடப்பட்டவன் பிறகு ஏதோ தனக்குள் நிச்சயித்துக் கொண்டு அவர்களைப் பின் தொடர்வான். மனம் முற்றும் தெளிந்தல்ல. ஆனால் முடிவாக செய்வதறியாது இப்போதைக்கு என்று செய்து கொண்ட முடிவு.

அவர்கள் பயணம் தொடரும். போகும் இடமெல்லாம் பாடிக்கொண்டும் தேவ நாமத்தை ஸ்மரித்துக்கொண்டும் செல்வார்கள்.

யாருடைய சொந்த ஊருக்கும் செல்லக் கூடாது என்று குருவின் ஆக்கினை இருந்த போதும் ஒரு சமயம் அவர்கள் எந்த வீட்டின் முன் நின்று 'அலேக் மஹிமா' என்று சொல்கிறார்களோ அது மனத் தத்தளிப்பில் தவிப்பவனின் வீடு. அந்த வீட்டிலிருந்து அவன் தாய் பிச்சையிட வருகிறாள். கூட அவளுக்கு உதவியாக அவளைத் தாங்கி வருவது ஒரு இளம் பெண். உணவுப் பாத்திரத்தோடு வந்தவள் வாசலில் நிற்கும் பைராகிகளைப்பார்த்ததும் அவர்களைக் கூர்ந்து பார்க்கத் தோன்றுகிறது. அவள் தன் மகனை அடையாளம் கண்டு கொள்கிறாள். அவளுக்கு அழுகை முட்டிக்கொண்டு வருகிறது. 'ஏண்டா மகனே என்னை விட்டுப் போய்விட்டாய்?. என்னால் இந்த வயதில் நீ இல்லாமல் இருக்கமுடியலையடா. என்னை இந்த தள்ளாத வயதில். காப்பாற்ற நீ ஒருத்தன் தானேடா இருக்கிறாய்.? என்னை இப்படி நிர்க்கதியாக விட்டுச் செல்ல எப்படிடா மனம் வந்தது?. இப்படி செய்யலாமா? இப்படி கிழத் தாயைத் தவிக்கவிட்டு சன்னியாசம் வாங்கிக்கொள் என்றாடா தாகூர் (கடவுள்) உனக்கு உபதேசித்தார். நான் எப்படி இருக்கிறேன் பார். நீ வந்து விடுடா. நீ இல்லாமல் என்னைக் காப்பாற்றுவார் யாருடா? வந்து விடுடா?' என்று கதறுகிறாள்.

மகன் சிலையாக நிற்கிறான். எதுவும் அவனால் பேசமுடிவதில்லை. அவளை விட்டுப் போகவும் முடிவதில்லை. தாயோடு சேரவும் மனம் துணியவில்லை' அப்போது அந்த பைராகிகளில் மூத்தவன் முன் வந்து 'தாயே, சன்னியாசம் ஏற்றுக்கொண்டவனை மறுபடியும் கிரஹஸ்தாசிரமத்துக்கு இப்படி அழைப்பது சரியில்லை தாயே. உங்கள் கஷ்டம் தெரிகிறது. யார் தான் உலகில் கஷ்டப்படாதவர்கள்? அவன் உங்களிடம் திரும்ப வந்தால் அவன் மனம் இங்கு தரித்திருக்காது. அவன் என்ன செய்வதென்று தெரியாது தத்தளித்துக் கொண்டிருக்கிறான், தாயே. அவன் மனம் தெளிந்து ஒரு முடிவு எடுக்கட்டும். திரும்புவதாக முடிவு எடுத்துவிட்டால் அவன் தானே கட்டாயம் உங்களிடம் திரும்பி வருவான்.

இப்போது அவனை எதுவும் சொல்லி வற்புறுத்தாதீர்கள்' என்று மிகக் கனிவுடனும் பரிவுடனும், அந்தத் தாயின் துயரம் அறிந்து சமாதானமாகச் சொல்கிறான். அவர்கள் பயணம் தொடர்கிறது.

அந்த முதிய வயதுத் தாயும் அவளுக்கு உதவும் பெண்ணும் திரும்ப தனித்து விடப்படுகிறார்கள். அந்தப் பெண் அந்தத் தெருவிலேயே பக்கத்து வீடு ஒன்றில் இருக்கும் பெண். மகனும் கைவிட்டதால் வயது முதிர்ந்த அந்த விதவைக்கு உதவ வந்தவள் அந்தப் பெண். அனேக நேரம் அவள் அந்த வீட்டில் தான் இருப்பாள். அவளுக்கு அந்த வீட்டில் ஏற்பட்டுள்ள பற்றுதல் திக்கற்ற முதியவளுக்கு உதவுவது மட்டுமல்ல. இப்போது பைராகியாகிவிட்ட அந்த வீட்டு இளைஞன் அங்கிருந்த போது அவனிடம் ஏற்பட்ட ஈர்ப்பும் தான் அவளை அந்த வீட்டில் நாளின் பெரும்பகுதியைக் கழிக்கச் செய்தது. ஆனால் பைராகியாவதற்கு முன் இந்தப் பெண் வளைய வளைய வந்த போதிலும், அவன் மனம் அவளிடம் சென்றதில்லை. எதிரே ஏங்கி நிற்பவளை அவன் காணாது போலத்தான் இருந்து வந்திருக்கிறான். அவன் மனம் வாழ்க்கையில் எந்தப் பிடிப்பும் அற்று விட்ட காரணத்தால் தான் அவன் அவளிடம் பாராமுகமாக இருந்ததும், தாயை வீட்டைத் துறந்து பைராகியான காரணமும்.

பயணத்தின் ஒரு கட்டத்தில் குரு இருக்குமிடம் போய்ச் சேர்கிறார்கள். எப்போதும் போல் அங்கு ஒரு பெரும் யாகம் நடக்கிறது. லோக க்ஷேமத்திற்காகவும், கிராமத்து விவசாயிகளின் நன்மைக்காகவும். ஆனால் இந்த இளம் பைராகியின் விரக்தி தொடர்கிறது.

விதவைத் தாய் மறுபடியும் மகனைப் பிரிந்த சோகத்தை அதிக நாள் தாங்காமல் இறந்து விடுகிறாள். மறுபடியும் அந்த பைராகி வீடு நோக்கி வருகிறான். தாய் இறந்துவிட்டது வீடு வந்ததும் தெரிகிறது. இன்னமும் அவன் மனம் முன்னை விட அதிகம் அலைக்கழிக்கிறது. முன்னரோ தாயைப் பிரிந்த சோகம் அவள் உயிரோடு இருந்த பொழுதை விட அவளை முற்றுமாக இழந்து விட்ட இப்போதைய நிலையில் அதிகம் வாட்டுகிறது. வெறிச்சிட்ட வீட்டிலேயே தாயின் நினைப்பில் உழல்கிறான். அந்தப் பெண் அவனிடம் வாய்விட்டுச் சொல்கிறாள். இனியாவது

திரும்பப் போகும் நினைப்பை விட்டு விடவேண்டும் என்று. அவன் காதில் எதுவும் விழுவதில்லை. அவன் அங்கு இருக்கும்போதும் அவன் அங்கு இல்லாதது போல அவன் மனம் எங்கோ சலித்துக் கொண்டிருக்கிறது. அவனுக்காக ஏங்கித் தவம் கிடக்கும் அந்தப் பெண் அருகில் இருக்கும் பிரக்ஞை கூட அவனுக்கு இல்லை. அவனுக்கு இல்லை என்பது அவளுக்கும் தெரிவது தான் பெரும் சோகம்.

இதெல்லாம் தான் எனக்கு நினைவில் இருக்கிறது. அந்தப் பெண் தெருவில் மயக்கம் போட்டுக் கிடக்கும் காட்சி ஒன்று என் நினைவில் பதிந்திருக்கிறது. அவன் தன் வழியில் அது பற்றிய சிந்தனை இல்லாமல் போய்க்கொண்டிருப்பதாகவும் ஒரு காட்சி மனதில் நிழலாடுகிறது.

இவ்வளவு தான் என் நினைவில் பதிந்திருப்பது, நான் இதை மிகவும் குறிப்பிடக்கூடிய படமாக மதிக்கிறேன். நான் இதில் சொல்லியிருக்கும் கதை தான் மிக நேராக எளிமையாக காட்சிப்படுத்தப்பட்டுள்ள ஒன்று. இதில் அழகாகாக்கப்பட்டவர்கள் கவர்ச்சித் தோற்றம் தரப்பட்டவர்கள். ஸ்டுடியோ செட்டுகள், மேக்கப் கலைஞர்கள். சிறிதளவும் இல்லாத ஒன்று. எல்லாரும் அன்றாடம் ஒரு ஏழ்மைப் பட்ட கிரமத்தில் நடமாடும் சாதாரண மனிதர்கள்தாம்.

இதை ஒரு ஒடியா தான், ஹிந்தி,ஹாலிவுட், ஸ்டுடியோ, ஸ்டார்கள் என்ற பாதிப்பில்லாத மண்ணைச் சார்ந்த ஒருவர் தான் இப்படி ஒரு கதையை நேராக வேறு எவ்வித வேண்டாத கரைசலும் இல்லாது தனக்கும் தன் சிந்தனைக்கும், தன் மனதில் ஓடும் காட்சிக்கும் நேர்மையாக, உண்மையாக படமாக்க வேண்டும் என்று முனைந்திருக்க முடியும். தமிழின் கல் தோன்றாக் காலத்துச் சிகரங்களுக்கும் திலகங்களுக்கும் நாயகர்களுக்கும் கிட்டாத ஒரு உண்மையும் நேர்மையும் இத்தகைய களங்கமடையா மண்ணைச் சார்ந்தவர்களால் தான் சாத்தியம். அது ஒரிஸ்ஸாவில் இருப்பதைப் பார்க்கிறேன். அஸ்ஸாமில், மணிப்பூரில் இருப்பதைப் பார்க்கிறேன். அஸ்ஸாமின் ஜொஹான்ன பருவா என்று ஒரு கலைஞர் நினைவுக்கு வருகிறார். ஒரிஸ்ஸாவின் மஹாப்பாத்திரா என்றும் ஒருவர் நினைவுக்கு வருகிறார். இவர்கள் நம்மூர் நாயகர்களுக்கும்

சிகரங்களுக்கும், திலகங்களுக்கும் எட்டாத உயரத்தில் இருப்பவர்கள். இங்கு இத்தகைய நேர்மையும் உண்மையுமான கலைஞர்கள் பிறப்பதில்லை. 70-80 வருட காலமாக தொடர்ந்து தொத்து நோயும் பெருவியாதியும் பீடித்துள்ள மண்ணில் ஆரோக்கியம் எங்கிருந்து வரும்?.

35

இப்போதும் நினைவிலிருந்து இன்னும் இரண்டு படங்களைப் பற்றி எழுதலாம் என்று நினைக்கிறேன். இம்மாதிரி படங்கள் தயாரிக்க வேண்டும், தம்மைச் சுற்றியுள்ள வாழ்க்கையை, மனிதர்களைப் பற்றிச் சொல்லவேண்டும், அதுவும் சினிமாவாக உருப் பெறவேண்டும் என்ற நினைப்பு தமிழில் இது வரை எவருக்கும் வராத காரணத்தால், நம்மிலிருந்து அதிகம் வேறுபடாத, அதாவது வாழ்க்கை அம்சங்களில், சினிமா உலக வசதிகளில் அதிகம் வேறுபடாத என்று அர்த்தப் படுத்திக்கொள்கிறேன், அப்படி வேறுபடாத, நம் வாழ்க்கை போலத்தான் இவர்களதும், நம்மைப் போன்றவர்கள் தான் இவர்களும் என்று நாம் இனம் காணக்கூடிய கன்னட, மலையாள படங்களிலிருந்தே உதாரணம் எடுத்துக்கொள்கிறேன்.

நான் ஏதும் இத்தாலிக்கும் ஜெர்மனிக்கும் போகவில்லை. நமக்குள்ள சுதந்திரம் தரப்படாத, மதக் கெடுபிடிகளும், அரசியல் கெடுபிடிகளும் நிறைந்த, அரசு ஏற்றுக்கொள்ளாத (அப்படி ஏற்றுக்கொள்ளாத அம்சங்கள் படத்தில் என்ன என்பதும் எனக்குத் தெரியவில்லை) படங்களைத் தயாரித்ததற்காக சிறைவாசம் செய்யும் இயக்குனர்களைக் கொண்ட இரான் நாட்டிலிருந்தும் கூட நான் உதாரணங்களைத் தேடவில்லை. நமக்கு நயன்தாராவையும் அசினையும் பிரித்வி ராஜையும், இன்னும் பல டஜன் கனவுக் கன்னிகளையும் நட்சத்திர நாயகர்களையும் தந்த மலையாளத்திலிருந்தும், நம் உலகத் தமிழினத் தலைவரும் புராணப் படங்களில் மூழ்கித் தோய்ந்திருந்த தமிழ் சினிமாவை மீட்டெடுத்து பகுத்தறிவுப் பாதைக்கு இழுத்து வந்து விமோசனம் அளித்த கலைஞர்

அவர்கள் கன்னடத்துப் பைங்கிளி என்று அழைத்து மகிழ்ந்திடும் சரோஜா தேவி, கனவுக்கன்னி ரம்பா, இப்படி நாயகிகளும், பிரகாஷ் ராஜ், ஆக்ஷன் கிங் அர்ஜுன், இப்படி சொல்லிக்கொண்டே போகலாம், நூற்றுக்கணக்கில் உள்ள இவர்களையெல்லாம் வைத்துக் கொண்டு நம் தமிழ் சினிமா என்னவெல்லாம் சாதித்துள்ளது, அதே மலையாளமும் கன்னடமும் வளர்க்கும் சினிமா கலாசாரம், நமக்குத் தெரியாத, அல்லது நமக்கு வேண்டாத, தெரிந்து கொள்ள விருப்பமுமில்லாத அந்த கலாச்சார உலகத்திலிருந்து சில உதாரணங்களைத் தரலாம் என்று எனக்கு எண்ணம்.

ஏனெனில் அந்த சினிமா தான் என் பார்வையில் சினிமா என்ற பெயருக்கு தகுதி பெற்றது, அது தான் உண்மையான நேர்மையுமான சினிமா உலக முயற்சிகள்.

இந்த தகுதி பெற தமிழ்த் திரையுலகில் கிடைப்பது வெகு சிலவே. ஆரம்பத்திலிருந்து இன்று வரை, 1930 களிலிருந்து 2012 வரையிலான காலத்தில் குப்பையாகக் குவித்து மேடிட்டுள்ள பல்லாயிரம் திரைப்படங்களில் சினிமா என்று சொல்லத் தகுந்தது ஒரு சில தான் என்றால், தமிழில் சினிமா இல்லையென்று தான் பொருள். இப்படி நான் சொல்வது மொள்ளமாறித்தனம் என்று ஒரு அன்பர் குறிப்பிட்டுள்ளார். மொள்ளமாறித்தனம் என்றால் என்னவென்று எனக்குத் தெரியாது. அவர் என்னிடம் ஆத்திரம் மேலிட்டு பதில் சொல்லும் வகையறியாது கோபம் கொப்புளிக்க வசையில் இறங்கியுள்ளார் என்றே இதற்குப் பொருள். அவருக்குத் தெரிந்ததை அவர் செய்கிறார். எனக்குத் தெரிந்ததை நான் செய்கிறேன் 'உன்ன எவண்டி பெத்தான்... பெத்தான்... அவன்... செத்தான் செத்தான்...'' என்று சிம்பு பாடி ஆடும் பாட்டையும் நடனத்தையும் பார்த்துக் கேட்டு ஆழ்ந்து மகிழ்ச்சியில் திளைக்கட்டும். என் வாழ்த்துக்கள். அவரும் வாழவேண்டும். சிம்புவும் வாழவேண்டும். இது மாதிரியான கலைப் படைப்புக்களைத் தரும் தொழிலும் வாழவேண்டும். இதைப் பார்த்து மகிழும், பரவசப்பட்டுக் கொண்டாடும் அரசியல் தலைமைகளும் வாழவேண்டுமே. இல்லையா?

என் உலகமும் என் சினிமாவும் வேறு. அதற்கான சூழல், கலாசாரம் எங்கு இருக்கிறது என்று ஒரு தேடல் எனக்கு.

மலையாளமும், கன்னடமும் ஏதும் வேறு உலகில் வாழவில்லை. நம் அண்டை நிலத்தவர்கள் தாம். அங்கு ராஜ்குமார்களும் உண்டு. கிரீஷ் காசரவல்லியும் உண்டு. சீமாக்களும் உண்டு. அரவிந்தன்களும் உண்டு. இங்கு நம்மிடம் ஹிட் படங்கள் தருபவர்களுக்கே இடம் உண்டு. எம்.ஜி.ஆரையும், ரஜினிகாந்தையும் அவர்கள் எங்கு பிறந்திருந்தாலும், என்ன மொழி பேசினாலும், தமிழ் மண்ணில்தான் வளரத் தக்கவர்கள் என்று தமிழ் ரசிகர்களுக்கென்றே கடவுள் படைத்து இங்கு அனுப்பி வைத்துள்ளதாகத் தோன்றுகிறது. நாம் அவர்களை மக்கள் திலகமாக்கி, புரட்சி நடிகர்களாக்கி, சூப்பர் ஸ்டார்களாக்கி, பாலாபிஷேகம் செய்து, மொட்டையடித்து மண்சோறு தின்று பூஜிக்கிறோம். நமக்குத் தெரிந்ததை நாம் செய்கிறோம்.

ஆக மலையாள மண்ணில் தான் 'ஓரோரிடத்து பயில்வான்' போன்ற ஒன்று விளைவது சாத்தியம். அது ஏதோ மிகச் சிறந்த கலைப்படைப்பு என்று நான் சொல்ல வரவில்லை. இது ஏதும் சரித்திரம் படைத்து விடவில்லை. அண்ணாசாலை நடைபாதையில் எதிர்ப்படும் எந்த ஒரு சாதாரண நடைபாதையாள் போல், இதுவும் ஒரு மலையாளப் படம். அவ்வளவே. ஆனால் அதில் தமிழ்த் திரையுலக மசாலாக் குப்பை எதுவும் இல்லை. ஒரு இரண்டு நிமிடக் காட்சி தவிர. ஆனால் ஒன்று. இம்மாதிரியான நேர்மையும் உண்மையுமான கேரள வாழ்க்கையின் பிரதிபலிப்புகளைக் கொண்ட திரைப் படங்கள் எழும் சூழலில் தான் கலைகள் மலரும்.

நினைவிலிருந்தே எழுதுகிறேன். இத்தொடர் எழுத ஆரம்பித்த போது போன வருடம் எப்போதோ பார்த்த இந்த மலையாளப் படத்தையும் முன் சொன்ன ஒடியாப் படத்தையும் தான் மனதில் கொண்டு எழுத ஆரம்பித்தேன் இப்போது தான் இவற்றின் நேரம் வாய்த்து இருக்கிறது. விவரங்கள் பல மறந்தும் போய்விட்டன.

ஒரோரிடத்து பயில்வான் என்றால் அந்தந்த ஊர் பயில்வான் என்று பொருள் என்று நினைத்துக் கொள்கிறேன். இது ஒரு பயில்வானை மையமாகக் கொண்ட கதை. பஹல்வான் என்று தான் சொல்ல வேண்டும். ஆனால் தமிழில் பயில்வான் என்று சொல்வதைப் போல மலையாளத்திலும் பயில்வான் என்று தான் வழங்குகிறது.

கிராமத்துச் சூழல். முன் இருட்டில் தவளை பிடிப்பவர்கள், யாரோ ஒருவன் நதியை நீந்திக் கரையேறுவதைப் பார்க்கிறார்கள். தவளை பிடிக்க வந்தவர்களில் ஒருவனிடமிருந்து துவாலையை உருவி தலை துவட்டிக்கொண்டு திருப்பி விட்டெறிகிறான். இப்படி ஆரம்பிக்கிறது படம். அவன் அங்கேயே ஒரு மரத்தடியில் படுத்துறங்குகிறான். அவனுக்குப் பசி. யார் நீ என்று எழுப்பிக் கேட்பவர்களிடம் விசாரிக்கிறான். அவனைக் கிராமத்துக்கு அழைத்து வந்து ஒரு சின்ன கடையும் தையல் மெஷினும் வைத்திருக்கும் ஒருவனிடம் சேர்த்து பயில்வானை அறிமுகப்படுத்துகிறான். பக்கத்திலிருக்கும் கடை யாருடையது என்று பயில்வான் கேட்க, அதுக்கும் நான் தான் முதலாளி என்று இவன் பெருமையுடன் சொல்ல, அவன் அந்தக் கடையில் தொங்கிக் கொண்டிருக்கும் கம்பிக்கூடையிலிருக்கும் முட்டைகள் ஒவ்வொன்றாக உடைத்துச் சாப்பிட்டு விடுகிறான். கூடை காலி. திகைத்துப் போய் இருக்கும் முதலாளியிடம் எவ்வளவு காசு கொடுக்கணும் என்று கேட்டு தன் பையிலிருந்து நோட்டு ஒன்றைக்கொடுக்க, 'சரி இந்த ஆள் பசையுள்ள ஆள் தான்' என்று மகிழ்ந்து போகிறான். அங்குமிங்கும் உள்ள ஜனங்கள் அந்த இடத்தைச் சுற்றிக் கூட்டமிடுகிறார்கள். கடை முதலாளிக்கு தான் ஒரு விஐபி ஆகிவிட்ட சந்தோஷம். பயில்வானிடம் அலட்சியமாக இருந்தவன் இப்போது வெகு பவ்யமாகக் கைகளைக் கட்டிக்கொண்டு எட்டி நின்று அவன் கட்டளைக்குக் காத்திருக்கும் உதவியாளாக தன்னை வரித்துக் கொள்கிறான்.

பயில்வானுக்கு இருக்க இடம் வேண்டும். பசி எடுக்கும் போது சாப்பிட வேண்டும். அதுக்கு காசு வேண்டும். தன் கடைக்கு வரும்

வாடிக்கையாளர் ஒருத்தி, கோழி வளர்ப்பவள், ஒரு வயது வந்த பெண்ணுக்கு அம்மா அவள், அவளிடம் பயில்வானுக்கு சாப்பாடும் இடமும் கொடுக்கச் சொல்கிறான். பயில்வான் தண்டால், பஸ்கி எல்லாம் முறையாகச் செய்கிறான். பயில்வான் அங்கு வந்த காரணம் எங்கோ ஒரு கிராமத்தில் ஒரு குஸ்திப் போட்டியில் தோற்றுவிட்டான். தோற்ற இடத்தில் வாழக்கூடாது என்று சம்பிரதாயமோ, அல்லது அது தான் போட்டி நிபந்தனையோ. அதனால் தான் கிராமத்தை விட்டு வெளியேறியவன் அவன். அந்தக் கிராமத்துக்கு வந்து முட்டை வகையறா சப்ளை செய்ய ஒரு சின்ன டெம்போ ஓட்டிக்கொண்டு வருபவனுடன் சண்டை. பயில்வானைக் காட்டி மிரட்டுகிறான் தையல்கடைக்காரன். பந்தயம் நடக்கிறது. பயில்வான் இழுத்துப் பிடிக்க ஸ்டார்ட் செய்த வண்டி நகரமறுக்கிறது. பயில்வான் தன் பலத்தை நிரூபித்து கிராமத்துக்கு வீரனாகிறான். சம்பாதிக்க வேண்டுமே. தினம் கோழிக்கறி வேண்டுமே. தையல்காரனுக்கு ஒரு ஐடியா தோன்றுகிறது. நோட்டீஸ் அடித்து தன் கிராமத்திலும் பக்கத்து கிராமங்களிலும் விளம்பரம் செய்து ஒரு போட்டி வைக்கலாம். காசு வரும். செலவு கொஞ்சம் ஆகும். ஆனால் டிக்கட் வைத்து காசு பார்க்கலாம். போட்டி நடக்கிறது. கிராமத்துக் காட்சிகளும் சரி, குஸ்திப் போட்டியும் சரி, மிக யதார்த்தமான காட்சிகள். நம்மூர் ஸ்டுடியோ ஸ்டண்ட் மாஸ்டர் தயாரிக்கும் குஸ்திப் போட்டி அல்ல. யாரும் அடி வாங்கிகொண்டு திரும்பத் திரும்ப வரவில்லை. யாரும் ஆகாயத்தில் அழகாக சுருண்டு பறந்து மிதக்கவில்லை. பின் மறுபடியும் எழுந்து வரிசையில் நின்று அடி வாங்கிக் கொண்டு மறுபடியும் விழவில்லை. நிஜமான, நம்பிக்கை தரும் குஸ்திப் போட்டி. போட்டிக் காட்சிகள். கூட்டங்கள்.

தனக்குக் கிடைத்த வரும்படியை தனக்கு வேண்டியவர்களுக்கும் பகிர்ந்து கொடுக்கிறான். தையல்கார கடை முதலாளிக்கு பயில்வானை கிராமத்திலேயே தங்க வைத்துக்கொள்ள வேண்டும் என்று தோன்றுகிறது. கோழி வளர்க்கும் வாடிக்கைக்காரியிடம் சொல்லி அவள் மகளை பயில்வானுக்குக் கட்டிக் கொடுக்கிறான்.

இந்தப் படத்திலேயே தமிழ் சினிமாவை நினைவு படுத்தும் காட்சி அந்த முதல் இரவுக் காட்சிதான். கனவுக்காட்சி இல்லை. பாட்டும் குத்தாட்டமும் இல்லை. ஆனால் பயில்வானுக்கு குஸ்தியும் தொடை தட்டி போட்டிக்கு சவால் விடுவதும் தான் தெரியும். கட்டிக்கொண்டவளிடம் பயில்வான், 'தான் இங்கும் பயில்வான்' என்று காட்டுகிறான். அவளைத் தூக்கி பந்து விளையாடுகிறான். தொடை தட்டுகிறான். தன் எதிரிக்கு சவால் விட்டு சுற்றிச் சுற்றி வருவது போல இங்கும் படுக்கை அறையை குஸ்திக் களமாக்கிவிடுகிறான். இது வேடிக்கைக்காகச் செய்த காட்சியா இல்லை டைரக்டருக்கு வேறு ஏதும் சிந்தனைகள் இருந்தனவா என்பது தெரியவில்லை. இந்த இரண்டு நிமிடக் காட்சியை நாம் மறந்து விடலாம். மற்றபடி படம் முழுதிலும் அபத்தங்களேதும் இல்லை என்று தான் என் நினைவு.

ஒரு குஸ்திப் போட்டியில் சம்பாதித்த காசு எவ்வளவு நாட்களுக்கு தாங்கும்? சம்பாத்தியம் இல்லாது கர்லாக்கட்டை சுற்றிக்கொண்டும் கோழிக்கறி தின்று கொண்டும் இருக்கும் மாப்பிள்ளை யாருக்கு வேண்டும்? மாமியாருக்கும் பெண்ணுக்கும் சண்டை. மாமியாரின் ஏளனமும் வசையும் கேட்க மாப்பிள்ளை பயில்வானுக்கும் முடிவதில்லை. ஒரு நாள் கிராமத்தை விட்டு வெளியேறுகிறான். தான் திரும்பும் வரை தன் குஸ்திப் பயிற்சி சாதனங்களை மழையில் நனைந்து கெடாமல் பத்திரமாகப் பார்த்துக்கொள், நான் திரும்பி வருவேன் என்று சொல்லிக் கிராமத்தை விட்டு வெளியேறுகிறான். மாமியார்காரி தையல்காரனைத் திட்டுகிறாள். எல்லாம் உன்னால் வந்த வினை என்று.

அவள் பெண்ணுக்கு, பயில்வானுக்குக் கட்டிக்கொடுக்கும் முன் அந்த கிராமத்துப் பையன் ஒருவனிடம் சினேகம் இருந்துள்ளது. இப்போது அந்தப் பையன் இனி நமக்கில்லை என்று ஒதுங்கி இருக்க, கடைக்கு சாமான்கள் சப்ளை செய்யும் ஆட்டோக்காரனிடம் இந்தப் பெண் தன்னை இழக்கிறாள். அந்தப் பையன் தன் பழைய சினேகிதத்தை மறக்காது, அவளைத் தான் காப்பாற்றுவதாகச் சொல்கிறான்.

ஒரு நாள் பயில்வான் திரும்பி வருகிறான். திரும்பியவனுக்கு தன் வீட்டு வாசலில் அந்தப் பையன் உட்கார்ந்திருக்க உள்ளே தாயும் மகளும். தான் இல்லாத சமயத்தில் நடந்ததை அவன் தன் போக்கில் யூகித்து வெளியே வந்து அந்தப் பையனை ஓட ஓட விரட்டி அடித்து துவம்சம் செய்து வாய்க்காலில் எறிகிறான். திரும்பி வந்தவனின் குரோதத்தைப் பார்த்த அந்தப் பெண் அரிவாளை எடுத்து மிரட்டுகிறாள். பயில்வானின் சட்டைகிழிந்து மார்புத் தோலில் அரிவாள் கீறிக் காயம். அவளிடமிருந்து அரிவாளைப் பிடுங்கிக்கொண்டவன் அவளை வெறித்துப் பார்க்கிறான். 'நான் வேண்டாமா உனக்கு?' என்று அவன் வெறுப்பும் கோபமுமாகக் கேட்க, 'வேண்டாம்' என்று அவளிடமிருந்து தீர்மானம் தொனிக்கும் பயம் கலந்த மெல்லிய பதில் வருகிறது. அரிவாளைத் தரையில் வீசி எறிந்தவன் கிராமத்தை விட்டு வெளியேறுகிறான். கால்வாயில அடிபட்டுக் கிடக்கும் தன் பால்யகால சினேகிதனை அவள் வீட்டுக்கு அழைத்து வருகிறாள்.

இந்தக் கதையும் சுற்றியிருக்கும் கிராமத்து ஜனங்களும், (கேரளத்தில் ஒரு கிராமத்து ஜனங்கள் எவ்வளவு இருப்பார்கள்?) பயில்வானைச் சுற்றியே வருகிறார்கள். மையப் பாத்திரம் பயில்வான் தான். அவன் பிரச்சனைகள் தான். அவனும் ஒரு சாதாரண மனிதன். பயில்வானாகிவிட்ட ஒரு கிராமத்தான். சினிமா ஹீரோ இல்லை.

அடுத்த வாரம் கன்னட படம் மனே (வீடு) பற்றி எழுதுகிறேன். கிரீஷ் காசரவல்லியினது.

36

'மனே' என்னும் கன்னடப்படம் பற்றி எழுதுவதாகச் சொல்லியிருந்தேன். 'மனே' இரண்டு மாதங்களுக்கு முன் லோக் சபா தொலைக்காட்சியில் பார்த்திருந்த ஞாபகத்தில், 'ஓரோரிடத்து பயில்வான்' என்னும் மலையாளப் படம் பற்றி எழுதி வரும் போது ஒரு கன்னடப் படம் பற்றியும் அதுவும் சமீபத்தில் பார்த்த படம் என்ற காரணமாகவும் அது பற்றி பிரஸ்தாபித்தேன். மேலும் கன்னடத்தில் சினிமா என்னும் கலைச் சாதனத்தை அறிந்தவர்கள், அதில் சீரியஸாக ஆழ்ந்து தாம் வாழும் வாழ்க்கையைப் பற்றி பேசுபவர்கள் பலர் உண்டு. அங்கு பலர் உண்டு என்றேன். தமிழ் நாட்டில் ஒருவரைக் கூட காணோம். அங்கு இருக்கும் ராஜ்குமார் போன்ற மாடல்கள் தான் நம்மிடம் உண்டு. நாம் அங்கிருந்து தமிழ் படங்களுக்காக இறக்குமதி செய்து வரும் எம்.வி. ராஜம்மா, சரோஜா தேவி, போன்றவர்களுக்குஅங்கு தேவை இருக்கவில்லை. சரி அததது அந்தந்த மண்ணுக்கான குணம். சொல்லிக்கொண்டே தான் இருக்கிறேன். நம்மவர்கள் செமத்தியாக மூளைச் சலவை செய்யப்பட்டு வருவதால், ஏதும் அதிகம் பலன் இருப்பதில்லை.

போகட்டும். கன்னட சினிமாவில் வித்தியாசமாக செயல்படுபவர்கள் பலர் உண்டு என்று சொன்னேன். அவர்களில் எல்லாம் கிரிஷ்காசரவல்லியை எனக்கு மிகவும் பிடிக்கும். எழுதுபதுகளில் கட ஸ்ராத்தா பார்த்ததிலிருந்து. அவரது ஒரு படம் க்ளோப் டாக்கீஸ் பற்றிக்கூட இங்கு முன்னரே அறிமுகப் படுத்தியிருக்கிறேன்.

மனே நகரத்தில் வீடு தேடும், தேடிய வீட்டில் நிம்மதியாக குடியிருக்க விரும்பும் சாதாரண நடுத்தரக் குடும்பத்து தம்பதிகளின் அவஸ்தைகளைப் பற்றியது. இது நம் பெரும்பாலோரின் அன்றாட வாழ்க்கையின்

அவஸ்தைகளைப் பற்றியது. இதுவும் ஒரு சினிமாவுக்கான கதையா என்று அதைப் பற்றிய சிந்தனை யாருக்கும் எழும் முன்னரே அதை உதறி எறிந்துவிடும் பண்பாட்டைச் சேர்ந்தவர்கள் நம் தயாரிப் பாளர்களிலிருந்து ரசிகர்கள் வரை. ஆயினும் ஒரு காலத்தில் இத்தகைய பைத்தியக்கார எண்ணங்களோடு தான் தமிழ் சினிமாவுக்குள் ஒருவர் புகுந்தார். பாலுமகேந்திரா என்று பெயர் அவருக்கு. வெகு சீக்கிரம் அவர் புத்தி தெளிந்து அத்தகைய பைத்தியக்கார எண்ணங்களிலிருந்து விடுபடச் செய்துவிட்டோம் நாம். நாம் என்றும் நம் பண்பாட்டை கறைஏதும் படாமல் பாதுகாக்கிறவர்கள்.

போகட்டும். கர்நாடக சினிமா தானே. ஆகையால் நம் பண்பாடுக்கு எவ்வித களங்கமும் விளைந்து விடாமல் அதைப் பற்றிக் கொஞ்சம் கேட்கலாம்.

புதுமணத் தம்பதிகள். கணவன் முதலில் வீடு தேடி வருகிறான். அவனுக்கு வீடு மறுக்கப்படுகிறது. பின்னர் தன் மனைவியுடன் வரும்போது ஒரு பெரியவர் அவர்களை வரவேற்று வீட்டை வாடகைக்குக் கொடுக்கிறார். தம்பதிகள் குடியேறுகின்றனர். வீடு எல்லாம் உள்ளே சௌகரியமாகத்தான் இருக்கிறது. சௌகரியம் என்றால், தனியே இருக்கலாம். எவ்வித வெளித் தொந்திரவும் இல்லாமல். அது தானே புது மணத் தம்பதிகள் விரும்புவது? சந்தோஷமாகத் தான் இருக்கிறது.. கணவன் ராஜண்ணாவாக நடிப்பது நாஸ்ருத்தீன் ஷா. மனைவி கீதாவாக தீப்தி நவல். கணவனுக்கு கொண்டாட்டம் தான். ஆனால் அது அதிக நேரம் நீடிப்பதில்லை. வீட்டைச் சுற்றி நிறையக் குடும்பங்கள். என்னென்னவோ பட்டறைகள். தொழிற்கூடங்கள். இரவு முழுதும் ஒரே சத்தம். தாங்க முடிவதில்லை.அந்த சத்தத்தை மறந்து பொழுதைக் கழிப்பதற்கு என்னென்னவோ செய்து பார்க்கிறார்கள்; முடிவதில்லை.

கீதாவுக்கு அங்கு ஒரு சினேகம் கிடைக்கிறது. தனியாக வாழும் அவளுடைய அல்லது ராஜண்ணாவின் உறவுக்கார பெண்மணி. மகாத்மா படத்தில் கஸ்தூரிபாவாக நடித்த ரோஹிணி ஹட்டங்கடி. மத்திம வயதுக்காரி. நல்ல செல்வாக்கும் சௌகரியங்களும் கொண்டவள். தன்

கணவனை விட்டுப் பிரிந்து வாழ்பவள். அவளுடன் கீதாவுக்கு நெருங்கிய சினேகம் ஏற்படுகிறது. ரோஹிணி ஹட்டங்காடிக்கு ஒரு இன்ஸ்பெக்டருடன் நெருங்கிய தொடர்பு. அது தனியாக வாழும் அவளுக்கு ஒரு சௌகரியமும் பாதுகாப்பாகவும் இருக்கிறது. கீதாவின் சங்கடத்தை உணர்ந்து அவள் இன்ஸ்பெக்டரிடம் சொல்லி இரவு நேரங்களில் வேலை ஏதும் அந்த பட்டறைகளில் நடக்கக்கூடாது, பகலில் மாத்திரம் வேலை செய்யவேண்டும் என்று உத்தரவு பிறப்பிக்கப்படுகிறது.

இது கொஞ்ச நாட்கள் அமைதியாகக் கழியவும் தம்பதிகளுக்கு சந்தோஷம் தான். ஆனால் அது அதிக நாட்கள் நீடிப்பதாக இல்லை. இரைச்சல் கொஞ்ச நாட்களில் மீண்டும் தொடங்கி விடுகிறது. இரவு பகல் என்று பாராமல். ஏன்? ரோஹிணி ஹட்டங்காடி இன்ஸ்பெகடர் மூலம் கார்ப்பரேஷன் அதிகாரிகளை அணுக முடியுமானால், பட்டறைக் காரர்களும் மற்றவர்களும் அதே கார்ப்ரேஷன் அதிகாரிகளுக்கு லஞ்சம் கொடுத்து தம் வழிக்குக் கொண்டுவர முடியாதா என்ன? உலகத்தில் நடக்காத காரியமா என்ன? மறுபடியும் இன்ஸ்பெக்டரிடம் முறையீடு போகிறது. இது தானே நகர வாழ்க்கை! இன்ஸ்பெக்டர் மறுபடியும் தன் அதிகாரத்தைக் காட்டுகிறார். பட்டறைகள் முழுவதுமாக அகற்றப் படுகின்றன. மக்கள் வாழும் பகுதிகளில் பட்டறைகள் எப்படி செயல்பட முடியும்? சட்டம் என்று ஒன்று இருக்கிறதே.

சரி. ஆனால் பட்டறைகளை நம்பி வாழ்ந்த எத்தனை ஏழைக் குடும்பங்கள், குழந்தைகள், குட்டிகள். அவர்கள் நிர்க்கதியாக விடப்பட்டுள்ளார்களே. தம் புதுமண சுக வாழ்க்கைக்காக அவர்கள் பிழைப்பைக் கெடுத்த பாவத்துக்கு ஆளாகிவிட்டார்களே இந்த தம்பதிகள், அவர்கள் வேண்டும் அமைதிக்காக இத்தனை குடும்பங்கள் பிழைப்பை இழந்து தவிக்கவேண்டுமா? சுற்றி இருப்போர் அத்தனை பேரின் பார்வையும் கோபமும் இவர்களைச் சாடுகின்றன. கீதாவுக்கு இதைப் பார்க்கப் பொறுப்பதில்லை. ஆனால் இந்த நிம்மதியும், குற்றம் சாட்டும் அயலார் பார்வைகளும் அதிக காலம் நீடிப்பதில்லை. பட்டறைகள் காலியான இடத்தில் இன்ஸ்பெக்டரின் உறவுக்காரன் ஒருவன் வந்து

விடுகிறான், தன் வீடியோ பார்லரோடு. பட்டறைச் சத்தம் போய் வீடியோ பார்லரின் சத்தம் வந்து விடுகிறது. இனி யாரிடம் போய் புகார் செய்வது? வீடியோ பார்லர் வந்தது மட்டுமல்லாமல் இன்ஸ்பெக்டரின் உறவுக்காரன், வீடியோ பார்லர் சொந்தக்காரன், ராஜண்ணா தம்பதியினரை வீடியோ பார்லரின் திறப்பு விழாவுக்கும் அழைக்கிறான். இந்தப் புதிய இரைச்சலில் பங்கு கொண்டு அதைக் கொண்டாடுவதாகவும் காட்டிக்கொள்ள வேண்டியிருக்கிறது.

இது தவிர தம்பதியினரிடையே இன்னுமொரு பூசல். ரோஹிணி ஹட்டங்கடியுடன் கீதா பழகுவதை ராஜண்ணா விரும்புவதில்லை. தடுக்கிறான். ஆனால் அவள் உறவுக்காரி. சினேகமாகப் பழகுகிறாள். கணவனை விட்டுப் பிரிந்திருப்பவள். தனியே தன் சுதந்திரத்துடன் வாழ்கிறவள். உதவுகிறவள். பட்டறையில் வேலை செய்தவர்களும் ஏழைகள் தான். தம் பிழைப்புக்கு ஏதோ செய்கிறார்கள். விரட்டப்பட்ட குடும்பங்களில் ஒரு குடும்பம் தமிழ்க் குடும்பம் . அவர்கள் போய் குடியேறிய சேரியை தகர்க்கிறார்கள். யார்? ராஜண்ணாவின் அலுவலகம் தான். அவர்களுக்குஆறுதல் சொல்லக் கிளம்பிய ராஜண்ணா இதற்கு என்ன செய்யமுடியும்? கார்ப்பரேஷன் அதிகாரிகளிடம் புகார் செய்தது போல தன் அலுவலகத்தோடு மோத முடியுமா?

இது தான் இன்றைய வாழ்க்கையின் சிக்கல்கள். எப்படித் திரும்பினாலும் சிக்கல். பாதிக்கப்படுபவர்கள் இருக்கிறார்கள். எந்த பிரச்சினையிலிருந்தும் யாரும் பாதிக்கப்படாத தீர்வு என்பதோ, பிரச்சினைகளிலிருந்து முற்றிலுமான விடுதலை என்பதோ இல்லை. ஒரு பிரச்சினையிலிருந்து இன்னொரு பிரச்சினைக்கான தாவலாக, நகர்வாகத்தான் வாழ்க்கை இருந்து விடுகிறது. அப்படித்தான் வாழ்க்கை வாழவேண்டிய நிர்ப்பந்தத்தில் நாம் தள்ளப்பட்டிருக்கிறோம்.

இப்படியும் ஒரு இயக்குனர் இருக்கிறார், நமது அண்டை நிலத்தில். ராஜ்குமாருக்கு சிலை எழுப்பும், நம் கலைஞர் கன்னடத்துப் பைங்கிளி என்று போற்றும் சரோஜா தேவியை அளித்த, நமக்கு பிரகாஷ்ராஜையும் இன்னும் மற்றோரையும் தந்த சமூகத்தில், 1977 லிருந்து சுமார்

முப்பத்தைந்து வருடங்களாக ஸ்ராத்தாவிலிருந்து இன்று வரை தம் சமூகத்தோடு தம் திரைப்படங்களோடு சம்பாஷித்துவருபவர். அவரையும் அவர் போல இன்னும் சுமார் அரை டஜன் கலைஞர்களையும் தம் கலைமுகமாக உலகின் முன் நிறுத்தி வருகிறது கர்நாடகம். கன்னட சினிமாவில் நம்மூர் சிவாஜி போல அங்கும் ஒரு ராஜ்குமார் இருந்தார் தான். அவருக்கு மணிமண்டபமும் சிலை எழுப்பலும் நடக்கின்றன தான். அவர்களது திரையரங்கிலும் தொலைக்காட்சிகுகளும் நம்மூர் கூத்தடிப்புகள் போல கூத்தடிப்புகளும் உண்டு தான். ஒரே வித்தியாசம். நம்மூரில் கூத்தடிப்புகள் மாத்திரமே உண்டு. அங்கு பட்டாப ராம ரெட்டிகளும், காரந்துகளும், ஜி.வி. அய்யர்களும், கர்நாடுகளும் எம்.எஸ் சத்யூக்களும், காசரவல்லிகளும் உண்டு. கன்னட சமூகத்திற்கு பெருமை சேர்ப்பவர்களும் அதன் கலை முகத்தை வெளி உலகுக்குக் காட்டுபவர்களும் இவர்கள் தான். நம் சமூகத்தில் இவர்கள் இல்லை. இவர்களுக்கு இடமும் இல்லை.

37

ரொம்ப நாளாக எழுதிவந்து விட்டேன். வெகு சாதாரண, எவருடைய பொதுப் புத்திக்கும் புலப்படும் விஷயங்களை, தேவைக்கு அதிகமாகவே பொதுப்புத்தி உள்ளவர்கள் பொறுமையையே வெகுவாக சோதிக்கும் அளவுக்குஎழுதி வந்திருக்கிறேன் என்று எனக்குத் தோன்றுகிறது. ஆனால் மிகுந்த வேதனைக்குரிய விஷயம், இவ்வளவு தூரம் திரும்பத் திரும்ப, நான் சொல்லாமலேயே அவரவர்க்கே புரிந்திருக்க வேண்டிய விஷயங்களைச் சொன்ன பிறகும், இந்த நீண்ட விளக்கங்களால் கொஞ்சம் கூட பாதிப்படையாது, தாம் இருக்கும் பாதுகாப்பான எழுபது வருடங்களாக அவரவர் மூளைச் சலவை செய்யப்பட்ட கூண்டுக்குள்ளிருந்து வெளியே எட்டிப் பார்க்க மனமில்லாது இருக்கும் நிலையே நீடிக்கட்டும் அதுவே சுகம் என்றிருப்பது தான். இது மூளைச் சலவையின் பயங்கர வெற்றி என்று தான் சொல்ல வேண்டும். மூளைச்சலவைக்குள்ளானவர்களுக்கு அவர்கள் மூளை சலவை செய்யப் பட்டிருப்பது பற்றி பிரக்ஞையே இருக்காது.

நான் சொல்லி வந்த விஷயங்கள் ஏதும் சுலபத்தில் புரியாத அரிய விஞ்ஞான கண்டுபிடிப்புகளோ, ஆழ்ந்த தத்துவங்களோ அல்ல. ஏதும் தமிழ் வாழ்க்கைக்கு அந்நியமான வேற்றுலக வாழ்க்கை பற்றியன அல்ல. நான் தமிழ் அல்லாது ஏதும் வேற்று மொழியில் பேசவில்லை. அப்படி இருந்தும் நான் சொல்லும் பொதுப்புத்திக்கு ஏழும் விஷயங்களையே கூட கொஞ்சம் காது கொடுத்துக் கேட்கும் மன நிலையில் நம்மில் பெரும்பாலோர் இல்லை. தலையில் சட்டியைக் கவிழ்த்துக்கொண்டு தெருவில் நடக்கிறவனை, ஏன் இந்த பைத்தியக்காரத்தனம் என்று தான் கேட்கிறேன். அவ்வளவே. ஆனால் இது நம்மவர்ககு ஏற்பதில்லை. இது

எப்படி நிகழ்கிறது, ஏன் நிகழ்ந்து விடுகிறது என்பது எனக்கு புரிவதும் இல்லை. வருத்தம் தருவதாகவும் இருக்கிறது.

ஒரு காட்சி. 'முத்துக்கு முத்தாக' என்பது படத்தின் பெயர். நான் படம் பார்க்கவில்லை. டாப் டென் மூவீஸ் என்று சன் தொலைக்காட்சியில் வரும் அரை மணி நேர நிகழ்ச்சியில் (மன்னிக்கவும். அரை மணி நேரம் இல்லை. மொத்தம் பதினெட்டு நிமிடமே இருக்கும். பன்னிரண்டு நிமிடம் விளம்பரத்துக்குப் போய் விடும்) அந்த டாப் டென் நிகழ்ச்சி தான் நான் பெரும்பாலான தமிழ்ப் படங்களைப் பற்றித் தெரிந்து கொள்ள உதவியாக இருக்கிறது. படம் முழுதும் பார்க்கும் சுரணையற்ற தடித் தோல் எனக்கு இல்லை. நேரமும் இல்லை. வாழ்க்கையின் கடைசி மணிகளில் வாழ்ந்துகொண்டிருக்கிறேன். அந்த டாப் டென் நிகழ்ச்சியே எனக்கு அந்த தமிழ்ப் படத்தின் குணத்தை எனக்குச் சொல்லி விடுகிறது. பானைச் சோத்துக்கு ஒரு சோறு பதம் விவகாரம் தான். பானை அடிபிடித்து அடிச்சோறு காந்தியிருந்தால் அந்தக் காந்தலை எட்ட இருந்தே நுகர்ந்து விடுவோம். ஆகவே மறைந்திருக்கும், வெளிப்பார்வைக்குப் தெரிய இயலாத குணமும் கூட தன்னை வெளிக்காட்டிக்கொண்டு விடும்.

முத்துக்கு முத்தாக என்று ஒரு படம். அதில் ஒரு காட்சி. ஒரு எளிய வீட்டுத் திண்ணையில் தாயும் தந்தையும். மகன் கொஞ்ச நாள் விடுப்பில் வந்தவன் திரும்ப வேலையில் சேர வீட்டை விட்டுக் கிளம்பிக் கொண்டிருக்கிறான். தாய் சரண்யா கால் மடித்து உட்கார்ந்திருப்பார். அப்பா இளவரசு உள்ளிருந்து வந்து அவரும் சேர்ந்துகொள்வார். 'எல்லாம் ஒழுங்கா பாத்து எடுத்து வச்சுக்கிட்டயாப்பா, ஒண்ணும் மறந்திடலையே' என்பது போன்ற வழக்கமான கேள்விகள். சரண்யா, இளவரசு இரண்டு பேருமே நான் சமீபத்தில் இப்போது பார்க்கும் படத் துணுக்குகளில் இயல்பாக, இயலபான பேச்சுக்களோடு நிறுத்திக்கொண்டு, அதிகம் அலட்டாது நடிப்பதைப் பார்க்கிறேன்.

இது தமிழ் வழக்கத்துக்கு, தமிழ் நடிப்பு என்னும் மரபுக்கு முற்றிலும் விரோதமானது. தமிழ் ரசிகர்களுக்கு, தமிழ் பத்திரிகை விமர்சகர்களுக்கு சிவாஜி கணேசனும், எஸ். வி. சுப்பையாவும் நாகய்யாவும் போல,

அனேகமாக எல்லாரையும் தான் சொல்ல வேண்டும். நடிப்பு என்றால் அதிகம் கண்களை உருட்டி கண்ணீர் வடித்து நீண்ட உருக்கமான கடமுட வசனம் பேசி, இந்தக் கண்றாவியெல்லாம் செய்தாக வேண்டும். இதில் நம் மண்ணைச் சேர்ந்த சிவாஜி கணேசன் என்னும் மக்கள் திலகம் அபத்தத்தின் ஆபாசத்தின் உச்சத்தைத் தொட்ட சிகரம். மற்றவர்கள் எல்லாம் சின்ன சின்ன சிகரங்கள். அல்லது மேடுகள். ஆனால் மக்கள் திலகம் என்னும் உச்சம் நமக்கெல்லாம் குன்றிலிட்ட தீபமாக, வழிகாட்டும் தாரகையாயிற்று. இந்தப் பெருமையும் - பிரதாபங்களும் அதிகமாகவே நடிகர் திலகத்தின் தலைக்கேற அவர் வீட்டுக்கு வரும் விருந்தினர்களிடையே கூட சகஜமாகப் பேசுவதில்லை என்றும் நடிகர் திலகமாகவே நடமாடுவார் என்றும், அநாவசியமாக, அதீதமாக கைகால்களை அசைத்து, கண்களை உருட்டி, சாதாரண அன்றாட வார்த்தைகளுக்குக் கூட குரல் ஏற்ற இறக்கங்கள் கொடுத்து ஒரு கட்டபொம்மன், அல்லது கர்ணன் வேடம் தாங்கிய நாடகமாடுவார் என்று கேள்விப்பட்டிருக்கிறேன். சாதாரண விழுப்புரம் கணேசனாக இருப்பது என்ன என்பதே அவருக்கு மறந்துவிட்டது என்று தோன்றிற்று.

இப்படி ஒரு அவல நிலை தமிழ் நாட்டை பன்றிக்காய்ச்சலாகப் பீடித்திருக்கும்போது, எப்போதாவது ஒரு தமிழ்ப் படத்தில் இயல்பான, வாழ்க்கைத் துணுக்கு ஒன்றைக் கண்டு விட்டால் எனக்கு எப்போது இவர்களுக்கும் சுரமோ காக்கவலிப்போ வந்து நடிப்பு என்ற ஆட்டம் போடுவார்கள் என்ற பயம் பிடித்து விடும். இந்த பயம் டாப் டென் மூவீஸ் என்னும் ஐந்து அல்லது ஆறு நிமிட அவஸ்தையில் கூட வந்து தொலைத்துவிடும். அதாவது ஒரு ஐந்து நிமிஷம் கூட தமிழ் சினிமா தன் இயல்பில் இருக்கச் சாத்தியமில்லாது போய்விட்டது என்பது தான்.

‘வேலை செய்யற இடத்திலே எல்லாம் சவுகரியமா இருக்காடாலே’ என்று சரண்யா கேட்கிறாள். இது இயல்பாக இருந்தாலும் ஒரு தாய் இதை தன் மகன் விடுமுறையில் வந்த உடன் கேட்பாளே தவிர, அவன் விடுமுறை முடிந்து வேலைக்குப் போய்ச் சேரும் போது கேட்க மாட்டாள். அதுக்கு அவன் தன் வேலையில் இருக்கும் சுகத்தை பதவிசைப் பற்றி

அளப்பான். எந்த பிபிஓ விலும் இருக்கும் சூழலைச் சொன்னால் கிராமத்து அம்மாவுக்கு அதிசயமாகத் தான் இருக்கும். அந்த பதிலும் அம்மாவின் வியப்பும் சரி, இயல்பு தான்.இது எப்படி தமிழில் நீடிக்க இயலும்? உடனே பன்றிக்காய்ச்சல் வரவேண்டுமே. ‘அம்மா இரும்மா’ என்று சொல்லி அவன் உடனே விடுக்கென எழுந்து வெளியில் கொடியில் காயப்போட்டிருக்கும் புடவையை இழுத்துக்கொண்டு வருவான். வந்து அந்தப் புடவையை தன் மேல் போர்த்தி அதை வருடிக்கொண்டு உடனே, ‘அம்மா, நீ என்னைச் சின்னப் புள்ளேலே இந்தப் புடவையை போத்தித்தானே தூங்க வைப்பேம்மா’ என்று கதறிக்கொண்டே சொல்லி அழ ஆரம்பித்துவிடுவான். ‘ஆகா என்னா உணர்ச்சி பாருங்க, என்னா அம்மா பாசம்’ என்று நம் ரசிகர்களும் கண்ணீர் மல்க, ஒரே ரகளை தான். நன்றாக, இயல்பாக, ஒரு இரண்டு நிமிடம் கூட நீடிக்காமல், உடனே ஒரு ஆரவார, அபத்த ஆபாசத்துக்குத் தாவி விடுகிறார்கள் நம் சினிமாக்காரர்களும், வசனம் எழுதுபவர்களும்.

முத்துக்கு முத்தாக என்ற படத்தைப் பற்றி நான் இவ்வளவு தான் எழுத முடியும். ஏனெனில் அவ்வளவு தான் சன் டிவியில் டாப் டென் துணுக்கில் நான் பார்த்தது. படத்தில் மிக உணர்ச்சிகரமான கட்டத்தைத் தானே விளம்பரத்துக்கு டாப் டென்னில் தேர்ந்தெடுத்துக் காட்டுவார்கள். ஆக, படம் முழுதும் இந்த அழகில் தான் இருக்குமா என்பது எனக்குத் தெரியாது. இப்படி ஒரு இயல்பான அமைதியான சித்திரமும் அடுத்து சில நிமிடங்களில் ஒரு அபத்தமான ஆபாச ஆரவாரம் எப்படி உடன் இணைகின்றன என்பது எனக்கு ஆச்சர்யம்.

ஆச்சரியப்பட வேண்டியதில்லை தான். இது சாதாரண ரசிகர் கூட்டம் பார்க்கும் துணுக்கு கட்டம் என்றும் அதற்கு ஏற்ப தயாரிப்பாளர், நடிகர், வசனகர்த்தா எல்லாரும் ஆட்டம் போடுகிறார்கள் என்று வைத்துக் கொண்டாலும், இந்த சூழலை விட்டு வெளியேறி மிக சீரியஸாக திரைப்படக் கல்லூரி பிரபலங்கள் பேசிக்கொள்வது எப்படி இருக்கும்? மிக உயர்ந்த தளத்தில், தரை மகா ஜங்களின் பாமரத்தனத்தை மீறிய ஒரு உச்சத்தில் இருக்கும் என நம்பலாமா? அது தான் இல்லை. அங்கும் இதே

இரட்டை முகம் தான். புத்திபூர்வமாகப் பேசிக்கொண்டே இருக்கும்போதே தலையில் கவித்துக்கொள்ள சட்டியும் தயாராக மடியில் இருக்கும். அர்த்தமும் ஆழ்பாசமும் அடுத்தடுத்து வரும் நிலை தான் அங்கும். ஒரே ஆளுமையின் இரு முகங்களாக இதைக் காண்பது எனக்கு ஆச்சரியமாக இருந்தது. ஆனால் இருமுகங்கள் இரு நேர் எதிரான ரசனைகள் கொண்டிருந்த அவருக்கு எந்த சங்கடமும் இருப்பதாக எனக்குத் தெரியவில்லை.

அவர் எப்போதும் தொலைக் காட்சியில் தமிழ் சினிமாவின் ஏதோ ஒரு படத்தை எடுத்துக்கொண்டு அதன் கதை, இயக்கம், நடிப்பு, என்று அதன் பல்வேறு குணங்களை, சிறப்புக்களைச் சொல்லி அதை தராசில் எடைபோட்டு எது எந்த விஷயத்தில் எடை கூடுகிறது, எது எந்த விஷயத்தில் எடை குறைகிறது என்று ஏதோ தட்டாசாரியார் குன்றுமணி குன்றுமணியாக அவரது தராசில் போட்டு துல்லியமாக நிறுத்து எடை கூறுவது போல இவரது அலசல் கடைசியில் எடை போடும். தமிழ் சினிமாவை தொலைக் காட்சியில் எடை போடும் யாரும் அதன் அபத்தங்களைப் பற்றி வெளிப்படையாகப் பேசி விட முடியாது. தமிழ் நாட்டின் கலையே, தமிழ் நாட்டின் பத்திரிகை, தொலைகாட்சி என்ற சமாசாரங்கள் எல்லாமே எந்த தமிழ்ப் படத்தைப் பற்றியும், தமிழ் நடிக நடிகைகளைப் பற்றியும், இயக்குனர், இத்யாதிகளைப் பற்றியும் பாதகமான அபிப்ராயம் சொல்லித் தப்பித்து விட முடியாது. தமிழ் தொலைக்காட்சிகளின் விளம்பர வாழ்வே தமிழ் சினிமா தரும் வரும் வருமானத்தில், பார்வையாளர் பெருக்கத்தில், அது திரும்பவும் சினிமாவின் ஆதாரத்தில்தான் தீர்மானிக்கப் படுகிறது.

அப்படியிருக்க ஒரு அகில இந்தியப் புகழ்பெற்ற இயக்குனரைச் சார்ந்தவர், திரைப்படக் கல்லூரியில் சினிமாத் துறைக் கல்வி கற்றவர், தானும் ஒரு இயக்குனர், பல உலகத் திரைப்பட விழாக்களுக்கு ஒரு சிறந்த சினிமாக் கலை நிபுணராக அழைப்புப் பெறுபவர், அட என்னவாகத் தான் இருந்தாலும், எந்த தமிழ் சினிமா நடிகரைப் பற்றியுமோ, படத்தைப் பற்றியுமோ, இயக்குனரைப் பற்றியுமோ பாதகமான அபிப்ராயத்தைச்

சொல்லிவிட முடியாது. சொன்னால் அவருக்கு அந்தத் தொலைக்காட்சியில் கிடைக்கும் இடம் கிடைக்காது. தமிழ் சினிமாவில் இனி அவர் எந்த விதத்திலும் தொடர்பு கொள்ளவோ அதைச் சார்ந்து வாழ்தலோ அசாத்தியமானது.

அத்தகைய சூழலில் தமிழ் சினிமா பற்றி தமிழ்த் தொலைக் காட்சியில் தராசில் குன்றுமணி போட்டு எடை போடுவது போல நுண்ணிய விமர்சனம் செய்யும் பாவனைகள் என்னதான் இருந்தாலும், கடைசியில் எந்த அபத்தத்தையும் பற்றிய உண்மையான, அதாவது பாதகமான அபிப்ராயத்தை அவர் சொல்லி விடமுடியாது.

சொல்லி விட முடியாதா, சொல்லத் தூண்டும் ரசனை உணர்வு கிடையாதா? சினிமா கலைக்கூடத்தில் என்ன சொல்லிக் கொடுத்தார்கள்? என்ன கற்றார் இவர்? இவரைத் தனித்துப் பேசுவதில் எனக்கு கொஞ்சம் கூட விருப்பமில்லை. அவருக்கு நான் நியாயம் செய்யவில்லை. ஏனெனில், திரைப்படக் கல்லூரியில் கற்று வரும் எவரும் அங்கு கற்றதை தூர எறிந்து விட்டுத்தான், தமிழ் ஸ்டுடியோக்குள் நுழைய வேண்டும். அவையெல்லாம் சுவைக்குதவாத ஏட்டுச் சுரைக்காய். நம் தமிழ் சினிமாவின் கலை மரபுகளைப் புதிதாக, நடிகர், இயக்குனர்களுடனான அன்றாட உறவாடலில் கற்க வேண்டும்.

சமீபத்தில் வாய்ப்பு தவறிவிட்ட ஒரு இயக்குனர் சோகித்து உட்கார்ந்திருக்க ஒரு வாய்ப்பு திடீரென வரவே அவர் சந்தோஷப்பட்டார். அதன் ஹீரோ அதிர்ஷ்டத்தில் கிடைத்த இந்தப் படத்தின் ஷூட்டிங்கை அமெரிக்காவில் வைத்துக் கொள்ள வேண்டும் என்றாராம். முதலில் டான்ஸே பேத்தல். அதற்கு அவசியமில்லை. இந்த அபத்தத்துக்கும் மேற்சென்று இந்த டான்ஸ் ஷூட்டிங்கை அமெரிக்காவில் வைத்துக்கொள்ள வேண்டும் என்ற இன்னொரு அபத்தத்தை இந்த ஹீரோ சுமத்துகிறார் என்றால் கேட்டுக்கொள்ளத்தான் வேண்டியிருந்ததாம். கேட்டுக்கொண்டாராம். தயாரிப்பாளரும் தலையிலடித்துக்கொண்டு, ‘சரி பேய்க்கு வாக்குப்பட்டாச்சு, முருங்கை மரத்தில் ஏறுவதென்ன, அங்கேயே

வாசம் செய் என்றாலும் செய்து தான் ஆகவேண்டும்' என்று சலித்துக் கொண்டாராம். இது தமிழ் சினிமா.

சரி, பைத்தியமாக இருந்தால் பைத்தியமாக நடந்து கொள்வதில் கஷ்டமில்லை. பைத்தியம் வேண்டாத இடத்தில் ஒரு தனி ரக தமிழ் சினிமா பைத்தியமாக ஆக வேண்டும் என்று ஒரு ஸ்திர புத்திக்காரனுக்கு தலை விதியென்றால் அப்படித்தான், என் பொட்டில் அறைந்த மாதிரி ஒரு அனுபவம்.

மீண்டும் தொலைக்காட்சிக்கே வருகிறேன். அந்த சினிமா எடை போடும் குன்றுமணி தராசு சமாச்சாரத்துக்கே வருகிறேன். இவரும், இன்னொருவரும் பேசிக்கொள்கிறார்கள். தமிழ் சினிமாவைப் பற்றிப் பேசும் முன் கொஞ்சம் உலகத் திரைப் பட விழாக்கள் போய் வந்தது பற்றியும் அதில் பார்த்த பிரமாதமான படங்கள் பற்றியும் பேசுவார் அவர். இல்லையென்றால் சென்னையில் சமீபத்தில் வெளியான ஆங்கில அல்லது வேறு வெளி நாட்டுப் படங்கள் பற்றி பேசுவார்கள். அது வேறு வகுப்பு வேறு பாடம். ஆக வேறு மாதிரித் தான் இருக்கும்.

இந்த முறை அவருடன் சம்பாஷணையில் ஈடுபட்டவரும் ஒரு திரைப்பட கல்லூரி நடத்துபவர் தான். கல்லூரியில் படித்தவர்தான். அனேகமாக இருவரும் ஒரே கல்லூரியில் ஒரே காலத்தில் சினிமா கற்ற நட்பின் நீடிப்பில் இந்த கலந்துரையாடல் என்று கொள்ளலாம்.

வழக்கமாக சினிமா பற்றி தொலைகாட்சியில் பேசுபவர் சொல்கிறார்: இந்த முறை ஆஸ்கருக்கு வந்த படங்களைப் பற்றியெல்லாம் பேசிக்கொண்டிருந்தோம். கடைசித் தேர்வுக்கு வந்த படங்கள் ஒவ்வொன்றும் ஒவ்வொரு சிறப்பைக் கொண்டிருந்தன என்றாலும் நம்மிடையே எந்த படம் ஆஸ்கர் பரிசுகளை நிறையப் பெற்று முதலிடம் பெறும், எது சிறந்த படமாக, சிறந்த இயக்குனருக்கான பரிசைப் பெற்றுத் தரும் என்பதில் நம்மிடையே இரு வேறு அபிப்ராயங்கள் இருந்தன. நீங்கள் சொன்னீர்கள் 'அவதார்' படம் தான் சிறந்த படம் என ஆஸ்கார் பரிசு பெறும் என்று. எனக்கு என்னவோ ஹர்ட் லாக்கர் தான் சிறந்த படம்

அது தான் சிறந்த படத்தின் பரிசைப் பெறவேண்டும், பெறும் என்று நான் நினைத்த படியே சிறந்த படம் பரிசு பெற்றது ‘ஹார்ட் லாக்கர்’ எனக்கு சந்தோஷமாக இருக்கிறது என்று சொன்னார்.

எனக்கு ஆச்சரியமாக இருந்தது. இதுகாறும் வருஷக்கணக்கில் ஒவ்வொரு வாரமும் இவர் அபத்தமும், அருவருப்பும் நிறைந்த தமிழ் படங்களையெல்லாம் துல்லிய விமர்சனம் செய்வதான பாவனையில் அபத்தமான அபிப்ராயங்களையும் ரசனையையும் ஒரு வாரம் விடாது கொட்டிக்கொண்டிருந்தவருக்கு இப்படி ஒரு ரசனையா என்று.

அவதார், மாயாஜாலக் காட்சிகள் நிறைந்த, கற்பனையான சினிமா எதிர்கால விஞ்ஞான கற்பனை. தொழில் நுட்பத்தை வைத்தே ஜகஜ்ஜாலம் செய்து ஒரு கற்பனை உலகில் மயக்கத்தில் ஆழ்த்தும் படம். அதற்கு எதிராக ஹார்ட் லாக்கர். இராக் போக்களத்தில் பயங்கர சுரங்க வெடிகளை அதன் திரியை அகற்றி செயலிழக்கச் செய்யும் பாதுகாக்கும் பணியில் இருப்பவனையும் அவனைச் சுற்றி இருப்போரின் அவரவர் பயங்கர நிலைகளையும் அவர்கள் தேர்ந்து கொள்ளும் வாழ்க்கையைப் பற்றியுமான படம். போர்க்கள்ச் சூழலில், அதில் பணிசெய்யும் ஒவ்வொருவரின் அந்தந்த கணத்தில் நிலையற்ற நிச்சயமற்ற பயங்கரத்தையும் இருப்பினும் அதில் தன்னை ஆழ்த்திக்கொண்டு கணத்துக்குக் கணம் வாழும் நிலை பற்றியுமான படம். முன்னர் ஒரு தடவை தனக்கு சினிமா டிவிடி விற்ற பையன் இப்போது வெடிகளைத் தன்னைச் சுற்றிக் கட்டிக்கொண்டு இங்கு உடல் சிதறிக்கிடப்பதைக் காணும் வாழ்க்கை நிதர்சனம். வாழ்க்கையின் அடிப்படைக் கேள்விகள், அர்த்தங்கள், நம் தேர்வுகள் பற்றிக் கேள்வி எழுப்பும் படம். உண்மையிலேயே சிறந்த படம். ஆஸ்கர் தேர்வுகள் எப்போதும் இப்படி இருப்பதில்லை. எதிர்பார்ப்பு, கலந்துரையாடலில் பங்கு கொண்ட மற்றவர் சொன்ன படியே அவதார் படத்துக்குத் தான் இருந்திருக்கும். இதெல்லாம் போகட்டும். இப்போது நம்மைச் சூழ்ந்துள்ள சங்கடமான விஷயம்.

தமிழ் சினிமா என்னும் வைக்கோலையும் சுவைத்துச் சுவைத்து துல்லிய எடைபோட்டு நுண்ணிய விமர்சனம் செய்யும் நபர், ஹார்ட் லாக்கரைச் சிறந்த படமாக என்னும், நுண்ணிய கலை ரசனையையும் எப்படிப் பெற்றார்?. மேஜையில் ஒரு தட்டில் கராச்சி அல்வாவும் இன்னொரு தட்டில் வைக்கோலையும் ஒரு சேர சுவைக்கும் ரசனை என்ன ரசனை? அந்த ஆளுமை என்ன ஆளுமை? இதை வளர்க்கும் பண்பாடு என்ன பண்பாடு? இப்படிப் பட்ட மனிதரைத்தான் தமிழ் சினிமா வளர்த்து வருகிறது. தமிழ் சினிமா என்ன, தமிழ் பத்திரிகை உலகம், தமிழ் அரசியல் உலகம் எல்லாமே தான்.

38

எனக்கு இப்போது நினைத்துப் பார்க்க ஆச்சரியமாகத்தான் இருக்கிறது. ‘கல் தோன்றி மண் தோன்றாக் காலத்து’ என்று எதற்கெடுத்தாலும் கோஷமிட்டு தன் தாய் நாட்டுப்பற்றையும் தமிழ் பற்றையும், தம் பெருமையையும் இரைச்சலிட்டுச் சொல்லும் அந்த கோஷத்திலேயே எல்லாம் முடிந்து விட்டதாக நினைக்கும் ஒரு இயக்கம் முளை விட்டு இன்று ஒரு பலத்த சக்தியாக விளங்கும் நிலையில் தமிழும் தமிழ் நாடும் எந்த நிலையில் இருக்கிறது எனபது நமக்குத் தெரியும். ஒரு கலாசார வறுமை. சிந்தனை வறுமை. இதை நான் எழுத ஆரம்பித்ததிலிருந்தே சொல்லி வருகிறேன்.

ஆனால் இன்றும் கூட அந்த கோஷங்களைக் கற்காத ஒடிஷாவில் பழம்குடிகள் வசிக்கும் பிராந்தியத்தில் ஒரு முகாமில், பல பிராந்தியக்காரர்களும், பல மொழி பேசுபவர்களும் ஒரு சில வருட பிழைப்பிற்காகக் குழுமியுள்ள அந்த முகாமில், கலை என்றும் இலக்கியம் என்றும் சிந்தனை உலகம் என்றும் என்ன சாத்தியம்? ஆனால் ஆச்சரியப்படும் வகையில் கலை, இலக்கியம், சினிமா பற்றியெல்லாம் எனது ஆரம்பப் பாடங்களைக் கற்றதும், அவற்றில் அன்றைய சிகரங்களை அறிமுகப்படுத்திக்கொண்டதும், பின் என் வாழ்க்கை முழுவதுமான தேடலின் பாதையை நிர்ணயித்ததும் அந்த முகாமில் கழித்த ஆறு வருடங்களில் தான்.

ஒரு பஞ்சாபி தன் பிழைப்புக்காக தற்காலிகமாக எழுப்பிய தார்ப்பாலின் கொட்டகையில் தான் (நினைவில் மறுபடியும் பதித்துக் கொள்ளவும் நான் பேசுவது 1952 - 1956 காலத்தில்) அந்தப் பஞ்சாபிக்கு

வரவு செலவு கணக்குப் பார்க்கத் தெரியும். அவன் சினிமா அந்தக் காலத்து வெகு ஜன ஹிந்தி சினிமாவை விட மோசம். அந்த முகாமின் கலவையான மக்கள் கூட்டத்தில் ஒரிய மக்கள் தான் அதிகம். பின் வங்காளிகள், பஞ்சாபிகள், தமிழர், மலையாளிகள் எல்லாம் சேர்த்தால் கொஞ்சம் முன் பின்னாக ஒரே அளவில் ஒரிய மக்களின் எண்ணிக்கைக்கு சமமாக இருப்பார்கள். ஆனால் சினிமா பார்ப்பது ஒரிய மக்கள் இல்லை. மற்ற மொழிக்காரர்கள் தான்.

அங்கு தான் அந்தக் கொட்டகையில் தான் மார்லன் ப்ராண்டோ நடித்த On the Water Front பார்த்தேன். Paul Muni |izu Good Earth பார்த்தேன். ரஷ்ய இரண்டாம் உலக யுத்தத்தில் ஸ்டாலினின் சாகஸம் நிறைந்த தலைமையை பிரசாரம் செய்த Fall of Berlin பார்த்தேன். Judgement at Nuerenberg பார்த்தேன். நியூ தியேட்டர்ஸின் பி.ஸி. பருவா தேவதாஸாக நடித்த வங்க மொழி தேவதாஸ் படமும். கே.எல். சைகல் தேவதாஸாக நடித்த ஹிந்தி படமும் பார்த்தேன். ஒரு சிறைச்சாலையையே களனாகக்கொண்டு அதில் சிறையிருந்த ஆயுட் கைதிகள் ஒவ்வொருவரின் வாழ்க்கையையும் சொல்லும் தபன் சின்ஹாவின் லோஹோ கொபொட் (இரும்புக் கிராதி) என்ற படமும் பார்த்தேன். கொலைக் குற்றவாளிகள் தான், ஆனால் அவர்கள் மனமும் அன்பு நிறைந்தது. அவர்கள் மனம் இளகும் தருணங்களும் இருந்தன. அவர்கள் நேசித்த உயிர்களும் இருந்தன. அவர்களும் மனித ஜீவன்கள் தான் என்று சொல்லும் படம். அந்த காலத்துக்குச் சற்றுப் பிந்தி இந்த நூற்றாண்டின் ஆரம்பத்திலோ அல்லது 19-ம் நூற்றாண்டின் பின் வருடங்களிலோ, வங்காளத்தில் பிரபலமாக இருந்த போவல் சன்யாசி கதையை தபன் சின்ஹா எடுத்திருந்த ரத்ன தீப் என்ற படமும் பார்த்தேன். அதுவே ரத்னதீபம் என்று தமிழிலும் வந்தது என்ற செய்தியை பத்திரிகைகளில் படித்தேன். ஜோகன் என்ற மிகச்சிறந்த ஹிந்தி படமும் அங்கு தான் பார்த்தேன். ஸ்ரீ ராமகிருஷ்ண பரமஹம்ஸா என்ற வங்காளிப் படம் அவருடைய வாழ்க்கையை ஆதரித்தது. விவேகானந்தர் அவருடைய

சீடரானதும், அவர் காலத்திய கிரீஷ் சந்திர கோஷ் நடத்திய நாடக வாழ்க்கையும் அவர் நாடகத்தைப் பார்க்க பரமஹம்சர் வந்ததும், அதில் பரம ஹம்சர் தன் நினைவிழ்ந்து பரவசமானதும் ஒரு பரம புருஷரின் வாழ்க்கையும் அவரது காலத்தையும் வெகு சிரத்தையுடன் சித்தரித்திருந்த படம் அது. கிரிஷ் சந்திர கோஷ் அவரை அழைத்துச் செல்வதும், பரம ஹம்சர் டிக்கட் வாங்கணுமே என்று சொல்வதும், நீங்கள் ஒன்றும் கொடுக்க வேண்டாம், வாருங்கள் போதும் என்பதும் பரமஹம்ஸர், 'கீ ரே, கேனோ(ம்) திபோ நா, பூரோ ஏக் டகா திபோ' என்று அவர் சொல்லும் அந்த வெகுளித்தனம் மிகுந்த, சாது பாவனையில் சொல்லும் அழகும் இன்றும் என் நினைவிலிருந்து அழியவில்லை. இந்த தார்ப்பாலின் கொட்டகையில் தான் சத்யஜித் ரேயின் பாதேர் பாஞ்சலி பார்த்தேன். வருடம் அனேகமாக 1955.

இதற்கு முன் என் நண்பன் மிருணாள் காந்தி சக்கரவர்த்தி கல்கத்தாவுக்கு விடுமுறையில் சென்ற போது பாதேர் பாஞ்சலி பார்த்துவிட்டு வந்து ஒருபெரிய கூத்தடித்தான். இந்த மாதிரி ஒரு படம் இந்தியாவில் எந்த மொழியிலும் வந்ததே கிடையாது. இந்த சிகரத்தைத் தொடுவது இனி எந்த மொழியிலும் சாத்தியமில்லை. வங்காளியில் வேண்டுமானால் இந்த சிகரத்தைத் தொட எல்லாரும் முயல்வார்கள்' என்று சொல்லிக்கொண்டே இருந்தான். ஆபீஸில் மற்ற நண்பர்கள் எல்லாம், 'ஏய் பங்காளி பாபூ, பஸ் கர், பஹுத் ஹோகயா, ஜ்யாதா பக் பக் ந கர்' 'போதும் ரொம்பவும் துள்ளாதே' என்று அவன் வாயடைப்பார்கள். 'நீ பெங்காளி படமே அத்தனையும் பார்த்தது கிடையாது. இனி இருக்கு, பஞ்சாபி, தமிழ், ஹிந்தி எல்லாம். அதுவும் பார்த்தது கிடையாது. பின்னே எப்படி இது வரைக்கும் இந்தியாவிலே இந்த மாதிரி படமே வந்தது கிடையாதுன்னு சொல்றே. இது வரைக்கும் நீ எத்தனை படம் பாத்திருக்கே ஒரு பெங்காளி படம் சரி பாத்துட்டே நல்லாருக்கு. உனக்குப் பிடிச்சுப் போச்சு. அதோட நிறுத்து' என்று சொல்வேன்.

ஆனால் அது புர்லாவில் அந்த தார்ப்பாலின் கொட்டைகைக்கு வந்து பாதேர் பாஞ்சலி பார்த்ததும், மிருணாளின் உற்சாகம் எனக்குப் புரிந்தது. அது ஒரு அனுபவம். இதுகாறும் கிட்டியிராத அனுபவம். இது போன்று ஒரு படம் வந்ததில்லை தான். பின் நான் மிருணாளிடம் அவன் உற்சாகத்தைப் பகிர்ந்து கொண்டேன். பின் அவனோடு அங்கு வரும் எல்லா வங்காளிப் படங்களுக்கும் செல்வது வழக்கமாயிற்று. அந்த தார்ப்பாலின் கொட்டகை தான் எனக்கு ஒரு பயிற்சித்தளமாக, என் ரசனையை வளர்த்துக் கொள்ள வழிகாட்டிய, என்னைப் பண்படுத்திய ஒன்றாக இருந்தது.

அதே தார்ப்பாலின் கொட்டகையில் தான் நான் சிவாஜி கணேசனுக்கும், கதைவசனம் எழுதிய மு.கருணாநிதிக்கும் பெரும் புகழையும் சம்பாத்தியத்தின் உச்சத்தையும் அடையும் பாக்கியத்தையும் தந்த பராசக்தி ஆபாச இரைச்சலை அங்கேதான் பார்த்தேன். அந்த பஞ்சாபி பிழைப்புக்குத் தான் அந்த சினிமா கொட்டகை நடத்தினான். கலைச் சேவைக்கு அல்ல. ஆனாலும் அங்கு சத்யஜித் ரேயின் பாதேர் பாஞ்சலியும் பார்க்க முடிந்தது மார்லன் ப்ராண்டோவின் On the Water Front - ம் பார்க்க முடிந்தது. ஒரு சகாப்த புருஷனாக, நடிப்பின் உச்சமாக, நாம் கொண்டாடும், தமிழ் சினிமாவின் புரட்சிகர திருப்பமாக நாம் கொண்டாடும் பராசக்தியையும் அங்கு நான் பார்த்தேன். 1953 என்று நான் நினைக்கிறேன். வங்காளம் அந்த சமயத்தில் ஒரு சத்யஜித் ரேயைத் தந்து ஒரு புதிய நாம் எண்ணிப் பாராத திருப்பத்தைத் தந்தது. நாமும், 'கலை முதலாக தொழில் முறையாவும் காத்து வளர்ப்பது தமிழ் நாடாச்சே. கல் தோன்றி மன் தோன்றாக் காலத்தே முன் தோன்றிய மூத்த குடியாயிற்றே. அங்கே ஒரு சத்யஜித் ரே என்றால், இங்கு நாமும், கண்களைப் பிதிக்கிக்கொண்டு, மூஞ்சியைச் சுளுக்கி, அடுக்கு மொழியில் இரைச்சலிடும் ஒரு நடிகர் திலகத்தைத் தரவேண்டாமா? தந்தோம்' எது எது சினிமா அல்லவோ, அது அத்தனையையும் அங்கே தெரிந்துகொண்டேன். அதைக்கண்டு வெகுதூரம் ஒதுங்கவும் அந்த தார்ப்பாலின் கொட்டகையும், சிவாஜி கணேசனும், மு. கருணாநிதியும் தான் எனக்குக் கற்றுத் தந்தார்கள். ஒரு படம், என்ன வென்று நினைவில்

இல்லை, ஜெமினி கணேசனும், சிவாஜி கணேசனும் ஒருத்தருக்கொருத்தர் உரக்க இரைச்சலிட்டுக் கொண்டு வசனம் பேசி சண்டை யிடுவார்கள். அவர்கள் ஒவ்வொருவர் கையில் ஒரு துப்பாக்கி எதிராளியைக் குறி வைத்திருக்கும். ஆனால் இவர்கள் நீண்ட வசனங்கள் பேசி ஒருத்தரை ஒருத்தர் வசை மாறி பொழிந்து கொள்வார்கள். என்ன செய்ய? வசனம் பேச, மூஞ்சியை எத்தனை விதமாக கோணலாக்கிக் கொள்ள முடியுமோ, அத்தனை விகாரமாகக் கோணலாக்கிக் கொண்டு அடக்க வயிற்றுப் போக்கு இருந்தால் தான் மூஞ்சி அத்தனை கோணலாகும். விழிகள் பிதுங்கும். ஜெமினி கணேசனும் உச்சத்தில் இருக்கும் மூன்று நடிகர்களில அவரும் ஒருத்தராயிற்றே, சிவாஜி கணேசனுக்கு ஈடு கொடுக்க வேண்டாமா? அவரும் துப்பாக்கியைக் குறி வைத்து வீர வசனம் பேசவேண்டாமா? கருணாநிதி காட்டியவழியில் வசனம் அரை மணிநேரம் மூச்சு விடாமல் கத்தினால் தானே அது கலைப் படமாகும். வெற்றிப் படமாகும். அந்தக் கொட்டகை தான் எனக்கு எங்கு ஆபாசமும் இரைச்சலும் நிறைந்திருக்கும் என்றும், எதை ஒதுக்க வேண்டும் என்றும் கற்றுக் கொடுத்தது.

இதற்கு எதிராக புரட்சி செய்கிறேன் என்று மூக்கின் மேல் ஒரு விரலை வைத்து சிந்தனைச் சிற்பி போஸ் கொடுக்கத் தொடங்கிய, அந்த போஸுக்கு உரியவரான ஸ்ரீதருக்கு தமிழ் நாட்டில் தகுதிப் பத்திரம் வழங்கக் காரணமான ‘கல்யாண பரிசு’ படத்தையும் அந்த கொட்டகையில் தான் பார்த்தேன். இதற்குப் பிறகு ஸ்ரீதர் இன்னொரு வகை கலைஞர் ஆகிவிட்டார். தமிழ் நாட்டில் கலை என்றால் கோமாளித்தனமும் உடன் வரவேண்டுமே. ஒரு பத்திரிகையில் ஒரு கேள்வி ஸ்ரீதரிடம். ‘நீங்கள் சத்யஜித் ரே மாதிரி படமெடுப்பீர்களா?’ அதற்கு, மூக்கின் மேல் ஒரு விரல் வைத்த சிந்தனை போஸ் கொண்ட புகைப்படத்தின் பக்கத்தில் அவர் பதில் ‘ஏன் முடியாது? ஏன் முடியாது? ஏன் முடியாது?’ எதையும் மூன்று முறை சொல்வது தான் தமிழ் சினிமா மரபு. தமிழ் பஜனை சம்பிரதாயம். அப்போது தானே மக்கள் மனதில் பதியும்? இதே மரபில் தான் பாலசந்தர் என்ற ஏதோ ஒரு இமயம், படங்களில் ஆங்கிலம் தமிழ் இரண்டிலும்

வசனம் பேசுவார்கள். 'What I mean is' என்று சொல்லி உடனே, நான் என்ன சொல்றேனா'' என்று இழுக்க வேண்டும். தமிழ் தெரிந்தவர்களுக்கு ஆங்கிலம் வசனம் புரியாமல் போய் விடக்கூடாது. ஆங்கிலம் படம் பார்த்து அங்கங்கே சிரித்துவிட்டு வருபவர்களுக்கு தமிழ் புரியாமல் போய்விடக்கூடாது என்று ஆங்கிலம் வசனம். இதுவும் ஒரு புரட்சி தான். இப்படி கழிந்தது என் புர்லா வாசம்.

தமிழ் நாட்டில், புர்லா மாதிரி ஏதோ ஒரு தாற்காலிக குடியிருப்பு வேண்டாம். 1950- 1956 என்று அரை நூற்றாண்டு பின்னால் தள்ளிப் போகவும் வேண்டாம். ஒரு பஞ்சாபி தன் தார்ப்பாலின் கொட்டகையில் காட்டிய மாதிரி ஒரு புறநகர் பார்வையாளருக்கு மார்லன் ப்ராண்டோ, பால் முனி, சத்யஜித் ரே, தபன் சின்ஹா, ஸ்ரீதர், சிவாஜிகணேசன் என்று அவரவர்க்கு வேண்டியதை எடுத்துக் கொள்ளட்டும் என்று ஒரு கலவை கிடைக்க இன்றாவது தமிழ் நாட்டில் சாத்தியமா? இந்தக் கேள்வியை நான் நியாயமாக 1950-களின் தமிழ் நாட்டில் என்று கேட்டிருக்க வேண்டும். 1961-ல் நான் சென்னைக்கு விடுமுறையில் வந்திருந்த போது அதாவது புர்லாவில் பார்த்த 7/8 வருடங்கள் கழித்து, ப்ராட்வேயில் ஒரு சின்ன தியேட்டரில் சத்யஜித் ரே படம் ஓடுவதாக பத்திரிகையில் படித்து போனேன். எனக்கு சென்னை பரிச்சயமில்லை. தி.நகரிலிருந்து ப்ராட்வேக்கு தேடிப் போனேன். மாடியில் ஒரு சின்ன ஹாலில் தான் அந்த தியேட்டர் இருந்தது. அதிகம் போனால் 100 பேர் உட்காரலாம். சுமார் இருபது பேர் படம் பார்க்க வந்திருப்போம். மேலே நான் எதுவும் சொல்ல வேண்டிய தில்லை. எது எது நம்மைப் பாதிக்கும், எதில் நம் ரசனை இருக்கிறது என்று ஒரு சமாசாரம் இல்லையா.? 1946-ல் ரத்தன் என்ற ஒரு ஹிந்தி சினிமா வந்தது. மதுரை சித்ரகலா ஸ்டுடியோவில் பார்த்தேன். அதன் பிறகு தமிழ் படங்கள் ஹிந்தி சினிமா மெட்டுக்களை போட்டி போட்டுக்கொண்டு காப்பி அடித்தன. அவாரா என்ற ஹிந்தி படத்தில் ராஜ் கபூர் போட்டிருந்த பிரம்மாண்ட செட்டைப் பார்த்த பிறகு, தமிழ் படங்களும் செட் போட ஆரம்பித்தன. இதெல்லாம் உடனே பற்றிக் கொள்ளும். ரசனை என்கிற வஸ்து இருக்கிறதே அது தான் நமக்கு ஒத்துக்

கொள்ளாது. ஒவ்வொரு மனித சமுதாயத்துக்கும் ஒரு கலாச்சார முகம், ரசனை வாசனை இருக்குமே தனித்து. நமக்கு என்று இருக்கும் கலாசாரம் என்னதான் முக்கி முக்கி எடுத்தாலும், அது தனக்கு வேண்டியதைத் தான் எடுத்துக்கொள்ளும்.

1956 - களின் கடைசியில் நான் தில்லி வந்ததும், எனக்கான தேர்வுகளைச் செய்துகொள்ள தில்லி நிறைய வாய்ப்புக்களை அள்ளிக் கொடுத்தது. தில்லியில் சினிமா தியேட்டருக்கு நான் போவது என்பது வெகு அபூர்வமாகவே ஆயிற்று. வந்ததும் இரண்டு திரைப்படச் சங்கத்தில் உறுப்பினராகப் பதிவு செய்து கொண்டேன். மாதம் எட்டு ஒன்பது உலகத்து எல்லா நாடுகளிலிருந்தும் வரும் சிறந்த படங்களை மிகக் குறைந்த செலவில் நான் பார்க்கமுடிந்தது. ஒரு பெர்க்மன் படம் பார்க்க ஐந்தாறு மைல் பின் இரவில் நடந்து போய் பின் நடு இரவில் திரும்ப வேண்டுமென்றால் நடக்கத் தயங்கியதில்லை. பாகவத மேளா பார்க்க வேண்டுமென்றால், மழையில் நனைந்து கொண்டே வயல்களினூடே ஆறு மைல் நடந்து அங்கேயே இரவு ஒரு திண்ணையில் படுத்து பின் காலை எழுந்து நடக்கவும் தயங்கியதில்லை. சந்தோஷமாகவும் உற்சாகமாகவும் இருந்த நாட்கள் அவை.

39

தமிழ்த் திரைப் பாலைவனத்தில் துளிர்த்த ஒரு தளிர் பாலு மகேந்திராவின் 'வீடு'

ஆங்கிலத்தில் **motion picture, film, cinema** என்று பல பெயர்களில் குறிப்பிடப்படுவதை தமிழில் திரைப்படம், சினிமா, சலனப்படம் என்று பல பெயர்களில் குறிப்பிடுவது வழக்கமாகியுள்ளது. நாம் பேசும் இந்தப் புதிய 20- நூற்றாண்டு கலைக்கு, புதிதாகத் தோன்றிய தொழில் நுட்பத்திலிருந்து பிறந்த ஒரு கலைக்கு, திரும்பவும் தொழில் நுட்பமும் கலையாகப் பரிணமித்துள்ள ஒன்றைச் சினிமா என்ற பெயரிலேயே, அதன் தனித்வத்தைத் தனித்துக்காட்ட, குறிப்பிட வேண்டுமென்று எனக்குத் தோன்றுகி றது. பொது வழக்கில் இந்தப்பெயர்கள் எல்லாம் அதிகம் சிந்தனையில்லாது பயன்படுத்தப் படுகின்றன. தமிழில் திரைப்படங்கள் தான் வந்துள்ளனவே தவிர சினிமா என்று தொழில் நுட்பம் சார்ந்த கலைப் படைப்பு வெகு அரிதாகவே, ஒன்றிரண்டே தேடினால் கிடைக்கிறது என்று சொன்னால், திரைப்படங்களுக்கும் சினிமா என்று சொல்லத் தகுந்த ஒன்றிற்கும் நான் அர்த்த வேறுபாட்டோடு இச்சொற்களைப் பயன்படுத்துகிறேன் என்பதைப் புரிய வைக்க நான் மிகவும் சிரமப்பட வேண்டியிருக்கிறது. சுமார் எண்பது வருட கால தமிழ்த் திரைப்பட வரலாற்றில் தமிழ் மக்களுக்கு பல்லாயிரக் கணக்கில் தரப்பட்டுள்ள, திரைப்படங்கள், சலனப் படங்கள், ஹூடிடீட்ண் எனப்பட்டவை மட்டுமே தெரிந்திருக்கும், ஆனால் சினிமா என்ற கலையை அறியாதவர்கள் என்று தான் சொல்ல வேண்டும். நானும் சொல்லி வருகிறேன். ஆனால் திரைப்படத்துக்கும் சினிமா என்ற ஒரு தொழில் நுட்பம் தந்த கலைக்கும் இடையேயான பாகுபாட்டை

திரைப்படம் ஒரு வெறியே ஆகிவிட்ட தமிழ் நாட்டில் புரிந்து கொண்டுள்ளார்கள் என்று சொல்ல முடியாது.

புரிய வைக்க எனக்கு உதவி செய்யக் கூடிய ஒரு படைப்பு முதன் முதலாக எனக்குக் கிடைத்துள்ளது 1988-ல் பாலு மகேந்திரா தந்துள்ள வீடு. அது தான் அவரது முதல் படமா என்பது எனக்குத் தெரியாது. நான் பார்த்த அவரது முதல் படம் அது தான். அதற்குப் பின் அவரது சமீபத்திய படம் ஒன்று, ''அது ஒரு கனாக் காலம்'' பார்த்திருக்கிறேன். பின் ''கதா நேரம்'' என்று ஒரு தொடர், சமீப காலத் தமிழ்ச் சிறுகதைகளைத் தேர்ந்தெடுத்து ஒரு தொடராக தொலைக்காட்சிக்குத் தயாரித்துத் தந்துள்ளவை, ஒரு சிலவற்றைத் தவறவிட்டிருப்பேனோ என்னவோ, பார்த்திருக்கிறேன். அறுபதுகளுக்குப் பிறகு திரையரங்குகளுக்குச் சென்று நான் படம் பார்ப்பதென்பது மிக அரிதாகிவிட்டதால் திரையரங்குகளில் இவை தமிழ் ரசிகப் பெருமக்களிடம் பெற்ற வரவேற்பு எத்தகையது என்று எனக்குத் தெரியாது. எந்த ஒரு கலைப்படைப்பும் உடனே ஏதும் பெரிய நில அதிர்வைத் தந்ததாக சரித்திரம் எங்கும் இல்லையாதலால். சாவகாசமாக எங்கோ தற்செயலாகப் பார்த்ததும் இது தந்த அனுபவமும், அந்த அனுபவத்தின் முக்கியத்வமும் எனக்குப் பளிச்சிட்ட கணம் அது. அதன் பின் பாலு மகேந்திராவின் படங்களைப் பார்க்கும் வாய்ப்பை எதிர்பார்த்துக் காத்திருந்தேன் என்று தான் சொல்ல வேண்டும். தமிழ்ச் சினிமா உலகிற்கு ஒரு கலைஞன் கிடைத்துவிட்ட சந்தோஷம் அது.

இது தான் சினிமா என்ற தொழில் நுட்பம் பிறப்பித்த கலை என்று சொல்லி விட்டேனே தவிர அதைப் பற்றி விவரித்து நான் என் கருத்தை நிருபித்துவிட முடியும், இன்னொருவருக்கு எடுத்து விளக்கிச் சொல்லி புரிய வைத்து விட முடியும் என்று எனக்குத் தோன்றவில்லை. எனக்கு நம்பிக்கை இல்லை. நான் இது பற்றி எழுதும்போது, நான் சொல்லும் ஒவ்வொரு வார்த்தைக்கும் நான்

கொள்ளும் அர்த்தம் ஒன்றாகவும் அந்த வார்த்தைக்கு பொதுவாக தமிழ்க் கலைச் சூழலிலும், குறிப்பாக, தமிழ் திரைப்படச் சூழலிலும் பழகி வரும் அர்த்தங்கள் வேறாகவும் இருக்கின்றன. எனவே படிப்பவர் கொள்ளும் அர்த்தம் முற்றிலும் வேறாகிப் போகும் போது நான் அதோடு போரிட முடியாது. என்னளவில் நான் சொல்ல விரும்புவதைச் சொல்லிச் செல்வது தான் நான் செய்யக்கூடிய காரியம்.

முதலில் அடிப்படையான விஷயம், கலை என்ற சொல்லில், அழகு, உண்மை, உணர்வுகள், மேன் நிலைப்படுத்துதல், ஒரு பழகிய பொருளில் புதிய உலகம் காணல், மறைந்திருக்கும் ஒன்றை வெளிப்படுத்துதல், புதிய அர்த்தங்களைக் காணுதல், என்று அனேகம் பல விஷயங்கள் அடங்கி யுள்ளன. இதற்கெல்லாம் முதற்பாடமாக, எளிமை தான் அழகு என்பது அடிப்படையான ஒரு உண்மை. மெல்லிய, ஒரு தோன்றாப் புன்னகையுடன் அமர்ந்திருக்கும் புத்தரின் சிலை, அல்லது இடது காலை உயர்த்தி நடனமாடும் நடராஜர் சிலை, இவையெல்லாம் மிக எளிய தோற்றங்கள். ஆனால் இவற்றுக்கு ஈடான அழகு வேறு உண்டா என்று நான் யோசித்திருக்கிறேன். விடை இல்லை. சர்வாலங்கார பூஷிதர்களான தெய்வச் சிலைகள் அனேகம் உண்டு. கை கூப்பி வணங்கிப் பின் நகர்கிறோம். சடங்காகி விட்ட பூசனைகள் அவை. ஆனால் நடராஜரும் புத்தரும் நம்மை மெய் சிலிர்க்க, நம்மை மறக்கச் செய்துவிடுகின்ற கலா ரூபங்கள். மிக எளிமையான தோற்றங்கள். மிக அழகான தோற்றங்களும். அத்தோற்றங்களுக்கு அப்பால் எங்கோ நம்மை இட்டுச்சென்று விடுகின்றன, நம்மால் பயணிக்க முடியுமானால். ஆக எழுத்தில் நான் வீடு தான், தமிழில் முதல் சினிமா, என்று சொன்னால் அது உறைக்காது. படத்தைப் பார்க்கவேண்டும் என்று சொல்லலாம். கலையை எழுத்தில் சொல்லி நிரூபிக்க முடியுமா? ஆனால் நமது 80 வருட கால வரலாறு,

சொல்லும் அனுபவம் வேறு. ஆமாம், இதிலே என்ன இருக்கு என்று உதறிவிடச் சொல்லும் வரலாறு அது.

சினிமா என்றால் நாம் எதெதெல்லாம் எதிர்பார்க்க பழக்கப் படுத்தப்பட்டிருக்கிறோமோ, அவை எதுவும் அற்ற, மிக எளிமையான ஒரு படைப்பு தான் பாலு மகேந்திராவின் வீடு. மிக எளிமையான நம்மைச் சுற்றியிருக்கும் மனிதர்களும், சூழலும், தெருக்களும் பிரசினைகளும். எல்லாமே நம் அன்றாட வாழ்க்கையின் காட்சிகள்தான். எளிய வாழ்க்கை. அவ் வாழ்க்கையின் சந்தோஷங்களும், ஏமாற்றங்களும், எதிர்பார்ப்புகளும் தான் ஏதும் பெரிய பூகம்ப அதிர்ச்சிகள், ஆரவாரங்கள் இல்லை. பாட்டு, கூத்து கொண்டாட்டங்கள் இல்லை.

ஒரு சின்ன குடும்பம். வாடகை வீட்டில் ரூ 150 மாத வாடகை கொடுத்து வாழும் ஒரு ஓய்வு பெற்ற பாட்டு வாத்தியார் தாத்தா, முருகேசன், வயது 83. தரித்திருப்பது ஒரு நாலுமுழ வேட்டி. வெளியே போனால் ஒரு அரைக்கைச் சட்டை. அவருடைய இரண்டு பேத்திகள். பேத்திகளின் அப்பா அம்மா மறைந்து விட்டார்கள். பேத்திகளில் மூத்தவள், சுதா ஏதோ ஒரு அலுவலகத்தில் வேலை செய்பவள். சம்பளம் ரூ 1500. கூட வேலை செய்யும் ஒருவருடன் ஒரு ஒட்டுதல், இருவரும் மனம் ஒப்பி மணம் செய்து கொள்ள இருப்பவர்கள் இது எல்லோருக்கும் தெரியும். இது இரு வீட்டாரும் சகஜமாக ஏற்றுக்கொண்ட ஒன்று. ஒரு சிக்கலான சமயத்தில் தான் தாத்தா, அவனைக் கேட்கிறார்'' ''ஏம்ப்பா, கல்யாணம் பண்ணிக்குவேல்லியா? கைவிட்டு விட மாட்டியே? சின்னப் பொண்ணு, இந்துவுக்கும் நீதான் ஒரு வழி காட்டணும்'' என்று கேட்டு உறுதிப் படுத்திக் கொள்கிறார். இன்னும் எத்தனை நாள் தனது வாழ்க்கை என்ற சந்தேகம் அவருக்கு.

வாடகை வீட்டின் மேல் மாடியில் ஒரு மலையாள குடும்பம். நண்பர். இந்த வீடு சென்னை மின்சார ரயில் போகும் வரும் சத்தம்

அடிக்கடி கேட்கும் ரயில் பாதையின் அருகாமையில் உள்ள வீடு. செட் அல்ல. ஒரு அடுக்கு மாடி கட்டிடம் வர விருப்பதால் இவர்கள் ஒரு மாதத்தில் காலி செய்யும் நிர்ப்பந்தம். வாடகை வீடு பார்க்கிறார்கள். அலைகிறார்கள். அவர்களால் கொடுக்க முடியும் வாடகைக்கு ஏதும் கிடைப்பதில்லை. இந்த சந்தர்ப்பத்தில் தாத்தா முருகேசன் எப்பவோ 150 ரூபாய்க்கு வாங்கிப் போட்டிருந்த வளசர வாக்கம் காலி மனை ஒன்று அங்கு வீடு கட்டலாமே என்று ஒரு அன்பர் ஆலோசனை சொல்ல பஞ்சாயத்துக்கு வீடு கட்ட அனுமதி கோரியும், அலுவலகத்துக்கு கடன் வழங்கக்கோரியும் அலைகிறார்கள். கொடுக்க வேண்டியதைக் கொடுக்க வேண்டும் என்பதே அவர்களுக்குப் புரிவதில்லை. மேல்மாடி அன்பர் தான் புரிந்து கொண்டு கொடுக்கவேண்டியதைக் கொடுத்து சாங்ஷன் வாங்குகிறார். முதல் தவணை கடன் கிடைத்ததும், பூமி பூஜை, கணபதி ஹோமம் எல்லாம் நடந்து அஸ்திவாரம் போட்டாகிறது.

ஒரு வீடு கட்டும் போது எழும் ஒவ்வொரு பிரச்சினையும் இங்கும் எழுகிறது. பெரிய உத்பாதங்கள் ஏதும் இல்லை. குத்தகைக் காரரும் அவரது வேலையாளும் சேர்ந்து சிமெண்ட் திருடுகிறார்கள். மனையிலேயே குடிசை போட்டு தங்கி இருக்கும் மங்கா என்னும் உதவியாள் கண்டு பிடித்துச் சொல்லிவிடுகிறாள். கண்டிராக்டரை கடுமையுடன் சுதா கண்டித்துக் கேட்க, கண்டிராக்டர் விரசத்தில் இறங்க, மங்கா சுதாவுடன் சேர்ந்து கொள்கிறாள்.. மங்கா கண்ட்ராக்டருக்குப் புரியும் பாஷையில், குரல் உச்சத்தில், கைபாவனைகளில் திருப்பிக் கொடுக்கவே, குத்தகைக்காரர் விலக, மங்காவும் மேஸ்திரியும் தாமே மிச்ச வேலையை முடித்து தர முன் வருகிறார்கள். வழக்கமாக வீடு கட்டும்போது தவறாது காணும் காட்சிகள். மேஸ்திரி வேலைக்காரிகளை சைட் அடிப்பார். மேஸ்திரி வேலைக்காரிகளிடம் வாங்கிக் கட்டிக்கொள்வார். வீடு கட்டத் தோண்டிய கிணற்றிலிருந்து அக்கம்பக்கத்து வீடுகளும் தண்ணீர் எடுத்துக்கொள்ள வருவார்கள்.

வீடு கட்டப்படும் காட்சிகளோடு படிப்படியாக, அத்தோடு எழும் பிரச்சினகளையும் பார்க்கிறோம். ஒன்றை மிகக் கவனமாகக் கவனிக்க வேண்டும். எதுவும், அஸ்திவாரத்திலிருந்து படிப்படியாக எழும் செங்கற் சுவரும் அவரவர் வேலையில் இருக்கும் காட்சிகளும் இயல்பான வேலைத் தளமாகக் காட்சி தருகையில் அங்கு இயல்பாக எழும் ஓசைகளே பின்னணியாக இருந்திருக்கலாம். இளைய ராஜாவின் பின்னணி இசையும், மங்காவின் அதீத அங்க சேஷ்டைகளும் பேச்சுப் பாணியும் படம் முழுதும் எடுக்கப் பட்டிருக்கும் தொனிக்கும் பாவத்துக்கும் ஒத்திசைவாக இல்லை (discordant, disharmonious) எனத் தோன்றுகிறது. எந்த வாத்தியப் பின்னணியும் இல்லாது தளத்திலும், மனையைச் சுற்றிலும் எழும் இயல்பான ஒலிகளும் படத்தின் இயல்பான மெதுவான நகர்வுக்கு ஒத்திருந்திருக்கும். மங்கா போன்ற பெண்களின் பேச்சும் அங்க அசைவுகளும் கூட இயல்பில் அதீதமாகத் தான் இருக்கும். ஆனால் அதீதம் காட்டவேண்டும் என்று அதீதத்தை மேற்கொள்ளும் போது அது carricature ஆகிவிடுகிறது. ஏதும் ஒன்றை நன்கு வெளிப்படக் காட்டவேண்டும் என்று பொதுவில் முயற்சிக்கும் போது அது தன் குணம் இழந்து கார்ட்டூனாகி விடுவது நாம் அரசியலில் சினிமாவில் கண்டிருக்கிறோம். மேடை ஏறி பேசத் தொடங்கியதுமே அரசியல் வாதிகள் சினிமா பிரமுகர்கள் கார்ட்டூன்களாகக் கீழிறங்கத் தானே செய்கிறார்கள்.

மிக அழகான, இயல்பாகவும் அமைதியுடனும் சொல்லப்பட்ட காட்சிகள் நிறைய உண்டு. வாடகை வீடு பார்த்த இடத்தில் வாடகை குறைக்க முடியுமா என்று பேத்தி சுதா சொன்னபடி கேட்டு வர தாத்தா முருகேசன் கிளம்புகிறார். கிளம்பும் முன் முதலில் அறையை விட்டு வெளியே முற்றத்தின் வழியாக வானத்தைப் பார்க்கிறார். பின் திரும்பி வந்து குடையை எடுத்துக்கொண்டு கிளம்புகிறார். கொளுத்தும் வெயிலில் குடை பிடித்துக்கொண்டு தெருவில் நடந்து செல்வதைப் பார்க்கிறோம். போன இடத்தில் காரியம் நடப்பதில்லை.

பெரும் ஏமாற்றம் முருகேசனுக்கும். வருத்தமும் ஏக்கமும், மனதை அழுத்த தெருவில் நடந்து வருபவருக்கு சுட்டெரிக்கும் வெயில் பற்றிய பிரக்ஞை இருப்பதில்லை. தெருவில் நிழலோரத்தில் கடை பரப்பியிருப்பவன், ''ஏ பெரியவரே, வெயிலடிக்கறது தெரியலே? குடை தான் இருக்கே? அதை விரிச்சுப் பிடிச்சிட்டுத்தான் நடவேன்.'' என்று சத்தமிட்ட பிறகு தான் அவருக்கு குடையை கக்கத்தில் இடுக்கியிருப்பது தெரிகிறது. குடையை விரித்துக்கொண்டு நடக்கிறார்.

சுதாவும் அவள் கல்யாணம் செய்துகொள்ளவிருக்கும் கோபியும் சுதா வீட்டில் காரமாகப் பேசிக்கொண்டிருக்கிறார்கள். இடைகழியில் உடகார்ந்திருக்கும் தாத்தா நாற்காலியை விட்டெழுந்து அவர்கள் இருக்கும் அறைக்கதவண்டை போகிறார். பின் திரும்பி தன் நாற்காலியில் அமர்ந்து கொள்கிறார். இது பாதி நிழல் படிந்தும் பாதி வெளிச்சமாகவும் இருக்கும் வீட்டின் உள்ளே நடக்கும் காட்சி. காமிராவின் கண் இந்நடப்பில் இல்லாதது போல் வெகு காஷுவலான பாவனையில் எடுக்கப்பட்டிருக்கிறது. இப்படி பல காட்சிகள் அன்றாட வாழ்க்கையில் வீட்டினுள் நடப்பவை, வெளியில் தெருவில் நடப்பவை பதிவாகியிருக்கின்றன. இவை கதையின் மையத்தைச் சேர்ந்தவை அல்ல. கரையோர நிகழ்வுகள். கதை மாந்தரின் குணத்தையும் நிகழ்வுகளின் குணத்தையும் சார்ந்து நிகழ்பவை. இந்துவின் சிறு வயது ஆசைகள், பிடிவாதங்கள், கொஞ்சல்கள் எல்லாம் அடிக்கோடிட்டு வலியுறுத்தப்படாமல் இயல்பாக மெல்லிய இழைகளால் வரையப்பட்டவை.

இருவருக்கும் பரிச்சயமான ஒருவர் இறந்ததைப் பற்றி மேல் வீட்டு நண்பர் வந்து முருகேசனிடம் சொல்ல, அவர் சென்ற பிறகு, முருகேசன், தன் பேத்திகளுக்காக தான் சேர்த்து வைத்துள்ள ரொக்கப் பணம், நகைகள் வீடு மனை எல்லாம் தனக்குப் பிறகு யார் யாருக்கு என்ன செய்யவேண்டும், என்று எழுதி பத்திரப்படுத்துகிறார்.

வீட்டு மனையின் ஒரு பாதி விற்கப்படுகிறது அலுவலகத்தில் கேட்ட கடனின் முதல் தவணையை உடனே வாங்கிக் கொடுத்தவர் அடுத்த தவணைக்கு பல்லிளிக்க ஆரம்பிக்கிறார். இனி கட்டிட வேலையைத் தொடங்க முடியாது என்று இருந்த சமயத்தில் தாத்தாவும் தன்னிடமிருக்கும் பணத்தைத் தருகிறார். சுதா நடந்த விஷயத்தைத் தானே சொல்லாவிட்டாலும், ஒரு வாறு யூகித்துக்கொண்ட கோபி தானே மனைக்குச் சென்று அதுகாறும் சுதா மறுத்து வந்த தன் பணத்தைப் போட்டு தானே களம் சென்று கட்டிட வேலை மேற்பார்வையை எடுத்துக் கொள்கிறான். அவ்வப்போது இருவரிடையேயும் சிறு சிறு உரசல்கள் எழும் சுய கௌரவம் மேல் எழும் இருவருக்கும். பின் சமாதானம். விட்டுக் கொடுப்பது கோபியாக இருக்கும். தாத்தாவாக இருக்கும். ஒன்று சுதாவின் சுய கௌரவம். இரண்டாவது காரணம், சுய பாதுகாப்பு. எதிர்காலம் எப்படி இருக்குமோ என்ற பயம். தாத்தா விட்டுக்கொடுப்பது பேத்தியின் கஷ்டத்தைக் கண்டு இரங்கி. இவை சொல்லாது சொல்லப்படுவனவற்றில் அடங்கும்.

நிகழ்வுகள் எல்லாமே சிறு சிறு மகிழ்ச்சிகளாலும் பூசல்களாலும் ஆனவை தான். எங்கும் பெரிய விபத்துக்கள், பூதாகாரங்கள் இல்லை. பெரிய சோகங்கள், கதறல்கள் இல்லை. அன்றாட பேச்சின் அளவுக்கு மேல் யாரும் குரல் எழுப்புவதில்லை. இரைச்சல்கள் இல்லை. அலங்கார பேச்சுக்களோ நாடக பாணி பிரசங்கங்களோ இல்லை. ஒரு எளிய குடும்பம் வாடகை வீட்டில் வசிக்கும் அநிச்சயத்தையும் எதிர் பாரா இடைஞ்சல்களையும் தவிர்க்க ஒரு சிறிய வீடு தன் சக்திக்குச் சற்று மீறி கட்ட முயலும்போது எழும் இடர்களும், தவிப்புகளும், அவை எந்நிலையிலும் எழும் இடைஞ்சல்கள், தவிப்புகள். இடையிடையே முகம் காட்டும் நம்பிக்கைகளும் மகிழ்ச்சிகளும் தான் வீடு படத்தில் நாம் காண்பது. எல்லோரும் சாதாரண மனிதர்கள் மத்திம வர்க்கத்தினர். யாரும்

பேரழகிகளோ பேரழகர்களோ இல்லை. கோரங்களும் இல்லை. அன்றாடம் தெருவில் எதிர்ப்படும் மனிதர்களே. அது அர்ச்சனாவாக இருந்தாலும் சரி. மேக்கப் இல்லாத அர்ச்சனா. ஒரு தாத்தாவுக்கே உரிய சின்ன சின்ன கோபங்களும், அவ்வப்போது சந்தோஷ கணங்களில் சத்தமிடாத பொக்கைவாய்ச் சிரிப்பும். தளர்ந்த குரலில் அவ்வப்போது முணுமுணுத்துக்கொள்ளும் பாட்டு. பேத்திகளின் கஷ்டத்தின் போது தளரும் தன் பிடிவாதம். நேர்மையின் பிடிவாதம். தளர்ந்த குரலில், எளிய வார்த்தைகளில்.

ஒரு நாள் தன் பேத்தி கட்டிவரும் வீட்டை, அது முடிந்துவிட்டது என்று அறிந்து, பார்த்து வரலாம் என்று போகிறார். வழியில் பஸ்ஸில் அயர்ந்து தூங்கிவிடுகிறார். கண்டக்டர் எழுப்ப பஸ்ஸிலிருந்து இறங்கி மனை நோக்கி நடக்கிறார். மனைக்குள் நுழைந்து உள்ளே மனையைப் பார்வையிடுகிறார். ஆர்வமும் சந்தோஷமும். பேத்தி தனக்கென ஒரு வீடு கட்டிக்கொண்டு விட்டாள். தனக்கென ஒரு கணவனையும், சிறு சிறு பூசல்களையும் தாண்டி ஒத்த மனதுடைய, கஷ்டங்களில் பங்கு கொள்ளும் கணவனையும் தேடிக்கொண்டு விட்டாள் இனி என்ன வேண்டும்?. அவரது கவலையும் தீர்ந்தது. வீட்டினுள் சுற்றிப் பார்த்தவருக்கு சந்தோஷம், முகத்தின் சிரிப்பில் தெரிகிறது. திரும்ப வெயிலில் நடக்கும் போது களைப்பில் கால் தடுமாறி வீதியிலேயே விழுந்து விடுகிறார். விழுந்தவர் எழவில்லை.

பிறகு தான், தாத்தா தன்னிடமிருந்த பணம், நகை, வீட்டு மனை எல்லாம் எழுதி வைத்திருப்பது சுதாவுக்குத் தெரிகிறது

ஒரு எளிய கதையை ஒரு அன்றாட வாழ்க்கையின் நிகழ்வு களை, சிறிய சிறிய எதிபார்ப்புகளையும், ஏமாற்றங்களையும் சந்தோஷங்களையும் அனுபவிக்கும் சாதாரண மனிதர்களின் ஒவ்வொரு நாள் வாழ்வின் அலைமோதல்களை அலங்காரமற்று, இரைச்சலிடாமல் அந்த வாழ்வின் உண்மையை கண்ணியத்தோடு சொல்ல முடியுமானால் அது மெல்லிய இழைகளாக அலை யோடும்

இசையாக அமைதியும் இனிமையுமாக ஒலிக்கும். அதில் அபசுரம் இராது. நாராசம் இராது.

செட்,. டான்ஸ் மாஸ்டர், பாடல்கள், ஸ்டுடியோ, ஃப்ளெஸ் பானர், கோரியோக்ராஃபி, இத்யாதிகளையெல்லாம் விடுங்கள். பவுடர், லிப்ஸ்டிக் செலவு கூட இல்லாமல் பாலு மகேந்திரா ஒரு படம் எடுத்துவிட்டார். வீடு படம் எடுக்க டோரண்டோவோ கிலிமாஞ்சரோவோ போகாது, சென்னை புறநகர் ஒன்றை விட்டு நகராது மிக சல்லிஸாக எடுத்திருக்கிறார். அதை நான் தமிழில் முதல் சினிமா என்று இருபது இருபத்தைந்து வருஷங்களுக்குப் பின் பேச முடிகிறது. ஆனால் ஒற்றை மரம் தோப்பாகாதே. தமிழில் சினிமா என்ற ஒரு சமாசாரம் இல்லை. அது என்ன சமாசாரம் என்று தமிழில் திரைப்படம் சம்பந்தப்பட்டவர்க்குத் தெரியுமா என்பது சந்தேகம். தான்.

40

வேண்டும் ஒரு மாற்றுக் குரல்
மகாதேவனின், மணிரத்னம் - தலைகீழ் ரசவாதி

மணிரத்னம் இன்று திரைப்படத் துறையில் ஒரு மகா மேதை, ஒரு சிகர உச்சியில் அமர்ந்திருக்கும் கலைஞன், என்று தமிழ் சினிமாவில் மட்டுமல்ல, இந்தியப் பரப்பு முழுதும் ஆராதிக்கப்படும் தெய்வம். யாரும் அவரைப் பற்றி ஏதும் கேள்வி எழுப்புவது ஏதோ மத நிந்தனை செய்துவிட்டது போன்ற குற்றத்துக்கு ஆளாகும் காரியம். அந்த பிம்பத்தை மகாதேவன் தன் புத்தகத்தில் ஏதும் சுக்கு நூறாக சிதைத்து விடவில்லை தான். ஆனால்,. விக்கிரகத்தின் கைகால்கள் உடைந்திருக்கின்றன. ஒரு பெரிய விரிசல் தோளிலிருந்து தொடைவரை குறுக்கே விக்கிரஹத்தைப் பிளந்திருப்பது தெறிகிரது. பிம்பம் ஒரு விக்கிரஹமாக இன்னும் கொஞ்சம் தக்க வைத்துக்கொண்டுள்ளது என்று தான் சொல்ல வேண்டும். இந்த இரண்டு மூன்று சம்மட்டி அடிகளுக்கே கூட மகாதேவனுக்கு நிறைய மூட்டை மூட்டையாக தைரியம் வேண்டும். தமிழ் சினிமா உலகில் துணை இயக்குனராகப் பணி செய்யும் ஒருவருக்கு இந்த எதிர்ப்புக் குரல் ஆகாது தான். பிழைப்புக்கு ஆகாத காரியம். வடிவேலுக்கு என்ன நடந்தது தெரியுமில்லியா? ஒரு டாப் காமெடியனுக்கே இந்த கதி.

இதற்கு முன்னால் மகாதேவன் இன்னும் சில புத்தகங்கள் எழுதியிருக்கிறார்,. தமிழ் சினிமாவின் விக்கிரஹ விநாசன் தான். கையில் ஒரு பெரிய சுத்தியலை எடுத்துக்கொண்டு அலைகிறார், விக்கிரஹங்கள் எங்கே என்று தேடி. நல்ல காரியம் தான். பத்திரிகைகளும், அறிஞர் பெருமக்களும், சினிமா கலைஞர்களும்,

ரசிகப் பெருமக்களும் செய்யாத காரியத்தைச் செய்யத் தொடங்கியிருக்கிறாரே. இதற்கு முன்னால் இங்கே திரைக்கதைகள் பழுது நீக்கித் தரப்படும் என்று ரிப்பேர் ஷாப்புக்கு போர்டு போட்ட மாதிரி ஒரு புத்தகம் எழுதியிருக்கிறார். ரிப்பேர் ஷாப் தான் என்றாலும் காயலான் கடைக்குப் போக வேண்டியதையெல்லாம் அவர் எடுத்துக்கொள்வதில்லை. தமிழ்ப் படங்கள் 95 சதமானம் இப்படியாப்பட்ட காயலான்கடை சமாசாரங்கள் தான். ஏதாவது கொஞ்ச நஞ்சம் தேறும் போலிருப்பதைத்தான் அவர்ரிப்பேர் செய்ய எடுத்துக்கொண்டிருந்தார் அந்த புத்தகத்தில். நந்த லாலா, அங்காடித் தெரு, ஆடுகளம், அழகர்சாமி குதிரை, தெய்வத் திருமகள், ஏழாம் அறிவு, எங்கேயும் எப்போதும், நான் கடவுள் போன்ற ஒரு சில தான் ஏதோ கொஞ்சம் ரிபேர் செய்து ஒப்பேத்தலாம் என்று அவர் முடிவு செய்து திரைக்கதையைத் ஆங்காங்கே திருத்தி எழுதிக் காட்டியவை. எனக்கென்னவோ இதில் ஆடுகளம், எங்கேயும் எப்போதும் இரண்டைத் தவிர மற்றவற்றைத் தொட்டிருக்கக் கூடாது. அங்காடித் தெரு, நான் கடவுள் இரண்டிலும், நான் பெரிதும் மதிக்கும் ஜெயமோகனின் பங்களிப்பு இருந்த போதிலும். மகாதேவன் பொறுக்கிய வற்றோடு, சுப்பிரமணியபுரம், வெயில், முரண், தென்மேற்குப் பருவக் காற்று போன்ற வற்றையும் சேர்த்திருக்கலாம். இவையெல்லாம் ஃபார்முலாவை உதறி, தமிழ்ப் படங்களின் மசாலாக்களையும் உதறி தம் வழியில் புதிய பாதை அமைக்கும் முயற்சி எனச் சொல்லப் பட்டாலும், எதிலும் மசாலாவும் ஃபார்முலாக்களும் உதறப்படவில்லை. முழுக்க முழுக்க அதே மசாலாக்கள் என்றில்லாமல் ஏதோ கொஞ்சம் பழக்க தோஷம், அல்லது முற்றிலுமாகத் தமிழ் சினிமா ரசிகர்களை ஏமாற்றக் கூடாது என்ற எண்ணமும் இருக்கலாம்.

மகா தேவன் புதிய பாதையில் செல்ல வேண்டும் என்று எண்ணிய தைரியத்தையும், செயல் முனைப்பையும் மனதில் கொண்டு தான் அவற்றை எடுத்துக்கொண்டிருக்க வேண்டும். இதில் காப்பியடித்தே

தம்மை வேறுபட்ட சிந்தனையாளனாகக் காட்டிக்கொள்ள முயலும் நந்தலாலா, எங்கேயும் எப்போதும், முரண் போன்றவற்றை ஒதுக்கியிருக்க வேண்டும். போகட்டும். ஏதோ காரணம் தேடி, சினேகா டான்ஸ்கூட, ப்ரொஜெக்டர் அறையில் ஒரு காதல் டூயட் கூட இல்லாமல் போனால் நல்லாவா இருக்கும் என்ற எண்ண ஓட்டம் உள்ளவர்களை என்ன செய்வது?

இருக்கட்டும். லேசா ஒரு பவுடர், லைட் கலர்லே கொஞ்சம் லிப்ஸ்டிக் போட்டுட்டு வரேனே என்று சமாதானம் சொல்கிறவர்களை என்ன செய்வது? இப்போதைக்கு "சரி" என்று சொல்லலாம்.

இவற்றிலும் உள்ள அபத்தங்களையெல்லாம் மகாதேவன் ஒவ்வொரு படத்துக்கும் சொல்லி வந்தார். ஆனால் அவர் திருத்தங்கள் சொன்னதெல்லாம் வேறு வகையான "கதை தயாரிப்பாகத்" தான் பட்டது. அது போலத் தான், மணி ரத்தினத்தின் படங்கள் பற்றி அவர் சொல்லும் போதும், நமக்குப் படுகிறது.

மணி ரத்தினத்தின் ரோஜாவோ இல்லை வேறெதுவோ ஃபில்ம் ஃபெஸ்டிவலில் இடம்பெறத் தொடங்கிய காலத்திலிருந்து, நான் அதைப் பார்க்கக் கிடைத்த காலத்திலிருந்து வடக்கிலும் சரி, தென்னாட்டிலும் எல்லாரும் அவர் புகழ் பாடக் கேட்டு வந்திருக்கிறேன். எனக்கு அவர் எந்த விதத்தில் ஒரு கலைஞன் என்று புரிந்ததில்லை. அவர் படங்களில் எந்த விதமான வித்தியாசத்தையும் அவர் படங்களின் உள்ளார்ந்த சாரத்தில் (inner core) -ல் நான் காணவில்லை. சந்தைக்கு சரக்கு தயாரிப்பவராகத் தான் எனக்குத் தோன்றியிருக்கிறார். ரோஜா விலிருந்து ராவணன் வரை. ஜிகினா வேலையில், உடையலங்காரத்தில், மேடையை ஜொலிக்கச் செய்யும் மின்விளக்கு ஜோடனைகளில் வித்தியாசமானவர். ஆனால், பார்க்கக் கிடைப்பது என்னவோ அதே கும்மாங்குத்து தான். "சையான் சையான்", ருக்குமணி, ருக்குமணி"யை வைத்துத் தான் வியாபாரம் நடக்கிறது. அதைத் தான் மகாதேவன் ரஸவாதம் என்று சொல்கிறார்.

வெங்கட் சாமிநாதன்

மகாதேவன் எழுத்துக்களில் நான் தொடர்ந்து பார்த்து வருவது, எனக்கு மகிழ்ச்சி தருவது, மகாதேவன் ஜிகினா அலங்காரத்தில் எல்லாம் மயங்கிவிடுவதில்லை. மகாதேவன் அதை ரஸவாதம் என்று சொல்லும்போதே அது ஏமாற்று வேலை, உண்மையான மாற்றம் இல்லை என்பதைச் சொல்லியாகிவிட்டது. ஆனாலும் ரஸவாதம் செய்வதில் மணிரத்தினத்திடம் ஒரு கெட்டிக்காரத்தனம், இருப்பதை ஒப்புக்கொள்ளவேண்டும். ஓடும் ரயில் வண்டியின் மேல் கும்மாங்குத்து ஆட வைத்த தைரியம் வேறு யாருக்கு வந்தது?

மணிரத்தினமும் படங்களுக்கெல்லாம் கதை தயாரிப்பு அவரது தான். ஜெயமோகனை அழைத்தாலும் சரி. நடந்த சரித்திரத்தை, நிகழ்கால வரலாற்று மனிதர்களைச் சித்தரிப்பதாக இருந்தாலும் சரி, ''எல்லாம் கற்பனை'' என்று சொல்லி கதையைத் தன் இஷடத்துக்கு வளைத்துக் கொள்வது அவர்தான். அவை வரலாற்று உண்மைகள் அல்ல. நம் மற்ற தமிழ் சினிமா கதைக்காரர்கள், இயக்குனர்கள் போலவே, காரக்டர், நேடிவிடி, என்று அவர்கள் பேசும், அர்த்தம் கொள்ளும் பாணியிலிருந்து மணிரத்தினம் விலகியவர் அல்ல. ரோஜா, இருவர், பம்பாய், உயிரே, எதானாலும் சொல்லப்படுவது இந்த வரலாறு தான், இந்த மனிதர்கள் தான் என்று செய்தி பரவ வைத்து பெருமை தேடிக்கொள்ளும் அதே சமயம் ''அல்ல, இவை கற்பனையே'' என்று பாதுகாப்பும் தேடிக்கொள்ளும் வழக்கம் தவறாமல் தொடரும். அது மட்டுமல்ல. மற்ற தமிழ் சினிமா கதைக்காரர்கள், தயாரிப்பாளர்களிடமிருந்து தான் வித்தியாசமானவன், வேறுபட்டவன் என்று பெயர் பெற்றுக் கொண்டே அவர்கள் செய்யும் அபத்தத்தையே தானும் செய்வதில், அதை வித்தியாசமான ஜோடிப்பில் ஜொலிப்பில் செய்வதில் அவர் ரஸவாதி.

நிறையவே சொல்லலாம். ஒவ்வொரு படத்தையும் எடுத்து வைத்துக்கொண்டு, ஒவ்வொன்றாகச் சுட்டிச் செல்லலாம். இதெல்லாம் யாருக்கு நினைவில் இருக்கிறது? படம் பார்க்கும்

போதே கண்முன் காணும் அபத்தங்களைக் கண்டு முகம் சுளித்து இருக்கலாமே ஒழிய இவற்றை யார் பட்டியலிடமுடியும்? இம்மாதிரியான ஒவ்வொரு படத்தின் காட்சியும் நம் முகச்சுளிப்பில் முடிவதால், ஆனால் உலகம் அவரை இந்தியாவின் மிகச்சிறந்த கலைஞன், 20 கோடி சம்பளம் வாங்குகிற ஹிந்தி ஸ்டார்கள் எல்லாம் மணிரத்தினத்தின் படத்தில் குறைந்த சம்பளத்தில் நடிக்க ஆவலாக இருப்பதாகச் சொல்கிறார்கள். ரஸவாதம் தான்

மகாதேவன் அடுக்கிச் செல்லும் அனேக சம்பவங்களில் ஒன்றைச் சொல்லலாம். படம் ரோஜா. ஒரு சமயத்தில் தீவிர வாதி சொல்கிறான். தன் சகோதரி, சகோதரன், நண்பன், அப்பா அம்மா யாராக இருந்தாலும் கொன்று விடத் தனக்கு கட்டளை பிறக்குமானால் தயக்கமே இல்லாமல் கொன்று விடுவேன் நான் என்று சொல்கிறான். இன்னொரு காட்சியில் கதாநாயகன் அந்த தீவிர வாதியிடம் வசனம் பேசுகிறான். ''நீ என்னைக் கொல்லமாட்டாய். நீ ரொம்ப நல்லவன். உன் தம்பி செத்த போது நீ என்னமா அழுதாய். உனக்கு மனசாட்சி இருக்கு. நீ என்னைக் கொல்லமாட்டாய்'' என்று வசனம் பேசுகிறான். தீவிர வாதி மனம் மாறிவிடுகிறது. கதாநாயகன் தப்பி விடுகிறான். இது டிபிகல் தமிழ் சினிமா கதை தயாரிப்பு. மணி ரத்தினத்தின் வசனம் கொஞ்சம் சுருக்கமாக இருக்கும். மற்றவர்கள் கதறிக் கதறி பக்கம் பக்கமாக வசனம் பேசுவார்கள். அது வெகுவாக மணிரத்தினத்திடம் குறைந்திருக்கிறது. மற்றபடி மணி ரத்தினம் தன் அறையில் தனிமையில் உட்கார்ந்து கொண்டு வசனம் யோசித்து எழுதுவாரே தவிர, வாழ்க்கையை, மனிதர்களை, அவர்கள் வாழும் சூழலை, சிந்தனைகளை அறிந்து கதையும் வசனமும் எழுதுவதாகவோ, கதை மாந்தர்களை அவர் அறிந்தவராகவோ சொல்வதற்கு அவர் படங்களில் சாட்சியமில்லை. இதைப் பல இடங்களீல், மணிரத்தினத்தின் ஒவ்வொரு படத்திலும் மகாதேவன் சுட்டிக் காட்டியிருக்கிறார்.

தென்மாவட்ட ஒரு குக்கிராமத்தைக் களமாகக் கொண்டால், அது குக்கிராமமாக இருக்க வேண்டும். ஒரு பெண் முறைப் பையனை விரும்புகிறாள். ஆனால் அவள் தங்கைக்கு அது தெரியாதாம். அவர்கள் குடும்பத்துக்குள் பகை என்றால், பெண் பார்க்க வருகிறானாம் முறைப்பையன். தங்கையைப் பிடித்திருக்கிறது என்று சொல்கிறானாம். தென்மாவட்ட முறைபெண் கோரும் குடும்பத்தில் பெரிய இடத்து போஷாக்கு தெரியும் அரவிந்த் சாமி மாதிரி ஒரு மாப்பிள்ளை. முறைப் பெண்ணின் தங்கை மாத்திரம் ஆந்திராவிலிருந்து வந்த சினிமா ஸ்டார் மாதிரி இருப்பாள். தங்கைக்கு கல்யாணம் ஆகிவிடும். தங்கை தான் அவனுக்கு பிடித்திருக்கிறது. ஏனா? இதென்ன கூத்து? அரவிந்தசாமி மாப்பிள்ளையானால் வேறு யாரைப் பிடிக்கும்? ஆந்திரா ஸ்டார் மாதிரி செக்கச் செவேல் என்று இருக்கவேண்டாமா?

மகாதேவன் சொல்கிறார், ''முறைப் பையன் கிடைக்கவில்லை என்றால் தற்கொலை செய்து கொள்வேன் என்று சொல்லும் அக்காவின் மனது தங்கைக்குத் தெரியவில்லை என்று சொல்லும் மணிரத்தினத்துக்கு திரைக்கதையும் எழுதத் தெரியாது, பெண்ணின் மனமும் தெரியாது, கிராம வாழ்க்கையும் தெரியாது. என்று. சரியாகத்தான் சொல்கிறார். உண்மையில் மகாதேவன் மணிரத்தினத்தின் எந்தப் படத்தைப் பற்றியும் சரி, தமிழ் சினிமாவிற்கு வந்துள்ள புதிய புரட்சியாளர் படங்கள் பற்றியும் சரி, கதை, வசனம் இத்யாதி விஷயங்கள் பற்றி சொல்வதெல்லாம் சரியாகவே சொல்கிறார்.

இது பற்றியெல்லாம் தமிழ் சினிமாவில் எவரும் கவலைப் பட்டதில்லை. தமிழ் சினிமாவை கலையாக உயர்த்தி, இந்தியப் பரப்பிற்கும், உலகத் தரத்திற்கும் எடுத்துச் செல்ல வந்தவர்க்கும் தெரியவில்லை. கதை ரூம் போட்டு யோசிக்கவில்லை. தன் வீட்டிலேயே அவருக்கு ரூம் இருக்கு. அங்கே தான் எல்லாம்

யோசித்து எழுதுகிறார். கலைப் படைப்பிற்கு தனிமையும் தியானமும் தேவைப்படுகிறது. தமிழ் சினிமா மரபு மாறவில்லை.

சரி இந்தக் கதை கஷ்மீருக்கு நகர்கிறது. ஏன்? எப்படி? என்ன நிர்ப்பந்தம்.? பாடல் காட்சிகளை கஷ்மீரில் எடுத்தால் தானே பார்க்க அழகான காட்சிகளைத் தரலாம். என்னா போட்டோக்ராபி, என்னா போட்டோக்ராபி என்று மலைப்பார்கள். இது தானே நம் மரபு?. சங்கர் ஏன் தென் அமெரிக்காவில் இது வரைக்கும் போகாத இடமாகத்தேடியலைந்து கடைசியில் மச்சுப் பிச்சுக்குப் போகிறார்?. கமலஹாஸன் எதற்கு கனடாவுக்கும் அமெரிக்கவுக்கும் போகிறார் டான்ஸ் ஆட?. ஏன் இங்கே ஸ்டுடியோவில் , இல்லை உசிலம்பட்டியில் ஆடினால் அது ஆட்டமாகாதா? சங்கர் ரொம்பக் கஷ்டப்பட்டு புதிய புதிய லொகேஷனாக தேடுவார். இந்த வியாதி தமிழ் சினிமாவில் அத்தனை பேரையும் தொத்திக் கொண்டு விட்டது. சிம்பு ஒவ்வொரு தடவையும் இந்தத் தடவை ஷூட்டிங் ப்ரேசிலில், டாங்கனீக்காவில் என்று சொல்கிறார். சப்ஜெக்ட் கிராமத்து சப்ஜெக்ட் தாங்க ஷூட்டிங் தான் ஸ்விட்ஸர்லாந்தில்.

இதெல்லாம் சரி, ஆனால் இந்தக் கதை நம்பகமாகவே இல்லை. மண்வாசனையே கிடையாது என்று சரியாகவே சொல்லும் மகாதேவன் நான் கதை எழுதினால் எப்படி இதைச் சரிப்படுத்துவேன் என்று சொல்லும் கதை இன்னொரு ரக தமிழ் சினிமா கதையாகத் தான் அது வந்து முடிகிறது. முன்னர் எழுதிய ''இங்கே திரைக்கதை பழுது பார்க்கப்படும்'' என்று சொல்லி, அவர் பழுது பார்த்த ஒவ்வொரு கதையும் இந்த ரகமாகத் தான் பழுது பார்க்கப்பட்டுள்ளது.

சத்தியவானின் உயிரைக் கொண்டு போகும் யமனிடம் வாதாடி சாவித்ரி கணவன் உயிரை மீட்ட மாதிரி, - (இந்த சத்தியவான் சாவித்ரி உபமானம் கொடுத்தது நானல்ல. மகாதேவன்) - இங்கு கதாநாயகி, தீவிர வாதிகளிடம், ''என் புருஷனை விட்டுவிட்டுப்

நான் போகமாட்டேன்'', என்று பிடிவாதமாக அங்கேயே தீவிர வாதிகளிடம் தங்கிவிடுவாளாம். அவர்களுக்கு சுவையாக சமைத்துப் போடுவாளாம். அந்த தீவிர வாதிகளும், தெற்கே எப்போதோ வந்தவர்கள் தென் மாவட்ட சமையலை ரசித்த அனுபவத்தில் கதாநாயகி சமைத்துப் போடுவதையும் ரசித்து மெதுவாக மனம் மாறுவார்களாம். காஃபிர்களைச் சுட்டுக் கொல்லும் தீவிர வாதிகளை நம் கதாநாயகி அன்பால், தன் தென்பாண்டிச் சமையலால் வெற்றி கொள்கிறாள். தீவிர வாதிகளின் தங்கை பிரசவ வேதனையில் இருக்கும் போது, ''நான் அவளை இந்த கதியில் விட்டுப் போகமாட்டேன்,'' என்று தப்பித்து ஓட மறுக்கிறாள். தீவிர வாதிகளின் தங்கைக்கு பிரசவம் பார்க்கிறாள். தீவிர வாதிகளிடமிருந்து கதாநாயகியும் கதாநாயகனும் தப்பிக்க அந்த தங்கை தான் உதவுவாள். அந்த ஒரு சிக்கலான சந்தர்ப்பத்தில் தன் கிராமத்திலிருக்கும் பாட்டிக்கு டெலிபோன் செய்து ''என்ன சிகித்சை?'' என்று கேட்டுத் தெரிந்து கொள்கிறாளாம். அந்த இரவில் தொலையில் எங்கோ இருக்கும் டெலெபோன் பூத்துக்கு தீவிர வாதியின் பாதுகாப்பில் கதாநாயகன் கதாநாயகியின் பாட்டியை பிரசவ சிகித்சை பற்றிக் கேட்கப் போகிறான். மகாதேவன் ரிப்பேர் வேலையில் ஒரே பாசமழை பொழிகிறது. சிவாஜி கணேசன் சாவித்ரி ஜோடியைத் தான் புக் செய்ய வேண்டியிருக்கும். பாசமலர் பாதிப்பு இன்னும் மகாதேவனை விடவில்லை. இந்த டெக்னிக்கில் நாம் உலகம் முழுவதும் பரவியிருக்கும் தீவிர வாதத்தை, செச்சென்யாவா, திபேத்தா, பாலஸ்தீனமா, சிரியாவா, துருக்கி- இராக் எல்லையா, சிக்கியாங்கா, எதாக இருந்தால் என்ன, நிறைய பாசம் பொழியும் தங்கைகள் தேவை. தங்கைகள் பாசம் பொழிய கண்ணீரை பக்கெட் பக்கெட்டாகக் கொட்ட வைக்கும் நீண்ட வசனங்கள் தேவை.

இந்த மாதிரி தான் மகாதேவனின் கதை திருத்த இலாகா செயல்படுகிறது. கடைசியில் மகாதேவன் சொல்கிறார்: எமனையே வென்ற சாவித்ரி போல் தீவிரவாதிகளிடம் போராடி கணவனை

மீட்கிறாள் என்று திரைக்கதை அமைத்திருந்தால், படம் எங்கோ போயிருக்கும். அதோடு கஷ்மீர் மக்களின் வேதனையும் முழு வீச்சில் கொண்டுவந்திருந்தால் காலத்தால் அழியாத காவியமாக ஆகியிருக்கும். இந்த வார்த்தைகள் சமீப காலத்தில் தமிழில் அர்த்தம் இழந்த ஆவேசங்களாக ஆக்கப் பட்டவை. அர்த்தம் இழந்த தமிழ் சினிமாவை அர்த்தமுள்ளதாக ஆக்க ஆசைப்படும் மகாதேவனும் கூட இந்த மாதிரி ஆவேசங்களைத் தவிர்க்க முடிவதில்லை.

மணிரத்தினத்தின் இன்னும் சில படங்களையும் தன் பார்வைக்குட்படுத்துகிறார் மகாதேவன். அஞ்சலி, உயிரே, பம்பாய், கன்னத்தில் முத்தமிட்டால் என்னும் இன்னம் நான்கு படங்கள். அஞ்சலி தவிர மற்றவையும் அரசியல் பிரக்சினைகளை மையமாகக் கொண்டவை. ஆனால், பிரச்சினை எதையும் எதிர்கொள்ளும், அதன் மையத்தை, புரிந்து கொள்ளும் எண்ணம் அவருக்குக் கிடையாது. அதன் கொதிநிலை, நீண்ட கால போராட்டம் மக்கள் அவதி எதுவும் அவருக்கு பொருட்டல்ல. ஒரு பெரிய பிரச்சினை வேண்டும். மணி ரத்தினத்துக்கு அது ஒரு கோட்ஸ்டாண்ட். அதில் அவர் தன் காதல் கதையை, பாடல்களை, நடனங்களை, அழகான லொகேஷன்களை, அழகான புகைப்படக் காட்சிகளைத் தொங்க விடுவார். ரத்தக் காட்டாறு பெருகும் அந்தப் பிரச்சினையே அவருக்கு தன் அழகான பாடல்/டான்ஸ் காட்சிக்கேற்ப கதைத் திருப்பங்களை,, திருகல்களைக் கொண்ட கதையாகும். ரெஹ்னா ஹி க்யா மிக அழகான பாடல். அழகாக நடனம் அமைக்கப்பட்டது தான். கேட்க இனிமையான, பார்க்க அழகான காட்சி. சரி. இது எதற்காக படத்தில் இடம் பெறுகிறது?. இதற்கும் படத்தின் ஆத்மாவிற்கும் என்ன சம்பந்தம்? எது எந்த விதத்தில் பிரசினைக்கு உதவுகிறது? படத்தை வெற்றி பெற இது வேண்டும். அவ்வளவே. அது ருக்குமிணி, ருக்குமிணி என்று கிழவிகள் நடனமானாலும் சரி, ''சையான் சையான் என்று ஓடும் ரயில் வண்டியின் மேல் நின்று ஆடும் குத்தாட்டமானாலும் சரி. என்ன கற்பனை ஐயா, கலை உலக

மேதைக்கு! கல்யாணம் எல்லாம் நல்லா நடந்திச்சாய்யா,? என்று கேட்டால் சாப்பாட்டிலே வடை போட்டாங்க, பிரமாதம்'' என்று சொல்ல வேண்டி வந்தால் என்ன அர்த்தம்?

இந்தப் படங்கள் எல்லாம் ஒரு திவிர பிரச்சினையை மையமாகக் கொண்டவை தான். ஆனால் இவை அந்த பிரச்சினையைச் சொல்ல வந்த கதைகள் அல்ல. பிரச்சினையை அவ்வப்போது தொட்டுவிட்டு தொட்டு விட்டு ஓடி தன் வழிச்செல்லும் கதைகள் அவை. அந்தக் கதைகளின் அக்கறை பிரச்சினை அல்ல. பிரம்மாண்டமான, வித்தியாசமான, அழகான காட்சிகள் தர வழிதரும் கதைத் திருப்பங்கள். அதற்கும் உண்மை நிலவரத்திற்கும் ஒரு சம்பந்தமும் இராது. முற்றிலும் மணிரத்தினம் தன் ரூமில் தனித்து இருந்து யோசித்த கதைத் திருப்பங்கள். ஜனாதிபதி ஒரு பெரிய விழாவிற்கு வருகை தரும்போது அங்கு மனித வெடிகுண்டு வெடித்து ஜனாதிபதி கொல்லப்படவேண்டும். எப்படி? இது எப்படி சாத்தியம். அடிக்கு அடி கண்காணிப்பு பலமாக இருக்குமே. மனித வெடிகுண்டு கிட்ட நெருங்குவது எப்படி சாத்தியம்? இது ஏன்? ஏனா, அந்த பிரம்மாண்ட அணிவகுப்பு காட்சி படத்தில் இடம் பெற வேண்டாமா? அதுக்காகத் தான். எப்படி மனித வெடிகுண்டு ஜனாதிபதி அருகில் செல்வான்? சுலபம். கண்ட்ரோல் வயரை ஒரு தீவிர வாதி பிடுங்கி விடுவான். ஒரே குழப்பமாகும்.? இப்படித்தான் கதைத் திருப்பங்கள் உருவாக்கப்படும். தமிழ் சினிமா கதைகள் உருவாகும். மனிஷா கொய்ராலாவை இந்தக் குழப்பத்தில் ஷா ருக்கான் கரகரவென்று இழுத்துச் சென்று பக்கத்தில் இருக்கும் காலி மண்டபத்துக்குப் போவான்.

அங்கு பக்கத்தில் ஒரு காலி மண்டபமும், தரதரவென்று கொய்ராலா குண்டு வெடிக்காமல் பத்திரமாக இழுத்துச் செல்வதும் தமிழ் சினிமா செட்டில் தான் நடக்கும். ஜனாதிபதிக்கான பிரமாண்ட அணிவகுப்பு, பின் சுற்றியிருக்கும் காவல்துறையினர் யாரும்

மனிஷா கொய்ராலாவை ஷா ருக்கான் இழுத்துச் சென்று காலி மண்டபம் வரை செல்வதைப் பார்க்கவில்லையாம். இது எப்படி சாத்தியம் என்று மகாதேவன் கேட்கிறார். தமிழ் சினிமா கதை இலாகா, அது ஒரு கலை மேதையானாலும், குழுவானாலும் சாத்தியம் தான். மணி ரத்தினத்தின் படத்திலும் சரி கதாநாயகன் ஓடுவார். தீவிர வாதிகளின் சரமாரியான குண்டுகள் பாயும். இருந்தாலும் அவர் தப்பிவிடுவார். இது எல்லா படங்களிலும் நடப்பது தான். மணிரத்தினத்தின் படத்திலுமா? என்பது தான் பிரச்சினை. ரொம்ப யோசிப்பவராயிற்றே. இன்னும் ஒரு ரசமான விஷயத்தையும் மகாதேவன் சொல்கிறார். ''ஒரு கதாநாயகி, மனிஷா கொய்ராலா போராட்டக் காரியாகிவிட்டதால், காதல் விளையாட்டு இல்லாமல் ரசிகர்கள் படம் பார்க்கமாட்டார்களே, அதற்காக மணிரத்தினம் ஒரு இரண்டாம் கதாநாயகியை கதைக்குள் வலுக்கட்டாயமாக கொண்டுவந்து கிளுகிளுப்பு ஊட்டியிருக்கிறார்''

எதற்கு இந்த அபத்த கற்பனைகள். காட்சிகள்? எதற்கா? அழகாக இருக்குமே. இருவர் படத்தில் கருணாநிதி பாத்திரம் என்று சொல்லாமல் சொல்லப்படும் பிரகாஷ் ராஜ் திருமலை நாயக்கர் மஹால் தானே அது, அதன் மேல் நின்று கொண்டு சுற்றிச் சுற்றி நடந்து பேசுகிறாரா, சொற்பொழிவு ஆற்றுகிறாரா? ஏதோ செய்துவிட்டுப் போகட்டும். அதற்கு ஏன் மதுரைக்கு போய் திருமலை நாயக்கர் மஹால் மேல் தளத்துக்கு ஏறி நிற்க வேண்டும். கருணாநிதி அங்கு எப்போது எதற்குச் சென்றார்?. மஹால் தூண்களோடு மஹாலின் பிரம்மாண்ட விஸ்தாரம் அழகாக இல்லையா? அதற்குத் தான். மேலும் அது கருணாநிதி இல்லை. என் கற்பனைப் பாத்திரம். என்று பதில் வரும். தப்பித்தாயிற்றா? பால் தாக்கரேயிடம் ஒரு தடவை பட்டது போதாதா? திரும்பத் திரும்பவா அதே தப்பைச் செய்வார்கள்?

இப்படி நிறைய சொல்லிக்கொண்டே போகலாம். அப்படிச் செய்தால் மகாதேவனின் புத்தகத்தையே திரும்ப இங்கு

எழுதியதாகிவிடும். இந்த அரசியல் பிரசினைகள் எதுவும் இல்லாத அஞ்சலி

படமாவது மணிரத்தினத்தின் வெற்றிப் பட ஃபார்முலா கைவண்ணத்திலிருந்து தப்பிக்கிறதா என்ன? இல்லை என்பது தான் மகாதேவன் கருத்து.

அஞ்சலி மனம் வளர்ச்சி குறைந்த குழந்தை பார்க்க அழகாக இருக்காது. இதை எப்படி சினிமாவில் காட்ட முடியும்? ஆக, ஒரு அமுல் பேபி குழந்தையைத் தான் மன வளர்ச்சி குறைந்த அஞ்சலியாக ஆக்க வேண்டும் இது முதல் கோணல். குழந்தை பிறக்கும் முன்பே அது மன வளர்ச்சி குறைந்ததாக இருக்கும் இரண்டு நாளில் இறந்து விடும் என்று டாக்டர்கள் சொல்கிறார்களாம். ஆக, அது பிறந்த உடனேயே மன நலக் காப்பகத்துக்கு எடுத்துச் செல்லப்பட்டு அங்கு வளர்கிறது. அப்பா குடும்பத்திற்குத் தெரியாமல் செய்த காரியமாம். அம்மாவால் தாங்கிக்கொள்ள முடியாதாகையால் குழந்தை இறந்தே பிறந்தது என்று சொல்லிச் செய்த காரியமாம். ஆனால் மன நலக் காப்பகத்திலிருந்து குழந்தை வீட்டுக்கு எடுத்து வரப்படுகிறது. குழந்தை இறந்தும் விடுகிறது. கண்ணீர்விட சான்ஸ் நிறைய இப்படி உருவாக்கிக்கொண்டே போகிறார் மணிரத்தினம். இப்படி படம் முழுதும் மகாதேவனின் அலசலுக்கு மணிரத்தினத்தின் படம் இரையாகிறது. பெரிய அலசல் ஒன்றும் தேவையில்லை. எந்தத் தமிழ்ப் படத்தையும் போல, மணிரத்தினத்தின் படமும் எந்த பொதுப் புத்தியின் பார்வைக்கும் தாங்காது தான்.

ஆனால் மகாதேவனிடம் நான் காணும் ஒரே குறை, அவர் இந்தக் கதையைத் தான் எழுதினால் எப்படி சரி செய்திருப்பேன் என்று விவரிக்கத் தொடங்கிவிட்டால் அதுவும் சில இடங்களில் தான் வித்தியாசமாகத் தோன்றுகிறதே தவிர, பெரும்பாலும், தமிழ் சினிமா பாஷையில் ''காலத்தால் அழியா திரை ஓவியமாக, அல்லது

காவியமாகத் திகழும், மலரும், ஒளிவீசும்,'' சரி ஏதோ ஒன்றாகத் தான் ஆகிவிடுகிறது.

ஆனாலும் மகாதேவன் ஒரு விக்கிரஹ விநாசன். அந்த காரியத்தை மிக நன்றாகச் செய்கிறார். திரை உலகிலிருந்து இப்படி ஒருவர் வந்துள்ளது சந்தோஷம் தரும் ஒன்று. இங்கு விக்கிரஹங்கள் நிறைய மண்டிக்கிடக்கின்றன.

மணிரத்னம்: (தலைகீழ் ரசவாதி) பி.ஆர். மகாதேவன்: நிழல் வெளியீடு விலை ரூ 100

41

மகேந்திரனின் முள்ளும் மலரும் - நினைத்திராத ஒரு ஆரம்பம்

எப்போது என்று நினைவில் இல்லை. தில்லியில் இருந்த வருடங்களில் அறுபதுகளிலிருந்து தியேட்டருக்குப் போய் சினிமா பார்த்தது மிக அபூர்வம். ஒரு சில விசேஷமாக நடத்தப்படும் காட்சிகளுக்குச் 0சென்றதுண்டு தான். அப்படித்தான் உன்னைப் போல் ஒருவன், மோக முள் போன்ற ஒரு சிலவற்றைப் பார்த்தது. சென்னை வந்த பிறகு 2000-குப் பிறகு தான் பொதிகைத் தொலைக்காட்சியில் பழைய படங்கள் திரும்பக் காட்டப்பட்டன. சில தொடராகவும் சில ஒரே காட்சியாகவும். அப்படித்தான் நான் மகேந்திரனின் உதிரிப்பூக்கள் படம் பார்த்திருக்க வேண்டும். சரியாக நினைவில் இல்லை.

அந்தப் படம் தமிழ் சினிமாவில் ஒரு அபூர்வப் பிறவியை எனக்கு அறிமுகப் படுத்தியது. அவரது இன்னும் சில படங்கள் உண்டு என்று சொல்லக் கேள்விப்பட்டிருக்கிறேன். ஆனால் பார்த்ததில்லை. உதிரிப் பூக்கள் தமிழ் சினிமாவின் சம்பிரதாயக் கதை சொல்லலையும், படமாக்கும் மரபையும், நடிப்பு என்று நாம் வளர்த்துள்ள ஒரு பாணி அங்க சேஷ்டைகளையும், அதில் சேர்க்கப்படவேண்டிய மசாலாக்களையும், விசேஷ தாளிப்பையும் ஒதுக்கிய ஒரு முயற்சியாக இருந்தது. எவ்வளவோ வருஷங்களுக்குப் பிறகு எழுபதுகளில், இப்படி ஒன்று வந்துள்ளதே, இப்படியும் ஒருவர் சிந்தித்து செயல்பட்டிருக்கிறாரே என்று ஒரு வியப்பும் சந்தோஷமும்.

பத்து பதினைந்து வருஷங்களுக்கு ஒரு முறை இப்படி ஏதோ ஒன்று வந்து போகும். தொடர்ச்சியாக இப்படி யாரும் சிந்தித்து செயல்பட்டு ஒரு மரபை, வியாபார வெள்ளப் பெருக்கை விட்டு தள்ளி ஓடும் ஒரு சிறு ஓடையாகக் கூட நாம் காணமுடிந்திருக்கவில்லை.

அத்தகைய மகேந்திரன், இதற்கு முன்னர் முள்ளும் மலரும் என்று படம் எடுத்திருப்பதாகவும் அதைப் பற்றி எழுதவேண்டும் என்று அருண் கேட்டுக் கொண்டார். நான் பார்த்திருந்தால் தானே எழுத. ஆனால் மகேந்திரனின் படம் பார்க்க ஒரு ஆவல் திரும்பக் கிளறிவிடப் பட்டுவிட்டது. அந்தப் படத்தின் குறுந்தகடு அனுப்பி வையுங்கள், சந்தோஷமாகச் செய்கிறேன் என்றேன். அனுப்பியும் வைத்தார்.

ஆவலுடன் பார்க்க உட்கார்ந்தேன். எடுத்த உடனேயே வந்த காட்சி, முகத்தில் அறைவதாக இருந்தது. ஒரு பூஜை அறை இருபக்கமும் சிறுவர்கள் சிறுமிகள். மற்ற தெய்வப் படங்களுக்கு இடையே மலர் மாலை சூட்டப்பட்ட ஒரு நடு வயது ஸ்த்ரீயின் படம்.

இது மகேந்திரன் இல்லை. இது 70 - 80 வருட கால அரதப் பழசான தமிழ்ப் பட ஆரம்பக் காட்சி. அந்தக் காட்சியில் தான் அனாதைகளாக் கப்பட்டு விட்ட ஒரு சிறுவனும் அவன் தங்கையும் வரிசையின் நடுவில் காட்சி தருகிறார்கள். அடுத்து வரும் காட்சிகள் ஏழைகள் பணக்காரர்களின் மமதையில் வதைபடும் காட்சி. சிறுவன் அந்தப் பணக்காரரின் கார் ஹெட் லைட்டை உடைத்து விட்டு ஓடுகிறான். தார்மீகச் சீற்றம். அந்தக் காட்சி மறைந்து, அடுத்து வரும் காட்சி, அதே போல் காரின் ஹெட்லைட்டை அதே போல சீற்றத்தோடு கல்லை எடுத்து உடைத்து நொறுக்கும் காட்சி. அந்தச் சிறுவன் இப்போது ரஜனிகாந்தாக வளர்ந்துவிட்டான்.

இதுவும் தமிழ் சினிமா முத்திரை பதிந்த பத்தாம் பசலி உத்தி. இதற்கு அடுத்த ஒரு சில காட்சிகளில் சிறு வயதிலேயே அனாதையாகிவிட்டாலும் தன் சொந்த உழைப்பில் தன் தங்கையைக் காப்பாற்றுவதாகச் சொல்லும் ஒரு வசனம் வருகிறது. ஆக இதற்கு முந்திய ஆரம்பக் காட்சிகள் அனைத்தும் தமிழ் ரசிகர்களுக்கு ஒரு தடவைக்கு இரு தடவை சொல்லி மனதில் பதிய வைக்கும் மரபைச் சார்ந்ததே தவிர அவசியமற்றவை. இங்கிருந்து தான் கதை ஆரம்பிக்கிறது. இந்த மகேந்திரன் இதற்கு அடுத்ததாக உதிரிப் பூக்களை உருவாக்கப் போகும் மகேந்திரன் இல்லை. முள்ளும் மலரும் மகேந்திரன் டிபிகல் தமிழ் சினிமாக் கதை சொல்லும் மகேந்திரன் தான். இது எப்படி சாத்தியமாயிற்று.? பின்னர் இப்போது நான்

தெரிந்து கொள்கிறேன், முள்ளும் மலரும் படம் இயக்குவதற்கு முன் மகேந்திரன் தமிழ் சினிமாவின் வெற்றிகரமாக செயல்பட்டு வந்த சினிமா கதைக்காரர். சினிமா கதை வசனம் எழுதி வந்தவர். அவரது இயக்குனராகும் ஆசைக் கனவு முள்ளும் மலருமாக வந்துள்ளது.

ஆனால் இதை விட்டு வெளிவரும் ஆரம்ப பிரயத்தனம் என்றே முள்ளும் மலரை நான் பார்க்கவேண்டும். அடியோடு பெயர்த்து எறிந்து விடக் கூடாது. அபத்தமான வசனப் பிரசங்கங்கள் இல்லை. குறைந்திருக்கின்றன. வசனங்கள் குறைந்திருந்தாலும், அதன் பொய்யான வீராவேசப் பாணி, நாடக பாணி நடிப்பு, எல்லாம் மறைந்து விடவில்லை. இயல்பான சூழலை உருவாக்க முடியவில்லை. குடிசை தான். ஆனால் குடிசையின் சூழல் இல்லை. ஏழைப் பெண் அழகாக இருப்பாள் தான். ஆனால் இதில் வரும் பெண்கள் எல்லாம் பவுடரும் லிப்ஸ்டிக்கும் பூசிய செக்கச் சிவந்த பெண்கள். ஏழைக் குடிசைப் பெண்கள் இல்லை. படாபட் லட்சுமி வேறே எப்படி இருப்பாளாம்? ரஜனி பின் எப்படி வசனம் பேசி தன் வீராப்பைக் காட்டுவாராம்? ''என்னைக் குடிகாரன்னு சொன்னான். வேலை வெட்டி இல்லாதவன், சண்டைக்காரன்னு சொன்னான். பொறுத்துக்கிட்டேன். என் தங்கைக்கு சோறுகூட போடாமல் அலையறேன்னு சொன்னானே அதைத் தான் பொறுக்கமுடியலே'' இது சிவாஜி கணேசன் வசனம் இல்லைதான். ஆனால் அந்தக் காட்சியும், இந்த வசனமும் ரஜனிகாந்தின் முகம் போற கோணலும், கை ஆட்டலும் கொஞ்சம் அடக்கிவாசிக்கும் தமிழ் ஹீரோத் தனம் தான். அடக்கி வாசித்தாலும் தமிழ் சினிமாத் தனம் தான். ரஜனிகாந்த் வசனம் தான் பேசுகிறார். அந்தக் காட்சியில் ஒரு அண்ணன் கோபத்தில் சீறவில்லை. அவன் பேச்சு இல்லை. அப்படி ஒரு பெரிய புரட்சிகர மாற்றம் வந்தால் தான் தமிழ் சினிமா என்பது உண்மையில் சினிமா ஆகும்.

நான் ஒவ்வொரு காட்சியாக ஒவ்வொரு வசனமுமாக, ஒவ்வொரு திருப்பத்திலும் வரும் குணமாற்றமுமாக சொல்லிக்கொண்டே போக வேண்டிய அவசியமில்லை. இதில் நான் தமிழ் வாழ்க்கையையோ தமிழ் ஏழைகளையோ பார்க்கவில்லை. ரஜனியையும் படாபட் லட்சுமியையும் தான் நாம் பார்க்கிறோம். எல்லோரும் வழக்கமான பாத்திர வார்ப்புகள்

தான். அதே ரஜனி தான். அதே வெண்ணிற ஆடை மூர்த்தி தான். கிராமத்து மனிதர்கள் அல்ல.

இதில் வரும் முதல் காதல் பாட்டுக் காட்சி. அதைப் பற்றி மிக பிரமாதமான வெற்றி என கொண்டாடப்படும், காரில் கிராமத்துப் பெண்களை ஏற்றிக் கொண்டு பாடிக்கொண்டே சரத் கார் ஓட்டும் காட்சி. சரத்துக்கு கார் ஓட்டத் தெரியும் தான். ஆனால் அவர் ஸ்டீரிங் வீலை பாதி இப்படியும் பாதி இப்படியுமாக ஒரு கால் சுற்று வளைப்பதிலிருந்தே ஏன் கார் ஓட்டத் தெரிந்தவர் அபத்தமாக ஸ்டீரிங்கை ஆட்டவேண்டும் என்று கேட்கத் தோன்றுகிறது. கார் நேராகத் தான் ஓடுகிறது. ஸ்டீரிங்க் தான் ஆடுகிறது கால் வட்டமாக. சரி. அந்தப் பாட்டு யார் இசை அமைத்தால் என்ன? யார் பாடினால் என்ன? முற்றிலும் அபத்தமாகப் படமாக்கப்பட்ட காட்சி அது. அப்படி இருக்க, அந்தக் காட்சி இல்லாது கதை வளராது என்று மகேந்திரன் தயாரிப்பாளர் செட்டியார் ஒருவரிடம் வாதாட வேண்டி வந்ததாகவும் அவர் பணம் கொடுக்க மறுத்தாகவும் ஒரு வரலாறு சொல்லப் படுகிறது. இந்தப் பாட்டும் கதையும் எப்படிப் பின்னிப் பிணைந்தது என்று தமிழ் சினிமா இயக்குனரோ கதைக்காரரோ தான் நம்புவார். சினிமா என்ற ஊடகத்தைத் தெரிந்தவர் சொல்லமாட்டார். தமிழ் சினிமாவுக்குத் தான் இந்த மசாலா தேவை. பின் ஏன் மகேந்திரனும் மற்றவர்களும் பாட்டும் டான்ஸும் நீண்ட வசனங்களும் இல்லாத தமிழ் சினிமாவை நோக்கிச் செல்வதாகவும், முள்ளும் மலரும் தான் முதல் தமிழ்ப் படம் Cinema as a visual medium ஆக வந்து சரித்திரம் படைத்ததாக பாராட்டுகிறார்கள். பாராட்டிக்கொள்கிறார்கள்? இதில் எந்த தமிழ் சினிமாத்தன மசாலா இல்லை?. மற்ற படங்களில் உள்ள கடுமையில் கோரத்தில், இல்லை தான். ஆனால் எந்த மசாலாக்கள் வேண்டாமோ அவை அத்தனையும் "எல்லாத்திலேயும் கொஞ்சம் கொஞ்சம் எதுக்கும் போட்டு வைக்கலாம்", என்று போடப்பட்டிருப்பது, பாது காப்பு கருதியோ அல்லது தமிழ் சினிமாவுக்கு கதை வசனம் எழுதிய பழக்கத்தின் காரணமாகவோ, இருக்கத் தான் செய்கின்றன.

தன்னை வேலையை விட்டு ஒதுக்கி வைத்துவிட்டது காளிக்குக் கோபம். அவன் உடனே என்ன செய்கிறான்?. குடித்துவிட்டு ரோடில்

கிடக்கிறான். (இது ஒரு தமிழ் சினிமா ஸ்டாக் காட்சி இல்லையா?) காளி ரோட்டு நடுவில் படுத்துக் கிடப்பது மாத்திரம் ஃப்ளாஷ் லைட் போடு ஏதோ நாடக மேடையில் ஸ்பாட் லைட் போடுவது போல போட்டிருக்கும். எந்த ஊரில் எந்த ரோடில் நடுவில் அப்படி வட்டமாக குடித்துக்கிடப்பவனைச் சுற்றி ஃபளாஷ் லைட் போட்டிருக்கும்.? இது தமிழ் சினிமா பேத்தலான ஸ்டாக் காட்சி அல்லவா? நியாயமாக அவன் இருட்டில் ஒரு ரோட் ஓரத்தில் ஒரு பள்ளத்தில் தடுமாறி விழுந்து கிடப்பான். இருக்கும் இடம் தெரியாது. ஒரு வேளை மறு நாள் காலையில் அகப்பட்டால் உண்டு.. இல்லையெனில் மயக்கம் தெளிந்து காலையில் வீடு திரும்புவான். ஆனால் இது தமிழ் சினிமா. அந்தக் கண்ணைக் கூசும் வெளிச்சத்திலும் காரோ லாரியோ ஒன்று அவன் மேல் ஏறி அவன் கையை மாத்திரம் முறித்துவிட்டுப் போகும். இதில் கதையும் அபத்தம். காட்சிப் படுத்தியதும் அபத்தம் என்று தான் சொல்ல வேண்டும்.

உதிரிப் பூக்களின் மகேந்திரனின் முதல் படத்தைப் பார்க்கக் கிடைத்த அதிர்ஷ்டத்தை எண்ணிக் காத்திருந்த எனக்கு இந்த ஏமாற்றத்தில் இப்படி எழுத நேர்ந்துள்ளது மனதுக்கு மிகவும் வருத்தம் தருகிறது. இதில் எனக்கு மகிழ்ச்சி இல்லை. ஆனால் பார்ப்பதை, உணர்வதை எழுதித் தான் ஆகவேண்டும். இது ரஜனி காந்துக்கு புதிய திருப்பத்தை ஸ்டாராக வாழ்வு தந்த படம் என்கிறார்கள். படமும் மகத்தான் வெற்றி என்கிறார்கள். அது பற்றி பிரச்சினையே இல்லை.

சரத் பாபு வீட்டின் முன் ரோடில் நின்று கொண்டு வள்ளியை பார்த்து ‘‘வள்ளி நான் உன்னைக் கல்யாணம் செய்து கொள்ள விரும்புகிறேன்’’ என்பான். அவன் அப்படி எண்ணக் கூடும். அந்த வார்த்தைகளில் சொல்லவும் கூடும். ஆனால் அப்படிச் சொல்லக் கூடிய சூழலோ நம்பகமான இயல்பான காட்சியோ, அந்த விருப்பத்தைச் சொல்ல நேரும் சந்தப்ப உரையாடலோ உருவாக்கப் படாது இப்படி நேருக்கு நேர் சந்தித்துச் சொல்வது, அது நாம் நம்புவது நாடக மேடையில் தான் நடக்கும். அங்கு வேறு வழியில்லை. ஆனால் சினிமாவில் சூழலையும் நம்பகமான பேச்சுக்கான சந்தர்ப்பத்தையும் உருவாக்க வேண்டும்.

அதிலும் தமிழ் சினிமாவில் இயல்பான யதார்த்தமான காட்சிகளை உருவாக்க முனைந்துள்ள மகேந்திரன் செய்ய வேண்டும்.

வள்ளி கல்லுடைக்கும் இடத்தில் வேலை செய்யப் போயிருக்கிறாள் என்று கேட்டதும் யாரும் இல்லாத வெளியில், ரோடில் வள்ளி வள்ளி என்று சத்தமிட்டுக்கொண்டே ஓடுவது ஒரு ஸ்டாக் தமிழ் சினிமா காட்சி. சங்கராக இருந்தால் தென் அமெரிக்க ஆண்டீஸ் மலைத் தொடரின் ஒரு மலை முடுக்கில் நின்று கொண்டு ''வள்ளி, வள்ளி'' என்று சத்தமிட்டால் நல்லாருக்கும் என்று சொல்லியிருப்பார். ஆனால் மகேந்திரனது லோ பட்ஜெட், படம். யதார்த்தப் படம். தமிழ் சினிமாவில் முதல் அடி வைப்பில் இவ்வளவு தான், கட்டு படியாகும். நம்மூர் வயல் வெளியில் தான் கூவிக்கொண்டு ஓட முடியும்.

அது சரி, வேலைக்கும் போகவில்லை. இவர் எப்படி குடும்பத்தை நடத்தினாராம். வெண்ணிற ஆடை மூர்த்தி ரூ 10,000 கடன் கொடுத்தார் கடை வைக்க. அந்த கடை எங்கே? அந்தக் கடையையும் காணோம். அதில் ஒரு நாள் கூட காளி உட்கார்ந்திருந்தோ, கடைக்குச்சரக்கு வாங்கிப் போட்டோ பார்க்கவில்லை. பின் வள்ளியைப் பார்த்து வசனம் பேசுவது தமிழ் சினிமா தான். . சரி. சரத் பாபுக்கு வள்ளியைக் கல்யாணம் செய்து கொள்ள வீடு வந்து கேட்பது சரி. நடக்கும். ஆனால் தன் தப்பிற்கு தண்டனை கொடுத்த எஞ்சினீயரிடம் வன்மம் கொள்வதும், அவனுக்கு கல்யாணம் செய்து கொடுக்காமல், ஊரறிய ரஜனியின் நண்பனது பெண்டாட்டியை வைப்பாக வைத்துக்கொண்டிருப்பவனுக்கு கட்டிக் கொடுக்கிறேன் என்பது என்ன தன்மானம்?, என்ன தங்கை பாசம்? சமயத்துக்கு உதவியவனுக்கு கைம்மாறா? இல்லை வாங்கிய 10,000 ரூபாயை இப்படி தங்கையைக் கல்யாணம் செய்து கொடுத்து கழித்துக்கொள்கிறானா? எப்படி அர்த்தம் எடுத்துக்கொள்வது? இல்லை இப்படி ஒரு திடீர் திருப்பம் நல்லாருக்கும். தமிழ் திரைக் கதை மரபு சார்ந்தது தான். என்றா? தமிழில் திரைக்கதை எழுதுகிறவர் என்னவேண்டுமானாலும் எப்படி வேண்டுமானாலும் எழுதி வசனமும் எழுதி விட்டால் ஆச்சா? ஊரே அவனை இழிவாகப் பார்க்கிறது.

கடைசிக் காட்சி இருக்கே அது தமிழ் சினிமாவுக்கே பேடண்ட் ஆகிவிட்ட அபத்தம். காளி தன் தங்கையை சரத் கல்யாணம் செய்து கொள்ள ஊரே ஒத்துழைத்து, காளியைத் தாண்டி செல்கிறது. காளி அங்கேயே நின்று விடுகிறான். நதியின் கரை. காளி சிலையாக கரையோரம் நின்று கொண்டிருக்கிறான். அந்தத் தூரக் காட்சிக்காகவே ரஜனி அங்கு நின்றுகொண்டே இருக்க வேண்டும். கொஞ்சதூரம் போன பிறகு வள்ளி திரும்பி ஓடி வருகிறாள் ரஜனியிடம். ஏன்? அங்கு ஒரு வசனம் உணர்ச்சி பொங்க வீராவேசத்தோடு பேசவேண்டும். "பாத்தீங்களாடா என் தங்கச்சி வள்ளியை? இப்போ எங்கேடா உங்க மூஞ்சியைக் கொண்டு வச்சுக்குவீங்க? என்கிறான் காளி வீராப்புடன்.

இந்தக் காட்சி, இந்த வசனம், இந்த திடீர் திருப்பம் எல்லாம் ரூம் போட்டு யோசிச்சு எழுதும் டிபிகல் தமிழ்த் திரைக்கதை, திரை வசனம் தான். இத்தோடு முடியவில்லை. கடைசியில் காளிசொல்கிறான். "இப்போ நான் சொல்கிறேன். நானே வள்ளியை அவ இஷ்டப்படியே கட்டிக் கொடுக்கறேண்டா என்று சரத் பாபுவிடம் சேர்க்கிறான் வள்ளியை. இந்த கோபம் வீராவேசம், தன் மானம் புண்ணாக்கு எல்லாம் எதுக்கு? வசனம் பேச மாத்திரமா?

தன் தங்கையைக் கேவலமா பேசிவிட்டான் என்று வெண்ணிற ஆடை மூர்த்தியை அடித்து உதைத்து துவம்சமாக்கி ரோடில் சவம் மாதிரி கிடக்க விடுகிறான். அவன் அடித்துத் துவைக்கும் போது கசாப் கடையில் மாமிசம் கொத்துக்கறியாகிக் கொண்டிருக்கும் காட்சி இடையில் காட்டப்படுகிறது. சரி. ரொம்ப ஸ்பஷ்டமாக சந்தேகத்துக்கு இடமில்லாது கசாப்புக்கடையையும் காட்டி சினிமா விஷுவல் மீடியம் என்று சொல்லியாயிற்று. அடுத்த நாள் காலையில் வெண்ணிற ஆடை மூர்த்தி, நேற்றைய கொத்துக் கறி, இன்று நன்றாக மடிப்பு கலையாத சலவை ஜிப்பாவும் வேஷ்டியுமாக உட்கார்ந்திருக்கிறார். எங்கேடா அவங்க? என்று ரஜனி கேட்க, விரைப்பாக "உன் தங்கைக்கு கல்யாணம் நடக்குது அங்கே போய்ப்பாரு" என்று சொல்ல முடிகிறது. அந்த ஆள் ஒன்று மேட்டுப் பாளையம் ஆஸ்பத்திரியில் இருக்க வேண்டும், இல்லை பக்கத்து

மயானத்தில் தகனத்துக்குக் காத்திருக்க வேண்டும். ஆனால் தமிழ் சினிமா, அவருக்கு காஸ்ட்யூம் தயாராக இருக்கு. ரஜனி வர ஷாட் அடுத்தாபோல இருக்கு, காத்திட்டு இருக்கார்.

இப்படி சொல்லிக்கொண்டே போவது எனக்கு இஷ்டமாயில்லை உதிரிப் பூக்கள் பார்த்த சந்தோஷத்தில் எதை எதையோ நினைத்து எதிர்பார்த்து இருந்தேன். கடைசியில் நிறைய தமிழ் சினிமாவுக்கு கதை வசனம் எழுதி வெற்றிகரமாக இருந்தவர் பாதை மாற முனைந்து பழசை மறக்கவும் முடியாது, புதுசை புரிந்து கொள்ளவும் முடியாத ஒரு தவிப்பைத் தான் பார்க்க நேரிட்டுவிட்டது. இருப்பினும் அடுத்து வர இருப்பது உதிரிப் பூக்கள். இது எப்படி நிகழ்ந்தது.?

கடைசிக் காட்சியில் விஜயன் தானாக ஆற்றுக்குள் இறங்கி தன்னை மூழ்கடித்து இறக்கும் காட்சி தவிர வேறு எதுவும் குறை சொல்ல இருந்ததாக எனக்கு இப்போது நினைவில் இல்லை. பார்த்து எவ்வளவு வருஷங்களோ தெரியாது.

42

தென்மேற்கு பருவக் காற்று
புதிய முயற்சிகளில் ஒன்று

கடைசியாக தமிழ் சினிமா கிராமத்தையும் கிராமத்து மக்களையும் தனதாக்கத் தொடங்கியுள்ளது. சந்தோஷமான விஷயம். கவனிக்கவும், ''தனதாக்கத் தொடங்கியுள்ளது'' என்று தான் சொல்கிறேன். கிராமத்துப் பக்கம் பார்வை செல்லத் தொடங்கிய பெருமை பாரதிராஜாவுக்கு நாம் தந்து வெகு வருஷங்களாயிற்று. நாம் தமிழ் சினிமாவில் பார்க்கும் எந்த ஒரு சிறு மாற்றத்தையும் கண்டு பரவசமாகிவிடுகிறோம். இவையெல்லாம் தானாக தன் இயல்பில் நம் வாழ்க்கையின் இயல்பில், நம் ஒவ்வொருவரின் வளர்ச்சியின் இயல்பில் நிகழ்வேண்டியது அனைத்தும் நம் சினிமாவில் அந்த ஒழுங்கில் நிகழ்ந்திருக்க வேண்டும். இங்கு வரலாறு தலைகீழாகவே நம் முன் விரிந்து கொண்டு இருக்கிறது. நம் வளர்ச்சியின் உடன் நிகழும் இயல்புக்கு மாறாக, அபத்தமான செயற்கையை முதலில் வரிந்து கட்டிக்கொண்டு வளர்த்துவிட்டு பின் இயல்புக்கு படிப்படியாக ரொம்பவும் தட்டுத் தடுமாறி திரும்புவது நமக்கு பெரிய பிரயாசையான காரியமாகிக்கொண்டிருக்கிறது.

முதலில் பைத்தியமாகவே பிறந்து வளர்ந்து பெரியவனாகி அந்த வளர்ச்சியில் பெருமைப்பட்டு தம்பட்டமடித்துக்கொண்டிருந்த வேளையில் ஒரு சிலருக்கு, ஆமாம், ஏழுகோடி தமிழரில் ஒரு சிலருக்குத் தான், இது சரியில்லையே என்று தோன்றி இயல்பு நிலைக்குத் திரும்ப முயற்சி செய்துகொண்டிருக்கிறோம். ரொம்ப வருஷங்களாகக் கற்ற பைத்தியக்காரத்தனம் எல்லாம் சுலபமாக நம்மை விட்டு விலகுவதில்லை. இதற்கே தடைகள் நிறைய. திடீரென்று குத்தாட்டம் ஒரு நாள் தமிழ்ப்பட திராபைக் குவியல்களில் ஒன்றை வெற்றி படமாக்கி விடவே, எல்லாரும் ''ஒரு குத்தாட்டத்தையும் எங்கியாவது சேத்துக்குங்க,'' என்று சொல்ல

ஆரம்பித்து அது மரபாகிவிட்டது. ''அது எப்படிங்க, ஒரு குத்தாட்டமாச்சும் இல்லாட்டி, நல்லாவா இருக்குங்க? மும்தாஜ வேறே முதல்லேயே புக் பண்ணி வச்சிருக்கு, என்பதும் எங்கும் கேட்கப்படும் டயலாக் ஆயிருக்கு. இந்தக் கோட்டையை உடைத்துக்கொண்டு உள்ளே போவது கஷ்டம் தான். கதை, திரைக்கதை, வசனம், இயக்கம் என்று சொல்லிக் களம் புகுந்துள்ள சீனு ராமசாமி, முயற்சி செய்துள்ளார். அவரை அறியாத தடுமாற்றங்களும் தொடர்கின்றன. இதைத்தான் நான் தென்மேற்குப் பருவக்காற்று பற்றிச்சொல்ல விரும்பும் செய்தி முதல் தடவையாக ஒரு கதை முழுதும்,அதுவும் கிராமத்துக் கதை தான், கிராமத்து மக்கள் தான், கிராமத்து வாழ்க்கை தான், பின்னால் தான் தமிழ் சினிமாக் கதையை கிராமத்து மக்கள் நடிக்கத் தொடங்குகிறார்கள். இது கிராமம் போல உருவாக்கப் பட்ட கிராமம் இல்லை.

பட்டணத்திலிருந்து கிராமத்துக்கு ஒரு உலகநாயகனை கிராமத்துக்கு இறக்குமதி அவனுக்கு கொஞ்சம் டீஸண்டான கோவணத்தைக் கட்டி, சப்பாணி என்று பெயர் வைக்கவில்லை. உலக நாயகனும் தான் சப்பாணி தான் என்று சொல்ல ஒரு மாதிரியான பேச்சு பாவனையை கற்பித்துகொண்டு உலக நாயகன் பட்டத்தை நோக்கி பயணிக்கவில்லை. புதுமைப் பித்தனின் ஒரு கதை, ''கடவுளும் கந்தசாமிப் பிள்ளையும்'' ரொம்பவும் புகழ் பெற்ற அவர் பெயர் சொல்லும் கதை. பேசப்பட்ட கதை. ஆனால் இன்றைய தலைமுறை தமிழ் சினிமா ரசிகர்களுக்கு தெரியுமோ என்னவோ. அதில் சித்த மருத்துவ தீபிகையோ என்னவோ ஒன்றை நடத்தும் கந்தசாமிப் பிள்ளையின் முன் சிவனும் பார்வதியும் தீடீர் என்று தோன்றி தரிசனம் தருவார்கள். கந்தசாமிப் பிள்ளை அரண்டு, ''யோவ் யாருய்யா நீ பிச்சைக்காரனா, பாம்பாட்டியா? என்று கூச்சலிட, பரம சிவம் தான் பார்வதி சமேதரராக வந்திருப்பதாக, அவரை அமைதிப் படுத்த, கந்த சாமிப்பிள்ளை பரமசிவனுக்கும் பார்வதிக்கும் எப்படி நடந்துகொள்ளவேண்டும் என்று அறிவுரை கூறுவார்: '' ஏன்யா நீ பரவசிவனாவே இருக்கட்டும். அதுக்காக இப்படியா புலித்தோலை இடுப்பிலே கட்டிக்கிட்டுத் திரிவே. புலித்தோல் டிஸைன்லே பட்டு வேட்டி கட்டீட்டு வரணும். பாம்பத் தூக்கி தோள்லே போட்டு வரியே, உனக்கு

புத்தி இருக்கா. இது குழந்தைகள் நடமாடற இடம். பாம்பு மாதிரி ரப்பர் லே செஞ்சு தோள்லே போட்டுட்டுவரணும்யா, முதல்லே இந்த இடத்தைக் காலி பண்ணு? என்று விரட்டுவார்.

இது தான் தமிழ் சினிமாவின் மூல மந்திரம். அது மாதிரி வேறொன்று தான் வேண்டுமே ஒழிய அதுவே ஆக இருக்கக் கூடாது. தமிழ் சினிமாவில் கிராமத்தைக் கொண்டு வந்ததாகச் சொல்லப்படும் பாரதி ராஜா சென்னையிலிருந்து வடிவுக்கரசியையும், ராதிகாவையும் சத்யராஜையும் இறக்குமதி செய்வார். கிராமத்து முகம் எல்லாம் தமிழ் சினிமாவுக்கு ஒத்துவராது. பாக்கும்படியா லக்ஷணமா மேக்கப் போட்டுத் தான் கிராமத்து வாசியாக்கணும். சீனு ராமசாமியின் தென்மேற்குப் பருவக் காற்று படத்தில் காணும் முகங்கள் எல்லாம் சாதாரண கிராமத்து முகங்கள். குஜராத்திலிருந்து இறக்குமதி செய்த முகம் ஒன்று கூட கிடையாது. இப்படியான ஒரு பாதை மாற்றத்துக்கும் புதிய முயற்சிக்கும் நிறைய தைரியம் வேண்டும்.

ஆனால் கிராமத்தை ஏன் அதன் இயற்கைத் தோற்றத்தில் காட்ட பயப்பட வேண்டும்? முதன் முறையாக வெற்று நிலமாக அடிவானம் வரை சிவந்த மண் பரந்து விரிந்து கிடக்கும், ஏதோ கருவேல மரம் போல படர்ந்து விரிந்த கிளைகள் கொண்ட இரண்டு மரங்கள், மிக அழகான காட்சி. அது அந்த கிராமத்தின் நிஜம். பாவனையாக செட் அப் பண்ணியது அல்ல. அந்த கிராமத்து மக்களும் நிஜங்கள். அனேக பல காட்சிகளை முதன் முறையாகத் தமிழ் சினிமாவில் பார்க்கிறேன். ஆட்டு மந்தைகள் ஓட்டிச்செல்லப்படுவது, இரவுநேரத்தில் கொட்டும் மழையில் கிடை புகுந்து ஆடுகள் களவாடப்படுவது, ஒரு குடும்பமே ஒட்டு மொத்தமாக மிக ஒற்றுமையாக களவு, கொலையில் ஈடுபட்டிட்டிருப்பது, அந்தக் குடும்பத்துப் பெண் சைக்கிளை எடுத்துக்கொண்டு தப்பி ஓடுவதும், பள்ளிக்கூடம் வந்ததும் சைக்கிளைத் தூக்கி சுவருக்கு அப்பால் உள்ளே வீசுவதும் எல்லாம் எனக்கு மிக ரம்மியமான காட்சிகள். முதல் தடவையாக ஒரு கிராமத்துக் கதை கிராமத்து மக்கள் என்று நம்பும்படியான, வேஷம் தரிக்காதவர்களால் நிகழப் பார்க்கிறேன். நிஜமான கிராமியகாட்சிகளை நான் பழைய படங்களில், தியாக பூமி,

சிவகவி, போன்ற படங்களில் பார்த்திருக்கிறேன். அதன் பிறகு கிராமப் பின்னணி இருந்த போதிலும் நடிகர்கள் தமிழ் சினிமா காட்சிகளைத் தான் நடித்துப் பார்த்திருக்கிறேன். உதாரணம் சுப்பிரமணிய புரம்.

தென்மேற்குப் பருவக்காற்று கதை பெரும்பாலும், கிராமத்தில் நிகழக் கூடிய கதை தான். கணவனை இழந்த பெண் தன் மகனை ரொம்ப செல்லத்தோடு தான் வளர்க்கிறாள். கிராமத்தில் தத்தாரியாகத் திரிகிறவன். அவனுக்கு ஒரு தோழன். அவனை ஒரு கட்டுப்பாட்டுக்குள் கொண்டு வருவது சிரமமாகத் தான் இருக்கிறது. அந்தக் காட்சிகள் எல்லாம் நன்றாகத் தான் எடுக்கப் பட்டுள்ளன. ஒரு நாள் இரவு கிடையைத் திறந்து ஆடுகளைத் திருட வந்த ஒரு திருட்டுக் குடும்பத்தில் ஒரு இளம் பெண்ணை மாத்திரம் அந்த இருட்டிலும் அடையாளம் காண்கிறான் முருகையன். முகம் தானே. நம்பி வைக்கலாம். போலீஸ் அழைத்துவரப்பட்டு தேடுகிறார்கள், ஒவ்வொரு வீடாக, ஒவ்வொரு அண்டை பட்டி தொட்டியாக. இதெல்லாம் ஆண்டிபட்டிக்கு அக்கம் பக்கம் என்று தெரிகிறது, பஸ்கள், கடைத்தெரு போர்டுகள், பள்ளிக்கூடம் எல்லாம் சொல்கின்றன. திருடிய குடும்பம் எது என்று பெண்ணைப் பார்த்து அடையாளம் தெரிந்தும் இவன் அந்தப் பெண்ணின் மேல் இருக்கும் ஈர்ப்பால் விட்டு விடுகிறான். கடைசியில் அந்தப் பெண்ணின் அண்ணனும் அவன் குடும்பமும் அகப்பட்டுக்கொண்டு சிறையில் அடைக்கப் படுகிறார்கள். இது ஒன்றும் பெரிய விஷயமில்லை. சிறையிலிருந்து வெளியே வந்ததும் மறுபடியும் தொழிலைத் தொடங்கலாம். காட்டிக்கொடுத்தவர்களை பிறகு பார்த்துக்கொள்ளலாம்.

இதெல்லாம் சரி. கிராமத்து இளம் வயதினருக்கு காதல் வராதா? வரும். ஆனால் வீராயி புள்ளே முருகையன் அந்தப் பொண்ணு பின்னாலே சுத்தித் திரியமாட்டானா? திரிவான் தான். ஆனால் திருட்டுத் தனமாக கிராமத்தில் இது நடப்பது, இந்தப் படத்தில் நடப்பது போல நடக்காது. முருகையனும் அந்தப் பொண்ணும் பக்கத்து ஆண்டிபட்டிலே நிறைய தமிழ் சினிமா பார்த்தவர்கள் போல இருக்கு. ஆக, இது தமிழ் சினிமாக் காதலை ஒட்டி அந்தச் சரக்கில் கொஞ்சம் தாராளமாவே தண்ணி

ஊத்தி கலக்கிய சரக்கு. தமிழ் சினிமா சரக்கு தான். கிராமத்தில் நடப்பதைக் காட்டியிருந்தால் அதன் இயற்கை அழகும் தமிழ் திரைக்குப் புதியதாகவும் ஏன், கவித்துவமாகக் கூட இருந்திருக்கும். ஆனால் குத்தாட்டமும், நாட்டுப் பாடல் என்று சொல்லிச் செய்யும் விரசமும் இல்லாவிட்டால் நம்ம ரசிகர்களுக்கு இது காதலாக்கும் என்பது புரியாது.

ஒரு மாதிரிக்கு சொல்லலாமா? அனேகமாக மிருனாள் சென்னின் ஆகாஷ் குஸும் என்று நினைக்கிறேன். படத்தின் பெயர் என்னவாக இருந்தால் என்ன? ஒரே ஒரு காட்சியைச் சொன்னால் இயக்குனரையும் அவர் சினிமாவையும் சொன்னதாகிவிடும். ஓடினாள் ஓடினாள் வாழ்க்கையின் ஓரத்துக்கே ஓடினாள் என்று சத்தம் போட்டு முகத்தை பிசைந்து கொண்டு சொன்னால், அந்தக்கால தமிழ் சினிமா புரட்சியைச் சொல்லியாச்சு, நடிகர் திலகத்தைச் சொல்லியாச்சு, திரைக்காவியம் படைத்து புரட்சி செய்த முத்தமிழ் காவலரையும் சொல்லியாச்சு இல்லியா, அந்த மாதிரி. இதுவும் 45 வருஷப் பழசு. ஆற்றை ஒட்டிய புல் தரையில் காதல் வசப்பட்ட ஒரு பெண்ணும், இளைஞனும். ஆற்றில் நீர் ஓடிக்கொண்டிருக்கும் மெல்லிய சலன ஒலியும் அவ்வப்போது பூச்சிகளோ பறவைகளோ கீச்சொலி. அதைத் தவிர அமைதி தான். பெண் புல்தரையில் காலை நீட்டி உட்கார்ந்து பக்கத்தில் ஆகாயத்தை நோக்கி மல்லாக்கப் படுத்து ஒரு காலை மடக்கி இன்னொரு கால்மேல் போட்டு புல்லைக் கடித்த வாறு இருப்பவனைப் பார்த்துக் கொண்டிருக்கிறாள். அந்தப் பார்வையில் ஏக்கமும், இயலாமையின் தவிப்பும். கனமும் இறுக்கமுமான கணங்கள். மல்லாக்கப் படுத்திருந்தவன் திடீரென்று எழுந்து உட்கார்ந்து அவளை நோக்கி ''சொன்னியா, கேட்டியா?'' என்று கேட்கிறான். அவள் சற்று நிதானித்து, மெல்ல சன்ன குரலில் ''நா'' (இல்லை) என்கிறாள். அந்தச் சூழலும் அதன் அமைதி, இறுக்கம், அவ்விருவரின் மனநிலை அவ்வளவும் அனேகமாக ஒரு மூன்று நிமிடத்தில் மிக அழகாகவும் ஆழமாகவும் சொல்லப்பட்டு விடுகிறது. இந்தக் கலை நுட்பம், சினிமா பற்றிய தெரிவு, அன்றாட வாழ்க்கையின் சித்திரம், எப்படி எப்போது நமக்கு சித்திக்கும் என்பது தெரியவில்லை.

நமக்கு எல்லாமே இரைச்சலிடும் நாடகபாணியும், கூத்தாட்டமும், ஒன்றுக்குப் பத்து தடவை திரும்பத் திரும்பச் சொல்லி பதிய வைத்தலும் தான்.

வீராயி தன் மகனுக்கு இன்னொரு இடத்தில் பெண் பார்த்து நிச்சயப் படுத்துகிறாள். அந்தக் காட்சிகள் எல்லாம் நம் தமிழ் சினிமா மரபுக்கு அன்னியமானவை. மிக எளிதாக, இயல்பாகக் காட்சிப்படுத்தப்பட்டவை. இதில் யாரும் ஹன்சிகா மொட்வானி இல்லை. சாதாரண தோற்றம் கொண்ட கிராமத்து இளம் பெண் தான். வீராயிக்கு தன் மகன் விரும்பும் பெண் திருட்டுக் குடும்பத்துப் பெண் என்று தெரிந்ததும் சொல்கிறாள். டே அது களவாணிப் பய குடும்பம்டா. அதைக் கட்டினா, நிம்மதியைக் கெடுத்துடுவாங்கடா'' என்று சொல்கிறாள். இதெல்லாம் சரி. இதில் எல்லாம் ஏதும் பெரிய ட்ராமா நடப்பதில்லை. ஆனால் சுருதி கெடுவதுக்கு உதாரணம் வேண்டுமானால், வீராயிடம் சென்று அவள் முன் நின்று ஒரு முதியவள் சொல்கிறாள் '' அவன் இஷ்டத்துக்கு அந்தப் பொண்ணைக் கட்டிக்கொடுத்துடேன். அவங்க சந்தோஷமா இருக்கட்டுமே? என்பாள். சரி. ஆனால் இதை அவள் தானிருக்குமிடத்தில் இருந்துகொண்டே, வெத்திலை இடிக்கிறாளோ, இல்லை, ஏதும் புடைத்துக் கொண்டு இருக்கிறாளோ, இல்லை வீடு பெருக்குகிறாளோ, செய்துகொண்டே சொல்லவேண்டியது தானே.

நாடக மேடையில் முன்னால் வந்து நின்று வசனம் பேசுவது போல், ஏன் செய்ய வேண்டும். இப்படி சின்ன சின்ன விஷயங்கள் திருத்தப்பட்டிருக்கக் கூடியது இருக்கத் தான் செய்கின்றன. அவர்கள் எல்லோரும் நல்லவர்கள் தான். முருகையனே சொல்கிறான். ''நீ நல்ல பொண்ணு தான். ஆனா எனக்கு அவ கிட்டதானே பிரியம்'' என்றோ ஏதோ சொல்கிறான். அந்தப்பொண்ணும் ஒரு நாள் வீராயி வீட்டுக்கு வெளியே வந்து, தன் அண்ணன்கள் ''கொலை செஞ்சுபுடுவாங்க, அவரு நல்லா இருக்கணும், நீங்கள் எல்லாம் உயிரோடு இருக்கணும்,அது தான் வேணும் எனக்கு'' என்று சொல்லிவிட்டுப் போகிறாள். இந்த இடத்தில் வீராயி அவளைக் கூப்பிட்டு ஏற்றுக்கொள்கிறாள். இந்த இடமும் அழகாக

உருவாக்கப்பட்டிருக்கிறது. வீராயியாக சரண்யா மிக நன்றாகவே நடித்திருக்கிறார். அவர் பேச்சும், முக பாவமும், குரலும், தமிழ் சினிமா மரபை நடிப்பை முற்றாக ஒதுக்கியது. வெகு இயல்பானது. அலட்டிக்கொள்ளாதது. முந்திய தலைமுறை நடிகைகள் செய்திருக்கக் கூடும். ஆனால் அவர்களுக்கு சரண்யாவுக்குக் கிடைத்த வாய்ப்பு வரவே இல்லை.

ஆனால் அண்ணன் கொலை செய்ய வந்துவிடுகிறான். தன் தங்கை வீராயி வீட்டுக்குப் போய்விட்டது தெரிந்து. அவர்கள் வயக்காட்டுக்கு ஓடி வருகிறார்கள், அண்ணனும் அவன் கூட்டாளி ஒருத்தனும். வீராயியை வயிற்றில் குத்திவிட்டு ஓடிவிடுகிறார்கள். வீராயி தன்னோடு ஆடு மேய்க்கும் நொண்டியிடம் வீட்டுக்குப் போய் முருகையனிடம் செய்தி சொல்ல அனுப்புகிறாள்.

இது வரைக்கும் சரி. இதற்குப் பிறகு தமிழ் சினிமா கலாசாரம் படத்தின் மிச்சக் கதைக்கும் காட்சிகளுக்கும் பொறுப் பேற்றுக் கொள்கிறது. முன்னால் ஆங்காங்கே சில காட்சிகளில் தென் பட்டது இப்போது மிச்சப் படம் முழுதையும் அவலமாக்கிவிடுகிறது.

வயிற்றில் குத்துப் பட்டு இருக்கும் வீராயி, நொண்டியின் தலையில் சுற்றியிருக்கும் துணியால் வயிற்றை இறுக்கிக் கட்டிக்கொண்டு, தூரத்தில் வரவிருக்கும் பஸ்ஸைப் பிடிக்கப் போகிறாள். பஸ்ஸும் படத் தயாரிப்பாளர் சொன்னபடி அந்த சமயத்தில் வருகிறது வயிற்றில் குத்துப் பட்டு இருக்கும் வீராயி பஸ்ஸில் ஏறி, டவுனில் இருக்கும் ஆஸ்பத்திரிக்குப் போகிறாள். அங்கு அவளுக்கு சிகிச்சை தரப்படுகிறது. முருகையனும் அவன் காதலி பிச்சிப் புள்ளேயும் ஆஸ்பத்திரிக்கு வருகிறார்கள். வீராயி முருகையனிடம் அவளைக் கைவிட்டுடாதேடா என்று சொல்லி முடித்ததும் டைரக்டர் சொல்படி தலை சாய்க்கிறாள். அந்தக் கால முற்போக்கு கதைகளிலும், சம்பிரதாயப் படங்களிலும் ஒரு ஒளி மிகு எதிர்காலத்தைக் காட்டி, என்ன கஷ்டங்கள் இருந்தாலும், எதுவும் ட்ராஜெடியில் முடியக் கூடாது, பாட்டாளி மக்கள் துயரங்கள் ஒழிந்து சமுதாயப் புரட்சி ஏற்பட்டு, சோஷலிஸ சமுதாயம் மலரும் என்ற

நம்பிக்கை ஊட்டுவது எழுத்தாளர்களின், கலைஞர்களின் சமுதாய பொறுப்பாக்கும், அதை அவர்கள் மறந்துவிடக்கூடாது என்று அறிவுரை கூறுவார்கள் அல்லவா? ஆக, எல்லாம் மங்களகரமாக முடியவேண்டும் என்று சொல்லும் நம் சம்பிரதாயங்களும், புதிதாக வந்த சோஷலிஸ யதார்த்தமும் ஒரே குரலில் இதை வலியுறுத்துவதால், நம் சீனுவாசனும் வீராயி தன் மகன் ஆஸ்பத்திரிக்கு வரும் வரை உயிரைக் காப்பாற்றி வைத்துக் கொண்டு அவளைக் காப்பாத்துடாப்பா கைவிட்டுவிடாதே என்று சொல்லி அதுக்கு மேலும் தாமதிக்காமல் உயிரை விட்டு சமுதாயப் பொறுப்புணர்வைக் கட்டிக்காக்க, முருகையனும் அடுத்த காட்சியில் ஒரு குடிசையில் இல்லை, காங்கிரீட் வீட்டில், ஒரு வேளை அந்த ஏரியா சமத்துவ புரமாகவும் இருக்கலாம், தன் தாயின் பெயர் சூட்ட ஒரு பெண்குழந்தை பெற்று, அப்போதானே பாட்டி பெயரைச் சூட்ட முடியும்? சுகமே வாழ்கிறார்கள்.

முதலில் வீராயி எப்படிய்யா நடந்து பஸ்ஸில் ஏறுகிறாள்? அந்த கண்டக்டர் முதலில் அவளை ஏற்றுவானா?, ஏற்றினால் போலீஸ் ஸ்டேஷனில் இறக்கு வானா? இல்லை பஸ் ஸ்டாண்டுக்குப் போவானா? ஆஸ்பத்திரியில் அவள் எப்படி அட்மிட் ஆனாள், அங்கு டாக்டர் முதலில் இது கிரிமினல் கேஸ் என்று போலீஸைக் கூப்பிட்டு வாக்குமூலம் வாங்குவானா இல்லை சிகிச்சை செய்வானா,? சீனுவாசன் முதலில் ஒரு சாதாரண கிராமத்துப்பெண் குத்துக் காயத்தோடு இருப்பவளோ என்னவோ, சென்னை ஜெனரல் ஹாஸ்பிடலில் வெளியே நிற்கும் தர்வானைத் தாண்டி உள்ளே நுழைந்து பார்க்கட்டும் அப்புறம் வார்டில் டாக்டர் இருக்காரா இல்லையா என்பதைப் பார்க்கட்டும். மற்ற கதையெல்லாம் பின்னால் பார்த்துக்கொள்ளலாம்.

பெரிய அரசியல் வாதிகள் முதல் மந்திரி கலைஞர் வரை பெரிய பிரமுகர்கள் தொடர்பும் நல்ல சம்பாத்தியமும் கொண்ட சமுத்திரம், ''பணத்தை முதலில் வை பின்னால் சிகித்சை பற்றி பேசலாம்,'' என்று சொன்ன ஹாஸ்பிடலில் சிகித்சை பெறாமலேயே இறந்தார். வாசலில் நிற்கிறவனுக்குக் கொடுக்க காசில்லாமல் ஆஸ்பத்திரி வாசலிலே

ப்ளாட்ஃபாரத்திலேயே குழந்தையைப் பிரசவித்த கேஸ் பத்திரிகைகளில் அல்லோலப் பட்டது. இது தமிழ் நாடு. தமிழ் வாழ்க்கை இவ்வளவு தூரம் தமிழ் கிராமத்து வாழ்க்கையின் ஒரு அன்றாட கதையைக் காட்சிப்படுத்தியவர், வீராயி கத்திக் குத்து பட்டதும் ஏன் தமிழ் சினிமாவின் அபத்தங்கள் நிறைந்த பாதைக்கு வழி தவறித் திரும்பினார்?.

அப்படித் தமிழ் சினிமாத்தனமான திருப்பங்கள் கொடுத்து என்ன வெற்றி அடைந்து விட்டார்.? அவர் படம் விருதுகள் பெற்றது படத்தின் இறுதிக் காட்சிகளுக்கா, இல்லை முக்காலே மூணுவீசம் முன் பகுதிக்கா? நம்மூர் வழக்கு ஒன்று உண்டு இப்போது உண்டோ என்னவோ தெரியாது. ''செய்யறதையெல்லாம் செஞ்சிட்டு கடசீலே கழுநீர் பானையிலே கைவைச்ச மாதிரி ஆய்ப்போச்சு.

43

கடம்மா - சௌதி அரேபியாவில்

இனி நான் சமீபத்தில் பார்த்த ஒரு மலயாளப் படத்தைப் பற்றிச் சொல்ல விரும்புகிறேன். சமீபத்தில் என்றால் பார்த்து மாதங்கள் சில ஆகிவிட்டன. மலயாளப் படத்தைப் பற்றிப் பேசினால் கொஞ்சம் உரைக்கும் என நம்பிக்கை. நான் இரான், கொரியா செர்பியா என்று பேசினால், இந்த ஆளு எப்பவும் இப்படித்தான்யா. எங்கியோ இருக்கிறதையெல்லாம் பேசி தமிழனக் குறை சொல்லுவான். தமிழ்ப் பற்று கொஞ்சமும் இல்லாதவன். ஆரிய அடிவருடி, அது இல்லையா, "தோழரே. சி.ஐ.ஏ ஏஜெண்ட். அமெரிக்காவிலிருந்து இவனுக்கு மணி ஆர்டர் வருது. இப்பத்தான் மெட்ராஸிலேருந்து வாரேன். எல்லாம் நல்லா விசாரிச்சிட்டுத்தான் வாரேன் இன்னும் ஒரு வாரத்திலே அமெரிக்கா போறான் இந்த ஆள்" என்று காதோடு காதாகச் சொல்லி பதினைந்து வருஷம் ஆயிற்று. நான் இன்னும் மடிப்பாக்கத்தைத் தாண்டவில்லை. அல்லது பெரியார் திடலில் இன்னொரு செட் உரக்கவோ சொல்லக் கூடும். பெயர் சரியாக நினைவில் இல்லை (என்னைப் பற்றிய இந்த பாராட்டுரைகளுக்கு பத்திரிகையில் எழுத்து சாட்சியம் உண்டு. எல்லாம் ஒரே இடத்தில் அல்ல. பலரிடமிருந்து பல வேறுபட்ட பாராட்டுக்களை நான் ஒரே இடத்தில் தொகுத்துத் தந்திருக்கிறேன்.) நான் ஏதும் தமாஷுக்காக கதையளக்க வில்லை)

கடம்மா என்று அதன் தலைப்பு (GADAMMA) இப்படத்தின் உபதலைப்பு (A desert Journey) என்பதாகும். நெட்டில் இது கிடைக்கும். உண்மையில் நான் சொல்வதை உரிய கவனத்துடன் படிப்பவர்கள் அதற்கு மரியாதை தருபவர்கள் கட்டாயம் நெட்டில் இதைத் தேடிப்பார்ப்பார்கள். மற்றவர்கள் சிம்புவின் ஒஸ்தி படத்தை இன்னொரு தரம் பாக்கலாம்யா என்று

போகக்கூடும். அவர்களை நான் ஒன்றும் செய்ய முடியாது. நம் தரம் தாழ்ந்த தமிழ் வணிக சினிமாவிலேயே ஒரு கட்டத்திய தரத் தாழ்வு ஜெமினி, எம்ஜிஆர், சிவாஜி கணேசன் என்றால், இந்த காலக் கட்டத்திய தரத் தாழ்வு சிம்பு. அந்தக் காலத்திய அலட்டலுக்கு உருவம் தந்தது சிவாஜி கணேசன் என்றால் இந்தக் காலத்திய இன்னும் தரம் தாழ்ந்த அலட்டலுக்கு உருவம் தருவது. சிம்பு.

கடம்மா என்றால் சரியாக என்ன அர்த்தம் என்று தெரியவில்லை. ஆனால் அரபிக் மொழியில் அது மிக கேவலமாக, வசைச் சொல்லாகப் பயன் படுத்தப் படும் சொல் என்று தெரிகிறது. மலயாளிகளுக்கெல்லாம் தமிழர்கள் பாண்டிக்காரன் போல. ஆந்திரக்காரனுக்கு நாம் அரவ வாடு போல. தென்னாப் பிரிக்காவில் எல்லா கூலித்தொழிலாளர்களும் '':கூலி'' அல்லது ''சாமி'' ஆவது போல.அமெரிக்காவில் Nigger போல. போதுமா, இன்னும் வேணுமா?

தன் ஏழைத் தாய் தந்தையரைக் காப்பாற்றும் வேறு வகை அறியாது கேரளாவிலிருந்து ஏஜெண்ட்டுக்கு அவன் கேட்ட பணம் கொடுத்து சௌதியில் ஒரு ஷேக்கின் குடும்பத்தின் குழந்தைகளை பார்த்துக் கொள்ளும் வேலைக்குப் போகிறாள் இருபதுகளில் இருக்கும் பெண் அஷ்வதி .ரியாத் ஏர் போர்டில் தன்னை அழைத்துச் செல்ல வருவான் என்று சொல்லப்பட்ட ஏஜெண்டுக்காகக் காத்திருக்கிறாள் என்ன செய்வதென்றறியாது பயத்தில் விழித்துக்கொண்டிருக்கும் போது முகத்தைத்தவிர கருப்பு பர்தா உடல் முழுதும் அணிந்த, ஒரு மாது அவள் அருகில் உட்காருகிறாள். அங்கு சுற்றிலும் எல்லோரும் கருப்பு அங்கி அணிந்தவர்கள் தான். அஷ்வதி.தான் பொட்டிட்டு அழகான கலர் சாரி அணிந்த பெண் அங்கு. பயந்திருப்பவளை பார்த்த உடனே அறிந்து கொண்டவள் மலயாளத்தில் விசாரிக்கத் தொடங்குகிறாள். வருவதாகச் சொன்ன ஏஜெண்ட்டுக்காகக் காத்திருப்பதாகச் சொன்ன அஷ்வதியிடம் ''அப்படித்தான் எல்லாரும் சொல்வார்கள். வரலாம் வந்தால் அவர்கள் இஷ்டப்பட்ட போது முடிந்த போது தான் வருவார்கள்'' என்று இனி

அவளுக்கு வரவிருக்கும் வாழ்க்கையின் முதல் பாடத்தைச் சொல்கிறாள். பேரென்ன? என்று கேட்டதற்கு அஷ்வதி என்று சொல்ல, ''இனி அந்த பேர் என்னவானாலும் அதற்கு ஏதும் அர்த்தமில்லை. இனி எல்லோரும் உன்னை ''கடம்மா'' என்று தான் அழைப்பார்கள். இனி இங்கு இருக்கும் வரை நீ கடம்மா தான் என்று தெளிவுறுத்துகிறாள். இந்த மாதிரி உடையில் நீ ஏர் போட்டைத் தாண்டிவிடவோ ரியாத் தெருக்களில் நடப்பதோ இயலாது. '' என்று சொல்லி அவளுக்கும் முகத்தைத் தவிர உடல் முழுதும் மறைக்கும் நீண்ட கருப்பு அங்கியைத் தருகிறாள். அடுத்த காட்சியில் அவளுக்கு உதவிய மாதும் அஷ்வதியும் கருப்பு அங்கியுடன் இம்மிக்ரேஷன் செக்ஷனில் உட்காரக் காண்கிறோம். முதலிலிருந்து இப்போது வரை அஷ்வதியின் கையில் பாஸ்போர்ட்டும் இன்னும் சில காகிதங்களும். முகத்தின் பயம் இன்னும் தெளியவில்லை.

கடைசியில் கடம்மாவைக் கூட்டிவர அவள் வேலை செய்யவிருக்கும் ஷேக் வீட்டிலிருந்து ஷேக்கின் அப்பனும் அந்த வீட்டு ட்ரைவரும் வந்து அழைத்துச் செல்கிறார்கள். போகும் வழியில் சேக்கின் அப்பனான கிழவன் அஸ்வினியைத் திரும்பித் திரும்பி பார்த்துக்கொண்டே வருகிறான். அவ்வப்போது தன் கைத்தடியால் டிரைவரைக் குத்திக்கொண்டே வருகிறான். ட்ரைவர் உஸ்மானும் மலையாளிதான் முஸ்லீம். முஸ்லீமேயானாலும் அவன் அங்கு வயிறு பிழைக்க வந்தவன். வேலைக்காரன் தான். அயல் நாட்டு வேலைக்காரன். ஆனால் ஷேக் ஒரு சௌதி. கொள்ளை பணக்காரன். பெட்ரோல் தரும் பணம். அதில்லாத ஒரு காலத்தில் சௌதிகள் பழங்குடி இன மக்களைப் போல வாழ்ந்தவர்கள். அந்த பழங்குடி இனத்தின் வாழ்க்கைக் கூறுகள் இன்னமும் தொடர்ந்து வரும் விந்தையான நாகரீகம் அவர்களது எந்தத் தண்டனையும் சாட்டையடிகள் இத்தனை என்று தான் ஆரம்பிக்கும். கொள்ளையாகக் குவியும். பணம் இன்னும் கொடூரத்தை அதிகரிக்கவே செய்யும். டிரைவர் மலையாளத்தில் தன் கிழட்டு முதலாளியைப் பற்றிக் கேவலமாகவும் கேலியாகவும் காரில் வரும் போது அவ்வப்போது அஸ்வினிக்குச் சொல்லிக்கொண்டு வருவான். அவர்களது மாளிகை வந்ததும் இளைய

ஷேக் அஸ்வினி உள்ளே நுழையும் முன் அவளிடமிருந்து பாஸ் போர்டை வாங்கி வைத்துக்கொள்வான். இனி அவன் அனுமதி இன்றி அவள் வீட்டுக்கு வெளியே காலெடுத்து வைக்க முடியாது. அவனுக்குத் தெரியாமல் ஓடிவிடமுடியாது. இனி அவள் அந்த வீட்டுக்கு வந்து சேர்ந்துள்ள ஒரு அடிமை தான்.

அவள் அந்த வீட்டு வேலைகள் எல்லாம், துணி துவைப்பது, வீட்டை மெழுகி சுத்தம் செய்வது, சமையல் செய்து வைப்பது குழந்தைகளைப் பார்த்துக்கொள்வது இத்யாதி. வீட்டுப் பெண்கள் ஊர் சுற்ற,ப் போய்விடுவார்கள். வீட்டில் இருக்கும் கிழவன் ஷேக்கின் விஷமங்களையும் பொறுத்துக் கொள்ள வேண்டும். வீட்டில் இன்னொரு இளம் பெண்ணும் வேலைக்காரியாக இருக்கிறாள். இந்தோனேஷியாவைச் சேர்ந்தவள். ஒரு நாள் நடு இரவில் அவளைப் படுக்கையில் காணோம். முதலாளி ஷேக்கின் படுக்கை அறையிலிருந்து அவள் வெளிவருவாள். ஒரு நாள் அவளுடைய கதறலைக் கேட்டு விழித்தவள், ஷேக் அவளை பெரும் குரலில் திட்டிக்கொண்டே சாட்டையால் அடிப்பதும் ஷேக்கின் பெண்டாட்டி திட்டிக்கொண்டே தன் கணவனைத் தூண்டிவிடுவதையும் பார்த்து நடுங்கிப் போகிறாள். மறு நாள் ஷேக்கின் குடும்பம் எல்லாம் வெளியே போயிருக்கும் போது ட்ரைவர் அந்த இந்தோனேஷியப் பெண் வெளியே தப்பிப் போவதற்கு வழி சொல்லிக்கொடுக்கிறான். அவள் இனி இங்கிருந்தால் உயிரோடு இருக்க மாட்டாள் என்றும் எச்சரிக்கிறான். திரும்பி வந்த ஷேக் அஸ்வினியும் இதற்கு உடந்தையென அவளுக்கும் சாட்டையடி விழுகிறது. ஷேக்கின் வீட்டுப் பிள்ளைகள் சிறுவர்களாக இல்லை. ராக்ஷஸப் பிறவிகள் தாம். தின்று கொழுத்துக்கிடக்கும் குட்டி பிசாசுகள். அதுகளுக்கும் கத்தியைக்காட்டி அஸ்வினியைச் சீண்டி பயமுறுத்தல் ஒரு சாதாரண விளையாட்டு.

அஸ்வினி ட்ரைவர் உஸ்மானிடம் தான் இனி இங்கிருந்தால் செத்துவிடுவேன், எனக்கு வீடு திரும்ப வேண்டும் என்கிறாள். அந்த

உஸ்மான் தான் இந்தோனேஷியப் பெண் தப்ப வழி சொன்னவன். இவளுக்கும் பின்புற ஏணியில் ஏறி உயர காம்பவுண்டு சுவரை தாண்டி வெளியே குதித்து நேராகசென்று வலது புறம் போனால் ஒரு மலையாளி முஸ்லீம் கடையைத் தட்டினால் அவளுக்கு அடைக்கலம் கிடைக்கும் என்கிறான். வெளியில் யார் கண்ணிலும் படாமல் பார்த்துக்கொள் என்றும் எச்சரிக்கிறான். உஸ்மானுக்கு இந்தப் பெண்கள் இந்த ராக்ஷஸர்களிடம் அகப்பட்டு சித்ரவதைக்குள்ளாவது பொறுப்பதில்லை தான். ஆனால் அதே உஸ்மான், அஸ்வினிக்கான சம்பளம் 800 ரியாலில் 200 ரியாலைத் தன் கமிஷன் என்று எடுத்துக்கொள்ளவும் செய்வான். சௌதியில் வாழ்க்கை அப்படியான ஒரு இரட்டை நிலையில் தான் எவரையும் வைத்துள்ளது போலும். மனித அபிமானம் முற்றிலும் இழந்தவர்களும் இல்லை. தம் வாழ்க்கைச் சுயநலத்தையும் பார்த்துக்கொள்ள வேண்டிய நிர்ப்பந்தமும் போலும் அவர்களுக்கு.

அஸ்வினி பின்புற ஏணியைக் கொண்டு அந்த 10-12 அடி உயர காம்பவுண்ட் சுவரை ஏறி வெளியே குதிக்கிறாள். அதுவே கை கால் எலும்பை அல்லது இடுப்பை முறித்திருக்கும். ஆனால் அவளுக்கு நேர்ந்தது வெளியே கிடந்த கண்ணாடிச் சில்லுகளால் பாதத்தில் காயம். ரத்தம் பெருகும் காயத்தோடு உஸ்மான் சொன்ன கடைக்குப் போனால அது கதவு பூட்டியிருக்கிறது. காயம் பட்டு ரத்தம் ஒழுகும் காலோடு அவள் ஊருக்கு வெளியே பாலை வன ,மணல் வெளியில் நடந்து செல்வதைத் தான் அடுத்து பார்க்கிறோம்.

நாக்கு வறண்டு கால்கள் தளர்ந்து செல்லும் அஸ்வினி பாலைவன ரோடில் செல்லும் வண்டிகளையெல்லாம் நிறுத்த கை நீட்டுகிறாள். நிற்கும் ஒரு ட்ரக் ட்ரைவரிடம் தண்ணீர் வேண்டுமென சைகை காட்ட அவர்கள் தண்ணீர் கொடுத்து பின்னர் ட்ரக்கின் பின்னால் ஏறிக்கொள்ளச் சொல்கிறார்கள்.. அந்த ட்ரக் நிறைய ஒரு மந்தை வெள்ளாடுகள். அந்த ஆட்டு மந்தையின் இடையே ஒரு பயங்கர தாடியும் மீசையுமான ஒரு ஆள்.

ட்ரக் பாதையை விட்டு விலகி பாலைவன மணல்வெளியில் திருப்பப் படுகிறது. அஸ்வினி பயந்து வண்டியை நி9றுத்தச் சொல்லி கூச்சலிடுகிறாள். ட்ரக் ஒரு பாலை வெளியில் தனித்துக் காட்சி தரும் ஒரு பெரிய ஆட்டுக்கிடாய் போன்ற ஒரு கொட்டகை முன் நிற்கிறது. அங்கு ஒரு தோலுரிக்கப்பட்ட ஆடு அணலில் சுடப்பட்டுக்கொண்டிருக்கிறது. அஸ்வினிக்கு ஏதோ சாப்பிடக்கொடுத்து மற்றவர்களும் சாப்பிடுகிறார்கள். அவர்களது நடத்தையும் சிரிப்பும் அடுத்து அஸ்வினி அவர்களுக் கிரையாகப் போகிறாள் என்பதை உணர்த்தும். ட்ரக்கிலிருந்து ஆடுகளை இறக்கி கிடையில் கட்டித் திரும்பிய அந்த ஒல்லி தாடிக்காரன் மற்றவர்கள் நமாஸ் சொல்லிக்கொண்டிருப்பதைப் பார்த்து, அஸ்வினியைக் கையைப் பிடித்து இழுத்துக்கொண்டு பாலை வெளியில் ஓடுகிறான். மற்றவர்களின் கண்மறையும் தூரம் வந்ததும் மலையாளத்தில், ''இங்கே இருகாதே ஓடிப்போ, நேரா எங்கேயாவது ஓடி தப்பிப்போ என்று எச்சரித்துவிட்டு திரும்பி தன் இடத்துக்கு வந்தால், அஸ்வினியைத் தப்ப விட்டதற்கு அவனுக்கு சாட்டையடி விழுகிறது. அவனைக் கையைக் காலைக் கட்டி வாயில் துணி அடைத்து அவர்கள் வண்டியை எடுத்துக்கொண்டு அஸ்வினியைத் தேடப் போகிறார்கள்.

இடையில் ஆடுகளுக்கு தீவனம் சப்ளை செய்யும் ஆள் வருகிறான். அவனும் ஒரு மலையாளி முஸ்லீம். ''ஏய் பஷீர்'' என்று சத்தம் போட்டுக்கொண்டு வருகிறவன் வாயடைத்துக் கட்டப்பட்டுக் கிடக்கும் பஷீரை விடுவிக்கிறான். பஷீர் தான் தப்புவித்த பெண்ணைத் தேடிக் காப்பாற்ற வேண்டும் எனறு வந்தவனி வேண்ட அவர்கள் வண்டியெடுத்துக்கொண்டு கிளம்புகிறார்கள். கடைசியில் அவள் எங்கோ மயங்கிக் கிடப்பதைக் கண்டு வண்டியில் அவளை ஏற்றி அனுப்பிவிட்டு பஷீர் தன் கிடைக்குத் திரும் புகிறான். அவனை நாம் படத்தின் கடைசியில் பார்ப்பது ஒரு சவக்கிடங்கில் அடையாளம் தெரியாத இந்திய பிணமாக

இங்கு இன்னுமொரு முக்கியமான நபரைக் குறிப்பிட மறந்து போயிற்று. அந்த நபரும் ஒரு மலயாள முஸ்லீம் தான். ரஸாக் என்ற

பெயர் கொண்ட social activist. அயல் நாட்டில் திக்கற்றுத் தவிப்பவர்களுக்கு தானே முனைந்து தன்னால் ஆன உதவிகள் செய்பவர். கட்டிட வேலைக்குச்சேர்ந்த தகுந்த ஆவணங்கள் இல்லாத ஒருவர் கட்டிட உச்சியிலிருந்த் விழுந்த செய்தி கேட்டு ரசாக் அங்கு வருகிறார். அங்கு விழுந்த நிலையிலேயே கிடப்பவரை கட்டிடவேலை செய்யும் குத்தகைக்காரர் எந்த உதவியும் செய்ய மறுக்கிறார். ஆவணம் இல்லாதவரை வேலைக்குச் சேர்த்தது தெரியவந்தால் தனக்கும் ஆபத்து என்று. மலையாளியே ஆனாலும் நாட்டுக்காரனுக்கு ஒரு அளவுக்கு மேல் உதவி இக்கட்டிலகப்பட்டுக் கொள்ள தயார் இல்லை. இது அங்கு எல்லோரிடமும் காணும் குணம். உஸ்மான் ஷேக்கின் வீட்டில் அவதிப்படும் பெண்களுக்கு உதவத் தயார். ஆனால் அவர்கள் அகப்பட்டுக்கொண்டால், தனக்கு ஒன்றும் தெரியாது என்று கைவிரிப்பது போல. ரஸாக்குக்கு அஸ்வின் என்று ஒரு மலையாளிப் பெண் எங்கோ வேலைக்குச் சேர்ந்து இப்போது இருப்பிடம் தெரியாது அலைந்து கொண்டிருக்கிறாள் என்ற செய்தி வருகிறது. ரசாக் உஸ்மானிடம் விசாரிக்கும் போது உஸ்மான் தனக்கு ஏதும் தெரியாது என்று சொல்லி விடுகிறான். அஸ்வினி வேலை செய்த ஷேக்கிடம் விசாரிக்கச்சென்ற ரஸாக்குக்கு அங்கு மிரட்டலும் வசையுமே கிடைக்கிறது. ரஸாக்குக்கும் குடும்பம் உண்டு அங்கு., குடும்பத்தைக் கவனிக்காது ஊரார் அவதியையெல்லாம் தன் தலையில் சுமத்திக்கொள்வதாக அவனுக்கு வீட்டிலும் எதிர்ப்பு.

அஸ்வினியை பஷீர் கேட்டுக்கொண்டதன் பேரில் தன்னுடன் காரில் ஏற்றிய காசிமுக்கு - (இது நான் இப்போது என் சௌகரியத்துக்குக் கொடுத்துள்ள பெயர். படத்தில் என்ன பெயர் என்பது மறந்து விட்டது) - அஸ்வினி ஒரு வேண்டாத வில்லங்கம். போலீசுக்குத் தெரிந்தால் தனக்கும் ஆபத்து என்று உணர அவளை பாதி வழியில் இறக்கி ‘‘எங்கேயாவது போய்க்கோ’’ என்று மிரட்டி இறக்கி விட்டாலும் பின் இரக்கம் தோன்றி, அவளை மீண்டும் காரில் ஏற்றித் தன் அறைக்கு இட்டுச் சென்று அவளுக்கு அங்கு பாது காப்பு தருகிறான். அவளுக்கு சாப்பாடும்

புதிதாக துணிகளும் வாங்கித் தருகிறான் . இரவு வந்ததும் அவள அவன் அறையிலிருக்க அவன் வெளியில் தன் காரில் உறங்கிக் கழிக்கிறான். ஆனால் மறுநாள் அஸ்வினியும் காஸிமும் கைதாகி சிறையில் அடைக்கப்படுகிறார்கள். சிறையிலும் அவளுக்கு சாட்டையடிகள் விழுகின்றன. பெண் காவலர்களும் அவளிடம் கொடூரமாகத் தான் நடந்து கொள்கிறார்கள்.

ரஸாக் கடைசியில் அவர்களைக் கண்டு பிடித்து சிறைக்குச்சென்று தண்டனை காலம் வரை எப்படியாவது பல்லைக் கடித்துக்கொண்டு கழித்து விட்டால் தான் வந்து காப்பாற்றுவதாகச் சொல்கிறான்.

படத்தின் கடைசிக் காட்சியே அது தான். ரஸாக்கும் அவன் தோழர்களும் இரண்டு கார்களில் வந்திறங்குகிறார்கள் சிறைச் சாலையின் வாசலுக்கு எதிரில். சிறைச்சாலையின் வெளிக்கதவு திறக்க வெளிப்படுவது அஸ்வினி. அவள் கிட்டத்தில்வந்ததும் ரஸாக் அவளீடம் அவள் கொடுப்பது கேரளாவுக்குத் திரும்ப விமான டிக்கட்டும் பணமும். அத்தோடு கட்டாயம் பாஸ்போர்ட்டும் இருக்க வேண்டும். அது எப்படிக் கிடைத்திருக்கக் கூடும் எனப்து தெரியவில்லை. சொல்லப்படவும் இல்லை. அஸ்வினியின் உயிர் நாடியே, ஷேக் அவள் அங்கு கால் வைத்த தினமே பிடுங்கி தன்னிடம் வைத்துக்கொண்ட அந்த பாஸ்போர்ட் தான். அவளுக்கு அது உயிர் நாடி. ஷேக்குக்கு அது ப்ளாக்மெயில் சாதனம். இதுஅரபு நாடுகளில் வேலைக்குச் செல்லும் எல்லோருக்கும் நேர்வது தான்..

பின்னால் வண்டியில் இருப்பது அவளுக்கு கடைசியாக தஞ்சம் அளித்த காஸிம் என்னும் ட்ரைவர்.அவனுக்கும் சிறையிலிருந்து விடுதலை கிடைத்து விட்டது.

இன்னும் ஒரு காட்சி பாக்கி இருக்கிறது. ரஸாக்குக்கு டெலிபோன் வருகிறது. ஒரு அனாதிப் பிணத்தை அடையாளம் காணவேண்டும் என்று. அந்தப் பிணம் ஆடடுக்கிடையின் பொறுப்பிலிருந்த, அஸ்வினியைத் தப்பி ஒடச் சொல்லி இழுத்துச் சென்ற பஷீர். ஆனால் ரஸாக்குக்கு

அவனைத் தெரியாது. பஷீர் அனாதைப் பிணமாக சௌதி சவக்கிடங்கில் ஒரு பெட்டியில் அடைபட்டுக் கிடக்கிறான்.

இது தான் கடம்மாவின் கதை. கதையைச் சொன்னேனே ஒழிய நம் முன் விரியும் திரைப்படத்தின் குணத்தைச் சொல்லவில்லை. இது தான் திரைப்படத்தை எழுத்தில் சொல்லும் போது எழும் போதாமைகள். நிறைய.

இந்தப் போதாமை காட்சியில் காணும் அற்புதக் கலைப் படைப்பை அபத்தமாக உருமாற்றிக் காட்டும் பலம் கொண்டது. சொற்கள். காட்சியில் காணும் அபத்தத்தை வேறு ஏதோவாகத் தான் உருமாற்றிக் காட்டும் சாத்தியம் கொண்டவை .ஆனால் ஒரு போதும் அபத்தத்தை கலையாக்கிக் காட்டி விடமுடியாது தான். அந்த அளவு நிம்மதி கொள்ளலாம்.

முதலில் நான் இதில் காணும் குறைகளைச் சொல்லிவிடுகிறேன். அஸ்வினிக்கு அவள் பிறந்த கேரள கிராமத்து வீட்டிலிருந்து. நேர்வதெல்லாம் கடைசி வரை ஒரே சோகக் கதை தான். அவளைத் துரத்தித் துரத்திக் காதலிப்பவனுக்கே அவள் மனைவியாக வாய்க்கிறாள். அவனும் செத்துத் தொலைக்கிறான். அவள் குடும்பத்தைக் காப்பாற்ற அவள் ஒரு ஏஜெண்ட் மூலம் சௌதி போகிறாள். அங்கு கால் வைத்த நிமிடத்திலிருந்து அவளுக்கு உலகத்தில் உள்ள கொடுமைகள் எல்லாம் நேர்கிறது. எப்படியோ எத்தனை முறை எத்தனை வெவ்வேறு இடங்களில் கொடூர ஆண்களிடம் அகப்பட்டுக்கொண்ட போதிலும் அவளை யாரும் தொடுவதில்லை. அவளோடு அதே அறையில் தங்கியிருக்கும் இந்தோனேஷியப் பெண் தினம் கற்பழிக்கப் படுகிறாள். சாட்டையடி விழுகிறது. ஆனால் அஸ்வினி தமிழ்ப்படக் கதாநாயகி போல இலங்கைச் சிறையில் அனுமன் கண்ட கற்பெனும் பெயரதொன்றாகத் தான் தப்பி விடுகிறாள். கதாநாயகிக்கு தமிழ்த் திரைப்பட மரபு கொடுக்கும் கௌரவத்தை மலையாளத் திரைப்படமும் கொடுத்துள்ளாது போல். இதைத் தவிர சௌதி அரேபியாவில் ஒரு அயல் நாட்டு

இளம்பெண்ணுக்கு விதிக்கப்படும் அவதிகள் அத்தனையும் அவளுக்கு நேர்கிறது. எந்த அவதியும் கொடுமையும் யாருக்கும் நேராத கற்பனை அல்ல. அவை அங்குள்ள யதார்த்தங்கள். ஆனால் அவை எல்லாம் ஒரு சேர அஸ்வினிக்கு நேர்வது தான் அவளை இந்தப் படத்தை நவீன நல்லதங்காள் கதையாக்கி விடுகிறது. சென்னையிலும் தமிழ் நாட்டிலெங்கிலும் குப்பையும் சாக்கடைத் தண்ணீரும் தெருவில் கொட்டிக்கிடப்பது உண்மைதான். ஆனால் எல்லாவற்றையும் ஒரு இடத்தில் திரட்டிக் குவித்தால் அது உண்மையல்லவே. பலரால் பல இடங்களிலும் அனுபவிக்கப் படும் கொடுமைகளையெல்லாம் ஒரே பெண்ணின் மீது சுமத்தினால் அது கொஞ்சம் அனுபவ யதார்த்தத்தை .கற்பனையாக்கி விடுகிறது.

குழந்தைகள் குழந்தைகள் தான். உலகில் எங்கிலும். அது வயது ஆக ஆகத் தான் சுற்றுச் சூழலிருந்து கற்று என்னவோ ஆகிப் போகின்றன. எவ்வளவு தான் தீய சக்திக்கு உருக்கொடுத்த மாதிரி நம் அரசியல் தலைவர்கள் இருந்தாலும் அவர்கள் குழந்தைப் பருவத்தில் கட்டாயம் நம் கொஞ்சுதலுக்கு உரியவர்களாகத் தான் இருந்திருப்பார்கள். இன்று நம் நிலத்தை அபகரித்தவர்களுக்கு அன்று ''மிட்டாய் சாப்பிறயாடா கண்ணு'' என்று பிரியம் காட்டியிருப்போம். தவழும்போதே அசுரர்களாகவா இருந்திருப்பார்கள்?. அஸ்வினி வேலைக்குச் சேரும் ஷேக் வீட்டின் சிறுவன் கூட ராக்ஷஸப் பிறவியாக கத்தியை எடுத்துக்கொண்டு மிரட்டுகிறான். அரபு நாட்டுக் குழந்தைகளும் சிறு பிராயத்தினரும் எந்த நாட்டினரும் போல மிக அழகாக ஒரு தெரியாத்தனத்துடன் தான் இருப்பார்கள். அவர்களையும் ராக்ஷஸர்களாக்குவானேன்? இதுவும் தமிழ் சினிமாத்தனம் கேரளாவிலும் பரவியிருப்பதைத் தான் சொல்கிறதோ என்னவோ.

கடைசிக் காட்சியில் ரஸாக் சிறைச் சாலை வாசலுக்கு எதிரே இரண்டு கார்களில் வந்து அஸ்வினி வெளியே வந்ததும் தன் கைகளில் தயாராக வைத்திருக்கும் பணம் பாஸ்போர்ட், விமான டிக்கட் எல்லாம்

அஸ்வினிக்குக் கொடுத்து அபய வசனம் பேசுவது டிபிகல் தமிழ் சினிமா அபத்தம். பெண் ரசிகர்கள் கண்ணீர் சிந்தலாம். அழக்கூட அழலாம் முடிந்தால்.

இனி இதையெல்லாம் மீறி இங்கு இந்தப் படத்தைப் பற்றி இவ்வளவு எழுத நேர்ந்த நியாயம் பற்றிச் சொல்ல வேண்டும்.

நேராகக் கதை காட்சிப் படுத்தப் படுகிறது. அஸ்வினி ஒரு இடத்தில் கூட நம்ம சௌகார் ஜானகி போல, கன்னாம்பா போல அல்லது இன்னும் சமீபத்திய விஜயகுமாரி போல அழுது புலம்பவில்லை. ஒப்பாரியோ வைக்கவில்லை .நீண்ட வசனம் பேசுவதில்லை. அஸ்வினி முழுப் படத்திலும் பேசுவது மொத்தம் ஒரு பத்து பதினைந்து வரிகளுக்கு மேல் போகாது.. அதிகம் அவள் நா தழுதழுக்கிறது அவ்வளவே.. படம் முழுதிலும் கூச்சலே இல்லை. அமைதியாகவே தன் துன்பத்தை எதிர்கொள்கிறாள். எந்த இடத்திலும் யாரும் அனுபவத்தை யதார்த்தத்தை மீறிய வசனம் பேசுவதில்லை. ஒரு கொடூர வாழ்க்கையும் அக்கிரம அதிகாரமும் நிலவும் சூழலில் ஒரு சண்டை ஸ்டண்ட் காட்சிகள் கிடையாது. டான்ஸ் கிடையாது. குத்துப் பாட்டு கிடையாது. நேரான கதை சொல்லலில். வாழ்க்கையின் அனுபவம் நம் முன் விரிகிறது. எல்லாம் அன்றாடம் சந்திக்கும் மனிதர்கள். நம் சினிமா மரபின் அத்தியாவசிய ஏதும் ஹீரோக்கள் ஹீரோயின்கள் கிடையாது. நேரான, சின்சியரான கதை நம் முன் காட்சிகளாக விரிகிறது.

சௌதி அரேபியாவில் இதன் ஷூட்டிங் நடந்திருக்க சாத்தியமா? தெரியாது. ஆனால் பாலைவனக் காட்சிகள், வண்டிகளின் நெரிசல் நிறைந்த தெருக்காட்சிகள் எல்லாம் சௌதி அரேபியாவைத் தான் நம் முன் நிறுத்துகின்றன. இவை வேறு எங்கு சாத்தியம் என்று எனக்குத் தெரியவில்லை.

அராபியர்கள் அரபி பேசுகிறார்கள். மலையாளிகள் மலையாளம் தான் பேசுகிறார்கள். இந்தோனேஷியப் பெண் அவள் மொழியில் பாஷாவில் தான் தனக்குள் ஒரு பாட்டை முணுமுணுக்கிறாள்.

கட்ட பொம்மனில் வரும் மொழிக் கொடுமை இங்கு நடப்பதில்லை. அரபியில் பேசும் பொழுது மலையாளாத்தில் கீழே அதன் மொழிபெயர்ப்பு ஓடும்

கடைசியாக மிக மிக முக்கியமாக இந்தப் படத்தில் சொல்லப்படும் வாழ்க்கையின் உண்மையும் அதைச் சொல்லும் நேர்மையும்.

கேரளாவிலிருந்து அரபு நாடுகளுக்கு வேலை தேடிச் செல்வோரின் எண்ணிக்கை வேறு எந்த மாநிலத்தையும் விட மிக அதிகம். அவர்கள் கேரளாவுக்கு அனுப்பும் பணம் எத்தனை பில்லியனில் எனபதை நாடு அறியும். அவர்கள் அனைவரும் அங்கு வேலை செய்ய மட்டுமே உரிமை பெற்றவர்கள் . வாழும் உரிமையோ குடி உரிமையோ பெற்றவர்கள் அல்ல. அன்னியர்கள் தான், எந்த நேரத்திலும் பலவந்தமாக திருப்பி அனுப்பப்படும் நிலையில் உள்ளவர்கள் தான். இங்கு பங்களா தேஷிலிருந்து குடியேறி ரேஷன் கார்டும் வேலையும் பெற்று ஓட்டுரிமைக்கு வாதமிடும் கோடிக்கணக்கான பங்களா தேசி முஸ்லீம்கள் போல அல்ல. அவர்களை எதுவும் சொல்ல இந்த எதிர்கால வல்லரசு பயந்து நடுங்குகிறது. அதன் கால் உதறல் உலகம் அறிந்தது,.

இப்படத்தில் வெளிப்படும் சௌதி அரேபியர்களின் சித்திரம் எள்ளளவிலும் அவர்களுக்கு உவப்பானதல்ல.. இங்கிருந்து தம் ஏழ்மையிலிருந்து விடுதலை பெற அங்கு உழைக்கச் செல்லும் நம் மக்கள் அங்கு சந்திப்பது இனவெறியின் கொடுமை. பணத்திமிரின் அரக்கத் தனம், அதிகாரத்தின் கொடூரம். அங்கு செல்பவர்கள் முஸ்லீமகளானாலும் அவர்கள் மதவெறியிலிருந்து தப்பலாமே ஒழிய மற்ற கொடுரங்களுக்கு இரையாகிறவர்கள்தான்.

அவர்கள் அனுப்பும் பல்லாயிரங்கோடிகளின், அல்லது லக்ஷங்கோடிகளின் பின்னிருப்பது அவர்கள் எதிர்கொண்ட கொடூரங்கள். இதை இழக்க கேரள அரசும் விரும்பாது. இந்திய அரசும் விரும்பாது. போபால் விஷ வாயுவினால் பாதிக்கப்பட்ட இந்தியர்கள் ஒரு பொருட்டல்ல. அதை மூடி மறைக்கும், இந்திய அரசின் கவலை

இந்தியாவுக்கு வரும் அந்நிய முதலீடு பாதிக்கப் படக்கூடாது என்பது தான். 2-ஜி கொள்ளையிலும் இது கொள்ளை என்று தெரிந்தும் அதை மறைக்கச் செய்யும் பிரயத்தனங்கள், இது பூதாகாரமாக வெடித்துவிடக்கூடாதே என்ற கவலை இந்திய அரசுக்கு. காரணம் கொள்ளையடித்த கம்பெனிகள் கடைமூடப்பட்டால் மறுபடியும் அந்நிய முதலீடு வருவது பாதிக்கப்படுமே என்ற கவலை தான். அந்நிய முதலீடுகளுக்காக இந்திய அரசு எந்த இழப்புக்கும் தயார் என்ற கொடுமை. சக மனிதர்களை சக மனிதர்களாகவே கருத விரும்பாத நிலையைக் கண்டும் வாய் மூடிக்கிடக்கும் இந்திய அரசு.

இந்த பின்னணியில் அராபிய நாடுகளுக்கு வேலை செய்யச் செல்லும் நம் மக்கள் எத்தகைய கொடுமைகளை சந்திக்கிறார்கள், எத்தகைய சமூகத்தின் கொடூரங்களை அனுபவித்து இந்தியாவுக்கு பணம் அனுப்புகிறார்கள் என்பதைச் சொல்வதில், இந்தப் படம் எத்தகைய தயக்கத்தையும் காட்டவில்லை

இந்தப் படம் நமக்கும் அரபிய நாடுகளுக்குமிடையேயான நல்லுறவைப் பாதிக்கும் என்று சொல்லக் கூடும் இந்திய அரசும், மாநில அரசும். அவர்களுக்கு வேண்டியது இவர்கள் அனுப்பும் லக்ஷம் கோடிகள். அல்லது பல ஆயிரம் கோடிகள்.

இது போன்ற ஒரு கதையும் படமும் தமிழிலும் சாத்தியமில்லை. ஒரு சாதியை இனம் காட்டி ஒரு பாத்திரம் உலவ முடியாது. சுஜாதா கதையில் ஒரு கவுண்டரோ நாடாரோ வந்து விட்டால் குமுதம் அலுவலகத்துக்கு எதிரில் கலவரம் வெடிக்கும். அந்தத் தொடர் உடன் நிறுத்தப் படும். ஒதுக்கீடு பற்றி ஒரு படம் வந்தால் அதுக்கு தடை உடனே வரும். பம்பாய் படம் எத்தனை தான் உண்மையோடு உறவற்று கற்பனையே யானாலும் பால் தாக்கரேயிடம் சென்று அனுமதி பெற்றேயாக வேண்டும். இருவர் கதை எத்தனை உண்மைக்கு மாறான திருகல்கள் கொண்டிருக்க வேண்டியிருக்கிறது. இந்த எழுபது எண்பது வருட கால தமிழ் சினிமா வரலாற்றில் வெளிவந்துள்ள பல்லாயிரக் கணக்கான படங்களில் எதாவது ஒன்று ஒன்றே ஒன்று வாழ்க்கையை நேராக எதிர்கொண்டது என்று

சொல்ல முடிவதில்லை. பாரதியார்கூட ரயில் பிச்சைக்கரரன் மாதிரி ஓடுகிற ரயில் பாடுபவராகக் காண்பது தான் நமக்கு பிடிக்கிறது. ஒரே அபத்தமான கற்பனை உலகில்தான் நாம் சஞ்சரித்து வருகிறோம். அதற்குப் பழக்கமாகியுள்ளோம்.

கடம்மா நமக்கு முற்றிலும் மாறான ஒரு சிந்தனை கொண்ட சமூகத்திலிருந்து பிறந்துள்ளது. இதை எதிர்க்கொள்ளக்கூடிய தைரியம் கூட நமக்கு இல்லை என்பது தான் உண்மை.

கடைசியில் ஒரு வார்த்தை. கடம்மாவை ஒரு கலைப் படைப்பு என்று நான் சொல்ல மாட்டேன். ஆனால் அதில் உண்மை உண்டு. நேர்மை உண்டு. அதைச் சொல்லும் தைரியம் உண்டு. இம்மாதிரியான படங்கள் மலையாளத்தில் அபூர்வம் அல்ல. நிறைய உண்டு. வணிக அபத்தங்களிடையே இவையும் கணிசமான என்ணிக்கையில் உண்டு. இவற்றின் பெருக்கத்தில் தான் கலைப் படைப்புகள் வரும் சூழல் உருவாகும்.

நாம் கடம்மாவுக்கு வெகு தூரம் கண்ணுக்கெட்டாத தூரத்தில் இருக்கிறோம். கடம்மாவைத் தொடும் நிலைக்கு நாம் தயாராகவே இல்லை......

அறுபதுகளில் பார்த்த ஒரு ஃப்ரெஞ்சு படம் ஒன்று. மூஷே. யார் டைரக்டர் என்று ஞாபகமில்லை. ஒரு சிறு பெண்ணின் வாழ்க்கை. அது அழுவதில்லை. முகம் சிணுங்குவதில்லை. அது முகம் மலர்ந்து நாம் ஒரு ஃப்ரேமில் கூட காணமுடியாது. அது படும் துயரங்களையெல்லாம், சகித்துக்கொண்டு வாழும். இது தான் தனக்கு விதிக்கப்பட்டதென்று. ஐம்பது வருடங்களாகிவிட்டன. அந்த முகத்தை மறக்க முடியாது. கிட்டத்தில் நம்மூரிலேயே ரத்த உறவு என்ற ஒரு நாவல் யூமா வாசுகி எழுதியது. அவர் சிறுவனாக இருந்த போது, தானும் தன் அக்காவும் அம்மாவும், குடிகார அப்பாவாலும், பாட்டியாலும் இன்னும் மற்ற எல்லா உறவினராலும் இழைக்கப்பட்ட கொடுமை நிறைந்த வாழ்க்கையைச் சொல்கிறது அந்த நாவல்.

இன்றைய தமிழின் மிக முக்கியமான நாவல் என்று எனக்குப் படுகிறது. இவை எதுவும் சுவாரஸ்யத்துக்க்காகப் படிக்கப்படுவதில்லை. எழுதப்படுவதில்லை. வாழ்க்கையின் நிதர்சனங்களிலிருந்து நாம் ஒதுங்கிச் செல்லமுடியாது. கிரீஷ் காஸரவல்லி இயக்கிய அடுத்த படம் எனக்குப் பார்க்கக் கிடைத்ததும் சமீபத்தில் தான். லோக் சபா சானலில். நாயி நிரலு. நாயின் நிழல் என்று அர்த்தம் என்று ஹரன் பிரசன்னா சொன்னார். கன்னட மொழியின் சந்தர்ப்பத்தில் இது என்ன அர்த்தம் கொள்வதாக இருக்குமோ! தமிழில் 'நாய் படும் பாடு' என்று தானே சொல்கிறோம். ஒரு கால கட்டத்தில் இந்து சமூகத்தில் விதவையின் வாழ்க்கை நாய் படும் பாடுதான். மறுபடியும் இதில் மையப்படுத்தப் படுவது ஒரு விதவை தான். இளம் வயதிலேயே கணவனை இழந்துவிட்ட விதவை. ஆற்றில் மூழ்கி இறந்து விடுகிறான். கணவன் இறந்த பிறகு, தன் மாமியார், மாமனாரின் பராமரிப்பிலேயே அவள் இருந்து வருகிறாள். படம் ஆரம்பிக்கும்போதே இறந்து விட்ட தன் மகன் எங்கோ மறு பிறப்பில் வாழ்கிறான், தன் கடந்த ஜன்மத்தின் பெற்றோர் இன்னார் என்று சொல்கிறான் என்ற செய்தி கேட்டதிலிருந்து அவனை அழைத்து வரச்சொல்லி தன் கணவரைக் கட்டாயப்படுத்துகிறாள் தாயார். வந்தவனைத் தன் மகனாகவே நினைத்து பாசம் கொள்கிறாள். தன் மகன் ஆசைப்படுகிறான் என்று தன் மருமகளை கலர் புடவை அணியக் கட்டயப் படுத்தி வந்தவனின் முன் நிறுத்தி அவனைச் சந்தோஷப்பட வைக்கிறாள். முதலில் அவனை வெறுத்த மருமகளுக்குப் பின் அவனோடு பிணைப்பு ஏற்படுகிறது.

அவள் கர்ப்பமடைகிறாள். இந்த விபரீதங்கள் எல்லாம் தன் பிடிவாதத்தினால் விளைந்தது என்பதை எண்ண மறுக்கும் மாமியார் இப்போது தன் மருமகளை நடத்தை கெட்டவள் என வெறுக்கிறாள். மாமனாரால் அப்படி இருக்க முடிவதில்லை. ஏன் இவனை தன் மனைவியின் கட்டாயத்திற்குப் பணிந்து அழைத்து வந்தோம் என்று தன்னையே நொந்து கொள்கிறார். இப்படிப் போகிறது அந்தக் கதை. இது வரை பட்டது போதாதென்று இன்னம் நிறைய கஷ்டங்கள் பட இருக்கிறாள்

அந்த விதவை. அந்தக் காலத்துப் படங்களில் பசுபு லேடி கண்ணாம்பா, அரிச்சந்திரா படத்தில், ஒண்ணாம் மாதம், இரண்டாம் மாதம் என்று பத்து மாதம் லோகிதாசனைச் சுமந்த கஷ்டத்தை ஓயாது ஒப்பாரி வைப்பது போல் விதவையின் துயரங்கள் நீள்கின்றன.

புனர் ஜன்மம் ஒரு நம்பிக்கையாக இருக்கும் வரை தொந்திரவு இல்லை. ஆனால் அதை வாழ்க்கையின் நடைமுறையாகக் கற்பனை செய்வதும் அதை முகாந்திரமாகக் கொண்டு பிராமண சமூகத்தில் ஒரு இளம் விதவையின் அவல வாழ்க்கையை, அது ஏற்கனவே அவலம், இன்னம் அதீதமாக்கிக் காட்டுவது அவசியமற்றவை. கற்பனை கட்டற்றுத் தான் பாய்ந்து ஓடுகிறது. ஆனால் கிரீஷ் காஸரவல்லி இதை எவ்வளவு தூரம் ஒரு நம்பகமான சித்திரமாக ஆக்கிக் காட்ட முடியுமோ அவ்வளவுக்கு அடக்கியே கையாண்டுள்ளார். மறு ஜன்மம் என்பது தான் நம்மை உறுத்துமே தவிர, அவன் வந்து சேர்ந்த பிறகு நிகழ்பவை எல்லாம் இயல்பாகத் தொனிக்கச் செய்கிறார் காஸரவல்லி. வெகு கால இடைவெளிக்குப் பிறகு இரண்டாம் படமாக நாயி நிரலு படம் பார்த்த போது, காஸரவல்லிக்கு சந்தோஷப்பட, சமூகத்தில் ஒன்றுமே கிடைப்பதில்லையோ, எல்லாமே ஒரே சோகமயக் கதைகளையே இவர் தேர்ந்தெடுக்கிறாரே என்று எண்ணத் தோன்றியது. கொஞ்சம் பழம் காலத்தை மறந்துவிட்டு சமகாலத்தில் கால் வைக்கலாமே என்றும் தோன்றியது.

சம காலத்தில் பெண்ணீய வாதிகளைத் தவிர மற்ற பெண்களின் கதி அப்படி ஒன்றும் அதிகம் மாறிவிடவில்லை. சமீபத்திய, பரிசுகளும் பாராட்டுக்களும் பெற்ற குலாபி தியேட்டர் 1990களில் மேற்குக் கடற்கரையோர மீனவ சமூகத்தில் நிகழும் மாற்றங்களைப் பற்றிப் பேசுகிறது. இந்தியா முழுதும் இந்துக்களுக்கும் முஸ்லீம்களுக்கும் இடையே சுமுக உறவு முறிந்து பதட்டம் நிலவுகிறது. அதோடு டிவி கிராமப் புறங்களிலும் நுழைந்து ஆக்கிரமித்துக் கொள்கிறது. அவ்வளவு தான் காஸரவல்லி நிகழ் காலத் துக்கு வரமுடியும். மற்றபடி, இந்தப்

படத்திலும் மையப் பாத்திரமாக வருவது ஒரு பெண் தான். கணவனால் கைவிடப்பட்ட மத்திம வயது ஸ்த்ரீ. முஸ்லீம். கைவிட்டுப் போன கணவன் இன்னொரு இளம் பெண்ணோடு பக்கத்திலேயே இன்னொரு குடிசையில். அவனுக்கு ஒரு பையன். அந்தப் பையனிடம் குலாபிக்கு மிகுந்த பாசம். ஆனால் கைவிட்ட கணவனும் அவனது இரண்டாம் மனைவியும் குலாபியை வெறுத்தே ஒதுக்குகின்றனர். இவர்கள் எல்லோரும் வாழ்வது கடற்கரையோரம்.

எல்லோரும் மீனவர்கள். முஸ்லீம்கள் பெரும்பான்மையாக வசிக்கும் கிராமம் அது. குலாபி வீட்டு வேலை செய்து பிழைக்கிறவள். அதோடு பிள்ளைப் பேறுக்கு உதவும் அங்கிருக்கும் ஒரே மருத்துவச்சியும் கூட. ராசியானவள். தினம் மாலை ஆறு மணிக்கு சினிமா பார்க்கப் போய்விடுவாள். சினிமா தியேட்டரிலிருந்து அவசரமாக குழந்தைப் பேறுக்காக அழைக்க அவள் மறுக்க அவளுக்கு டிவி பரிசாகத் தருவதாகச் சொல்லி அழைத்து வரப்படுகிறாள். அவளுக்கு டிவி யும் கிடைக்கிறது. இனி அவள் சினிமா பார்க்க வெளியே போகவேண்டாம். சினிமாவும் சீரியலும் பார்க்க அவள் குடிசைக்கு வரும் கூட்டம் பெருக, அவள் மிகவும் வேண்டப்பட்டவள் ஆகிறாள். அவள் குடிசை யைத் தவிர வாசன்னா என்னும் முதலாளி வீட்டில் தான் டிவி உண்டு. அவள் குடிசையிலும் வெளியிலும் டிவி சீரியல் பற்றித்தான் பெண்களே தம்மிடையே பேசிக்கொள்ளும் ஆண் பெண் உறவுப் பேச்சுக்களும் கேளிக்கைகளும். (எனக்குத் தெரிந்து காஸரவல்லியின் படத்தில் தமாஷ்களும் கேளிக்கைகளும் முதல் தடவையாக நுழைகின்றன) எல்லார் வீட்டு நடப்புகளும் பரிமாறிக்கொள்ளப்படுகின்றன.

அட்டு (குலாபியின் சக்களத்தி மகன்) டிவி பார்க்க குலாபி குடிசைக்கு வருகிறான். அட்டுவைத் தேடி வந்த குலாபியின் கணவன் தானும் டிவி பார்க்க உட்கார்ந்துவிடுகிறான். மற்ற பெண்கள் குடிசையை விட்டு வெளியே வந்து விடுகிறார்கள். ஒரு பெண், இது தான் சமயம் என்று கைவிட்ட கணவனைத் திரும்ப பெறுவதற்கு யுக்திகள் சொல்லிப்

போகிறாள். கணவன் அங்கேயே முகாம் போட்டு விடுகிறான். அவனோடு சண்டை போட வந்த இரண்டாம் பெண்டாட்டியை, 'நான் எங்கே வேணுமானாலும் இருப்பேன். அவளும் என் பெண்டாட்டி தான், அவளை நான் இன்னும் தலாக் செய்துவிடவில்லையே, என்று விரட்டி விடுகிறான். குலாபியிடம் மிக நெருக்கமாக இருக்கும் ஒரு பெண், நெத்ரூ ஓடிப் போய் விடுகிறாள். அதே சமயம் குலாபியின் கணவனும் காணாமல் போகிறான். எல்லோரும் நெத்ரூவை குலாபியின் கணவன் தான் கடத்திச் சென்றுவிட்டான் என்று சந்தேகப் படுகின்றனர். ஒரு ஹிந்துப் பெண்ணை முஸ்லீம் கடத்திவிட்டுச் சென்றுவிட்டான் என்றால் ஹிந்து முஸ்லீம் சமூகத்தினரிடையே மதக் கலவரத்துக்கு இட்டுச் செல்லும் சமாசாரம். இதற்குச் சற்று முன் சுலேமான் என்னும் பணக்கார மீனவன் இவர்கள் மீன் பிடிக்கும் இடத்தில் தன் ஸ்டீம் போட்டைக் கொண்டு வந்து கிடைக்கும் மீனையெல்லாம் அள்ளிச் சென்றுவிடுகிறான் என்று ஒரு உரசல். மேலும் ஹிந்து மீனவர்களையும் அவன் வேலைக்கு இழுத்துக்கொள்கிறான் என்று வேறு ஒரு புகைச்சல். வரசன்னா சுலேமானுக்கு போட்டியான இன்னொரு பணக்கார மீனவன். அவனுக்கு சுலேமானிடம் விரோதம். மீனவர்களுக்கிடையேயான தம் பிழைப்புக்கான போட்டி மத விரோதமாக உருவெடுக்கிறது. இந்த சந்தர்ப்பத்தில் குலாபியின் கணவன் ஒரு ஹிந்துப் பெண்ணைக் கடத்தி விட்டான் என்று ஒரு செய்தி பரவ, குலாபியை விசாரிக்க அவள் தனக்கு எதுவும் தெரியாது எனச் சொல்ல, அவள் சுற்றியிருக்கும் எல்லோராலும் ஒதுக்கப் படுகிறாள். கலவரம் வெடிக்கும் என, முஸ்லீம் குடும்பங்கள் அந்த இடத்தை விட்டு வெளியேறுகின்றன. முஸ்லீம்களுக்கு முஸ்லீம்களிடையே தான் பாதுகாப்பு என்று குலாபியையும் தம்முடன் அழைக்கிறார்கள்.

குலாபிக்கு தான் வாழும் சமூகத்தை விட்டு வர மனமில்லை. அவர்கள் தன்னைக் கைவிடமாட்டார்கள் என்று நம்புகிறாள். ஆனால், வரசன்னா அவள் வீட்டு சாமான்களை வெளியே எறிந்து அவளையும் குண்டுக் கட்டாகக் கட்டி படகில் வைத்து கிராமத்தை விட்டு வெளியேற்றி

விடுகிறார்கள். இதனிடையே, சுலேமானின் ஸ்டீம் போட் மாத்திரமல்ல, வெளிநாட்டு மீன்பிடி கப்பல்களே இங்குவந்து மீன் பிடிக்க அரசாங்கம் அனுமதி தந்துவிட்டது என்ற செய்தி பத்திரிகைகளில் வெளிவந்த செய்தி அவர்களை நிலை குலையச் செய்கிறது. இரு சமூகங்களிடையே ஏதேனும் ஒரு காரணத்தால் ஒரு பிளவு ஏற்படுமாயின், அல்லது, எந்த ஒரு சமூகத்தையும் சேர்ந்த ஒரு செல்வாக்குள்ளவனின் அத்து மீறிய செய்கை அந்த சமூகத்தின் விரோத செய்கையாக உருவெடுத்து விடுகிறது. அதில் ஹிந்துக்களிடையே கருத்து பேதம் ஏற்படலாம். ஆனால் முஸ்லீம் சமூகத்தைச் சேர்ந்த ஒருவனின் அத்து மீறிய செய்கை ஜமாத்தின் கௌரவ பிரச்சினையாக்கப் பட்டு மதக் கலவரத்திற்கு வழி வகுத்துவிடுகிறது. இதில் குலாபி போன்றவர்களின் இயல்பான நல்ல குணங்களுக்கு ஏதும் மதிப்பு இருப்பதில்லை. இந்தப் படத்தில் குலாபியாக நடிக்கும் உமாஸ்ரீக்கு சிறந்த நடிகைக்கான விருது கிடைத்துள்ளது. மிகவும் அமைதியாக, அடங்கிய வெளிப்பாட்டில் நன்றாகவே உமாஸ்ரீ நடித்துள்ளார், அவர் ஒரு பாப்புலர் சினிமாவைச் சேர்ந்தவராக இருந்தபோதிலும், என்றால், அதற்கு அவர் திறமைமட்டுமல்ல காஸரவல்லியும் காரணம் என்று சொல்ல வேண்டும். எனக்கு நாயி நிரலுவில் மாமனாரக வருபவர் மிகச் சிறந்த நடிப்பிற்கு உதாரணம் என்று சொல்லத் தோன்றுகிறது. நாயி நிரலுவை விட குலாபி ஒரு நிகழ் கால சமூக மாற்றத்தை குரல் எழுப்பாமல், அதன் நுண்ணிய சிக்கல்களை மறைக்காமல், அதே சமயம் தடித்த கோடுகளால் தீட்டாமல், சித்தரிப்பது மிக முக்கியமான பதிவு என்று சொல்லவேண்டும். கடைசியாக ஒரு விஷயம். கன்னட சமூகத்தில் ராஜ்குமாரும் இருக்கிறார்கள் தான். அவரை தெய்வமாக்கிய கன்னட சினிமாவும் சினிமா ரசிகர்களும் உண்டு தான். அவர்களுக்கு கன்னட அரசியல் தலைமையும் தலை வணங்குகிறார்கள் தான்.

ஆனால் இங்கு கிரீஸ் காஸரவல்லிக்கும் இடம் இருக்கிறது. பி.வி. காரந்துக்கும், கே.வி.சுப்பண்ணாவுக்கு இடம் இருக்கிறது. ஆனால் இங்கு

அம்மாதிரி யாருக்குமே இடம் இருப்பதில்லையே. நமக்கு ரஜனிகாந்தும்,, கமலஹாசனுமே, எல்லாமாக, காஸரவல்லியும், ராஜ்குமாருமாக இருக்கிறார்களே. எத்தகைய கலாசாரத்தை நாம் உருவாக்கி இருக்கிறோம்? காஸரவல்லியின் குடும்பம் யக்ஷகானாவுடன் நெருங்கிய உறவு கொண்டது. கே.வி.சுப்பண்ணாவும் காஸரவல்லியின் உறவினர் தான். ஆனால் காஸரவல்லியோ, கே.வி.சுப்பண்ணாவோ, யக்ஷகாணா தான் நவீன கன்னட நாடகத்திற்கும் சினிமாவுக்கும் உற்பத்தி ஸ்தானம், யக்ஷகானாவை பிரதி செய்து கோமாளித்தனம் பண்ணுவது தான் எங்கள் பணி என்று கிளம்பவில்லையே. ஏன், நாம் மட்டும் இப்படி……சினிமா என்றால் எல்லாவற்றிலும் ஒரே ரகம், சினிமா என்றால் ஒரே கோமாளித்தனமான சினிமா, நாடகம் என்றால் ஒரே கோமாளித்தனமான நவீன நாடகம்… கோமாளித்தனங்களும் இருக்கட்டும். கொஞ்சம் ஆரோக்கியமானதும் இருக்கலாமே…

44

என் பார்வையில் தமிழ் சினிமா

தமிழ் சினிமாவில் இலக்கியம் எழுத்து பற்றி எழுதச் சொல்லி எனக்குப் பணிக்கப்பட்டிருக்கிறது சைனாவில் இட்லியும் தேங்காய்ச் சட்னியும் தேடினால் கிடைக்கலாமோ என்னவோ. லாப்லாந்தில் மொந்தன் பழம் எங்கே கிடைக்கும் என்று தேடலாம். இர்குட்ஸ்க் நகரில் காலையில் எழுந்ததும் இடியாப்பமும் குருமாவும் தேடலாம். நாமும் கடந்த 90 வருட காலமாக தமிழுக்கு ஒரு ஆவேசத்தோடு தொண்டை வரள கோஷமிட்டுக்கொண்டு தான் இருக்கிறோம்.

தமிழ் வளர்ச்சியே தன் கொள்கையாகக் கொண்ட இயக்கம் அரசுக்கு வந்து இரண்டு தலைமுறை ஆன பிறகும், தமிழ் சினிமாவுக்குத் தமிழ்ப் பெயர் வைத்தால் வரி விலக்கு என்று ஆசை காட்ட வேண்டி யிருக்கிறது. ஒரு தமிழனுக்கு தன் இயல்பில் பேச, வாழ, வரிவிலக்கு என்ற ஆசை காட்ட வேண்டுமென்றால், தமிழ் வாழ்க்கை தன் இயல்பில் இல்லாத ஒரு போலியைத் தானே ஃபாஷனாகக் கொண்டு வாழ்கிறது என்று அர்த்தம்? அதுவும் தமிழினத் தலைவர் ஆட்சி நடக்கும் போது?. ஒரு நீண்ட காலமாக தமிழ்த் தொலைக்காட்சி ஒன்றில் தமிழ் பேசும் கதாநாயகியைத் தேடும் முயற்சி ஒரு தொடராக வந்து கொண்டிருக்கிறது. தமிழ்ப் பெயர்கள் இப்போது ஃபாஷனில் இல்லை. தன் தமிழ்ப் பற்றை உலகுக்கு பறை சாற்றும் நோக்கில், ஒரு காலத்தில் தம் பெயரையே ஒரு மாதிரியாக தமிழ்ப் பெயர்களாக மாற்றி வந்தார்கள் நம்மில் பலர். தமிழ்ப் பெயர் என்றால் அது சங்க காலத்தில் புழங்கிய பெயர்களாக இருக்கவேண்டும் என்பது சொல்லப்படாத விதி. ஆனால் இப்போது ஸ்ரேயா, நமீதா, ;பூஜா, அபூ, தமன்னா, டாப்ஸி, ஹன்சிகா மோட்வானி அனுஷ்கா, ரீமா சென், குஷ்பு, ஆண்ட்ரியா என்ற பெயர்களில், தமிழ் தெரியாத வடநாட்டு

நங்கைகளிடம் தான் நம் தமிழ் சினிமா ரசிகர்களுக்கு கவர்ச்சி. தமிழ் நடிகர்கள் பெயர்கள் கூட இப்போது ரொம்ப ஃபாஷனோடு, பரத், அஜீத், தனுஷ், விஜயகாந்த், ஸ்ரீகாந்த் இப்படித்தான் யாரையும் குறை சொல்லிப் பயனில்லை. பேச்சில் தான் தமிழ்ப் பற்று இருந்ததே தவிர, உள் மனசு என்னவோ முற்றிலும் வேறாகத் தான் ஆசை கொண்டிருந்தது.. தமிழ்த் தொலைக் காட்சிகளில் யாரும் தமிழில் பேசுவது கிடையாது. ஆங்கிலம் தமிழ் எல்லாம் கலந்த ஒரு மொழிதான் அவர்கள் பேசுவது. அதில் அவர்கள் கஷ்டப்பட்டு ஒன்றிரண்டு தமிழ்ச் சொற்களை தாளித்துக் கொள்வார்கள். சினிமாவை விட்டுத் தள்ளலாம். அது ஒரு பகட்டு உலகம். தொலைக்காட்சியோ அதிலும் பகட்டுதான் ஆட்சி செய்கிறது. அவையெல்லாம் ஒரு காட்சி மேடையில் இருப்பவை. படியிறங்கி தெருவில் நடந்தால் ஆட்டோக் காரர் கூட தமிழில் பேசுவதில்லை. ''ஸ்ட்ரெய்ட்டா போயி லெஃப்ட்லே கட் பண்ணுங்க'' என்றுதான் நமக்கு உதவி வரும்.

''ஏன்யா, நைட் ட்யூட்டிக்கு போறேன்னு புரியும்படியா தமில்லே சொல்லேன். உனக்கென்னா கேடு வந்திரிச்சு இப்போ? என்று குடிசைக்கு வெளியே ஒரு பெண் தன் புருஷனைத் திட்டும் குரலைச் சாதாரணமாகக் கேட்கலாம். இது தான் தமிழ் வாழ்க்கை. இது தான் தமிழ் நாட்டில் புழங்கும் தமிழ். நம் தலைமைகள், நம் கலைகள் நம் பொது வாழ்க்கை தரும் காட்சிகள் இவை. நம் கோஷங்கள் ஒன்றாகவும் நம் உள்ளூர அடைய விரும்பும் வாழ விரும்பும் ஆசைகள் வேறாகவும் பிளவு பட்டுக் கிடக்கின்ற கோலம் இது தான் தமிழ் சினிமாவும். தமிழ் சினிமா உண்மையாக, நேர்மையாக, தமிழ் வாழ்க்கையின் அந்தராத்மாவைப் பிரதிபலிக்கிறது என்ற அர்த்தத்தில் சொல்லவில்லை. அதுவும் ஒரு பகட்டான, உண்மை ஒன்றாகவும் சொல்வது வேறாகவும், தன் சுயம் ஒன்றாகவும் கோஷமிட்டு தன்னை வெளிக்காட்டிக்கொள்வது வேறாகவும் இருக்கும் இரட்டை முகம், தமிழ் வாழ்க்கையைப் போலவே இன்னொரு இரட்டை முகம் என்று சொல்ல வந்தேன். தமிழ் சினிமா என்று சொல்லப்பட்ட, பேராசையால் உந்தப்பட்டு உருவெடுத்திருக்கும் வணிக கேளிக்கையில் தமிழும் இல்லை. சினிமாவும் இல்லை. அதில்

இலக்கியமும் இல்லை. கலை என்று சொல்லக் கூடியதும் எதுவும் இல்லை. சொல்லப் போனால் நாம் சினிமா என்றால் என்னவென்றே என்றும் புரிந்து கொண்டதில்லை இன்று வரை. இடையில் வந்த ஒரு பாலு மகேந்திராவையும் அவரது வீடு, பின் தமிழ்த் தொலைக்காட்சிக்காகத் தயாரித்த கதை நேரம் சிலவற்றையும் வைத்துக்கொண்டு பெருமைப் படுவதில் பயனில்லை. வருடத்துக்கு நூறு இருநூறு படங்கள் என கடந்த 80 வருடங்களாக ஆயிரக்கணக்கில் அபத்த வணிகக் குப்பைகளை மலையாகக் குவித்துக்கொண்டு அந்தப் பல்லாயிரங்களின் குணத்தைச் சொல்ல ஒரு பாலுமகேந்திராவையும் வீடு படத்தையும் காட்டிப் பயனில்லை. அதற்கு நமக்குத் தகுதி இல்லை.

அந்த பாலு மகேந்திராவிடமிருந்து நாம் ஏதும் கற்றுக்கொள்ளவு மில்லை. அவரை இங்கு வாழவிடவுமில்லை இந்தக் குப்பைமேட்டுக் குவியலில் பாலுமகேந்திராவும், மகேந்திரனும் மூச்சு முட்டி எப்போதோ மறைந்து விட்டனர். இன்று தமிழ் சினிமாவின் குணத்தை நிர்ணயிப்பது அவர்கள் அல்ல. இதன் உச்ச கட்டம் என்று பெருமையுடன் காட்டப்படுவது யந்திரன், போன்ற மாயா ஜாலக் காட்சிகளின் தொகுப்பு. அல்லது இராவணன் போன்ற கண்ணுக்குக் குளிர்ச்சியான குணத்ததான அழகான புகைப்படக் காட்சித் தொகுப்பு. அதற்கு நடனக் காட்சிகள் தேவை. அவையும் மலைச் சரிவுகளும் அருவி நீரும் தேவை. இதெல்லாம் சினிமா அல்ல. ஒரு காலத்தில் பார் பார் பட்டணம் பார் என்று பயாஸ்கோப் காட்டி கிராமத்துச் சிறுவர்களுக்கு ஒரு மாய உலகம் காட்டி எப்படி ஏமாற்றினோமோ அதே போல இப்போது ஒரு மாய உலக புகைப்படக் காட்சிகளைத் தொகுத்து ஏமாற்றி வருகிறோம்.

இவையே மசாலாக்கள் தான். இவற்றோடு இன்னொரு மசாலாவும் சேர்கிறது. போன தலைமுறையில் எக்ஸிபிஷன் என்ற சந்தையில் ரிகார்ட் டான்ஸ் என்று ஒரு ஐட்டம் இருக்கும். அதை ஏதோ சினிமா நாடகம் பார்ப்பது போல் உலகம் பார்த்திருக்க போகமாட்டார்கள். இரவு எல்லோரும் போனபிறகு கூட்டம் இல்லாத நேரத்தில் தலையில் துண்டைப் போட்டு மறைத்துக்கொண்டு போவார்கள். அது இரண்டு

தலைமுறை களுக்கு முன் நடந்த சமாசாரம். இப்போது அந்த ரிகார்ட் டான்ஸ் ஆடற பெண்ணுக்கு மவுஸ் அதிகம். பணம் அதிகம். அந்த டான்ஸ்ருக்கு இப்போது பெயர் ஐட்டம் நம்பர். நாம் கலை என்று தம்பட்டம் அடித்துக்கொள்கிறோமே அந்த மகத்தான கலையான சினிமாப் படங்களுக்கு இந்த ஐட்டம் நம்பர் கட்டாயம் தேவை. அதுக்காகவே படம் ஓடும். ஹிட் ஆகும். மலேசியாவில், சிங்கப்பூரில், டோரண்டோவில், எங்கு திரைப்பட விழா நடந்தாலும் அதிலும் இந்த ஐட்டம் நம்பர் கட்டாயம் இருக்கும். நம்மூரிலேயே திரைப்பட விழாக்கள், வெற்றி விழா கொண்டாடினாலும், நம் தமிழ் நாட்டுத் தலைவர்கள் பிறந்த விழாவோ, அல்லது ஏதற்காவது நன்றி விழாவோ நிகழுமானால் நம் அரசியல் தலைமைகள் விரும்பி ரசிப்பது இந்த ஐட்டம் நம்பர்கள் தான். இந்த ஐட்டம் ஆடும் நடனமணிகள், வெள்ளைத் தோல், குட்டைப் பாவாடை வடநாட்டு மங்கையரை மேடையிலேயே அமர்த்திவிட்டால் இன்னும் சிறப்பு. வாழ்க்கை மதிப்புகள், பார்வைகள் மாறிவிட்டன. தர்மங்கள் மாறி விட்டன.

இந்த ரிகார்ட் டான்ஸ் எப்படி ஐட்டம் நம்பர் ஆனதோ, எப்படி துண்டைத் தலைக்குப் போர்த்தி ரகசியமாகப்பார்த்தது இப்பொது மேடைக்கேற்றி அழகு பார்க்க முடிந்து விட்டதோ, அப்படியே தர்மங்கள் மாறிவிட்டன. கீற்றுக் கொட்டகையில் ஆடியதை இப்போது பிரம்மாண்ட அரங்குகளில் ஆடமுடிகிறது. அதைத் தொலைக் காட்சியிலும் பார்க்க முடிகிறது. 22 நிமிடக் காட்சி அல்ல. 4 மணி நேரம் நீளும் காட்சி. நான்கு வாரங்கள் தொடரும் காட்சி. சன் தொலைக்காட்சி பார்ப்பவர்கள் அறிவார்கள். இதற்கும் நம் வாழ்க்கைக்கும் நாம் அன்றாடம் சந்திக்கும் மனிதர்களுக்கும் என்ன சம்பந்தம்? எந்த அநியாயத்துக்கும் சமாதானமாக ரொம்பவுமே நியாயமாகத் தோன்றும் ஒரு பதில் ஒன்று தயாராக வைத்திருப்போமே. ''தமிழ் வாழ்க்கையிலேயே பாட்டும் கூத்தும் ஒன்று கலந்தது என்று. ஏற்றம் இரைக்கப் பாட்டு, நாத்து நடப்பாட்டு, வண்டியோட்ட பாட்டு, நலுங்குக்குப் பாட்டுசரி. திடீரென்று நாற்பது பேர் தெருவை அடைத்துக் கொண்டு ''ஓ போடு'' என்று பாடுகிறார்களே, அது எப்படி? சங்கர் தன் சொந்த வாழ்வில் அவரோ அல்லது அவர் பார்க்க

மற்றவர்களோ கடைசியாக 40 பேரோடு தெருவில் குத்தாட்டம் போட்டது எப்போது? குஷ்பு நாத்து நட்டுக்கிட்டே எப்போதாவது ஆடிக்கிட்டே பாடியிருந்தால் அது தமிழ் வாழ்க்கையின் யதார்த்தமாக இருக்கும். குஷ்புவின் கலரும் புஷ்டியான உடம்பும் தான் கொஞ்சம் உதைக்கும். ஆனாலும், அப்படி அவர் ஆடி நாத்து நட்டு எந்தப் படத்திலாவது பார்த்திருக்கிறோமா? இந்த மாதிரியான அபத்த காட்சிகளுக்கு இவர்கள் நியாயப் படுத்தத் தரும் அபத்த பதில்கள் ஒரு புறம் இருக்கட்டும். தமிழ் நாடு பூராவும் திரையிடப்பட்டு முதல் வாரமே 36 கோடி வசூல் காட்டுமானால் இது என்ன எந்த அபத்தத்தையும் நியாயப் படுத்தத் தோன்றும். அது கேட்டுக்கொள்ளவும் படும். மற்றவர்களை விடுங்கள்.

தம்மைக் கலைஞர் என்றும் மற்ற தமிழ்ப் பட டைரக்டர்களைப் போல அல்லது தொழில் நுட்பத்திலும் கலையுணர்விலும் தேர்ந்தவர் என்று பெயர் பெற்றுள்ளவரும் இந்தியாவில் எல்லா நடிக நடிகைகளும் ''அவரிடம் நடிக்கும் சான்ஸுக்காக காத்திருப்பதாகப்'' புகழ் பெற்றவருமான மணிரத்னம் எந்தெந்த புதிய வழிகளில் டான்ஸையும் கூத்தையும் புகுத்தலாம் என்று சிந்திப்பவர். வேடிக்கை தான். ரயில் பெட்டியின் மேலே ஒரு குத்தாட்டக் கும்பலையே ஏற்றி ''சையான் சையான்'' என்று பாடி ஆடச் செய்வார். புதுமை தானே. தொழில் நுட்பம் தானே. கலைதானே. இப்படி அவர் ஒவ்வொரு படத்திலும் வித்தியாசமாகச் சிந்திப்பவராக புகழ் பெற்றவர். இப்படி ரொம்பவுமே அதீதமாகச் சிந்திக்கப் போய் தான் ராவணன் வெகு சீக்கிரம் பெட்டிக்குள் அடைபட்டு விட்டது. மக்கள் இன்னும் என் புதுமைக்குத் தயாராகவில்லை. இந்தப் புதுமைகளுக்கு தமிழ் நாடு இன்னும் இருபது வருஷங்கள் காத்திருக்கணும் என்று சொல்லிக்கொள்ள வாய்ப்பு. காரணம்: இவர்கள் வியாபாரிகள். இவர்களுக்கு கலை என்பது பற்றிய சிந்தனையே கிடையாது. எந்த அபத்தமும் ஆபாசமும் சந்தையில் விற்பனையாகுமோ அதை கலை என்று சொல்லி தலையை நிமிர்த்தி ஆகாயத்தைப் பார்க்க இவர்களுக்கு தயக்கம் இல்லை. இன்று வரை எந்த பத்திரிகையும், பல்கலைக் கழகமும் அறிஞரும், தலைமையும் கலைஞரும் இந்த அபத்தத்தை அபத்தம் என்று சொன்னதில்லை. மாறாக புகழ்ந்து

கொண்டாடியிருக்கிறார்கள். இன்று நேற்று அல்ல. தமிழ் சினிமாவின் தொடக்கமே இப்படித் தான். அவர்கள் புதுசாக காமிராவைப் பார்த்தார்கள். அது தரும் சினிமா என்ற் ஒரு புதிய சாதனத்தை அவர்கள் புரிந்து கொண்டதே இல்லை. அவசியமும் இருக்கவில்லை. முதல் சலனப் படத்தை எடுத்த லூமியேர் சகோதரர்கள் நமக்குக் காட்டியது அது வரை மக்கள் காணாத ஒன்றைத் திரையில் கண்டனர். விரைந்து வரும் ஒரு ரயில் வண்டி. ஒரு சில நிமிடங்களுக்கு ஓடியது. ஒரு புதிய சாதனம் ஒரு புதிய அனுபவத்தைத் தந்தது. தமிழில் நாம் செய்தது, எம்.கே டி. பாகவதரும் இன்னும் யாரோ ஒரு அம்மணி பெயர் நினைவில் இல்லை. நடித்த பவளக் கொடி நாடகம். அது மிகவும் புகழ் பெற்ற நாடகம். அதையே திரும்ப அவர்களையே அவர்கள் நடித்த நாடகத்தையே புகைப்படம் எடுத்தார்கள். இது தான் முதல் அடிவைப்பு. புதிதான அனுபவம் எதையும் நாம் உருவாக்க வில்லை. நாடகத்தில் இருவரும் நல்ல பாடகர்கள்.

ஒவ்வொரு முறையும் நேரில் அவர்கள் பாடக் கேட்பது அவர்களுக்கும் நமக்கும் புதிய அனுபவம். பாடிய பாட்டே ஆனாலும். ஜீவனுடன் நிகழ்ந்த ஒன்றை திரும்ப அதையே படமாக்கினோம். ஆக இரண்டிலும் நாடகத்தை விட இது தூர விலகிய குறைபட்ட ஒன்று. ஆனால், அதைத் தமிழகம் முழுதும் எடுத்துச் சென்று வியாபாரப் பொருளாக்கலாம். ஒரே நாளில் நூறு இடங்களில் காட்டலாம். எம்.கே.டி இனித் தேவையில்லை பவளக்கொடிக்கு. இது ஒரு பெரிய வணிக லாபம். இது தான் புதிய அனுபவம். சினிமாவில் நாம் கற்றதும் பெற்றதும் முதல் அடி வைப்பே தவறாயிற்று என்றால் பின்னர் நிகழ்ந்தது அனைத்தும் அந்தப் பாதையிலேயே தொடர்வதாக இருந்தது. தமிழ் நாடகத்திலும் இலக்கியம் புகவில்லை. சினிமாவிலும் கலையும் இலக்கியமும் அல்லாத நாடகமே புகுந்தது. நாடகத்தில் இருந்த கதைகளே, நடிகர்களே சினிமாவிலும் இடம் பெயர்ந்தனர். சினிமா தமிழ் நாடகமே படம் பிடிக்கப்பட்டதாயிற்று. இன்று வரை அதன் எச்ச சொச்சங்கள் தொடர்கின்றன. முழுதுமாக நம்மால் நாடகத் தனத்தை, காட்சி அமைப்பிலும், உரையாடலி லும், இருந்தாலும் அன்றைய சினிமா நமக்கு சில திருப்திகர மான, பாமரத்தனத்திலிருந்து மேம்பட்ட அனுபவத்தைத்

தந்தது. அதன் சங்கீதத்தில். அது மற்ற அம்சங்களை நாடகத்திலிருந்து பெற்றது போலவே கர்நாடக சங்கீதத்தையும் எடுத்துக்கொண்டது. அது ஒன்றே பழைய தமிழ்ப் படங்களுக்கு நீடித்த ஜீவன் தருவது அதன் பாட்டுக்கள் தான். சிறு வயதில் நான் பார்த்த நாடகங்கள், திரைப்படங்கள், -இன்றைய தலைமுறை நம்ப மறுக்கும், அதன் கர்நாடக சங்கீதத்தில் அமைந்த பாட்டுக்களுக்காகவே படம், நாடகம் பார்த்தார்கள். அவை மிகவும் பிரபலமாயின. படங்களின், நாடகங்களின் வெற்றிக்கு காரணமாயின. தெருவெங்கும் பாடல்கள் கிராமபோனில் முழங்கின. சந்தையிலிருந்து கிராமத்துக்குத் திரும்பும் வண்டியோட்டி இரவில் பாடிச் செல்வது கர்நாடக சங்கீத பாடல்கள் தான்.

பாகவதரும் சின்னப்பாவும் பாடிய பாடல்கள். அவர்கள் சூப்பர் ஸ்டார்களானது அவர்களது பாட்டுத்திறத்துக்காகத் தான். அன்றைய சூப்பர் ஸ்டார்கள், சினிமாக்கள், நாடகங்கள் சாஸ்திரிய சங்கீதத்தை அதன் எளிய உருவில் பாமர மக்களுக்கும் பிரியமாக்கின. பாமர மக்கள், ''இது நமக்கில்லை,'' என்று ஒதுக்கவில்லை. சினிமா/நாடகக் காரர்கள். ''இதை மக்கள் விரும்பமாட்டார்கள்,'' என்று ஒதுக்கவில்லை. எனக்குத் தெரிந்து.

முதல் முதலாக ஒரு சமகால எழுத்தாளரின் எழுத்து திரைப்படமாகியது கல்கியின் தியாக பூமி. காங்கிரஸ் பிரசாரம், காந்தி பிரசாரம், ஹரிஜன சேவை போன்ற பிரசாரம் செய்வதாக அன்றைய பிரிட்டிஷ் அரசு தடை செய்த படம். நான் பார்த்ததில்லை. புத்தகமும் படித்ததில்லை. ஆனால் படத்தின் ஒரு சில துணுக்குகளையும், ஆனந்தவிகடன் பத்திரிகையில் படமெடுக்கப் பட்டபோது வெளிவந்த தொடரில் சம்பு சாஸ்திரியாக பாபநாசம் சிவனும் அவர் ஏதோ ஒரு ஹரிஜன குடிசையின் முன் நின்றுகொண்டிருக்கும் படமும், படத்துணுக்கில் ஒரு காங்கிரஸ் ஊர்வலத்தில் அந்தப் படத்தின் கதாநாயகியும் அவளை முதலில் வெறுத்து ஒதுக்கிய கணவன் பின் சமாதானமாகி அவனும் காங்கிரஸ் ஊர்வலத்தில் சேர்ந்து கொள்கிறான். அது தான் படத்தின் கடைசி காட்சி என்றும் சொல்லப்பட்டது. பாபநாசம் சிவன் பெண்ணின் அப்பாவாக, ஒரு முக்கிய பாத்திரத்தில் வருகிறார்.

இது ஆரம்ப காலம். கே சுப்பிரமணியம் இயக்குனர். ஆக அப்பாவாக பாபநாசம் சிவனுக்கு வாய்ப்பு கிடைத்துள்ளது. கொஞ்ச வருடங்களுக்குப் பிறகு தரித்திரம் பிடித்து உண்ண உணவில்லாமல் தவிக்கும் அப்பாவாக நாகய்யா ஒரு வீட்டின் கூடத்து ஊஞ்சலில் ஒரு ஜரிகை வேஷ்டியும் ஜரிகை துண்டுமாக வசனம் பேசுகிறார். அவருக்கே உரிய ஸ்டைலில். அது அன்று. அதற்கு பிறகு எம்.ஜி.ஆர் ரிக்ஷாக்காரனாக வந்தால் பளபளக்கும் பாண்ட், ஸில்க் ஷர்ட் ஒரு தொப்பி எல்லாம் அழகாக ஒரு ஸ்டைலில் வந்து ரிக்ஷாமீது நின்று கொண்டு பாடுவார். பாடவேண்டும், காதலிக்க வேண்டும், அதற்கு இந்த மேக்கப் இல்லாமல் முடியாது.. தமிழ் சினிமா ரிக்ஷாக் காரன் அப்படித்தான் இருப்பான் தோ பிகா ஜமீன் ரிக்ஷாக்காரன் பால்ராஜ் ஸாஹ்னி வேண்டுமானால் நம்பும்படியாக இருக்கலாம். அதெல்லாம் தமிழ்கலாசாரத்துக்கு ஒத்து வராது. தமிழ் சினிமாவுக்கு ஒரு சட்டகம்/சட்டம் உண்டு. அது என்றும் மீறப்படாதது. அது எந்தக் கதையானாலும் சரி. எந்தக் காலத்து கதையானாலும் சரி. பாட்டு, டான்ஸ், கவர்ச்சியான வசனம், ஒரு கதாநாயகன்,கதாநாயகி, பின் வில்லன், பஃபூன்.

இந்த ஐட்டங்கள் இல்லாது படம் எடுக்க முடியாது. ஓடாது. அது அவார்டு வாங்கத் தான் லாயக்கு (இதன் பொருள், இது பைத்தியக்காரத் தனம். குப்பையில் போடத்தான் லாயக்கு என்று பொருள்.) ஒரு காலத்தில் இந்திர சபா அல்லது ராஜ தர்பார் அதில் ஏழெட்டு பெண்கள் வந்து ஆடுவார்கள். அது இன்றும் மாறவில்லை. மணிரத்னமோ, இல்லை சங்கரோ இல்லை மிஷ்கினே ஆகட்டும். எல்லாரும் சேர்ந்து ஒரு ஆட்டம் ஒன்றோ மூன்றோ ஆடித்தான் ஆகவேண்டும். அதுவும் மணிரத்னம் படத்தில் அவரதே யான தனித்வம் துலங்கும். ஒரு கூட்டம் கிழவிகள் தம் தடித்த உடம்பை ஆட்டிக்கொண்டு கல்யாணம் நடந்த முதல் இரவு என்ன நடந்தது என்று கேட்பார்கள் ருக்குமிணியை. காஷ்மீர் தகராறில் சிக்கிய படத்தில் இந்த ருக்மிணியும் 15 கிழவிகளும் எதற்கு வந்தார்கள்? இன்றைய சினிமா மேதை படத்தில் ''கட்டமரத் துடுப்பு போல் இடுப்பை ஆட்டுறா'' என்று வாலிபர் கூட்டம் ஒன்று ஆடிவரும். இளங்கோவன்

என்று ஒருவர் இருந்தார். அவர் இடத்தை கலைஞர் மு.கருணாநிதி பிடித்துக் கொண்டார். எதற்கு? பக்கம் பக்கமாக வசனம் அலங்கார அடுக்கு மொழித் தமிழில் வீர வசனம் பேசத்தான். இந்த வசனம் பேச சிவாஜி படும் அவஸ்தை சொல்லி முடியாது. கடுமையான வயிற்றுப் போக்கில் வரும் அவஸ்தை முகம் அது. அந்த அவஸ்தை முகத்துக்காகவே அவர் நடிகர் திலகமானார். அந்த வசன ஆக்கிரமிப்பிலிருந்து தப்பினால், இயக்குனர் சிகரம் படங்களில் இன்னொரு புதுமை. இங்கீஷில் ஒரு வரி பேசி பின் அதைத் தமிழிலும் எழுதித் தருவார். ஆங்கிலம் ஸ்டைலுக்கு. தமிழ் ரசிகப் பெருமக்களுக்கு. முன்னர் பாலையாவும் எம் ஜி ஆரும் போட்ட வாள் சண்டை இப்போது துப்பாக்கி எடுத்து வந்தாலும் பத்து பேரை வீழ்த்த கதாநாயகனுக்கு உள்ள ஆயுதம் தன் முஷ்டிதான். இப்போது முஷ்டி யுத்தம் பத்துப் பேருடன் படத்தில் நாலு தடவையாவது போடாத கதாநாயகன் இல்லை. படம் இல்லை. ஆள் செத்தான் என்று நினைப்போம். அவன் திரும்பத் திரும்ப வந்து முஷ்டியைத் தூக்குவான். சிவாஜி கணேசன் இந்தக் கால ஹீரோ வானால் என்ன ஆயிருக்கும் என்று நினைத்துப் பார்ப்பேன். பார்க்கில், மரத்தைச் சுத்திப் பாடுவது இன்றைய மக்கள் கலையாகாது.

தெருவில் 40 பேரோடு "ஓ போடு" ஆடவேண்டும். சாவித்திரியை "கருப்புத் தான் எனக்குப் பிடிச்ச கலரு" என்று ஆடச்சொன்னால், என்ன ஆகும்? சிவாஜியும் பத்மினியும் நம்ம சங்கரிடம் அகப்பட்டால் ஒரு மூங்கில் கழியால் இருவர் தொப்புளையும் இணைத்து ஆடிப் பாடச் சொல்வார். நல்ல வேளை அவர்கள் போய்ச்சேர்ந்தார்கள். முன்னர் சினிமா சினிமாவாக இல்லாவிட்டாலும் இன்றும் முப்பது நாற்பதுகள் காலத்து படங்களைப் பார்க்க முடிகிறது. அன்று வசந்த கோகிலம், எம்.எஸ். ஜி.என்.பி. பி.ஜி.வெங்கடேசன், பி.யு.சின்னப்பா, எம்.கே. டி. பாகவதர் போன்றோர் பாட்டுக்கள் இன்றும் ஜீவனுள்ளவை. ஆனால் இன்று கோட்டைச் சுவர் ஏறி ஆல விழுது பற்றி அங்கு தயாராக இருக்கும் குதிரை மேல் உட்காருவதை யார் பார்ப்பார்? சிவாஜியின், பராசக்தியை யார் பார்க்கமுடியும்? ஆனால் இப்போது நாம் ரசிக்கும் அபத்தம் வேறு.

தனுஷ் பத்துபேரை அடித்து வீழ்த்துவார். தனுஷின் சேஷ்டைகள் பெற்றது ரஜனியிடமிருந்தா இல்லை சிவாஜியிடமிருந்தா என்பது ஆராய்ச்சிக்கான விஷயம். அபத்தங்களின் வடிவங்கள் தான் மாறுகின்றனவே தவிர தமிழ்ப்படத்துக்கான சட்டகத்திற்கு இன்றும் அபத்தங்கள் தேவை. ஒரு பெரிய மாற்றம். சிவாஜியின் நிற்காத சிம்ம கர்ஜனையும் உடன் வரும் முக, அங்க சேஷ்டைகளும் இன்று அவ்வளவு உக்கிரத்தில் தேவை இல்லை. சிம்புவிடம் கூட மிகவாக குறைந்துள்ளது. இந்த டான்ஸையும் பாட்டையும் முற்றிலும் ஒதுக்கி, தான் எழுத்தில் படைத்த உலகை சினிமாவில் காட்ட முயன்ற முதல் இலக்கிய எழுத்தாளர் ஜெயகாந்தன். அவருக்கும் முன்னால், தமிழ் சினிமாவுக்கு லக்ஷ்மியையும் அகிலனையும் கொண்டாந்தால் என்ன என்று தோன்றியிருக்கிறது. அகிலனின் ஹீரோ அவரைப் போல ஒரு தொடர்கதைக்காரர். அவரை நான்கு பெண்கள் காதலிக்கிறார்கள். தமிழ் சினிமாவுக்கு ஏற்றது தான். ஆனால் இவர்கள் எல்லாம் ஏற்றவர்களாக இருந்தாலும் இன்னமும் சினிமா சட்டகத்துக்குள் வலிந்து நுழைக்கப்பட்டார்கள். விளைவு? இவர்களும் ஜெமினி கதை இலாகா மாதிரி ஆனார்கள். கதை டிஸ்கஸ் பண்றது என்று ஒரு வினோதக் காட்சி தமிழ் சினிமாவில் உண்டு. அங்கு தான் கதை படைக்கப்படுக்கிறது. அங்கு ஸ்டாருக்கு ஏத்த மாதிரி கதை தயாரிக்கப்படுகிறது.

புது ட்ரெண்ட் எப்படி? அதுக்கேத்த திருப்பங்கள், மசாலாக்கள் என்னென்ன அந்தக் கதையில் சேர்க்கப்படணும் என்ற டிஸ்கஸன் ஸ்டார் ஹோட்டலில் ரூம் போட்டு தயாரிக்கப் படுகிறது. இதிலென்ன விசேஷம் என்றால், தமிழ் சினிமா என்ற அலங்கோலத்தில் முதல் காலடி வைப்பை நேர்மையான முறையில் செய்தவர் ஜெயகாந்தன். அந்தப் படம் வெளியாகாமல் பார்த்துக்கொண்டார்கள் என்றும் கேள்விப்பட்டேன். வெளி யாயிற்று. அவார்டும் கிடைத்தது. அவார்ட் படத்துக்கு என்ன கதியோ அந்த கதியை அது அடைந்தது. பின்னர் அவர் தன்னைத் திருத்திக்கொள்ள முயன்ற படங்கள் தான் பின் வந்த சில. சில நேரங்களில் சில மனிதர்கள் கூட உன்னைப் போல் ஒருவனின் தொடர்ச்சி அல்ல. தன்னைத் திருத்திக்கொள்ளும் முயற்சி. வாழ்க்கையின் யதார்த்தத்துக்கும்

அதற்கும் ரொம்ப தூரம். அகிலன் தன் கதாநாயகனைக் கற்பனை செய்வது போல ஜெயகாந்தனின் கற்பனை அது. இலக்கியப் பொறியும் இல்லை. தமிழ் சினிமா மசாலாவும் இல்லை. உப்புப் போடாத உப்புமா எப்படியிருக்கும்? படங்களில் பாட்டும் நடனமும் இருக்ககூடாதா என்ன? அது ''குறுக்குச் சிறுத்தவளே? பாட்டாக இராது. சத்யஜித் ரேயின் படத்திலும் பாட்டும் நடனமும் உண்டு. ஜல்ஸாகர் படத்தில் அழிந்து வரும் ஜமீன் தர்பாரில் கதக் நடனமும் ஹிந்துஸ்தானி சங்கீதமும் உண்டு. உரிய இடத்தில் அது வரும். ஞான ராஜ சேகரன் வெகு நாள் தவமிருந்து ஜானகிராமனின் மோகமுள் படம் எடுத்தார். உண்மைக்கும் பாவனைக்கும் உள்ள வித்தியாசத்தை அங்கு காணலாம். Subtlety & US® crudity-க்கும் உள்ள வித்தியாசத்தை அங்கு காணலாம்.

நமக்கு எதையும் கொச்சைப் படுத்த, உரத்துக் கூச்சலிடத் தான் தெரியும். சமிக்ஞைகள், மெல்லிய உணர்வுகள் நம்மிடமிருந்து அன்னியப் பட்டவை. நீல பத்மனாபனின்தலைமுறைகள், தி ஜானகி ராமனின் மோகமுள் போல சிகர சாதனைகள். திருப்பு முனை சாதனைகள். ஜமுனா போல, தலைமுறைகளின் ஆச்சி (பெயர் மறந்துவிட்டது) ஒரு சிகர சாதனை. அந்த ஆச்சிவரும் துணுக்கு மாத்திரம் திரையில் பார்த்தேன். இதைப் போல யாரும் கொச்சைப்படுத்த முடியாது. தமிழ் சினிமாவின் குணங்களைக் கேள்வி எழுப்பாமல், அதன் ஸ்டார் இயக்குனர்களின் இஷ்டத்துக்கு உடனுக்குடன் ஜிலுஜிலுப்போடு எழுதித் தந்து தன்னை ஸ்தாபித்துக்கொண்டவர் சுஜாதா. சந்தையில் விற்கும் சரக்குக்கே ஜிகினா தூவித் தருபவர். அல்லது தன் சரக்கை சந்தைச் சரக்காக மாற்றுகிறவர். எழுத்தாளராக அவர் பிரபலமானதே தன் சொந்த ஜிலுஜிலுப்போடு வாசகர் தேவையையும் பூர்த்தி செய்ததால். இயக்குனர் சொல்லும் கதைக்கு, திருப்பங்களுக்கு தன் ஜிகினாவைத் தூவிக்கொடுப்பவர். சினிமா என்றால் என்னவென்று அவருக்குத் தெரியும் என்று தான் நான் நம்புகிறேன். ஆனால் நம்மூருக்கு அதெல்லாம் எடுபடாது என்றும் தெரிந்தவர். இதன் உச்ச கட்ட கேவலம் தான் அவர் பாய்ஸ் படத்துக்கு எழுதியது. கட்டில் ஆட்டும் காட்சி அவர் மூளையில் உதித்தல்ல என்று

நான் நிச்சயம் சொல்வேன். அவரது எழுத்துத் திறன், சினிமா அறிவு எல்லாம் தமிழ் சினிமா சந்தைக்கு அடி பணிந்தது. இதே கதை தான் இப்போது ஜெயமோகன், எஸ் ராமகிருஷ்ணன், அவர்களோடு சேர ஆசைப்படும் இரா. முருகன் போன்றோருக்கும் நிகழ்வது. இதில் கொஞ்சமாவது நம்பத் தகுந்த உரையாடல் களைத் தருபவர் ஜெயமோகன். ஆனால் கதை என்னவோ இயக்குனரது. தயாரிப்பாளரது. அவர் பெருமைப் படும் விஷயங்கள் அல்ல விஜய் டெண்டுல்கர் என்று ஒரு மராட்டி நாடகாசிரியர். அவரும் திரைப்படங்களுக்கு கதையோ வசனங்களோ எழுதியவர் தான். அவர் நாடகங்களில் நாம் காணும் டெண்டுல்கரும், சினிமாவான கதைகளில் காணும் டெண்டுல்கரும் அவர் சினிமா உரையாடல்களில் காணும் டெண்டுல்கரும் எல்லாம் ஒரே டெண்டுல்கர் தான். இப்படி நாம் ஒரு ஜெயமோகனைக் காணமுடியாது. ஏனெனில் ஜெயமோகன் நான் மதிக்கும் ஒரு கலைஞன். தமிழ் சினிமாவுக்கு வேண்டியது அவர்களுக்கு வேண்டியதை, தயாரிப்பாளரும், இயக்குனரும், கதாநாயகரும் சொல்வார்கள். அதை எழுதித் தரவேண்டும். ஜெயமோகனை அவர்கள் ஒரு ப்ராண்டாக பயன்படுத்திக் கொள்வார்கள். அன்று ஒரு முகம் தெரியாத கதை இலாகா செய்ததை இன்று ஒரு ப்ராண்ட் ஆகிப்போன ஜெயமோகன் செய்கிறார். தமிழ்சினிமாவே சந்தைக்கு தேவை யான சரக்குகளைத் தயாரிக்கும் ஒரு தொழிற்சாலை. சுஜாதா சரியாகச் சொன்ன கனவுத் தொழிற்சாலை.

இடையில் சுப்பிரமணியபுரம், வெயில், அங்காடித் தெரு, ஆடுகளம், நான் கடவுள், எங்கேயும் எப்போதும் போன்றவை மரபான தமிழ் சினிமா சட்டகத்தையும் மறக்காமல் அதற்கான மசாலாவை தாளித்துக்கொண்டு, தாம் வித்தியாசமானவர்கள் என்று பேர்பண்ணிக்கொள்ளவும் ஆசைப்பட்ட முயற்சிகள். வித்தியாசமானவர்களோ இல்லையோ அப்படிப் பேர் பண்ணிக் கொள்வதில் மதிப்பு வைக்கிறார்களே அதுவே பெரிய அடி வைப்பு. புரட்சி தான். இந்தப்படங்கள் ஒவ்வொன்றிலும் நான் ரசித்த காட்சிகள் உண்டு தான். கவனிக்கவும். ஏழாம் அறிவு, நந்தலாலா, தெய்வத் திருமகள்போன்றவற்றைப் பற்றி பேசவே இல்லை நான்.

முற்றிலும் ஒரு மாறிய, வறுமைப் பட்ட சமூகத்திலிருந்து வந்த ஒரு படத்தைச் சொல்கிறேன். ஒன்றிரண்டு பாராக்களில். . இது தமிழ் சினிமா கலாசாரம் எட்டாத ஒரு சிகரத்தில், நினைத்துப் பார்க்க முடியாத ஒரு தூர தேசத்தில் உள்ள விஷயம். நடப்பு. ஒடிஷா படம். மொழி ஒடியா. படத்தின் பெயர் நிர்வாசன் (தேர்தல்) படத்தில் தொடக்கக் காட்சியில் முதுமையில் தள்ளாடித் தள்ளாடி நடந்து வரும் ஒரு கிழவன். புழுதி பறக்கும் சாலை. அது பக்கத்தில் உள்ள ஒரு கல் க்வாரியால் நாசமடைந்த கிராமம். சாலை. வயல்வெளி.. விளை நிலங்களை புழுதி பரப்பி நாசமாக்கும் பிரம்மாண்ட க்வாரி. விவசாயிகள் பிழைப்பற்றுப் போகிறார்கள். தன் மூத்த மகன் க்வாரிக்கு வேலைக்குப் போவதை குடும்பத் தலைவன் விரும்பவில்லை. அங்கு பக்கத்து டவுனிலிருந்து ஒரு பணக்கார முக்கியஸ்தர் வருகிறார். ஒரு காரில் தன் படைகள் சூழ . அனைவரும் கூடி வரவேற்கிறார்கள். ஒரு கயிற்றுக் கட்டிலில் உட்கார்ந்து அவர் பேசுகிறார். அவர் தேர்தலுக்கு நிற்கிறார். எல்லோரும் அவருக்கு வோட்டு போட வேண்டும்.

ஒவ்வொரு வோட்டுக்கும் அவர் நூறு ரூபாய் தருவதாகவும் வாக்களிக்கிறார். வோட்டுப் போட்டுவிட்டு வந்தால் தருவார் அவர். வயலில் வேலை இல்லாமல் வாடும் குடும்பத்துக்கு இந்த நூறு ரூபாய் பெரிய தொகை. இவர்கள் மூன்று பேர். ரூ 300 ஆயிற்று. பின் சட்டென ஒரு யோசனை. அந்த கிழட்டுப் பிச்சைக்காரனுக்கு என்ன தெரியப் போகிறது. அவனைக் காப்பாற்றுவார் யாருமில்லை. அவனை வீட்டுக்கு அழைத்து வந்து வோட்டுப் போட்டு காசு வாங்கும் வரை சாப்பாடு போட்டு வைத்துக்கொண்டால் இன்னொரு ரூ 100 கிடைக்குமே. அவன் எங்கோ படுத்துக்கிடக்கிறான் கவனிப்பாரின்றி. உடல் சரியில்லை. அவனை குழந்தையைத் தூளியில் சுமப்பது போல ஒரு கழியில் தூளி கட்டி அதில் அவனை உட்கார வைத்து அப்பனும் மகனுமாக வீட்டுக்குத் தூக்கி வருகிறார்கள். அவனுக்கு உபசாரம் நடக்கிறது. வீட்டுத் தலைவிக்கு அந்த பிச்சைக்காரனை கவனித்துக்கொள்கிறாள். இருக்கிறதை பங்கு போட்டுக்கொள் வதில ஆட்சேபனை இல்லை. ஆனால அவன் ஓட்டு தரும் ரூ 100 பற்றிப் பேசுவதில் அவள் அருவருப்படைகிறாள். பிச்சைக்

காரனுக்கும் ஒரே ஆச்சரியம். இத்தனை நாளாக யாரும் சீண்டாத தன்னை இப்போது இவர்கள் விழுந்து விழுந்து ஏன் உபசரிக்கிறார்கள் என்று. அவனது வோட்டுக்காக என்று தெரிகிறது. இருந்தாலும் கிடைக்கிற வரை அதை வேண்டாம் என்பானேன் என்று இருக்கிறான். அவனை தேர்தல் தினம் வரை உயிரோடு காப்பாற்ற வேண்டுமே. திரும்பவும் அவனைத் தூளியில் உட்காரவைத்து பக்கத்து டவுன் வைத்தியரிடம் அழைத்துச் செல்கிறார்கள். ஒவ்வொரு தடவையும் இப்படி டவுனுக்கு வைத்தியரிடம் அழைத்துச் செல்வதும் பின் கிராமத்துக்கு திரும்பக் கொண்டு வருவதும் தன் வறுமையில் அவனுக்குச் சோறு போடுவதும் அவர்களுக்குப் பெறும்பாடு. தூளியைத் தூக்கிச் செல்வதிலேயே பாதி வழியில் களைத்துப் போகிறார்கள். தேர்தல் நாள் வருகிறது. மறுபடியும் தூளியில் கிழவனை உட்கார்த்தி எடுத்துச் செல்லும் போது சுருக்கு வழியில் போகலாம் தூரமும் சிரமமும் குறையும் என்று வேறு வழியில் செல்கிறார்கள். அந்த சுருக்கு வழி க்வாரியின் ஊடே செல்கிறது. கவாரியில் வெடி வைக்கிறார்கள். எப்போதும் வெடிச் சத்தத்துக்கும் புழுதிக்கும் இடையில் வாழ்ந்து பழகியதால் இவர்களுக்கு அந்த பிரக்ஞை இருப்பதில்லை. தூர இருந்து சத்தம் போட்டு எச்சரிப்பதும் இவர்கள் காதில் விழுவதில்லை. கற்கள் நாலாபுரமும் விழுவதைப் பார்த்து உயிர் பிழைக்க இருவரும் தூளியைக் கைவிட்டு ஓட்டம் பிடிக்கிறார்கள். அவர்களும் பிழைக்கவில்லை. பிச்சைக்காரனும் பிழைக்கவில்லை. படத்தில் நாம் வெகு தூரத்தில் இருந்து கற்கள் சரமாரியாகப் பொழிவதைத் தான் பார்க்கிறோம். படம் முடிந்தது. படத்தின் பெயர் திரும்பவும் நிர்வாசன்(தேர்தல்.) நான் விவரித்த மனிதர்களைத் தவிர ஊர், கிராமம் தவிர, எப்போதும் படர்ந்திருக்கும் புழுதியையும் மண் ரோடையும் தவிர வேறு ஏதும் இல்லை. மக்கள் ரசனையைக் கவரும் எந்த ஒரு மசாலாவும் இல்லை.. இது போன்று நம்மைச் சுற்றியிருக்கும் மனிதர்களை, வாழும் வாழ்க்கையை, அலங்காரமில்லாமல், மனிதாய அக்கறை மாத்திரமே கொண்டு சித்தரிக்கும் படங்கள் வருடத்திற்கு ஐந்தாறு வருமானால் அவை திரையிடப்பட ஒவ்வொரு ஊரிலும் நகரங்களின் சிற்றரங்குகள் இருக்குமானால், தொலை பேசிப் பெட்டிகளில் நாம் இவற்றைப் பார்க்கக்

கூடுமானால், தமிழனின் இன்றைய வாழ்வில் கலாசாரத்தில் சினிமாவும் பங்கு கொள்கிறது என்று ஒப்புக்கொள்ளலாம். மிகுந்த 195 படங்களை உலகநாயகர்களுக்கும் இயக்குனர் சிகரங்களுக்கும் சூப்பர் ஸ்டார் சுப்ரீம் ஸ்டார்களுக்கும் கவர்ச்சிக் கன்னிகளுக்கும் ஒதுக்கி விடலாம். இந்த ஐந்தாறு படங்கள் தான் நம் தமிழ் சினிமாவின் வரலாறாக பதிவுறும். இவர்கள் தான் கலைஞர்களாக நினைவு கொள்ளப்படுவார்கள். மற்றவர்கள் எல்லாம் இக்காலத்திய வணிக உலகில் நடமாடுபவர்கள். கலை உலகில் அல்ல.

45

இங்கே திரைக் கதைகள் பழுது நீக்கித் தரப்படும் நூல் திறனாய்வு

இப்படியும் ஒருவர், ஒரு எழுத்து தமிழ் நாட்டில். இங்கே திரைக் கதைகள் பழுது நீக்கித் தரப்படும்'' என்பது புத்தகத்தின் தலைப்பு. அதற்கு ஒரு உபதலைப்பும் உண்டு. (ஆர்டரின் பேரில் புதிதாகவும் செய்து தரப்படும்) என்று. இது ஏதோ அந்தக் காலத்தில் சின்ன கடைகளில் காணும் சைக்கிள் ரிப்பேர் ஷாப், பித்தளைப் பாத்திரங்களுக்கு ஈயம் பூசும் விளம்பர பலகைகள் மாதிரி இருந்தாலும், இது தமிழகம் முழுதும் பரவசத்தில் ஆழ்ந்திருக்கும் சினிமா பற்றியது. தமிழ் சினிமாவை கலையென்றல்லவா ஏகோபித்த தமிழ் நாடே மொட்டையடித்து, மண்சோறு தின்று, பாலாபிஷேகம் செய்து முரசறைவித்துக் கூவும்?. ஏழாரைக் கோடிப் பேர் மதிமயங்கிக் கிடக்கும் ஒரு கலையைப் போய், ஏதோ ஈயம் பூசுகிற, சைக்கிள் ட்யூப் பங்க்சரை அடைக்கிற சமாசாரமாகக் கீழிறக்கலாமா? செய்திருக்கிறார் ஒரு தமிழர். பி.எம். மகாதேவன் என்பது அவர் பெயர். புத்தகத்தைப் படித்தால் அவர் ஒரு கலை நயம் படைத்த தமிழ்ப் படம் ஒன்றுக்கு இயக்குனர் ஆகும் தம் தகுதியையும் ஆசையையும் உலகுக்குச் சொல்வது போல இருக்கிறது. தவறில்லை. ஆனால் இது பலனளிக்குமா என்பது தெரியாது. இருந்தாலும் அவர் சொல்லும் விஷயங்கள் சொல்லப்பட வேண்டும்.

தமிழ்த் திரைத் துறையில் இருப்பவர்கள், உள்ளே நுழைய கதவு திறக்க வெளியே காத்திருப்பவர்கள் இப்படியெல்லாம் செய்ய மாட்டார்கள். . இப்புத்தகம் பொதுவான தமிழ் சினிமாவின் குற்றங்குறைகளைச் சொல்வதல்ல. தமிழ் சினிமாவின் வணிக வெற்றியும் வெகுஜன புகழும் கண்ட ராஜ பாட்டையை விட்டு விலகி, தமக்கென தனி வழி காண முயலும் ஒரு சிலரின் படைப்புக்களை ஆராய்வது. இத்தகைய பாதை

விலகிய முயற்சிகள் என தமிழ் சினிமாவில் காணும் சில படங்களின் பட்டியலிலிருந்து, எட்டு படங்களை மகாதேவன் தேர்ந்தெடுத்துக் கொண்டுள்ளார். நந்தலாலா, தெய்வத் திருமகள், அங்காடித் தெரு, ஏழாம் அறிவு, எங்கேயும் எப்போதும், ஆடுகளம், அழகிரிசாமி குதிரை, நான் கடவுள், ஆக, எட்டுப் படங்கள். இன்னும் சில இந்த ரகத்தில் சொல்லப்படுபவை. வெயில், சுப்பிரமணியபுரம், முரண், தென்மேற்குப் பருவக்காற்று, போன்றவை. இவை என் தேர்வுகள் அல்ல. பொதுவில் இப்படியாகப் பேசப்படுங்பவை. இருப்பினும் ஆசிரியரின் தேர்வு அவரது சுதந்திரம். மற்றவற்றை ஒதுக்கியதற்கு அவர் காரணங்கள் ஏதும் சொல்லவில்லை. இவையெல்லாம் தமிழ் சினிமாவின் தயாரிப்பு கலாசாரத்திலிருந்து விலக முயற்சிப்பவை தான்.

பொதுவாக சினிமாத்துறைக்குள் புகுந்தால் தயக்கமேதுமின்றி தயாரிப்பு கலாச்சாரம் தான் நிலவுகிறது. வெளியே தான் கலை என்ற சொல் புழக்கத்திற்கு வரும். உரத்தும் கூவப்படும். அந்த உரத்துக் கூவப்படும் எவற்றுடனும் மகாதேவனுக்கு உடன்பாடில்லை. அதை கிடைக்கும் சந்தர்ப்பத்தில் எல்லாம் சொல்லிச் செல்கிறார். வெற்றி என்பதும் மக்கள் ரசனை என்பதும் அவசரத்துக்கு கிடைத்ததைத் தின்னு பசியாறத் திரளும் நெடுஞ்சாலை உணவக சமாசாரம் என்கிறார்., அது ஒரு பக்க உண்மை. ஆனாலும் பாபா படம் வந்த சுவடு தெரியாது சுருண்டது ஏன்? பழக்கப்பட்டதற்கு மாறான ஒன்றைக் கொடுத்ததால் தானே. ஆக பழக்கபடுத்துதல் என்று ஒன்று இருக்கிறது. இசை, எழுத்து, ஒப்பனை, நடிப்பு ஆகியவற்றில் தமிழ் சமுதாயத்தின் சாதனைகள் பற்றி மிகவாகப் புல்லரித்துப் போகிறார் ஆசிரியர். அப்படி ஒன்றும் இவை இன்றைய கடைத்தர மாக ஆக்கப்பட்டுள்ள மக்கள் ரசனைக்கு மீறியவை அல்ல. திரைக்கதை தான் ஒரு படத்திற்கு அடிப்படை என்கிறார். வாஸ்தவம். ஆனால் ஒப்பனை, இசை, நடிப்பு போன்ற வார்த்தைகள் தமிழ்த் திரையுலகில் பெறும் அர்த்தங்களின் அவலத்திற்கு குறைந்ததல்ல திரைக்கதை என்றால் என்னவென்று புரிந்து கொள்ளப்படும் அவலம். திரைக்கதை என்றால் ஒரு இயக்குனரின் மனதில் அது காட்சி ரூபமாக

எப்படி விரிகிறது என்பதைப் பொறுத்தே படத்தின் தரம் கலையாக மலரும். அது இன்று வரை உணரப்படவில்லை. மேலும் நாம் வளர்த்துள்ள கலை உணர்வுகளின் குணத்தையும் பொறுத்தது அது.

ஒரு கால கட்டத்தில் அகிலன், லக்ஷ்மி, கல்கி போன்றாரின் நாவல்கள் திரைப்படமாயின. அவையும் வழக்கமான தயாரிப்புகளாகத் தான் ஆயின. காட்சி ரூப மாற்றத்துக்கு அவற்றில் ஏதும் இருக்கவில்லை. மகாதேவனே தன் புத்தகத்தில் பல இடங்களில் காட்சி ரூபம், மௌனம் எல்லாம் மிஷ்கின் போன்ற புதிய சினிமாக் காரர்கள் கூட ''இவ்வளவு கேனத்தனமாக யாரும் புரிந்துகொண்டிருக்கமுடியாது'' என்று கடுமையான வார்த்தைகளில் சாடுகிறார். கடுமையான வார்த்தைகளானாலும் அவை உண்மை. இவ்வளவுக்கும் அவருக்கு தான் காப்பியடித்த கிகுஜிரோ என்னும் ஜப்பானிய படம் பாடம் சொல்லித்தர இருந்திருக்கிறது. இருப்பினும்? கிகுஜிரோ படம் மிஷ்கின் கையாளலில் கூட தமிழ் மக்கள் ரசனைக்கு ஏற்ப - (மக்கள் மாத்திரம் அல்ல, மிஷ்கினின் ரசனைக்கும், புரிதலுக்கும் ஏற்ப என்றும் சொல்ல வேண்டும்) - எவ்வளவு அபத்தமாக்கப்பட்டுள்ளது என்றும் மகாதேவன் விவரிக்கிறார். முதலில், நந்தலாலா மாத்திரமல்ல, தெய்வத் திருமகளும் தான் இருவருமே இதன் காப்பி, அல்லது தழுவல் என்று சொல்லும் கலை நேர்மை அற்றவர்கள் என்றும் சாடுகிறார். இது நமக்கு இப்போது என்ன, என்றுமே இருந்ததில்லை. இவ்விரண்டு மட்டுமல்ல, நான் சொன்ன முரண், ஒரு காப்பி. எங்கேயும் எப்போதும், கூட எனக்கு சந்தேகம் தரும் ஒன்று தான். டைடானிக் தந்த, சரி இன்ஸ்பைரேஷன் என்று சொல்லிக் கொள்ளலாம். கார் விபத்து அன்றாடம் நடக்கும் ஒன்று. அதற்குக் கூட இன்ஸ்பைரேஷன் எங்கேயிருந்து தான் வரவேண்டியிருக்கிறது. இது என் யூகம் தான். இல்லை என்றால் ஒத்துக்கொள்ளவேண்டியது தான்.

தமிழ் மக்கள் ரசனை என்பது மக்கள் அனுபவிக்கும் ரசனை வேறு. தம் பண்பாடு என்னவென்று சொல்லிக்கொள்வது வேறு தான். அதைச் சொல்வதில் மகாதேவனுக்கு தயக்கம் ஏதும் இருப்பதில்லை. நந்தலாலா படத்தில் ஒரு முத்தக் காட்சியைப் பற்றி, ''நிஜத்தில் என்ன பஜாரித்தனம்

வேணுமின்னாலும் பண்ணுவேன். ஆனால் ஸ்க்ரீன்லே தமிழ்ப் பண்பாடு என்று நான் நினைக்கும் பண்பாடு என்ற ஒன்றைக் காப்பாற்றியே தீருவேன்'' என்ற சபதம் கொண்டவராக... இப்படி தமிழ்ப் பண்பாடும் தமிழ் ரசனையும் படுத்தும் பாட்டில் இந்தப் படத்தில் வரும் அபத்தங்களைச் சொல்லிச் செல்கிறார்.

ஒரு காட்சியில் ''உன் அம்மா செத்துவிட்டாள் என்று ஒரு குழந்தையிடம் சொல்லப் படுகிறது. சொன்னவனை ''மெண்டல்'' என்று குழந்தை திட்டுவதல்லாமல், ''இதை அப்பவே சொல்லியிருக்கலாமில்ல, அம்மா பச்சைப் புடவை கட்டிக்கிட்டு அங்கே உக்காந்திருக்கான்னு சொல்லியிருக்கலாம்ல.'' என்று சொல்கிறதாம். தமிழ் சினிமாவில் தான் ஒரு குழந்தை இப்படி பேசும்.

மகாதேவன் சொல்லும் எல்லாவற்றோடும் அனேகமாக ஒத்துப் போகும் எனக்கு, ஒவ்வொரு படத்தைப் பற்றியும் குறைகளையும் அபத்தங்களையும் சொல்லி, பின் தானே அந்த திரைக்கதையை எப்படி அமைத்திருப்பேன், என்னென்ன மாற்றங்கள் செய்திருப்பேன் என்று ஒவ்வொரு படத்துக்கும் ஒரு புது திரைக்கதை ஒன்றை எழுதுகிறார். இதைத்தான் ரிப்பேர் வேலை என்று போர்டு எழுதித் தொங்கவிட்டிருக்கிறார். இது தான் மிகச் சங்கடமான வேலை இதை மகாதேவன் முற்றாகத் தவிர்த்திருக்கலாம் என்றே தோன்றுகிறது. அபத்தமோ உன்னதமோ, நமக்கு மகிழ்ச்சி அளிக்கிறதோ இல்லை வெறுப்பேற்றுகிறதோ, படைத்து வெளி உலகில் விடப்பட்ட ஒன்றை இப்படித் திருத்தி மாற்றி இருப்பேன் என்பது நரைத்த தலைக்கு டை போடுகிற சமாசாரம். ஜாக்ஸன்ப் ப்ளாஸ்டிக் சர்ஜரி செய்துகொண்ட மாதிரி தான்.

ஒரு இலக்கியத்தை, நாடகத்தை இரு வேறு பார்வையில் படைப்பது வேறு. மகாதேவன் செய்திருப்பது வேறு. ஆனால் இது ஒன்றும் குற்றக்காரியம் அல்ல. சொல்லாது கொள்ளாது காபி அடித்து நந்தலாலாவும் தெய்வத் திருமகனும் .ஏதோ புதுசா பெரிய சாதனை செய்துவிட்டது போல மார்தட்டிக்கொள்ளும் காரியமல்ல. ஆனால்

மகாதேவன் தரும் புது திரைக்கதையும் பல இடங்களில் நமக்கு ஏமாற்றமளிக்கிறது. அவருடைய நந்தலாலா எப்படி முடிகிறது என்று சொல்கிறார் மகாதேவன். ''அன்றிலிருந்து இரவும் பகலும், ''என் குழந்தை, என் குழந்தை'' என்று அழுது புலம்பிக்கொண்டிருக்கிறார். அம்மாவின் முகத்தில் காறி உமிழவேண்டும் என்ற கோபத்துடன் வந்த குழந்தை தன் தாயின் பரிசுத்த அன்பையும் பரிதாபமான நிலையையும் பார்த்ததும் ஸ்தம்பித்துப் போகிறது. தாயைக் கட்டி அணைத்துக் கொள்கிறது.. அம்மாவைத் தன்னுடன் அழைத்துச் செல்கிறது. மணிக்கூண்டிலிருந்து தேவ வசனம் ஒலிக்கிறது: இந்த ஸ்தலத்திலே செய்யப்படும் ஜெபத்துக்கு என் கண்கள் திறந்தவைகளாயும் என் செவிகள் கவனிக்கிறவைகளாயு மிருக்கும்.. .இது தான் என் நந்தலாலா '' என்று முடிக்கிறார் மகாதேவன். இது நம் பெண் பார்வையாளர்களை தாரைதாரையாகக் கண்ணீர் உகுக்கவைக்கும் கண்ணாம்பா, விஜயகுமாரி மாதிரி படங்களை இன்னும் ஒரு ரௌண்டுக்கு திரும்ப திரையிட்டு மகிழ்வதாகத் தான் படுகிறது. இப்படிப் பல விஷயங்கள், அவர் ஒவ்வொரு படத்தைப் பற்றிப் பேசும் போதும் மாறிய கோணங்களும், மாறிய அர்த்தங்களும் தெரிவதோடு புதிதாகவும் பலவற்றைச் சேர்க்கிறார்.

உதாரணமாக அங்காடித்தெரு படத்தில், அதிகம் படிப்பறிவற்ற, சமூகம் ஒதுக்கிய நாடார் வகுப்பைச் சேர்ந்த ஒருவர் சென்னை வந்து தன்னை தன் உழைப்பாலும் புத்திசாதுர்யத்தாலும் உயர்த்திக் கொண்டதும், இது போன்று தன் நாடார் வகுப்பினருக்கே வாழ்வளிப்பதும், வேலைக்காரர்களும் நம்ம அண்ணாச்சி என்று அவர் எப்படி கேவலமாக நடத்தினாலும் நன்றி உணர்வோடு ஒன்று படுவதும் சாதி அபிமானம் இருபக்கமும் செயல்படுவதை ஒரு படத்தில் சொல்லியும் சொல்லாமலும் சொல்லமுடிகிறது.

அதே சமயம் இது ஒரு காலகட்டத்திய தேயிலைத் தோட்டத்திற்கும் தென் ஆப்பிரிக்கவுக்கும் கூலிகளாகச் சென்ற நம் பழைய அவல அத்தியாயத்தின் தொடர்ச்சியே இந்த அவலமும் என்பதையும், அந்த

வேதனை இதில் சொல்லப்படவில்லை என்னும் போது மகாதேவனின் பார்வைக் கூர்மையை பாராட்டவேண்டும். அதே சமயம் அண்ணாச்சி கடையே அங்காடித் தெருவல்ல. அண்ணாச்சி கடையும் படத்தில் வரும் வில்லன்களும் காதல் விளையாட்டுக்களும் நிறைந்ததல்ல என்பதும் உண்மை. அங்காடித் தெருவின் யதார்த்தமும் இதில் இல்லை. அண்ணாச்சி கடையின் யதார்த்தமும் இதில் இல்லை. அண்ணாச்சி கடை வாழ்வும் இதில் இல்லை. இதுவும் ஒரு ஸ்டுடியோ செட் தான். செட்டில் சொல்லிக்கொடுக்கப்பட்ட நடிப்பு தான். சினிமாவுக்குத் தேவையான மசாலாக் காதல் தான் என்பதையும் மகாதேவன் சொல்கிறார். அங்கு சினேகா மாடலிங் படப்பிடிப்பும் நடப்பது போனஸ். அண்ணாச்சியின் கொடுமையைப் பேசும் இந்தத் திரைத் துறை. இதை விட நூறுமடங்கு அதிகக் கொடூமை நிறைந்த , தன் கூடாரத்தைப் பற்றிப் பேசாது ''மாரைப் பிடித்துக் கசக்கினான் என்று ஒரு வசனம் வருகிறது. சினிமாவில் எதையெல்லாம் பிடித்துக் கசக்குவான் என்று சொல்லவே முடியாது. துணை நடிகைகள், க்ரூப் டான்ஸர்களின் வேதனையை வெளியில் சொல்லமுடியாது. கதாநாயகிகள் படும் பாடு கூட பரிதாபத்துக்கு உரியது தான். அந்த தேவதைகளின் கண்ணீரும் யாருக்கும் தெரிவதில்லை. அதை வைத்து நூறு படங்கள் எடுக்கலாம்'' (பக்கம்- 44) என்று சொல்லும் மகாதேவனுக்கா கோடம்பாக்கம் கதவு திறக்கும். அவர் சொல்வது உண்மையேயானாலும்.? இதிலும் ''என் திரைக்கதையை வேறு விதமாகவே எழுதுவேன்'' என்று சொல்லித் தன் அங்காடிதெருவை நம் முன் வைக்கிறார். இதிலும் வில்லன்கள் உண்டு, காதல் உண்டு, தற்கொலைகள் உண்டு. அதிக வில்லத்தனம் கிடையாது. அடிக்கடி சில்லரை தொந்திரவுகள். ஒரு கட்டத்தில் கால் நொண்டியாகி மனம் திருந்துவார். கடைசியில் கண்ணீர் மல்கி கண்களைத் துடைத்தவாறே கோடவுனுக்குள் செல்வார்''. இந்தத் திரைக்கதையும் கஷ்டமாகத் தான் இருக்கிறது.

மகாதேவன் எடுத்துக்கொண்டுள்ள படங்களிலேயே அதிக மாற்றங்களைக் கொண்ட ஆடுகளம் பற்றி எழுதும்போது அப்படத்தின் மையமான சேவல் சண்டை பற்றி மிக விரிவாக அதன் விதிமுறைகள்,

தர்மங்கள் பற்றி எழுதுகிறார். இவை எனக்கு புதிய செய்தி என்பதோடு, இவையும் படத்தின் பின்புலமாக இருந்திருக்க வேண்டும் என்று எனக்குத் தோன்றுகிறது. இதில் வரும் பேட்டைக்காரன் சினிமாக் கதைக்கான பேட்டைக்காரன், பாரம்பரிய சேவல்சண்டைக் கான பேட்டைக்காரன் அல்ல என்கிறார். இருக்கலாம். கதை தரும் பேட்டைக்காரன் எப்படியானாலும் அந்த பேட்டைக்காரனாக நடிக்கும் ஈழத் தமிழ் கவிஞர் ஜெயபாலன் இது வரை நான் எந்த தமிழ் ஸ்டாரிடமும் காணாத ஒரு நடிப்புத் திறனை, ஒரு இயல்பான பேட்டைக் காரனை முன் நிறுத்திவிடுகிறார்.

எனக்கு ஜெயபாலனைப் பாராட்ட வேண்டும் எனத் தோன்றுகிறது. ஆனால் ''முதல் மரியாதை படத்தில் நடித்தும் சிவாஜி கணேசனுக்குத் தரப்படாத விருது என ஆடுகளம் பெற்ற விருதைப் பற்றி மகாதேவன் ஒரு குறிப்பை எழுதுகிறார். ''அதை சிவாஜி கணேசனே மதிக்கவில்லை. ''இந்த பாரதி ராஜாவுக்கு என்னிடம் வேலை வாங்கவே தெரியலை'' என்று சிவாஜி கணேசன் வருத்தப்பட்டதாகச் சொல்வார்கள். அவர் பெருமைப் படுவது ''களை எடுத்தாயா, நாற்று நட்டாயா, மஞ்சள் அரைத்துக் கொடுத்தாயா'' வசனம் எதும் இல்லாத குறையாக இருக்கலாம். ஆனால் ஒரு புதிய திரைப்பட அத்தியாயம் தொடங்க கனவு காணும் மகாதேவன்...? இதிலும் வரும் காதல் தமிழ் சினிமாக் காதல் தான். கருப்புக்கு ஒரு வெளுப்பைத் தேடியிருக்கிறார்கள். சம்பிரதாய சிகப்பை மறந்து விட்டு. இதிலும் பாட்டு உண்டு. இரவு நேர தனிமையில், அமைதியில் உல்லாச காதல் நடைபழகுதல் உண்டு. வெள்ளைக்கார சட்டைக்காரியைத் தேடினோம் என்றால், சட்டைக்காரி பால் வெள்ளையாகத் தான் இருக்கிறாள் இங்கு? கடைசியில் மகாதேவன் சொல்வது ''கதாநாயக வழிபாட்டைப் பின்னுக்குத் தள்ளி கதை மாந்தருக்கு முக்கியத்வம் தந்து இந்தப் படத்தை எடுத்திருந்தால்...'' என்று தன் ஏக்கத்தைச் சொல்லும் மகாதேவன், தனுஷையும் கதாநாயகனாக ஏற்றுக்கொள்ள தமிழ்சினிமா துணிந்துள்ளதை நினைத்துப் பார்த்திருக்கலாம்.

பாஸ்கர் சக்தி கதை மாற்றங்கள் பெற்று அழகர் சாமி குதிரையாகியிருக்கிறது. யதார்த்தத்துக்கும், கிராமீய மண் வாசனைக்கும் திரும்புவதாகச் சொல்லும் போது, அந்த மண் வாசனையில் மந்திரவாதங்களில் நம்பிக்கையும் உண்டென்றாலும், காணாமல் போன குதிரை வாகனம் தான் முயல் வேட்டைக்குப் போன போது தென்பட்ட மேய்ந்து கொண்டிருக்கும் அழகிய வெள்ளைக் குதிரை என்று கிராமத்து ஜனங்கள் நம்புவார்களா என்ன? கோவிலில் இருந்த குதிரை வாகனம் ஊராருக்குத் தெரியாமல் ஆசாரி திருடி தன் வீட்டில் வைத்துக்கொண்டார் என்று கதை மாற்றம் செய்பவருக்கு இன்னம் தமிழ் சினிமா வாசனை போகவில்லை என்று தான் சொல்ல வேண்டும். கிராமத்து ஆசாரிக்கு எவ்வளவு பெரிய வீடு இருக்கும்? அதன் வாசல் கதவோ கொல்லைக் கதவோ என்ன மதுரைக் கோபுர வாசல் மாதிரியா இருக்கும்? இதில் அப்புவாக வருபவருக்கு டிபிகல் அழகிய கதாநாயகி ஒருத்தியைக் கொண்டாந்து விடுகிறார் தயாரிப்பாளர். இது யதார்த்தம். கிராம வாழ்க்கை. சரி. அதற்கு நேர் எதிராக அப்புவையும் கொண்டு வந்து நிறுத்துகிறார்கள். முக்கோணக் காதலுக்கு. இது கட்டாயம் ரிப்பேர் செய்யப்பட வேண்டிய திரைக்கதை தான். மகாதேவன் பழுது பார்த்த திரைக்கதையின் கடைசிக் காட்சி இப்படி விரிகிறது. ‘‘காதலி உற்சாகத்தில் துள்ளிக் குதித்து ஓடி வருகிறாள் அப்படி ஓடி வரும்போது மறக்காமல் தாலியைப் பறித்துக்கொண்டு ஓடி வருகிறாள். அப்புக்குட்டி மேலிருந்தபடியே அவளைத் தூக்கி குதிரை மேலே ஏற்றுகிறான். அங்கு வைத்தே தாலி கட்டுகிறான். குதிரை இருவரையும் சுமந்து கொண்டு மலை உச்சிக்குப் போய் உலகமே கேட்கும் வகையில் கனைக்கிறது. அதைக் கேட்டு வானம் இருண்டு இடி இடித்து மின்னல் வெட்டி மழை பொழிய ஆரம்பிக்கிறது. மலையில் பெய்யும் மழை மல்லையபுரம் கிராமத்திலும் கொட்டித் தீர்க்கிறது. அது அழகர் ஆற்றில் இறங்கும் நேரமாக இருப்பதால், அழகர் சாமியின் மகிமையே மகிமை என்று ஊர் போற்றுகிறது.? (பக்கம் 90).

தெய்வத் திருமகள் படம் ஒரு காப்பியடித்த விவகாரம் என்பதற்கும் மேலாக அதில் காணும் தமிழ் சினிமாவின் கதாநாயக மோகம்,

அபத்தமான திருப்பங்கள், கண்ணீர் கொட்டச் செய்தால் அது வெற்றிப் படம் கலைத்தரம் கொண்டது போன்ற சம்பிரதாய தேவைகள் செய்த மாற்றங்களையெல்லாம் மிக விரிவாகவும் மிகச் சரியாகவும் சொல்கிறார் மகாதேவன். அதே போல் வழக்கம் போல், அவர் திரைக்கதையில் வக்கீல் குழந்தையின் கையில் பிரமாணப் புத்தகம் கொடுத்து ''நான் சொல்வதெல்லாம் சத்தியம். வகையறா பிரமாணம் வாங்க, முயலும் போது அந்தக் குழந்தை, ''முதல்ல வக்கீல் கிட்டயும் நீதிபதி கிட்டயும் வாங்குங்க'' என்று சொல்கிறது. அத்தோடு வக்கீலையும் குறுக்கு விசாரணை செய்கிறது. டிபிகல் தமிழ் சினிமா குழந்தை தான். வக்கீல் குழந்தையைக் கேட்கிறார் கோர்ட்டில். இது உன் அப்பாதாங்கிறதுக்கு என்ன ஆதாரம்.? குழந்தை குறுக்கு விசாரணையில் கேள்வி மாற்றி கேள்விகள் பல கேட்கிறது, - நீங்கள் அப்பா என்று நம்பியவர் தான் உங்கள் அப்பா என்பதற்கு என்ன ஆதாரம் என்ற பிரச்சினைக்கு அந்தக் கேள்விகள் இட்டுச் செல்கின்றன. ஒரு குழந்தையின் குறுக்கு விசாரணை. வக்கீல் கேட்கும் கேள்வியும் அதே ரகம்.

தமிழ்ப் பற்று என்னும் மதுக்கொப்பரையில் எவ்வளவு ஆழம் தமிழ் சினிமா ரசிகனை முக்கி முக்கி எடுக்க முடியுமோ அவ்வளவு முக்கி எடுக்கிறது. தமிழனுக்கு வேறென்ன வேண்டும். ''ரூம் போட்டு யோசித்துச் செய்த மசாலாக் கலவை. அதுவும் இந்த புத்தகத்துக்கும் மகாதேவனின் விசாரணைக்கும் ரிபோர் வேலைக்கும் உரியதாகிவிட்டது. அவரது விசாரண வழக்கம் போல் வரவேற்கப்பட வேண்டியது. ஆனால் தமிழ் சினிமா உலகம் இவரிடம் சினேகம் கொண்டு இயக்குனராகவோ கதை யாசிரியராகவோ அழைக்கும் எனத் தோன்றவில்லை.

நான் கடவுள் கதைப் பின்னலும் அபத்தங்களைக் கொண்டது தான். இன்றைய தமிழ் எழுத்தின் சிகரத் திறமையேயான ஜெயமோகன் இதில் சம்பந்தப்பட்டிருப்பது எங்கே என்றே தெரியவில்லை. அங்காடித் தெரு மாதிரி தான். திரைக் கதை தான் ஒரு தரமான படத்துக்கு ஆதாரம் என்று மகாதேவன் சொன்னதை காட்சி பூர்வமான விரிவு என்று அர்த்தப் படுத்திக்கொண்டால் அதை ஒப்புக்கொண்டால், கடைசியில் தமிழ் மக்கள்

ரசனையை வைத்து செய்யும் வியாபாரத்தில் தயாரிப்பாளரும் இயக்குனரும் தான் திரைக்கதையின் லட்சணத்தைத் தீர்மானிப்பவர்கள். அவர்களிடம் ஏழாம் உலகைக் கொடுத்தாலும் சந்தைக்கு வருவது என்னவோவாகத் தான் இருக்கும். மகாதேவன் என்ன ரிப்போர் செய்து என்ன செய்ய? எங்கேயும் எப்போதும் நாம் கவனிக்கத் தவறும் ஒரு பிரசினையின் அவலத்தை அதன் பிரம்மாண்டத்தை நம் முன் நிறுத்துவதாகப் பட்டது. ஒரு சிறு தவறு, கவனக் குறைவு எத்தனை மனித ஜீவன்களின் வாழ்க்கையைப் ஒரு நிமிடத்தில் முற்றிலுமாகப் புரட்டிப் போட்டுவிடுகிறது. அவர்கள் ஜீவனை, ஆசைகளை, கனவுகளை எல்லாம்! பெரிய விஷயம் தான். ஆனால் நம் சினிமாக் காரர் கண்களுக்கு எங்கேயும் பிரயாணம் செய்பவர்கள் எல்லாமே காதல் பயணம் செய்பவர்கள் தான். அவர்களுக்கு வேறு பிரச்சினை ஏதும் இல்லை. இது நம் சினிமா ஃபார்முலா.

டைட்டானிக் படத்தைப் பார்த்து இந்த படத்தின் ஐடியா தோன்றியதோ என்று கூட நினைத்தேன். நமக்குத் தான் நம் பிரசினைகள் கூட அயல் நாட்டுப படங்களைக் காப்பி அடிக்கும் போது தானே நினைப்பில் வரும். ஆயினும் இந்தக் காதல் வியாதியை மறந்து விட்டால், நிகழ்ந்த விபத்தைக் கையாண்ட திறனின்மையும் மறந்து விட்டால், மற்ற காட்சிகள், தெருவில் பஸ் நிலையத்தில் அச்சூழலின் இயல்பைப் படம் பிடித்துள்ளது என்று தான் சொல்ல வேண்டும். ஆனால் இதற்கெல்லாம் மேற்சென்று, மகாதேவன் விபத்துக்கள் ஏற்படக் காரனம் என்ன? உதிரி பாகங்கள் வாங்குவதில் ஊழல், மெய்ண்டெனன்ஸில் ஊழல், என்று ஆரம்பித்து இதில் பஸ் நிர்வாகம், அரசியல் வாதிகள் என்று அதன் பின்னிருக்கும் ஊழல்களின் ஆதியோடந்த சரித்திரத்தின் நாயகர்கள் அத்தனை பேரையும் கூண்டில் அடைத்து கதைக்குள் நுழைக்க விரும்புகிறார். உண்மைதான் என்றாலும், கதையின் மையம் ஊழல் இல்லை. ஒரு விபத்து எத்தனை ஜீவன்களின் வாழ்க்கையைப் புரட்டி எடுத்து விடுகிறது என்பது தானே. மகாதேவன் சொல்வது வாழ்க்கை உண்மை என்றாலும் கதை அதை மையமாகக் கொண்டதல்ல. டைட்டானிக் எந்த அரசியல் ஊழலால்,

உதிரிபாக பேரத்தால் விளைந்தது.? இருப்பினும், தமிழ் சினிமா ரசிகர்கள் இந்தப் புத்தகத்தை வாசிக்க வேண்டும். இதற்குக் கொடுக்கும் ரூ 120க்கு கோச்சடையான் முதல் ஆட்டம் பார்க்கலாமே என்று அவன் நினைக்கலாம். அவன் உலகைத் திருத்த முடியாது. மகாதேவனே சொல்வது போல, தமிழ் சினிமாத் துறை சார்ந்தவர்கள் அத்தனை பேரும் இந்த ரசிகனின் பலவீனத்தைத் தான் நம்பி வாழ்கிறார்கள். மகாதேவன் மணிரத்னம், தலைகீழ் ரசவாதி, பாரதி ராஜா போலி மீட்பர் என்று இன்னம் இரண்டு புத்தகங்கள் எழுதியிருக்கிறார். எல்லாம் சம்பிரதாயம் மீறிய போலத் தான் தோன்றுகின்றன. அவற்றைப் பின்னர் பார்க்கலாம்.

46

இன்றும் ஜீவித்திருக்கும் அந்த நாற்பதுகள்

கடந்த சில மாதங்களாக அடிக்கடி பழங்கால நினைவுகளில ஆழ்ந்து போகிறேன். முதல் காரணம் அண்ணா கண்ணனின் நெடு நாளைய வற்புறுத்தலுக்கு அடிபணிந்து என் நினைவுகளை வாரா வாரம் கொஞ்சம் கொஞ்சமாக பதிய ஆரம்பித்துள்ளது. என் நினைவுகள் என்று சொல்லும்போதே என்னைச் சுற்றி நிகழ்ந்தவை, நான் அறிந்தவை என்பது தான் முக்கியத்துவம் பெறுகிறது. அது கடந்து விட்ட காலம். இன்றைய தலைமுறையோ, அல்லது அதற்கு முந்தைய தலைமுறையோ, 'அப்படீங்களா, எங்க தாத்தா கூட சொல்லிக் கிட்டிருப்பாருங்க,' என்று தான் அதிகம் அது பற்றித் தெரிந்திருக்கக்கூடும் சமாச்சாரங்கள். அது ஒன்று.

எழுதும்போது, மற்றவையெல்லாம் திரும்பக் கிடைக்காதவை. ஆனால் அன்று பார்த்த தமிழ் சினிமாப் படங்கள், பாட்டியின் இடுப்பில் உட்கார்ந்து கொண்டு தியேட்டருக்குள் சென்று பார்த்தவை, அவை சரித்திர உணர்வுள்ள ஒரு சமூகத்தில் திரும்பக் கிடைக்கக் கூடியவை தான். கிடைக்குமா, கிடைத்தால் எவ்வளவு நன்றாக இருக்கும் என்று ஆசைக் கனவுகள் உடன் வந்து கொண்டே இருக்கும். இருபது வருடங்களுக்கு முன், தில்லியில் மாவ்லங்கர் தியேட்டரில் அம்பிகாபதி பார்க்கக் கிடைத்தது. தியாகராஜ பாகவதர் நடித்தது. தியாக ராஜ பாகவதர் என்றாலே இனிமையான குரலில் நல்ல பாட்டுக்கள் கேட்கலாம். வேறு என்ன கிடைக்கிறதோ இல்லையோ. அந்த காலத்து சூப்பர் ஸ்டார். அவர் எங்கிருந்தாலும், தமிழ்நாட்டுப் பெண்கள் கனவில் அவர் கட்டாயம் வந்து மறைவார். அந்தக் காலத்தில் ரயிலில் தானே பயணம் செய்யவேண்டும்!. ஒவ்வொரு ரயில் நிலையத்திலும் பெண்கள் அவரைப் பார்க்கக்

கூடிவிடுவார்கள் என்று சொல்லக் கேட்டிருக்கிறேன். சென்னை ப்ராட்வே தியேட்டரில் மூன்று வருடங்கள் தொடர்ந்து, அவர் கைதாவதற்கு முன் நடித்து வெளியான, ஹரிதாஸ் படம் ஓடியதாகச் சொல்வார்கள். இப்போது 25 வாரங்கள் ஓடினால் மகத்தான வெற்றி தான். இவ்வளவுக்கும் அவர் நடித்தது மொத்தமே 12 படங்களில் தான். இந்தக் காலத்தில் எந்த சினிமா நடிகரோ நடிகையோ தான் நடித்துள்ள படங்களின் எண்ணிக்கையை 300-க்குக் குறைவாக யாரும் சொல்வதில்லை. ஆக தியாக ராஜ பாகவதர் நடித்த படம், அம்பிகாபதி. என்றதும் என் உற்சாகத்தைச் சொல்லி முடியாது. எவ்வளவு வருஷங்களுக்குப் பிறகு பார்க்கப்போகிறேன், தியாகராஜ பாகவதர் படம் பார்க்கப் போகிறேன். கடைசியாக பார்த்தது எப்போது? யோசிக்க வேண்டியிருக்கும். 1943-க்குப் பிறகு ஒரு நீண்ட இடைவெளி. சிறையிலிருந்து வெளிவந்த பிறகு, அவர் நடித்து வெளிவந்த ராஜ முக்தி என்ற படம். 1947 என்று நினைக்கிறேன். அவர் பானுமதியுடன் சேர்ந்து நடித்தது. அந்த படத்துக்கு புதுமைப் பித்தன் வசனம் எழுதினார், புனேயில் என்று பின்னர் படித்துத் தெரிந்து கொண்டேன். ஆக 1947க்குப் பிறகு 45 ஆண்டுகள் கழித்து தில்லியில். புனே ஃபில்ம் இன்ஸ்டியூட்டிலிருந்து பெறப்பட்ட படம். பின் என்ன தமிழ் நாட்டிலா கிடைக்கும்?. இங்கு எல்லாம் சூடாகத்தான் சந்தைக்குக் கொண்டு வரப்படும். எல்லாம் வித்துப் போகும். பஜ்ஜி போண்டா மாதிரி. மீந்து போனால் மறுநாள் அது சூடான பக்கோடாவுக்கு மாவில் கலந்து விடும். 'புனரபி ஜனனம், புனரபி மரணம்'.

பத்து வருடங்களுக்கு முன் சாக்கோட்டையில் என் தம்பியோடு தங்கியிருந்தேன். அப்போது ஒரு நாள், 'பழைய படம் பாக்கறயாண்ணா' என்று அவன் கேட்டபோது, 'பழைய படம்னா என்ன, பாசமலர், பணமா பாசமா?' மாதிரியா? என்று கேட்டேன். 'ஐய, நான் ரொம்ப பழசைச் சொல்றேண்ணா, 'ஜகதல ப்ரதாபன், ரத்னகுமாரி', அந்த மாதிரி' என்றான். வந்தது ரத்ன குமாரி ஒரு நாள். எனக்கு ஆச்சரியமாக இருந்தது. எனக்கு தெரிந்து நம்மவர் நினைப்பில் எழுபதுக்கு முன்னால் வந்தது எதுவும், எந்த குப்பையும் க்ளாஸிக்ஸ் தான். என் அபிப்ராயத்தை மாற்றிக்கொள்ள வேண்டிய ஆபத்து வந்து விட்டது போலிருக்கிறதே என்று , ரத்தின

குமாரியெல்லாம் பார்க்கிறவர்கள், கேட்கிறவர்கள் இருக்கிறார்களா என்ன? என்று தம்பியைக் கேட்டேன். என் தம்பி சிரித்துக் கொண்டே சொன்ன பதில், 'இதை எனக்கு சிபாரிசு செய்ததே கடைக்காரன் தான், 'அவன் இதை வைத்திருக்கக் காரணம் இதில் ஒரு சைட் ரோலில் எம்.ஜி.ஆர். வருகிறார். அதைச் சொன்னால், அதற்கு டிமாண்ட் வந்து விடுகிறது. எம்.ஜி.ஆரின் சைட் ரோல் இதில் இல்லாவிட்டால் இதை வெளியே கடாசியிருப்பான். பி.யூ. சின்னப்பா எல்லாம் இப்போ விலை போகாத சமாச்சாரம்.'

இப்படித்தான் பழைய நினைவுகள் எங்கெங்கோ தாவி விடுகின்றன. இப்படி மனம் ஆழ்ந்துவிடுவதற்கு இன்னொரு காரணம், கடந்த இரண்டு மாதங்களாக, பொதிகை தொலைக்காட்சியில் இரண்டு முக்கியமான, எனக்கு சுவாரஸ்யமான தொடர்கள் வரத்தொடங்கியுள்ளன. 'திரைப் பேழை' என ஒன்று,. 'கதை கதையாம், காரணமாம்' என ஒன்று. இவற்றோடு வாரம் ஒரு முறை, 'ரசிகப்ரியா' என்ற தலைப்பில் வரும் இன்னொரு தொடரையும் சொல்ல வேண்டும். இந்த தொடரில் பழைய தமிழ் படங்களில் முதலில் பாடுவதற்கும் பின்னர் பின்பாட்டு பாடுவதற்கும் பெரிய கர்நாடக இசை கலைஞர்கள் பங்கு பெற்றிருந்ததைச் சொல்லும் தொடர். இவை பற்றியெல்லாம் எந்த முன்னறிவுப்புகளும் வருவதில்லை. எப்போதாவது ஒரு தொலைக்காட்சியில் ஒன்று பிடிக்கவில்லையெறான், மற்றவற்றிற்கு தாவித் தேடும்போது, ஒரு நல்லதில் தடுக்கி விழுந்தால் தான் இவை தெரிய வருகின்றன. பத்திரிகைகளில் வரும் நிகழ்ச்சி அட்டவணைகள் சரியாக இருப்பதில்லை. இப்படித்தான் 'ரசிகப்ரியா'வைப் பற்றி அறிந்தேன். 'திரைப் பேழை' பற்றி எனக்குச் சொன்னது என் தம்பி, சாக்கோட்டையிலிருந்து தொலை பேசியில் சொன்னான். அதன் பின் நான் எனக்குத் தெரிந்த நண்பர்களுக்கெல்லாம் சொன்னேன். பகல் வேளையில் யார் பார்க்க முடியும்? அதே நிகழ்ச்சி திரும்ப இரவு ஒன்பது மணிக்கு ஒளிபரப்பப் படுகிறது. 'ரசிகப்ரியா' எப்போது தொடங்கப்பட்டதோ தெரியாது. நான் பார்த்த இரண்டு தொடர்கள்,

ஒன்று எம்.எஸ்.சுப்புலஷ்மி பாடி நடித்த படங்கள் பற்றிச் சொல்லி அந்தந்த படங்களிலிருந்து சில காட்சிகளையும் பாட்டுக் களையும் தொகுத்து அளித்தது. நான் பார்த்த தொடரில் 'மீரா'வும்' 'சத்தியவான் சாவித்ரி' யுமான இரண்டு படங்கள். மீராவின் பாடல்கள் எல்லோரும் அறிந்தது தான். 'காற்றினிலே வரும் கீதம்': இயற்றியது கல்கி. அவரது நாவல்கள், சிறு கதைகள் பற்றி பலருக்கும் பலவிதமான அபிப்ராயங்கள் இருக்கலாம். எதுவாக இருந்தாலும், அவர் பத்திரிகைகள் படிப்பதை பிரபலமாக்கினார். தமிழ் எழுத்துலகில் ஒரு பெரிய மாற்றத்தைக் கொணர்ந்தார். இதெல்லாம் சரி. ஆனால், அவர் ஏதோ எழுதுவோம் என்று எழுதிய ஒரு பாடல் இத்தகைய புகழ் பெறும் என்று யார் எதிர்பார்த்திருக்கமுடியும்? இப்படித்தான் பாடலாசிரியராகும் தகுதிக்கும் தனக்கும் வெகு தூரம் என்று நினைக்கும் ராஜாஜி எம்.எஸ். ஐ.நா பொதுச்சபையில் பாடுவற்காக எழுதிய 'குறை ஒன்றுமில்லை' என்ற பாடல். அதே போல் தான் மறைந்த பரமாச்சாரியார் எழுதிக்கொடுத்த 'மைத்ரீம் பஜத' என்ற சமஸ்கிருத பாடலும். என்ன மாயம் இவர்கள் கைகளில் விளையாடுகிறது! அவரவர் வாழ்க்கையில் ஏதோ ஒரு சந்தர்ப்பத்தில் தன் ரசிகர், பக்தர் ஒருவரின் ஆசையை நிறைவேற்ற தான் அறியாத ஒரு துறையில் தான் படைத்தது இவ்வளவு புகழ் பெறும் படைப்பாக ஆகிக் காட்டியுள்ளதே! சத்தியவான் சாவித்ரி படத்தில் 'தேவியைப் பூஜை செய்வாய் குழந்தாய், சாவித்ரி தேவியைப் பூஜை செய்வாய், தீரும் உன் பயமெல்லாம்' என்ற பாடலும் சதாசிவ பிரும்மேந்திரரின் 'ப்ரூஹி முகுந்தேதி', எவ்வளவு வருஷங்களுக்குப் பிறகு எம்.எஸ் பாடக் கேட்க முடிந்திருக்கிறது!. ஆனந்தமாக இருந்தது,. 1946-ல் மதுரை சிந்தாமணி டாக் கீஸில் தான் சத்தியவான் சாவித்ரி படம் பார்த்தேன். எம்.எஸ் நாரதராக வேஷம் போட்டுக் கொண்டு பாடுகிறார். என் மாமியின் தம்பி அழைத்துச் சென்றார். பார்த்தேன். பாகவதர் நடித்த சிந்தாமணி படத்துடன்தான் அந்த தியேட்டரின் திறப்பு விழா நடந்ததாம். அதனால் தான் அந்த தியேட்டருக்கு அந்த பெயர் என்று சொன்னார்கள். அப்போது பாகவதர் ஜெயிலில் இருந்தார். அவர் இடத்துக்கு ஹொன்னப்பா பாகவதரை கர்நாடகத்திலிருந்து அழைத்து வந்தனர்.

ஒன்றும் பயனில்லை. சிறையிலிருந்து திரும்பிய பாகவதருக்கே, அந்த சூப்பர் ஸ்டாருக்கே கூட திரும்ப சினிமா உலகில் கால் பதிக்க முடியவில்லை. எல்லாம் வெகு சீக்கிரம் மாறி விட்டன. காலமும், மக்கள் ரசனையும். இனி ஒரு பாகவதருக்கு தமிழ் சினிமாவில் இடமில்லை. சங்கீதத்தின் இடத்தை 15-20 நிமிடம் மூச்சிறைக்க பேசும் அடுக்கு மொழியும், தீப் பொறியும் மூச்சிறைக்கக் கக்கும் வசனம் பறித்துக் கொண்டு விட்டது.

வசனம் என்று சொல்ல வந்தாலே, அது எங்கோ இழுத்துக்கொண்டு போய்விடுகிறது. எதை எதையோ அடித்துத் தள்ளி விடுகிறது. ரசிகப்ரியா பற்றிச் சொல்லிக்கொண்டிருந்தேன். எம்.எஸ் நடித்து பாடிய படங்களிலிருந்து காட்சிகள். ஜி.என்.பியோடு நடித்த சகுந்தலையிலிருந்து சில காட்சிகள். பாடும் காட்சிகள். அந்த காலத்தில் சினிமா இப்போது போல சமுக அந்தஸ்து பெற்ற ஒன்றல்ல. நாடகம் போலத்தான். கூத்தாடிகள் கூடாரமென இழிவாகக் கருதப்பட்டது. சினிமாக்காரர்களுக்கு வாடகைக்கு வீடு தரமாட்டார்கள். அத்தகைய இழிவாகப் பார்க்கப்பட்ட ஒரு ஈடுபாட்டிற்கு இன்றும் மதிக்கத்தக்க ஒரு க்ளாஸிக்ஸ் என்ற அந்தஸ்தைக் கொடுத்தது அதன் சங்கீதம். அதைத்தர முன்வந்த அந்நாளைய சங்கீத கலைஞர்கள். பாடலாசிரியர்கள் பாபநாசம் சிவன் போன்றவர்கள். அவர் எழுதியவை 'சினிமாப்பாட்டுக்கள் அல்ல' மகாராஜபுரம் விஸ்வநாதய்யர், தண்டபாணி தேசிகர், எல்லாம் பாட மாத்திரமல்ல நடிக்கவும் செய்திருக்கிறார்கள். அதற்கு இடம் உண்டு என்று சினிமா முதலாளிகளுக்குச் சொன்னது அதற்கு முந்திய நாடக உலகம். அது வெகுஜனங்களுக்கிடையே பிரபலமாக்கிய சங்கீதம். எஸ்.ஜி. கிட்டப்பாவையும் கே.பி .சுந்தராம்பாளையும் உலகுக்கு அறிவித்த நாடக உலகம்.

அடுத்து வந்த ரசிகப்ரியா தொடர்களில் பட்டம்மாளும், எம்.எல். வசந்த குமாரியும் பின்னணிப் பாடகர்களாக பாடிய படங்கள். ஒரு பழைய படத்தில் மாத்திரம் எம்.எல் வசந்த குமாரி காமிராமுன் வந்து உட்கார்ந்து கச்சேரியே செய்துவிடுகிறார். கிருஷ்ணபக்தி என்ற படத்தில்.

சிறு வயதில், அன்றைய தோற்றத்தில். சின்ன பெண்ணாக, நாம் கடைசியாக பார்த்த வஸந்தகுமாரியில் மூன்றில் ஒரு பங்கு தான் இருப்பார் அந்த காலத்து வஸந்த குமாரி.

கிருஷ்ண பக்தி பற்றி நிறைய சொல்ல வேண்டும். திரைப் பேழை தொடரில் எப்படியோ நான் எப்போதோ சிறு வயதில் பார்த்தவை, பார்க்கக் கிடைக்காத பழைய தமிழ் படங்களை தினம் அரை மணி நேரம் பகலிலும் இரவு 11 மணிக்கும் தொடர்ந்து ஒளி பரப்பி வருகிறார்கள். பொதிகை தொலைக் காட்சியில். அதற்கு வரும் விளம்பரங்கள் அரசாங்கத்தின் விளம்பரங்கள் தான். தமிழ் நாட்டின் வேறு எந்த தொலைக்காட்சியும் இவற்றை எட்டடி நீள மூங்கிலால் கூட தொட மாட்டார்கள். சர்க்கார் நிதி ஒதுக்கீட்டில் செயல்படும் தொலைக்காட்சிகளில் தான் இவை சாத்தியம். மக்கள் தொலைக்காட்சி ஆரம்பத்தில் சில நல்ல படங்களை ஒளி பரப்பியது. இப்போது அது கைவிடப்பட்டுள்ளது. ஆரம்ப சூரத்தனம் தான். விளம்பரம் வராத எதையும் தனியார் நிறுவனங்கள் தொட மட்டா. எவ்வளவுக்கு விளம்பரங்களும் பார்ப்போர் எண்ணிக்கையும் கூடுகிறதோ அவ்வளவுக்கு அந்த தொலைக்காட்சி திராபையாக இருக்கும். இது தமிழ் நாட்டு விதி. சினிமாக் கலாச்சாரத்தின் விதி.

பொதிகையில் இது எத்தனை நாட்களுக்கு நீடிக்குமோ தெரியாது. இரண்டு மாதங்களாக தொடரும் இந்த நிகழ்ச்சி அரசினாலும் சில நல்ல காரியுங்கள் அவர்கள் அறியாது நடந்து விடும் என்பதை ஒப்புக்கொள்ள என்னை நிர்ப்பந்திக்கிறது. என் தம்பி சொல்லித்தான் எனக்குத் தெரியவந்தது. அதை நான் முடிந்தவரை ஈடுபாடு இருக்கும் என்று நான் நினைத்தவர்களுக்கெல்லாம் சொன்னேன். தியாகராஜ பாகவதரின் ஹரிதாஸ், சிந்தாமணி, சிவகவி, பின்னர் பி.யு. சின்னப்பா நடித்த ஆர்யமாலா, கிருஷ்ணபக்தி - இவ்வளவு தான் நான் இது வரை பார்த்தவை. புதிதாக பல விஷயங்கள் எனக்கு இப்படங்களில் பார்க்கக் கிடைத்தன. முதலில் நான் இப்படங்களில் ஈர்க்கப்பட்டது இவற்றின் பாடல்களுக்காகத்தான். சில படங்கள் துண்டு துண்டாகக்

காட்டப்படும்போது, முதல் நாள் காட்டிய காட்சிகளே திரும்பக் காட்டப்பட்டுவிடும். சர்க்கார் ஊழியர்கள் எங்கும் அப்படித்தான் இருப்பார்கள்.

இருந்தாலும் எனக்கு அலுப்பதில்லை. தியாகராஜ பாகவதர் கர்நாடக சங்கீதத்தை வெகு ஜனங்களுக்கு எடுத்துச் சென்ற பெருமையை பெற்றவர். முறையாக சங்கீதம் கற்காதவர் என்றும் சொல்வார்கள். ஆனாலும் அவரது குரல் வளமும், பெண்களைக் கவரும் முகமும் அவரை பெரிய நக்ஷத்திரமாக்கின. பார்த்த காட்சிகளையே திரும்ப முதல் நாள் இரவும் மறுநாளும் பார்ப்பது சந்தோஷம் தருவதாகத் தான் இருந்தது. சிறு வயதில் பார்த்த நினைவுகளைப் புதுப்பித்ததால் அதுவும் மகிழ்ச்சி அளித்தது. இவ்வளவுக்கும் அந்தக் கதைகளும், அவர்கள் நடிப்பும் மனதை ஈர்ப்பன அல்ல. அப்படிப் பார்த்தால், வெகுவாகப் பேசப்படும், கொண்டாடப்படும் இன்றைய தமிழ்ப் படங்களின் கதை, நடிப்பு மாத்திரம் அல்ல, முந்தைய படங்களின் seriousness இப்படங்களில் அறவே இல்லாது இவை ஒரு முறை பார்க்கக் கூட சகிப்புத் தன்மையைச் சோதிக்கும் திராபைகளாகவே எனக்குப் படுகின்றன. அவ்வகையில் நான் இப்படங்களை மிகவும் அனுபவித்தே பார்த்தேன் என்று சொல்ல வேண்டும். ஆனால் பி.யு சின்னப்பா படங்களைப் பார்க்கும் போது, அவற்றை தியாகராஜ பாகவதர் படங்களைப் பார்த்த சுருக்கில் அடுத்துப் பார்த்ததால், சில விஷயங்கள் தென்பட்டன. கதை வேறானாலும், படத்துக்கு படம் பாகவதர் வேறு வேறு பாத்திரங்களில் வருவதாகச் சொல்லப்பட்டாலும், ஏதோ அச்சில் வார்த்தது போல் ஒரே மனிதரை எல்லாவற்றிலும் பார்ப்பது போல் இருந்தது. நேற்றைய சிவாஜி கணேசன் மாதிரி. ஒருத்தர் பாட்டு பாடினார். மற்றவர் முகத்தையும் உடலையும் அஷ்ட கோணலாக்கிக் கொண்டு கத்திக் கத்தி பிரசங்கம் செய்தார். ஆனால் சின்னப்பா, என்னதான் நாடக பாணி என்று அக்காலப் படங்களைப் பற்றிச் சொன்னாலும், (இன்று என்ன வாழ்ந்தது என்று கேட்கத் தோன்றுகிறது) சின்னப்பாவை, ஆர்ய மாலாவில் வளையல் வியாபாரியாகவும், காளி கோயில் சங்கூதும் பூசாரியாகவும், கிருஷ்ண

பக்தியில் கதா காலட்சேப பிரசங்கியாகவும், போலி ராஜகுருவாகவும் தோன்றும் காட்சிகளில் எல்லாம் ஒரு அசாதாரண திறமையைக் காட்டுகிறார். அந்நாட்களில் இத்தகைய திறமையை வேறு யாரிடம் பார்த்தோம் என்று யோசித்தால் விடை ஏதும் கிடைக்கவில்லை எனக்கு. கிருஷ்ண பக்தியில் அவர் செய்யும் பிரசங்கத்தை எத்தனை தடவை பொதிகையில் நிலையத்தின் அலட்சிய செயல்பாடுகளால் பார்க்க நேரிட்டாலும் அது எனக்கு மகிழ்ச்சியாகவே இருந்தது. சின்ன வயசில் பார்த்த நினைவிலிருந்து ஏதோ ஒரு படத்தில் அவர் கொன்னக்கோல் போடுவதை நினைத்து அந்தப் படம் எப்போது பொதிகையில் வரும் என்று ஆசையோடு காத்திருக்கிறேன். இம்மாதிரியான பன்முகத் திறமையை பாகவதரிடம் காண முடிவதில்லை. நல்ல சாரீரம், இனிமையான பாட்டுக்கள். அவ்வளவே.

பொதிகையில் என்ன காரணத்தாலோ, எவ்வளவு தடவை ஒரு படம் காட்டப்பட்டாலும், சிறு பிராயத்தில் பார்த்த ஞாபகத்தில் பதிந்துள்ள காட்சிகளை பார்க்க முடியவில்லை. அக்காட்சிகள் இப்போது வெட்டப்பட்டு விட்டனவோ என்று தோன்றுகிறது. என் ஞாபகத்தில்' வேடனாக அவர் தன் தாயின் முன் நின்று பாடும், ' சிவ கிருபையால் மாதா உனைத் தெரிந்துணர்ந்தேன்' என்ற ஒரு அருமையான பாட்டு, அது போயே போய் விட்டது வருத்தமாக இருந்தது. வேடர்கள் கூடிப் பாடும் ஒரு பாட்டு, அதுவும் காணாமல் போய்விட்டது. நான்கு வயதில் கேட்ட பாட்டுக்கள், காட்சிகள் இன்று பார்க்கும் பிரதியில் காணோமே என்று கேட்கத் தோன்றினால், அது வருத்தம் தருவதாக இருந்தால், எத்தகைய classics அவை என்று வியக்கத் தோன்றுகிறது. ஆனால் பாகவதருக்கு இருந்த பெண்களைக் கவரும் தோற்றம் சின்னப்பாவுக்கு இல்லாத காரணத்தால் அவரளவு பிராபல்யம் இவருக்குக் கிடைக்கவில்லை. இருப்பினும் சின்னப்பா தான் பெரிய கலைஞராக எனக்குத் தோன்றுகிறார். அளவுக்கு மீறிய குடிப்பழக்கத்தின் காரணமாக வாலிப பிராயத்திலேயே அகால மரணம் அடைந்துவிட்ட சோகம் அவரது.

இன்னொரு மிக முக்கியமான விஷயத்தையும் பார்த்தேன். இதைச் சொல்லியே ஆகவேண்டும். பழைய படங்களில் வரும் வெளிப்புறக் காட்சிகள். இப்போது பார்த்த படங்களிலிருந்து சொல்வதென்றால், சிவகவியில், பாகவதரும் என்.எஸ் கிருஷ்ணனும் ஒரு தெருவில் சந்திக்கும் காட்சி. பாகவதரை ஊரை விட்டு ஓடிப் போகும்படி சொல்கிறார் கிருஷ்ணன். அந்தத் தெரு நிஜமான தெரு. ஸ்டுடியோ தெருவல்ல. சின்னப்பாவை அரண்மனைச் சிப்பாய்கள் துரத்தி வருகிறார்கள். அந்தத் தெருக்கள் எல்லாம் நிஜமான தெருக்கள். வீடுகள் ப்ளைவுட்டினால் முகப்புத் தோற்றம் மாத்திரம் தெரிய உருவாகி பெயிண்ட் அடிக்கப்பட்ட ஸ்டுடியோ தெருக்கள் அல்ல. வீட்டு ஓடுகள் பாதி உடைந்து கிடக்கின்றன. தாழ்வான திண்ணைகள். சில வீடுகள் இடிந்த குட்டிச் சுவர்களோடும் சரியும் மண் சுவர்களோடும் காணப்படும். இது ஆர்ட் டைரக்டர் வேலையல்ல. தெருவே கிடக்கும் போது ஸ்டுடியோவில் எதற்கு நிர்மாணம் செய்ய வேண்டும். சின்னப்பா பாடிக்கொண்டே வளையல் விற்றுக்கொண்டு தெருவில் நடக்கும் போது வீட்டுத் திண்ணைகளில் ஏறி நின்றுகொண்டு வேடிக்கை பார்க்கும் சிறுவர் கூட்டம் சினிமா எக்ஸ்டிராக்கள் அல்ல. நிஜ கிராமக் குழந்தைகள். அவர்கள் வேடிக்கை பார்ப்பது, ஷூட்டிங்கை வேடிக்கை பார்க்கும் சிறுவர் கூட்டமல்ல. தெருவில் விற்க வந்தவனை வேடிக்கை பார்க்க வந்த கூட்டமாகத் தான் நமக்குத் தோற்றம் தருகிறார்கள். தெருவில் விரைந்து நடக்கும் சிலரை அவர்கள் விருவிருவென்று நேராக விரைத்துக்கொண்டு நடப்பதைப் பார்க்கும் போது தான் அவர்கள் எக்ஸ்டிராக்கள் என்று தெரிகிறது. அவர்கள் தவிர தெருவில் வேறு சிலர் வளையல் காரனைக் கடக்கும் போதும் கடந்து சிறிது தூரத்துக்கு அவனைப் பார்த்துக் கொண்டே சென்று பின் தம் வழிச் செல்பவர்களும் உண்டு. அவர்கள் தான் நிஜ கிராமத்து மனிதர்களாகத் தோன்றுகிறார்கள். அந்தத் தெருக்களும் அன்றைய தமிழ் நாட்டு கிராமங்களின் நிஜத் தெருக்கள். அத்தெருக்களில் குப்பைகள் குவிந்திருக்கவில்லை. சாக்கடை நீர் தெருவுக்கு ஓடி வரவில்லை. தெருக்கள் குண்டும் குழியுமாக இல்லை. அன்றைய ஏழை தமிழ் நாடு

வெங்கட் சாமிநாதன்

சுத்தமாக இருந்தது. வீடுகள் கூரை ஓடு உடைந்து வெள்ளையடிக்காது காரை உதிர்ந்த சுவர்களாக இருந்தாலும் அவை சுத்தமானவை. அவை நாற்பதுக்களின் நிஜ தெருக்கள் என்பதற்கு வேறு என்ன சான்றுகள் வேண்டும்?

நம் சினிமாக்களில் நம் ஊர்களை, பட்டணங்களை அவற்றின் காலத் தோற்றத்தில் காணமுடிவதில்லையே என்று நான் வெகு காலமாக எண்ணியதுண்டு. ரயில் நிலையம் என்றால், ஷூட்டிங்குக்கு ரயில் நிலையமே காலியாகக் கிடக்கும். நம் நடிகர்களைத் தவிர வேறு யாரையும் அங்கு பார்க்கமுடியாது. இந்த மாதிரி ஒரு அவலம். இன்று வெளிப்புறக் காட்சி யென்றால், ஸ்டுடியோ வெளிப்புறக் கதவை விட்டு வெளியேறினால் அவர்களை கனடாவில் அல்லது ஸ்விஸர்லாந்தில் தான் டான்ஸ் ஆடிக்கொண்டிருப்பதைக் காணமுடியும். நம்மூர் ஸ்டுடியோ கதவுக்கு வெளியே படி இறங்கினாலே தமிழ் நாட்டையே காணமுடியாதோ, ஸ்விட்ஸர்லாந்தின் பனிச் சிகரங்கள் தான் இருக்குமோ என்று எண்ணத் தோன்றும். அப்படி ஒரு அவலம் இப்போதைய தமிழ் சினிமாவில். இவர்கள் எல்லாம் கலைஞர்கள். அரசியல் வாதிகள் இவர்களைக் காக்கா பிடிக்கிறார்களா, அல்லது இவர்களை அரசியல் வாதிகள் காக்கா பிடிக்கிறார்களா, என்பது தெரியவில்லை. அன்று இருந்த தொழில் நுட்ப போதாமையிலும் எடுக்கப்பட்ட படங்கள் இன்றும் பார்க்க சுகமான அனுபவம் தருவனவாக இருக்கின்றன. ஆனால் இன்று ஏதோ ஹாலிவுட்டுக்கு நிகராகவாக்கும் என்று பெருமை பேசப்படும் தொழில் நுட்பமும், மக்களும் அரசியல் தலைவர்களும் போற்றும் கலைஞர்களும் நிறைந்த சினிமாவை ஒரு நிமிட இரு நிமிட துண்டுக் காட்சிகளாகக் கூட பார்க்க சகிப்பதில்லை.

இவ்வளவு நீட்டி முழக்கி சொல்ல வந்த விஷயத்தை இப்போது தான் சொல்ல வேண்டும். இப்போது சில வார காலமாக பொதிகையில் எனக்குச் சற்றும் பிடிக்காத பழைய படங்கள் காட்டப்படுகின்றன. பெண், மாயமனிதன், வாழ்க்கை இப்படி என்னென்னவோ குப்பைகள் வருகின்றன. அவை என்ன சாதாரண குப்பையா? 50 வருடப் பழைய

குப்பைகள் இல்லையா, ஆகவே அவை classics தான் என்ற நினைப்பு தொலைக்காட்சி நிறுவனத்திற்கு இருப்பதாகத் தோன்றுகிறது. இன்னும் நிறைய படங்கள் சின்னப்பா, தண்டபாணி தேசிகர், தியாகராஜ பாகவதர், எம்.எஸ் நடித்த பாடிய படங்கள் இருக்கின்றன. அவை கிடைக்கவில்லையா அல்லது, பார்வையாளரின் வேண்டு கோளுக்கு அடி பணிகிறார்களா தெரியவில்லை. வயது ஒன்றே தகுதி பெறும் சோகம் இது.

47
நஸீம் - இளங்காற்று

நஸீம் என்பது அந்த படத்தின் பெயர். நஸீம் என்றால் இளங்காற்று என்று பொருள். காலையில் வீசும் இளங்குளிர் காற்று. இவ்வளவையும், நஸீம் என்ற ஒரு பதம் அர்த்தப்படுத்தி விடுகிறது. நானும் தமிழில் சுருக்கமாக ஒன்று அல்லது இரண்டு வார்த்தைகளில் சொல்ல ஆசைப்பட்டு யோசித்துப் பார்த்தேன். கிடைக்கவில்லை. தென்றல் என்ற பதம் இருக்கிறது. ஆனால் அது காலை நேரத்தையோ குளிர்ச்சியையோ உணர்த்தாது. இதமான காற்று அது. சரி போகட்டும். நஸீம் அந்த படத்தில் வரும் பள்ளி செல்லும் சிறு பெண்ணின் பெயர். அந்த பெண்ணின் பார்வையிலேயே படத்தின் கதை நகர்வதால், பெண்ணே மையப்பாத்திரமாக இருப்பதால் படத்தின் பெயரும் நஸீம் ஆயிற்று.

கதையும் குரல் எழுப்பாமல், புயலோ கனலோ வீசாது, அடங்கிய குரலிலேயே சொல்லப்படுகிறது. ஆனால் கதை நிகழும் கால கட்டம் ஒரு வாரகாலம். உத்தர பிரதேசத்தில், ஸாஹ்ரன்பூரில், அயோத்தியில் நிகழ்ந்து வரும் மதக்கலவரங்களின் பின்னனி அவ்வப்போது உணர்த்தப்படுகிறது. ஒரு முஸ்லீம் குடும்பம். நோய்வாய்ப்பட்டுக் கிடக்கும் ஒரு வயோதிகர். அவருடைய மகன். மருமகள். பின் இரண்டு பேரப் பிள்ளைகள். மூத்தது பேரன். பின் கடைக்குட்டி, நஸீம். அவர்கள் அமைதியாகவே வாழ்ந்து வருகிறார்கள். கதை சொல்லப்படும் அந்த குறுகிய காலகட்டத்தில் அவர்களுக்கு சுற்றி வாழும் யாரோடும் அதிகம் அன்றாட வாழ்க்கைத் தொடர்பு இருக்கவில்லை. அவர்கள் இருப்பது ஒரு மாடியில். கீழே படியிறங்கி வந்தால் கீழே குடியிருப்பது ஒரு சிறிய இந்துக் குடும்பம். வீட்டு வாசலில் ஒரு சின்ன கடை. நஸீம் பள்ளிக்குப் போகும் போது அந்த ஆண்டியை (அத்தையை) குசலம் விசாரித்துவிட்டு கடையில் இருக்கும்

குழந்தையின் கன்னத்தைத் தொட்டு கொஞ்சிவிட்டுப் போவாள். அந்த ஆண்டி அவளிடம் மிக பிரியமாக இருப்பாள். தன் மாமனார் அந்தப் பக்கம் பார்க்கவில்லை யென்றால், பெப்பர்மிண்ட் பாட்டிலைத் திறந்து ஒரு பெப்பர்மிண்ட் எடுத்து நஸீமுக்குக் கொடுப்பாள். அந்த வீட்டில் அந்த இளம் வயதுப் பெண், அவள் புருஷன், அவர்களது குழந்தை, பின் மாமனார். அவள் புருஷனோ, மாமனாரோ நஸீமைக் கண்டு கொள்வதில்லை. ஒதுங்கி இருக்கவே விரும்புகிறார்கள் என்று படும்.

நஸீம் மிக சூட்டிகையான, புத்திசாலித்தனமான பெண். பள்ளிப் பாடங்களை மீறி தெரிந்து கொள்ளும் ஆசை கொண்டவள். என்னேரமும் எல்லோரையும் ஏதாவது கேள்வி கேட்டுக்கொண்டே இருப்பாள். அவள் அதிகம் தொந்திரவு செய்வது, படுக்கையில் கிடக்கும் தாத்தாவைத் தான். தாத்தாவுக்கும் பேத்திக்கும் ஒட்டுதல் அதிகம். இவள் கேள்விகளுக்கெல்லாம் பதில் சொல்ல பெரும்பாலும் தாத்தாவிடமிருந்து அவரது பழங்காலக் கதைகளே வரும். அவர் இளம் வயதில் ஆக்ராவில் இருந்தவர். அப்போது சுதந்திரப் போராட்ட காலம். அவரும் நண்பர்களும், அவர்களில் திரிவேதி என்ற ஹிந்துவும் ஒருவர், ஊரடங்குச் சட்டல் அமுலில் இருக்கும்போது ஆக்ரா தெருக்களைச் சுற்றித் திரிந்தவர்கள். பாரா வரும் வெள்ளைக்கார காவல் அதிகாரியைச் சீண்டுவார்கள்.

ஆக்ராவில் இருந்த காலத்தில் அந்த மூவரும் அன்னியோன்னிய நண்பர்கள். அந்த குடும்பத்திலும் வேற்றுமை இன்றி பழகும் சினேகிதம் அவர்களது. செஸ் விளையாட்டில் அவர்கள் பொழுது போகும். திரிவேதியைக் கொஞ்ச நாளாகக் காணோமே என்ற பேச்சு வருகிறது. அவர் எங்காவது கோவிலில் பண்டிட்ஜியுடன் சமஸ்கிருதம் கற்கிறேன் என்று அரட்டை அடித்துக் கொண்டிருக்கலாம் என்று பேசிக்கொள்கிறார்கள். அவர் வரட்டும் அவருக்கு சரியான பாடம் புகட்டவேண்டும் என்று சொல்கிறாள் மனைவி. பாதாம்கீர் செய்துகொடு அண்ணி என்று சொல்லிவிட்டுப் போனவர் போனவர் தான் ஆளையே காணோம் என்று புகார் செய்கிறாள் மனைவி. அப்போது ‘மித்ர கன்‘ என்று

வழக்கொழிந்த சமஸ்கிருதத்தில் நண்பர்களைக் கூவி அழைத்துக் கொண்டே உள்ளே நுழைகிறார் திரிவேதி. அவருக்கு நல்ல உருதுவில் திட்டும் கிடைக்கிறது. தண்டனையாக சாப்பிட முடியாத ஏதோ பானகமும் கிடைக்கிறது. இப்படித்தான் விளையாட்டும் அன்பும் அவர்களைப் பிணைக்கின்றன. அன்னியன் என்ற வித்தியாசம் இல்லை. வேற்று மதம் என்ற வித்தியாசமும் இல்லை. ஒரு நாள் அவர்கள் மூவரும் 'நௌடங்கி' பார்க்கப்போய் நடு இரவில் தான் வீடு திரும்புகிறார்கள். அவர்களுக்கு பஷீரின் (படத்தின் தாத்தா) மனைவியிடமிருந்து நன்றாக வாங்கிக் கட்டிக்கொள்கிறார்கள். அவள் கண்டிப்புடன், பண்புடனும் கோபிக்கும் அழகே தனி. அது ஒரு நாகரீகம். அது ஒரு காலம் 1942-ல்.

இப்போது நடந்து கொண்டிருப்பது 1992-ம் வருடம் டிஸம்பர் மாதம் முதல் வாரம். யாரோ தெரிந்தவர்களில் ஒரு ஆன்ட்டியை தலாக் செய்து இரண்டாவது கல்யாணம் செய்து கொண்டதாக பேச்சு வருகிறது. 'ஏன் இரண்டாம் கல்யாணம் செய்துகொள்கிறார்கள்?' என்று நஸீம் தன் அம்மி ஜானைக்(அம்மாவை) கேட்கிறாள். அடுப்படி வேலைக்கிடையே, 'ஆமாம் செய்துகொள்கிறார்கள், அதுக்கு நீ என்ன செஞ்சிடுவே?' (ஹா(ன்) கர்தே ஹை(ன்), து க்யா கர் லேகி?') என்று பதில் சொல்கிறாள் எரிச்சலுடன். இது தான் நடப்பு, ஆண்கள் வைத்த சட்டம். அடாவடித்தனம், அதற்கு பெண்கள் ஒன்றும் செய்துவிட முடியாத இயலாமை எரிச்சலாக வெளிவரும். இது பதில் சொல்லும் தோரணையிலும் அந்த சூழலிலும் தொனிக்கும். இந்த பதில் நஸீமுக்குப் பிடிக்கவில்லை. அம்மி ஜான் சொன்னதைத் திருப்பி வக்கணையாகச் சொல்லிக்கொண்டே 'ஹா(ன்) கர்த்தே ஹை(ன்). யே பீ கோயி ஜவாப் ஹை?' (ஆமாம் செய்றாங்க? நல்லாருக்கே, இது ஒரு பதிலா என்ன?) என்று முணகிக்கொண்டே தாதாஜானிடம் போகிறாள் வழக்கம்போல. தாதாஜானைக் கேட்கிறாள். 'தாதாஜான், நீங்கள் ஏன் இரண்டாம் கல்யாணம் செய்து கொள்ளவில்லை?' என்று. அவர் வழக்கம் போல பேத்தியிடம் தமாஷ் செய்கிறார். 'ஆமாம். செய்திருக்கலாம் தான். ஆனால், எனக்கு முன்னால் உன் பாட்டி எனக்கு தலாக் சொல்லிவிடுவாளோ என்று பயந்து கொண்டிருந்தேன்' என்கிறார்.

அன்று தாதாஜானுக்கு பிறந்த நாள். பேத்தி, நஸீம் ஒரு ஷெர்வானியை எடுத்து வந்து தாத்தா அதை அணிந்து கொண்டு தான் ஆகவேண்டும் என்று பிடிவாதம் பிடிக்கிறாள். எழுந்து நிற்கவும் இயலாதவர் அவர். 'ஏன் என்னை மாப்பிள்ளையாக அலங்கரித்துப் பார்க்கணுமா?' என்று கேட்கிறார் தாத்தா. மகன் வருகிறான். 'போட்டுக் கொள்ளுங்கள், அப்பா ஜான், மாப்பிள்ளையாக இல்லை, கவிஞராகக் காட்சி அளிப்பீர்கள்' என்கிறான். அடுத்த காட்சியில் அவர் படுக்கையைச் சுற்றி அண்டை அயலார்கள், சுற்றம் எல்லோரும் குழுமியிருக்க (எல்லோரும் முஸ்லீம்கள் தான்) 'என் பேத்தியின் பிடிவாதத்துக்கு அடிபணிந்து நான் இப்படி அலங்காரம் செய்துகொண்டிருக்கிறேன். அவள் சொல்வது எதையும் நான் தட்டமுடியாது. இப்போது நான் சில கவிதைகள் சொல்கிறேன்.' என்று அவர் தன் கவிதைகள் சில சொல்லி, பின் 'இப்போது சொல்லப்போவது மீர் தக்கி மீரின் (18-ம் நூற்றாண்டில் வாழ்ந்த உருது, பாரசீக மொழிகளில் கவிதைகள் எழுதியவர், மிர்ஜா காலிப் காலத்தில் வாழ்ந்த அவருக்கு இணையான பெரிய கவிஞர்) கவிதைகள் சில என்று சொல்லி, கவிதை சொல்ல ஆரம்பித்தவருக்கு கடைசி அடி மறந்து போகிறது. அப்போது கூடியிருந்தவரில் ஒரு இளைஞன் அந்த கடைசி அடியைச் சொல்கிறான். தாத்தா அவனைப் பாராட்டுகிறார். அவன் புதிதாக வந்தவன், அவருடைய பேரன் ரஸாக்குக்கு சினேகிதன். தாத்தாவின் பாராட்டைத் தொடர்ந்து அவன் அந்தக் கவிதையின் அர்த்தத்தைச் சொல்கிறான். 'பையா, நீ கவிதையை நினைவு வைத்து எனக்கு உதவினாய், சந்தோஷம். ஆனால் மீர் தக்கி மீர் சொல்லாததையெல்லாம் கற்பித்துக்கொண்டு மீர் தக்கி மீர் சொன்னதாகச் சொல்கிறாயே' என்று கனிவுடன் அவன் சொல்வதை மறுக்கிறார். 'அவ்வப்போது காலத்துக்கும் தேவைக்கும் ஏற்ப கவிதைக்கு அர்த்தம் காணவேண்டும். இல்லையெனில் கவிதை படித்து என்ன பயன்?' என்கிறான் அந்த வாலிபன் ஒரு முரட்டுப் பிடிவாதத்தோடு. அவன் கவிதைக்கு எடுத்துக் கொண்ட அர்த்தத்தில் முஸ்லீம் அடிப்படை வாதம் தொனிக்கிறது. அவனது மரியாதையற்ற முரட்டுப் பிடிவாதத்தை விரும்பாத மற்றவர்கள் எல்லோரும் மௌனமாகிறார்கள். 'இந்த

சமயத்தில் உங்கள் மகிழ்ச்சிக்கு குந்தகமாக இருக்க நான் விரும்பவில்லை. நான் போகிறேன்.' என்று சொல்லி அவன் போய்விடுகிறான். 'இவனுடன் எத்தனை நாளாக ரஸாக்குக்கு (பேரனுக்கு) பழக்கம்? என்று பெரியவர் கேட்கிறார். 'நானே இப்போது தான் அவனைப் பார்க்கிறேன்' என்று மூத்த மகன் சொல்கிறான்.

ஒரு நாள் மங்கிய மாலை நேரத்தில், நஸீம் தன் தாத்தாவுடன் வெட்டவெளியில் வானத்தைப் பார்த்துக்கொண்டு உட்கார்ந்திருக்கிறாள். நஸீம் வானத்தைப் பார்த்துக்கொண்டே தாத்தாவைக் கேட்கிறாள், 'தாதாஜான், ஆகாயம் ஏன் நீலமாக இருக்கிறது?' என்று. அதற்கு தாத்தா; 'மஞ்சளா இருந்தா வேண்டாம் நன்றாக இருக்காது என்று தான் நீலமாக இருக்கட்டும் என்று இருக்கிறது.' என்று பதில் தருகிறார். நஸீமுக்கு அதைக் கேட்டு சிரிப்பாக வருகிறது. 'போங்க தாதாஜான், நீங்க ஒண்ணு,' என்கிறாள் சிரித்துக்கொண்டே. தாத்தா சொல்கிறார், 'நிஜமோ, பொய்யோ, நீ சிரிக்கிறாயல்லவா? அது தான் வேண்டும். எப்போதும் சந்தோஷமாக இருக்கவேண்டும்' என்று சொல்கிறார்.

ஒரு நாள் அடுத்த வரவேற்பு அறையில் தாத்தாவையும் பேத்தியையும் தவிர எல்லோரும் டிவி பார்த்துக் கொண்டிருக்கிறார்கள். நஸீம் தாத்தா பக்கத்தில் உட்கார்ந்து பரிட்சைக்குப் படித்துக் கொண்டிருக்கிறாள். டிவி பார்த்துக்கொண்டிருக்கும் பக்கத்து அறையிலிருந்து சத்தம் அதிகமாகிறது. ஸஹரன்பூரில் மதக்கலவரம் வெடித்துள்ளது. முஸ்லீம் தரப்பிற்கு சேதம் அதிகம். என்று டிவி செய்தி சொல்கிறது. தாத்தா தன் அறையிலிருந்து கொண்டே, 'நஸீம் பரிட்சைக்குப் படிக்கிறாள், சத்தம் போடாதீர்கள்,' என்கிறார். பேரனுக்கு கோபம் வருகிறது. 'இங்கே முஸ்லீம்களையெல்லாம் கொலை செய்கிறார்கள். உங்களுக்கு உங்கள் பேத்தி பரிட்சை தான் முக்கியமாகப் படுகிறது. ... உங்களுக்கு என்ன? வெளியே என்ன நடந்தாலும், நீங்கள் பேத்திக்கு கதை சொல்வீர்கள். கதைகள் சொல்லும் காலம் போய்விட்டது உங்களுக்குத் தெரியவில்லை.....பாகிஸ்தான் பிரிந்த போது நாம் அங்கே போயிருக்க வேண்டும். நீங்கள் இங்கேயே ஏன் தங்கினீர்கள்? நாளைக்கு இந்த வீடு

எங்களது, நீங்கள் காலி செய்யுங்கள், என்று அவர்கள் சொல்வார்கள், அப்போ என்ன செய்வீர்கள்?' என்று தாத்தாவை எதிர்த்து கத்த ஆரம்பிக்கிறான். தாத்தா அமைதியாகிவிடுகிறார். யாரும் பேசவில்லை. ஒரு கலவரம் நிறைந்த பீதி உணர்வு அந்த இடத்தில் பரவுகிறது.

சற்றுக் கழித்து மகன் அப்பாவிடம் வருகிறான். ' அவன் பேசியது சரியில்லை தான். நாம் உங்களிடம் மன்னிப்புக் கேட்கிறேன். ஆனால் அப்பாஜான், அவன் சொன்னதையும் யோசிக்க வேண்டியிருக்கிறது. ஆமாம். அப்பாஜான், நீங்கள் ஏன் பாகிஸ்தானுக்குப் போகவில்லை?' என்று அப்பாவிடம் கேட்கிறான். 'உனக்குத் தெரியுமே, ஆக்ராவில் நாம் இருந்த வீட்டின் முற்றத்தில் ஒரு பெரிய மரம் இருந்ததல்லவா? உன் அம்மாவுக்கு அது ரொம்ப பிடித்த மரம்?' என்பது தான் அவர் பதிலாக இருக்கிறது. இதற்கு முன்னர், அவர் தன் ஆக்ரா நாட்களைப் பற்றிச் சொல்லும்போதெல்லாம், தன் பேத்திக்கு பழைய கதைகள் சொல்லும் போதெல்லாம், வரும் பழங்கால ஆக்ரா காட்சிகள் அந்த மரத்தின் கீழேயே அவர்கள் வாழ்க்கை கழிந்ததைச் சொல்லாமல் காட்டும். அவர் படிப்பது, தேனீர் சாப்பிடுவது, அவர்கள் உட்கார்ந்து பேசிக்கொண்டிருப்பது, இப்போது கேள்வி கேட்கும் மகன் விளையாடியது எல்லாம் அந்த மரத்தை மையமாகக் கொண்டே இருக்கும். ஆனாலும் இப்போது அந்த பதிலைக் கேட்ட மூத்தமகன், 'ஒரு மரத்துக்காகவா?' என்று முணுமுணுப்பான்.

மறுநாள் காலை, நஸீம் தாத்தா, அம்மா, அப்பா எல்லோரிடமும் சொல்லிக்கொண்டு பரிட்சைக்குப் போவாள். வாசலில் அவள் அண்ணன், ரசாக், அவளுக்கு வாழ்த்துச் சொல்கிறான். நஸீம் பதில் சொல்லாமல் போகிறாள். அவன் மறுபடியும் சத்தமாக, 'நான் வாழ்த்துகிறேன், நீ பேசாமல் போகிறாயே?' என்று கோபமாகக் கேட்பான். 'நான் உன்னோடு பேசப்போவதில்லை. நீ முதலில் தாதாஜானிடம் மன்னிப்புக்கேள், உன் நடத்தைக்காக' என்று சொல்லிக்கொண்டே போகிறாள் அவள். வழியில் வழக்கம்போல், கீழே இருக்கும் கடையில் நுழைகிறாள். அவள் கொஞ்ச குழந்தையும் இல்லை. பெப்பர் மின்ட் கொடுக்க ஆன்ட்டியும் இல்லை.

‘என்ன வேண்டும்?‘ என்று அந்த கடை சொந்தக்காரன் கேட்கிறான். ‘ஒன்றுமில்லை. சும்மா வந்தேன்‘ என்று சொல்லிவிட்டு நகர்கிறாள் நஸீம்.

மாலையில் அவள் பள்ளியிலிருந்து வீடு திரும்பும்போது, அந்தக் கடையின் முன் ஒரே கூட்டம். ஒன்றிரண்டு போலிஸ்காரர்களும் கூட. கடைச் சொந்தககாரன், தான் அந்த சமயத்தில் இல்லையென்றும் எப்படியோ இந்த விபத்து நேர்ந்து விட்டது என்றும் போலீஸ்க்குச் சொல்லிக்கொண்டிருக்கிறான். கடையில் நஸீமுக்கு வழக்கமாக மிட்டாய் கொடுக்கும் ஆன்ட்டியின் முகம் கருகிய சடலம் வெளியே கொண்டுவரப்பட்டு போலீஸ் வண்டியில் ஏற்றப்படுகிறது நஸீமுக்கு துக்கம் தாளவில்லை. அழுது கொண்டே வீட்டுக்குள் போகிறாள். ‘அம்மிஜான், ஆன்ட்டி....‘ என்று துக்கம் பீறிட அழவே, ‘நீ உள்ளே போ‘ என்று அவளை மேலே பேசவிடாது தடுத்து விடுகிறாள். ‘எப்போ பார்த்தாலும் அந்த வீட்டில் சண்டை தான், அடி தான்‘ என்று ஒருவர் சொல்ல, பேரன், ‘இது எப்படி, ஹிந்துக்கள் வீட்டில் மாத்திரம் தான் ஸ்டவ் வெடித்து விடுகிறது? என்று சத்தமும் கோபமுமாக கத்துகிறான். ‘உங்களுக்குத் தான் தலாக்கும் புர்க்காவுமே போதுமா இருக்கே?‘ - (துமாரேலியே தோ புர்க்கா ஔர் தலாக்-ஹி காமுபி ஹை')- என்று அம்மா வெறுப்பும் கோபமும் பொங்க சத்தமாகச் சொல்கிறாள். தாத்தாவின் உடல் நிலை மோசமாகிறது. கடும் சுரம். டிவியில் கரசேவக் கூட்டம் கூட்டமாக கோஷமிட்டுக்கொண்டு, கொடிகளை ஏந்திக்கொண்டு வரும் காட்சிகள்.

பாப்ரி மசூதியைச் சுற்றி கரசேவக் கூட்டம். ‘மசூதியை இடித்துக் கொண்டிருக்கிறார்கள்‘ என்று கோபமாக ரஸாக் கத்துகிறான். அவன் அம்மாவும் அப்பாவும், ‘'கத்தாதே, தாத்தாவுக்கு சுகமில்லை தெரியாதா?‘ என்று சொல்வது போல அவர்களிடையே மௌன சமிக்ஞைகள் பரிமாறிக்கொள்ளப்படுகின்றன. அவ்வப்போது எவ்வளவு இடித்தாகிவிட்டது என்று சத்தமாகவும் சீற்றத்தோடும் பேசுகிறார்கள். மறுபடியும் அமைதியாக இருக்க சமிக்ஞைகள். கடைசியில் மசூதி முழுதுமே இடித்துவிட்டார்கள் என்ற கூச்சல். வீட்டுக்குக் கீழே வாசலில் ரஸாக்கின் கோப வெறிகொண்ட நண்பன் தன் சகாக்களோடு வருகிறான்.

'மசூதியை முழுதுமே போய்விட்டது' என்கிறான். அந்த சமயத்தில் தாத்தாவின் சடலம் மாடியிலிருந்து கீழே இறக்கப்படுகிறது. 'இனிமேல் இவர் எதற்கும் பதில் சொல்லத் தேவை இல்லை. போகிறார்' என்று வெறுப்புடன் சொல்கிறான் ரஸாக், தாத்தாவின் சடலம் போவதைப் பார்த்து.

தாத்தா படுத்திருந்த அறை இப்போது காலியாக இருக்கிறது. எல்லாம் அவர் விட்டுப் போனபடியே அதனதன் இடத்தில். அவர் தான் இல்லை. நஸீமுக்கு தாத்தாவுடன் இருந்த பழைய நினைவுகள், 'தாத்தா, ஆகாயம் ஏன் நீலமாக இருக்கிறது? ...மஞ்சள வேண்டாமென்று தான்.... போங்க தாத்தா, நீங்க ஒண்ணு,....நிஜமோ பொய்யோ, சிரித்தாயல்லவா? அது தான் வேண்டும், சந்தோஷமாக இரு... தாத்தா, நஸீம் என்றால் என்ன அர்த்தம்?.... காலையில் வீசுமே இளங்காற்று......'

கதை என்று சொல்ல ஏதும் இல்லை. ஒரு வார காலத்தில், வெளியே கலவரங்கள் பெரிய அளவில் வெடித்துக் கொண்டிருக்கும் சூழலில், அமைதியாக ஒதுங்கியிருக்கும் ஒரு பாரம்பரிய முஸ்லீம் குடும்பத்தில் நிகழும் பாதிப்புகள், மூன்று தலைமுறைகள் ஒவ்வொன்றும் அதை அவரவர் சுபாவத்தில் எதிர்கொள்வதும் தான் நம்முன் படமாக விரிகிறது. படம் இருவரைத் தான் மையமாகக் கொண்டுள்ளது. 'சந்தோஷமாக இரு. அது போதும்.' என்று சொல்லும் தாத்தா, 'முதலில் உன் நடத்தைக்கு தாத்தாவிடம் மன்னிப்புக் கேள், பிறகு உன்னிடம் பேசுகிறேன்' என்று தன் அண்ணனிடம் பேச மறுக்கும் நஸீம், 'புர்க்காவும், தலாக்குமே போதுமே உங்களுக்கு!' என்று சீறும் தாய், எல்லாம் தம் சுபாவத்திற்கேற்ப புரிதலுக்கேற்ப, மதத்தை மனிதாபிமானத்தோடு புரிந்து வாழ்ந்த, மென்மையான உணர்வுகள் கொண்ட குடும்பம் மாறி வருவதைப் பார்க்கிறோம்.

இதில் தாத்தாவாக நடிப்பவர் கெய்முபி அஸ்மி, இடது சாரி கருத்துக்கள் கொண்ட உருது கவிஞர். நடிகை ஷாப்னா அஸ்மியின் தந்தை. வெகு அடக்கமாக இயல்பாக, நாடகார்த்த பாவனைகள் அறவே

இல்லாது நடித்திருக்கிறார். மகனாக நடிக்கும் குல்புஷன் கர்பந்தாவும் மருமகளாக நடித்திருக்கும் சுரேகா சிக்ரியும் தேர்ந்த தில்லி நாடக நடிகர்கள், சினிமாவிலும் பொறுக்கித் எடுத்த படங்களில் நடிப்பவர்கள். நஸீமாக நடிக்கும் சிறு பெண் தான் எனக்குப் பெயர் மறந்துவிட்ட புதிய வரவு. அந்தப் பெண்ணின் இனிமையும், சூடிகையும், அலட்டிக்கொள்ளாத, இயல்பான நடிப்பு பார்க்கவே இனிமையானது.

எல்லாவற்றிலும் பார்க்க எனக்கு ஆச்சரியம் தந்தது, இதை இயக்கிய சையது மிர்ஸா. தில்லி தொலைக்காட்சியின் ஆரம்ப காலத்தில் 'நுக்கட்' (தெருமுனை) என்ற தொடரைத் தந்தவர். அது வெறும் தமாஷ் தொடர். ஆனால் விளிம்பு நிலையில் உள்ளவர்களை வைத்து அனுதாபத்துடன் சித்தரித்த தொடர். சில முழு நீளப் படங்களும் அவர் இயக்கத்தில் வந்திருக்கின்றன. 'ஆல்பெர்ட் பிண்டோ கோ குஸ்ஸா க்யோ(ன்) ஆதா ஹை? (ஆல்பர்ட் பிண்டோக்கு ஏன் கோபம் வருகிறது?) என்ற ஒரு முழு நீளப்படம் அவரது என் ஞாபகத்துக்கு வருகிறது. அவரும் ஒரு இடது சாரி சிந்தனை உள்ளவர் தான். இப்படிச் சொன்னதால் அவர் செய்வதெல்லாம், நம்மூர் இடது சாரிகளின் எழுத்தும் பேச்சும் இருக்கும் லக்ஷணத்தில் தான் இருக்கும் என்று நினைக்க வேண்டாம். இடது சாரி சிந்தனைகள் தான். வெற்று இரைச்சல் போடமாட்டார். ஆனால், சையது மிர்ஸாவிடமிருந்து இத்தனை நுட்பத்துடன், மனித மனத்தின் மெல்லிய சலனங்களை, அடங்கிய குரலில் சித்தரிக்கும் திறமை அவரிடம் இருப்பது கண்டு எனக்கு ஆச்சரியமும் மகிழ்ச்சியும் தான்.

48

மோன் ஜாய் - இன்றைய அசாமிய இளைஞனின் அவலம்

ஒவ்வொரு சனிக்கிழமையும் லோக்சபா சானலில் இரவு ஒன்பது மணிக்கு இந்தியன் க்ளாசிக்ஸ் என்று ஒரு நல்ல திரைப்படம் பார்க்கமுடிகிறது. பல லாபங்கள். ஒன்று இரவு நேரம். சுற்றிலும் அமைதி நிலவும். இரண்டு ஒரு நல்ல படம். ஏன் தான் சமயத்தை வீணாக்கினோம் என்று ஒரு முறை கூட நான் வருந்த வேண்டியிருந்ததில்லை. மூன்று நம் இந்தியத் தொலைக் காட்சிகளுக்கே ஒரு மோசமான அடையாளமாகிப் போன விளம்பரங்கள். பத்து நிமிஷம் படம் பார்த்தால் அடுத்து ஏழு நிமிடங்களுக்கு விளம்பரங்கள். லோக் சபா சானலில் நாம் காணும் படங்களை விளம்பரங்கள் அரித்துச் செல்லாக்கிவிடுவதில்லை. அரசு நிறுவனமாதலால் விளம்பரத்தைப் பற்றிக் கவலை இல்லை என்று தோன்றலாம். தூர்தர்ஷன் சானல் 1-ல் இரவு 9.00 மணிக்கு வரும் ஹிந்தி படங்களை பார்க்க முயலலாம்.

போகட்டும். போன சனிக்கிழமை எனக்குப் பார்க்கக் கிடைத்தது ஒரு அசாமிய படம். படத்தின் பெயர் மோன் ஜாய். 'எனக்கு ஆசை', அல்லது 'நான் ஆசைப்படுகிறேன்' என்று அர்த்தப்படும்.

இன்றைய அசாமில் மத்திய தர இளைஞர்களின் அவதியை சொல்கிறது. வறுமை, வேலை இல்லாத் திண்டாட்டம் எல்லாம் இந்தியா முழுதும் காணும் கதை தான். அந்த அவதிகளோடு இன்னும் சில அசாமிற்கே உரிய வரலாறும் பூகோளமும் தந்த அவதிகளும் சேர்கின்றன. இப்படிக் கதையைச் சொன்னால், அதிதமாக நாடகமயமாக்கப்பட்டதோ, ஒரே அழுகையும் கூச்சலுமாக இருக்குமோ என்று எண்ணத் தோன்றும். அப்படி இல்லை. A grim reality silently suffered என்று சொல்லவேண்டும். இப்படி ஒரு கூச்சலிடாத குரல் அதிகம் எழுப்பாத சோகத்தையும்

ரணத்தையும் சொல்வதற்கு ஒரு classical discipline வேண்டும். அதற்கு தாக்கு வலு அதிகம். தாகத்தின் நீடிப்பும் அதிகம்.

கதை முழுதும் சம்பவங்களால் விரிவதில்லை. நான்கு இளைஞர்கள் (மாணப், அகொன், நயன், பின் நாலாவது ஒருவன், அவன் பெயர் மறந்துவிட்டது). அவர்கள் ஒவ்வொருவரின் வாழ்க்கையும் அந்நிகழ்வுகளோடு அவர்கள் சந்தித்துக்கொள்ளும்போது நிகழும் பேச்சுக்களில் கதை விரிகிறது. அவர்கள் தினமும் சந்தித்துக் கொள்கிறார்கள். வேலையற்றவர்கள் வேறு என்ன செய்யமுடியும்? ஊர் சுற்றுவார்கள். ரயிலடியில், கடைத் தெருவில், அகொனின் கஇநூ-வில். அல்லது அகோனின் அறையில், இப்படி ஏதோ ஒரு இடத்தில். அவர்கள் இருக்கும் ஊர் அசாமீன் ஒரு இடைநிலை டவுன். கிராமமுமில்லை. நகரமுமில்லை. தின்சுகியாவுக்கும் கவுகாத்திக்கும் இடையில் இருக்கும் ஒரு ஊர். ரயில் நிலையம் உள்ள ஒரு ஊர். சுற்றி தேயிலைத் தோட்டங்கள் உள்ள ஊர்.

படத்தின் ஆரம்பமே அவர்கள் ஒரு பின்இரவு நேரத்தில் ஒரு அறையில் குடித்துக்கொண்டிருக்கிறார்கள். படித்தும் வேலை இல்லை. வீட்டுக்கு உதவ முடியவில்லை. பெற்றோரு படும் அவதியையும் பார்க்க சகிப்பதில்லை. இதுபற்றித் தான் பேச்சு. அனேகமாக ஒவ்வொரு சந்திப்பிலும் இந்த விஷயங்கள் அடிபடும். அசாமின் நிலையும் சரியில்லை. அடிக்கடி ஏதாவது ஒரு இடத்தில் குண்டு வெடிக்கும். சில பேர் சாவார்கள். பலர் காயமடைவார்கள். கடைகளோ வீடுகளோ இடிபடும். 'இவ்வளவு நேரம் கழித்து வீட்டுக்கு ஏன் போகவேண்டும்? தூங்குகிறவர்களை ஏன் எழுப்பவேண்டும்? இங்கேயே படு' என்று ஒருவன் சொல்கிறான். வீட்டில் கவலையாயிருப்பார்கள் என்று மாணவ் வீடு திரும்புகிறான். அகோனின் கஇநூ-வுக்கு ஒரு பெண் வருவாள் அடிக்கடி. அம்மாவுக்கு டெலிபோன் செய்யவேண்டும். 'பயப்படாதே. நான் சௌகரியமாக இருக்கிறேன். பஜாருக்கு, கூட்டமாக இருக்கும் இடத்துக்கெலலாம் நான் போவதில்லை' என்று வீட்டுக்கு ஆசுவாசம் சொல்கிறாள். அகோனிடம், வேலை கிடைத்தவுடன் பணம் முழுவதையும்

தந்துவிடுவதாகச் சொல்கிறாள். அவள் ஏற்கனவே நிறைய பாக்கி வைத்திருக்கிறாள். மானவையும் அவன் அம்மா ஒரு நாள் இரவு வெகு நேரம் கழித்து வருவதே வழக்கமாகிவிட்டதற்குத் திட்டுகிறள். எங்கு பாத்தாலும் குண்டு வெடிப்பாக இருக்கிறது. என்ன ஆச்சோ என்னவோ என்று கவலை இராதா? என்று கடிந்து கொள்கிறாள். மானவின் தந்தை ஓய்வு பெற்ற பள்ளி ஆசிரியர். ஒரு வயதான பெண். அவளுக்கும் வேலை கிடைக்கவில்லை ஆனால் வீட்டில் இருந்த படியே ட்யூஷன் சொல்லிக்கொடுத்து அவளும் கொஞ்சம் சம்பாதிக்கிறாள், வீட்டுக்கு உதவ. மானவ் அவளிடமும் அவ்வப்போது பணம் கேட்பான். கடனாக, எல்லாக் கடனையும் சேர்த்து அவள் கல்யாணத்தின் போது தந்துவிடுவதாகச் சொல்வான். ‘வட்டியோடு தரணும்‘ என்பாள் ஷெமுபாலி. அதில் பாசம் தொனிக்கும்.

இன்னொருவன் வீட்டில் வேலையின்றி அண்ணனுக்கு சுமையாக இருக்கும் மச்சினனைத் திட்டிக்கொண்டே இருப்பாள் அண்ணி. அண்ணன் ஒன்றும் சொல்லமாட்டார். இரண்டு புறமும் இடிபடும் மத்தளம். ’திங்கிறதுக்கு மாத்திரம் வந்துவிடு. வேலை செய்யாதே. இப்படி ஒரு ஆம்பிள்ளையா?‘ என்று திட்டுவாள். ‘வீடு மூணு லட்சம் பொறும். என் பங்கைக் கொடுத்துவிடு. நான் போகிறேன். அதை வைத்துக்கொண்டு நான் ஏதோ வியாபாரம் செய்து பிழைத்துக்கொள்வேன்‘ என்பான் மச்சினன். அடிக்கடி இந்த தகராறும் மிரட்டலும் நடக்கும். அண்ணன் வாய்மூடி இருப்பதைச் சொல்லி இரண்டு பேரும் திட்டுவார்கள். **'Henpecked'** என்று தம்பி திட்டுவான். ’தம்பியை ஒரு வார்த்தை சொல்ல உங்களுக்கு மனசே வராதே’ என்று பொரிந்து தள்ளுவாள் பெண்டாட்டி. திரும்பவும் மௌனம்.

அகோன் தன் அப்பாவிடமிருந்து கிடைத்த பணத்தில் ஒரு கஇநீ தொடங்கி அதில் பிழைக்கிறான். அதில் கடன் சொல்லிவிட்டு போன் செய்து போகிறவர்களும் உண்டு. அந்த பெண்ணைப் போல. மற்ற நண்பர்கள் அகோனைத் திட்டுவார்கள். அவளுக்கு என்று வேலை கிடைக்கப்போகிறது. என்றைக்கு உனக்குப் பணம் கிடைக்கப் போகிறது?

அவள் வந்தாலே நீ உருகிவிடுகிறாய்? அவளும் சிரித்தும் கெஞ்சியும் பேசி உன்னை ஏமாற்றுகிறாளே' என்று. 'நாம தினமும் குடிக்கிறோமே, அந்தப் பணம் இங்கேயிருந்து தானே வருகிறது?' என்பான் அகோன் பதிலுக்கு.

என்னென்னமோ திட்டங்கள் தீட்டுவார்கள். கடைசியில் ஒன்றும் கவைக்குதவாது என்று அவர்களே முடிவும் கட்டிவிடுவார்கள். நேற்று எங்கே குண்டு வெடித்தது, எவ்வளவு பேர் செத்தார்கள் என்ற சர்ச்சையும் எழும். அரசியல் வாதிகள், போலீஸ், மந்திரிகள், தேயிலைத் தோட்ட முதலாளிகள் எல்லோரையும் திட்டித் தீர்ப்பார்கள். வழி ஒன்றும் புலப்படாது.

பகலில் அவர்கள் அடிக்கடி சந்திக்கும் இடங்களில் ஒரு டீக்கடையும் உண்டு. அது கலிமுல்லா என்னும் முஸ்லீமுடையது. அவனை இந்த நால்வரும் சீண்டிக்கொண்டே இருப்பார்கள். அடிக்கடி கலிமுல்லா கோபத்தோடு சொல்வான். 'எத்தனை தடவை உங்களுக்கு நான் சொல்லியிருக்கிறேன். என் பேர் கோலி இல்லை. கலிமுல்லா. க-லி-முல்-லா. கலிமுல்லா. இரண்டாவது, ஏன் எப்போ பார்த்தாலும் என்னோடு வங்காளியில் பேசணும் நீங்க?. வேணும்னே செய்றீங்க. நானும் அசாமியா தான். அசாமிலே தான் என்னோடு பேசணும்' என்பான். அதற்கு இவர்கள் சொல்லும் பதில் முக்கியமானது. வேடிக்கையாக கலிமுல்லாவைச் சீண்டி விளையாடுவதான பாவனையில் சொன்னாலும். 'இதோ பார் கோலி, இப்போ கொஞ்ச நாள்லே இது பங்களாதேஷாகப் போறது. இப்பவே நாங்க வங்காளிலே பேசக் கத்துண்டாத்தானே நாங்களும் இங்கே இருக்கமுடியும்?' என்று அவர்கள் அவனை மீண்டும் சீண்டுவார்கள்.

கலிமுல்லாவைச் சீண்டியதுக்கு உடனே பலன் கிடைக்கும்.' நான் என்ன வங்காளியா. அசாமியாக்கும். வேணும்னா என் ரேஷன் கார்டைக் காமிக்கிறேன். என் கிட்டே ரேஷன் கார்டு இருக்கு. வாக்கு போடற அடையாளச் சீட்டு இருக்கு. பாக்கறியா. உங்கள்ளே யார்கிட்டேயாவது

ரேஷன் கார்டு இருக்கா? வாக்கு போடற அடையாளச் சீட்டு இருக்கா? இல்லை. தெரியும் எனக்கு'. என்று கத்துவான். அவன் கத்துவதைக் கண்டு இவர்கள் சிரிப்பார்கள். ஆனால் அதே சமயம், 'ஆமாம். கோலி கிட்டே ரேஷன் கார்டு, இன்னும் எல்லாமே இருக்கு. நம்ம கிட்டே தான் இல்லே' என்று திகைத்துப் போவார்கள்.

இன்னுமொரு அடிக்கடி இடையில் தோன்றும் காட்சி ஒன்றையும் சொல்லியாகணும். மானவ் வீட்டிலிருந்து சைக்கிளை எடுத்துக்கொண்டு வெளியே போவான். ஷெமுபாலி, எனக்கு சைக்கிள் வேணும். வெளியே போகணும். சீக்கிரம் வந்துடு' என்பாள். மானவ் சைக்கிளை எடுத்துக்கொண்டு வெளியே சாலையோரம் இருக்கும் சின்ன பாலம் ஒன்றில் உட்கார்ந்து கொள்வான். அல்லது, பார்க் பெஞ்ச் ஒன்றில். அது மெகாலி என்ற பெண் எந்த வழியாக வரப் போகிறாள் என்பதைப் பொருத்தது. மெகாலி பாலத்தைக் கடந்து கொஞ்ச தூரம் போனதும் மறுபடியும் அவளைத் தொடர்ந்து முன்னே போய் ஓர் இடத்தில் நின்று கொள்வான். மறுபடியும் அவள் அவனைக் கடந்து செல்வாள். அவள் வருவதையும், கடந்து செல்வதையும் ஏக்கத்தோடு பார்த்தவாறே இருப்பான். தூரத்திலிருந்து பார்த்து ஏங்குவதோடு சரி. அதற்கு மேல் அவன் எதுவும் செய்ய எண்ணுவதில்லை. அவனது நண்பர்களுக்கு இவனுடைய ஏக்கம் தெரியும். 'மானவ் ஏன் இப்படி அவஸ்தை. அவளிடம் போய் சொல். இப்படியே இருந்தாயானால், அவள் உன் கைவிட்டுப் போய் விடுவாள்.' என்று. ஆனால் அவனுக்கு தைரியம் இருப்பதில்லை. 'என்ன வென்று சொல்வது? எனக்கு என்ன தகுதி இருக்கிறது? ஒரு வேலை இல்லை. சம்பாத்தியம் இல்லை. அப்பாவுக்கே பாரமா இருக்கிறேன். என்ன தைரியத்தில் அவளைக் கேட்பது? அவள் தான் என்னைப் போல் ஒருவனுக்கு சம்மதம் சொல்வாள்?' என்று சமாதானம் சொல்வான். ஆனாலும் அவளைத் தொடர்வதும் ஏங்குவதும் நிற்பதில்லை. மேகலா ஒரு சாதாரண அழகுள்ள பெண் தான். அவள் ஹீரோயின் இல்லை. படத்தில் அவள் செய்வதெல்லாம் ரோடில் அடிக்கடி நடந்து போவது தான். இவன் தொடர்வதை தன் பாட்டுக்கு தன் காரியத்தில்

இருக்கும் அவள் அறிவாளா என்பது கூட படத்தில் சொல்லப் படுவதில்லை.

எல்லாருடைய குடும்பத்திலும் உள்ள சிக்கல்கள் தொடர்கின்றன. ஒரே ஒருவனுக்கு மாத்திரம் குவஹாத்தியில் வேலை கிடைக்கவே அவன் போய்விடுகிறான். மானவுக்கு வீட்டில் நெருக்கடி முற்றுகிறது. அப்பா உடம்பு க்ஷபணத்தில் வீட்டிலேயே நடமாட்டம் குறைந்து கிடக்கிறார். மானவ் எப்போதும் போல் ஊர் சுற்றிக்கொண்டு இரவில் வெகுநேரம் கழித்து வீடு வருகிறான். அம்மா திட்டுகிறாள்.

சயனின் சித்தப்பன் வழக்கம் போல அண்ணனை சொத்தில் பங்கு கேட்டு மிரட்டுகிறான். கொலைக்கும் அஞ்சமாட்டேன் என்று கத்திவிட்டுப் போகிறான். அப்போதும் அண்ணன் வாய் திறப்பதில்லை.

அகோனின் PCO-வுக்கு தினம் கடன் சொல்லி பேசிவிட்டுப் போகும் பெண்ணுடன் அகோனுக்கு நெருக்கம் அதிகமாகிறது. அவளுக்கு வேலை கிடைத்து விட்டதாகச் சொல்கிறாள். ஆனால் அகோன் பாக்கிவைத்த பணத்தைக் கேட்கவில்லை. கல்யாணம் செய்துகொள்ள வேண்டும். ஆனால் பெற்றோர்கள் சம்மதிபபார்களா என்று பேசிக்கொள்கிறார்கள்.

ஒரு நாள் வீதியில் போய்க்கொண்டிருக்கும் போது ஒரு கார் அவனை உரசிச் செல்ல, சாலை ஓரத்தில் விழுந்த மானவ் திட்டுகிறான். காரில் இருந்தவன் காரை நிறுத்தித் திரும்பி வந்து மானவை அடித்துவிட்டுச் செல்கிறான். மானவ் தன் நண்பர்களைத் திரட்டிக்கொண்டு அவனைத் திரும்பித் தாக்கிவிடுகிறான். காரில் இருந்தவன் ஒரு செல்வந்தனின் மகன். அதிகாரிகளிடம், போலீசில், அரசாங்கத்தில் செல்வாக்கு உள்ளவன். தனி இடத்துக்கு வந்து மன்னிப்புக் கேட்கவேண்டும் என்று மானவை மிரட்டுகிறான். நண்பர்கள் மானவை மன்னிப்புக் கேட்டு விஷயத்தை முடிக்கச் சொல்கிறார்கள். ஆனால் மானவுக்கு சம்மதமில்லை. செல்வந்தனின் மகன் குண்டர்களோடு வந்து மானவை உதைத்து அவன் நண்பர்களை துப்பாக்கியால் மிரட்டி, மானவ் மன்னிப்புக் கேட்கும்

நிலைக்கு வைத்து விடுகிறார்கள். அவன் உதைபட்டுக் கொண்டிருக்கும்போது தம்மால் ஏதும் உதவ முடியாததற்கு நண்பர்கள் வெட்கப் படுகிறார்கள். ஆனால் பணம், அதிகாரம், செல்வாக்கு இவற்றை எதிர்த்து யாராலும் எதுவும் செய்ய முடியாது என்று தெரிகிறது.

ஒரு நாள் நண்பர்களுடன் ரோடு ஓரத்தில் பேசிக்கொண்டிருக்கும் போது ஒரு போலிஸ் காரர் அவனை பயங்கரவாதி, எங்கே குண்டு வைக்க, யாரைக் கொலை செய்ய திட்டமிடுகிறாய் என்றுதிட்டி ஜீப்பில் போட்டுக்கொண்டு ஜெயிலில் அடைத்துவிடவே, மானவின் குடும்பத்துக்கு இது தெரியவருகிறது. கோர்ட்டுக்கு அலைய வேண்டிவருகிறது. எப்படியோ விடுவிக்கப்பட்டு விடுகிறான். திரும்ப ஒருநாள் அந்த போலீஸ் இன்ஸ்பெக்டரை வழியில் மறித்து மானவும் அவன் நண்பர்களும் பதிலுக்கு உதைத்து அனுப்புகின்றனர். அதற்குப் பிறகு தான் நண்பர்களுக்கு பயமேற்படுகிறது. இன்ஸ்பெக்டர் பழி வாங்குவான் என்று. ஆனால் வழியில் சந்தித்த இன்ஸ்பெக்டர் தன் வழிச் சென்று விடுகிறான்.

நண்பர்கள் கூடிக் கூடி பேசுகிறார்கள். பணம் வேண்டும். நிறைய பணம் வேண்டும். வேலையோ கிடைக்கவில்லை. வியாபாரமோ எதுவும் தெரியாது. அப்போது மானவ் சொல்கிறான். இப்போது நிலவும் சூழ்நிலை பயங்கரமானது. அதை நமக்கு சாதகமாகிக்கொள்ளவேண்டும். என்ன செய்தாலு ம அது பயங்கரவாதிகளின் தலையில் தான் விழும். முதலில் தயக்கங்கள் இருந்தாலும் கடைசியில் ஒரு வேகத்தில் அந்தக் காரியத்தைச் செய்துவிடுகிறார்கள். அவர்களிடம் அகப்பட்டது ஒரு அகர்வாலின் மகன். அவன் பிள்ளை உயிரொடு அவனுக்கு வேண்டுமானல் இவ்வளவு லக்ஷம் பணம் வேண்டும், என்று சொல்லி இடம் குறித்து பணமும் கைக்கு வந்துவிடுகிறது. இவ்வளவு சுலபமாக ஒரே நாள் முயற்சியில் லக்ஷக்கணக்கில் பணம் கையில்! ஆனால் இந்த அகர்வால் மகனுக்கு நம் எல்லாரையும் தெரியுமே. அவனை எப்படி உயிரோடு வெளியே அனுப்புவது? அகர் வால் பையன் கதை அத்தோடு முடிந்து விடுகிறது.

எல்லோர் கையிலும் பணம் நிறைய. இருப்பினும் பழையபடியே தெருவில், கடையில் சந்தித்துக் கொள்கிறார்கள். ஊர் நிலவரம் பேசுகிறார்கள். ஊர் பூராவும் ஒரே சர்ச்சையும் பரபரப்பும். அகர்வாலின் மகனைக் கடத்திச் சென்று, பணமும் வசூலித்துக்கொண்டு கொலையும் செய்துவிட்டார்கள். பத்து நாட்களாக இதே செய்தி, ஒவ்வொரு தினமும் கதையின் ஒவ்வொரு கட்டமும் பத்திரிகையில் செய்தி. ஊரில் பரபரப்பாக இதே பேச்சு. இவர்கள் பத்திரிகையில் அவ்வப்போதைய செய்தியைப் படிக்கிறார்கள். போலீஸ் தேடிக்கொண்டிருக்கிறது பயங்கரவாதிகளை. இவர்களை யாரும் சந்தேகப் படவில்லை.

ஒரு சந்திப்பு கலியுல்லாவின் டீக்கடையில் நடக்கிறது. இவர்களை கொஞ்ச நேரம் கவனித்த கலியுல்லா சொல்கிறான், 'என்ன ஆச்சு உங்களுக்கு? கொஞ்ச நாளா பாக்கறேன். வழக்கம் போல 'கோலி'ன்னு கூப்பிடக் காணும். பெங்காளி பேச்சைக்காணோம். என்ன ஆச்சு?' என்று கேட்கிறான்.

சயன் தன் சித்தப்பனுக்கு அவன் கேட்ட பணத்தைக் கொடுத்து, ஓடிப்போ, இனி இங்கே தலை காட்டாதே என்று விரட்டி விடுகிறான். மானவ் மறுபடியும் சைக்கிளை எடுத்துக்கொண்டு கிளம்பிவிடுகிறான், மேகாலியைப் பார்க்க. அவளை கடைத்தெருவில் தன் அம்மாவுடன் நிறைய துணிமணிகள் வாங்குவதைப் பார்த்த நண்பன் பவனுக்கு விஷயத்தைச் சொல்கிறான். இன்னமும் தாமதிக்காதே என்று. ஆனால் அதே காட்சியின் மறு ஒளிபரப்புதான் நடக்கிறது. அவனுக்கு அவளிடம் சொலல தைரியம் வருவதில்லை. 'இப்போ என்னிடம் நிறைய பணம் இருக்கிறது. இருந்தாலும் அவளிடம் பேசவே தைரியம் வரமாட்டேன் என்கிறதே, இந்தப் பணத்தை வைத்துக்கொண்டு நான் எதுவும் செய்யமுடியவில்லையே. முன்னர் பணம் இல்லாத போது இருந்தது போலத் தான் இப்பவும் இருக்கிறேன்' என்று நண்பர்களிடம் வேதனைப் படுகிறான்.

ஒரு நாள் மானவ்வின் தங்கை ஷெமுபாலி மானவ்வின் படுக்கையை வெயிலில் உலரப் போடு வதற்காக எடுத்து உதறும் போது படுக்கையின்

அடியில் கட்டுக் கட்டான நோட்டுகள். அலறிக் கொண்டு பெற்றோரிடம் சொல்கிறாள். எல்லோருக்கும் ஒரே அதிர்ச்சி. மானவ் வீட்டுக்கு வருகிறான். இதெல்லாம் என்ன என்று அம்மா கேட்கிறாள். மானவ் பதில் ஒன்றும் சொல்லாது தனது அறைக்குச் செல்கிறான். வீட்டில் ஒரே பயங்கர அமைதி. ஒவ்வொத்தரும் ஒவ்வொரு மூலையில் சுருண்டு கிடக்கிறார்கள். ஷெமுபாலி கூட மானவ்விடம் பேசவில்லை.

மறு நாள் மானவிடம் அப்பா சொல்கிறார்: 'நான் இது நாள் வரை கௌரவமாக எந்தத் தப்பும் செய்யாமல் வாழ்ந்துவிட்டேன். . மானத்தோடு எப்படியோ காலம் ஓடிவிட்டது. உன்னிடமிருந்து நான் எதையும் எதிர்பார்க்கவில்லை. என் அஸ்தியைக் கரைக்க நீயிருந்தால் போதும் என்றிருந்தேன். இனி அதுவும் வேண்டாம். நீ வேறு எங்காவது வாழ்ந்துகொள்.' என்று தன் மெல்லிய ஈனக்குரலில் சொல்கிறார்.

மானவ் வீட்டை விட்டுப் போய்விடுகிறான். 'தான் செய்த பாபத்திற்கு தன்னை அப்பாவும் அம்மாவும் மன்னிக்கவேண்டும்' என்று மானவ் எழுதி வைத்த கடிதம் ஒன்று அங்கு கிடக்கிறது.

கதை, வசனம், இயக்கம் மணிராம் என்பவரது. பெயர் எனக்கு புதிது. ஜாஹ்ன் பருவா என்னும் ஒரு சிறந்த கலைஞரை அசாம் திரையுலகம் தந்துள்ளது. இன்னம் ஓரிருவர் பெயர் எனக்கு இப்போது நினைவில் இல்லை. ஆர்ப்பட்டமே இல்லாது, நாடகத் தன்மையையும் தவிர்த்து, வெகு அமைதியான அடங்கிய குரலில் அசம் மாநிலமே ஒரு நிலையற்று, திசையற்று, கொந்தளித்துக் கொண்டிருப்பதை, சில குடும்பங்களில் அன்றாட வாழ்க்கையின் பாதிப்பில், அக்குடும்பங்களின் வேலையற்ற இளைஞர்களின் தவிப்பில் பிரதிபலிப்பதை அழகாகச் சொல்லி விட முடிகிறது இந்த புதிய இயக்குனரால். எல்லோரும் சாதாரண அன்றாடம் பார்க்கும் மத்திம வர்க்க மனிதர்கள். இன்றைய அசாமின் ஒரு குறுக்கு விட்டுப் படம்.

அசாம் தீர்க்க முடியாத ஒரு சிக்கலில் மாநில அரசின், இந்திய அரசின் கையாலாகாத் தனமா, குறுகிய கால சுயலாபத்திற்காக, அசாமின், நாட்டின்

சரித்திரத்தையே காவு கொடுத்துவரும் சோகத்தை இந்த சாதாரண அன்றாட வாழ்க்கைச் சித்திரத்தின் மூலம் சொல்லும் தைரியம் மணிராமுக்கு இருக்கிறதே ஆச்சரியம் தான். 2008-லும் 2009-லும் அகில இந்திய திரைப்பட விழாவிலும் அசாம் திரைப்பட விழாவிலும் திரையிட இப்படம் தேர்ந்தெடுக்கப்பட்டது என்றோ அல்லது ஏதோ பரிசு பெற்றது என்றோ சொல்லப்பட்டது.

எதாக இருந்தால் என்ன, நமது அரசியல் தலைமைகள் பார்க்க, ஒப்புக்கொள்ள தைரியம் இல்லாத் ஒரு தொடரும் சோக நிகழ்வை இப்படம் முன் வைக்கிறது. மிகப் பெரிய விஷயம்.

என்னுடைய வழக்கம் போல ஒரு கடைசி வார்த்தை: ஆரவாரம் இல்லாது இந்த மாதிரி இன்றைய தமிழ் அரசியல் சமூக வாழ்க்கையை அப்பட்டமாக முன் வைக்கும் தைரியம் நம் தமிழ் நாட்டில் இல்லை. இனியும் வெகு காலத்துக்கு இராது என்று தான் தோன்றுகிறது.

49

குலாபி தியேட்டர் சினிமாவை முன்வைத்து...

கிரீஷ் காஸரவல்லியின் சமீபத்திய படம், குலாபி தியேட்டர், லோக் சபா தொலைக்காட்சியில் காண்பிக்கப்பட்டது ஆச்சரியம் தான். சாதாரணமாக திரையரங்குகளில் இரண்டு மூன்று சுற்று பயணம் முடிந்த பிறகு, ஒன்றிரண்டு வருஷங்கள் ஆனபிறகு தான் தொலைக்காட்சிக்குக் கொடுக்கப்படும். நான் இவ்வளவு சீக்கிரம் காஸரவல்லியின் படம் எனக்குப் பார்க்கக் கிடைக்கும் என்று எண்ணிக் கூடப் பார்த்ததில்லை. கிரீஷ் காஸரவல்லி எனக்கு மிக முக்கியமான கலைஞர். இந்திய திரைப்பட உலகில் ஒரு பத்து பதினைந்து பேரை தேர்ந்தெடுத்தால் அதில் கிரீஷ் காஸரவல்லி கட்டாயம் இடம் பெறுவார். அதிகம் பேசப்படும், அதிகம் பிரபலமுமான இன்னொரு கன்னடிகரும் கிரீஷ் கர்நாடை விட காஸரவல்லி எனக்கு முக்கியமானவர். காஸரவல்லி தனது முப்பது வருட கால இதுகாறுமான திரையுலக வாழ்வில் பத்து பதினைந்து படங்களே இயக்கியிருப்பார் என்று தெரிகிறது. அதில் நான் பார்த்துள்ளது, இப்போது பார்த்த குலாபி தியேட்டரையும் சேர்த்தால் மூன்றே முன்று தான். அவரது முதல் படம் கட ஷ்ராத்தா எழுபதுகளில் வெளிவந்தது. மிகவும் மனத்தை உலுக்கி எடுத்த படம். நாம், நமது ஆசாரங்களையும், நம்பிக்கைகளையும் வைத்துக்கொண்டு எவ்வளவு நம்மையும் சக மனிதர்களையும், நம் உறவுகளையே கூட கொடுமைக்குள்ளாக்குகிறோம் என்று நினைத்தால், கஷ்டமாகத் தான் இருக்கிறது. ஆசாரங்கள நம்பிக்கைகள ஒரு பரிமாணத்தில், நம் வாழ்க்கையை ஒழுங்கு படுத்துகின்றன, கட்டுப் பாட்டுக்குள் வைத்து சிறப்பிக்கின்றன. ஆனால் அவை இன்னொரு பரிமாணத்தில், அவற்றின் ஆதார ஸ்ருதியும் தாத்பர்யமும் புரிந்து கொள்ளப்படாது, யாந்திரீகமான குருட்டு வழிபாட்டில் கொடுமைப் படுத்துவனவாக மாறிவிடுகின்றன.

கட ஸ்ராத்தா படம் பார்க்கும் அந்த இரண்டு மணி நேரமும் ஒரு அழுத்தி வதைக்கும் உணர்விலேயே கழிகிறது. ஒரு நிமிடங்கூட நம் நெற்றிச் சுருங்கங்களும், மன வலியும் மறைந்து புன்னகைக்கும் சந்தர்ப்பம் தரும் ஒரு நிமிடம் கூட நமக்கு அந்த இரண்டு மணிநேரத்தில் கிடைப்பதில்லை. ஆனால், வாழ்க்கை அம்மாதிரி இருந்தால், நம் நம்பிக்கைகளும் ஆசாரங்களும் அப்படி அர்த்தப்படுத்தப்பட்டால், என்ன செய்வது?

கிட்டத்தட்ட நூறு வருஷங்களுக்கு முந்திய கர்நாடகத்தில் ஒரு கிராமத்தில் ஒரு பிராமண குடும்பத்தின் வாழ்க்கை இப்படித்தான் இருந்திருக்கிறது. அது ஆசாரங்களாலும், ஏழ்மையினாலும், வழி வழியாகப் புகட்டப்பட்ட நம்பிக்கைகளால் ஆனது. அந்த நம்பிக்கைகளும் ஆசாரங்களும் ஒழுங்காகப் பராமரிக்கப்படுவதற்கு அக்குடும்பம் சார்ந்த கிராமமும் பிராமண சமூகமுமே அரண். ஒரு ஏழை பிராமணன். பள்ளி ஆசிரியர். வீட்டில் இளமையிலேயே விதவையாகிவிட்ட இளம் மகள். பழகிவிட்ட இன்னொரு ஆசிரியரால் அவளது கன்னிமையும் வைதவ்யமும் பங்கப்படுகின்றன. என்ன நடந்துவிட்டது, அதன் பயங்கரம் என்னவென்றே தெரியாது நாட்களை ஓட்டும் பெண் அவள். ஆனால் அதன் பயங்கரம் என்னவென்று அவர்கள் வாழும் சமூகம் சொல்ல அதிக நாள் ஆகவில்லை. தெரிந்ததும் அந்த பயங்கரத்திலிருந்து அவள் தந்தையின் பாசம் கூட அவளைக் காப்பாற்ற முடிவதில்லை.

சமூக நிந்தனையிலிருந்தும், தனக்கு ஏற்பட்ட அவமானத்திலிருந்தும் தன்னை விடுவித்துக் கொள்ள தன் ஒரே பெண்ணை ஒழுக்கம் கெட்டுவிட்டவளை வீட்டில் வைத்திருக்க முடியுமா? இனி அவள் தனக்கு மகளே இல்லையென்று எப்படி சமூகத்துக்குச் சொல்வது. தன்னைப் பொருத்த வரையில் அவள் இறந்து விட்டாள் என்று சொல்ல அவளுக்கு சிராத்தம் செய்து வீட்டை விட்டு வெளியேற்றவேண்டும். தந்தை செய்கிறார். தன் சமூகம் சொல்கிறது. தான் வளர்ந்த பிராம்மண ஆசாரங்கள், அனுஷ்டானங்கள் சொல்கின்றன.

இது ஒரு காலகட்ட பிராமண சமூகத்தின், கிராமத்து வாழ்க்கையின் தர்மம். நியதி. தன்னையும் வருத்திக்கொண்டு, தன் மகளையும் அவமானப்படுத்தி நிர்கதியாக வீட்டை விட்டு விரட்டுவதை விட வேறு வழியில்லை. இன்று இது போல் நிகழாது தான். சமூகம் அதிலிருந்து வெகுவாக தள்ளி வந்து விட்டது. இந்தக் கதையை எழுதியவரும் இதைத் தான் தன் முதல் படமாக எடுக்கத் தேர்ந்தவரும் அதே சமூகத்திலிருந்து வந்தவர்கள் தான். ஒரு நூற்றாண்டுக்கு முந்திய கடந்து விட்ட வாழ்க்கை தான். ஆரம்பத்திலிருந்து கடைசி ஃப்ரேம் வரை ஒரே சோகம் தான். இருந்த போதிலும், 70-க்களின் கடைசியில் தில்லியில் இந்தப் படத்தைப் பார்த்த போது, இனி கிரீஷ் காஸரவல்லி கட்டாயம் கவனிக்கப் படவேண்டிய ஒரு கலை ஆளுமை என்பது என்னில் தீர்மானமாயிற்று. பிழிந்தெடுக்கும் சோகம் எனபதல்ல விஷயம். இது வாழ்க்கையின் தீர்க்கமான பார்வையும் விமர்சனமும் ஆகும், பிடிக்காததைக் காண மறுத்து அதைத் தாண்டிச் செல்ல இயலாது.

அறுபதுகளில் பார்த்த ஒரு ஃப்ரெஞ்சு படம் ஒன்று. மூஷே. யார் டைரக்டர் என்று ஞாபகமில்லை. ஒரு சிறு பெண்ணின் வாழ்க்கை. அது அழுவதில்லை. முகம் சிணுங்குவதில்லை. அது முகம் மலர்ந்து நாம் ஒரு ஃப்ரேமில் கூட காணமுடியாது. அது படும் துயரங்களையெல்லாம், சகித்துக்கொண்டு வாழும். இது தான் தனக்கு விதிக்கப்பட்டதென்று. ஐம்பது வருடஙகளாகிவிட்டன. அந்த முகத்தை மறக்க முடியாது. கிட்டத்தில் நம்மூரிலேயே ரத்த உறவு என்ற ஒரு நாவல் யூமா வாசுகி எழுதியது. அவர் சிறுவனாக இருந்த போது, தானும் தன் அக்காவும் அம்மாவும், குடிகார அப்பாவாலும், பாட்டியாலும் இன்னும் மற்ற எல்லா உறவினராலும் இழைக்கப்பட்ட கொடுமை நிறைந்த வாழ்க்கையைச் சொல்கிறது அந்த நாவல். இன்றைய தமிழின் மிக முக்கியமான நாவல் என்று எனக்குப் படுகிறது. இவை எதுவும் சுவாரஸ்யத்துக்க்காகப் படிக்கப்படுவதில்லை. எழுதப்படுவதில்லை. வாழ்க்கையின் நிதர்சனங்களிலிருந்து நாம் ஒதுங்கிச் செல்லமுடியாது.

கிரீஷ் காஸரவல்லி இயக்கிய அடுத்த படம் எனக்குப் பார்க்கக் கிடைத்ததும் சமீபத்தில் தான். லோக் சபா சானலில். நாயி நிரலு. நாயின் நிழல் என்று அர்த்தம் என்று ஹரன் பிரசன்னா சொன்னார். கன்னட மொழியின் சந்தர்ப்பத்தில் இது என்ன அர்த்தம் கொள்வதாக இருக்குமோ!. தமிழில் 'நாய் படும் பாடு' என்று தானே சொல்கிறோம். ஒரு கால கட்டத்தில் இந்து சமூகத்தில் விதவையின் வாழ்க்கை நாய் படும் பாடுதான். மறுபடியும் இதில் மையப்படுத்தப்படுவது ஒரு விதவை தான். இளம் வயதிலேயே கணவனை இழந்துவிட்ட விதவை. ஆற்றில் மூழ்கி இறந்து விடுகிறான். கணவன் இறந்த பிறகு, தன் மாமியார், மாமனாரின் பராமரிப்பிலேயே அவள் இருந்து வருகிறாள். படம் ஆரம்பிக்கும்போதே இறந்து விட்ட தன் மகன் எங்கோ மறு பிறப்பில் வாழ்கிறான், தன் கடந்த ஜன்மத்தின் பெற்றோர் இன்னார் என்று சொல்கிறான் என்ற செய்தி கேட்டதிலிருந்து அவனை அழைத்து வரச்சொல்லி தன் கணவரைக் கட்டாயப்படுத்துகிறாள் தாயார். வந்தவனைத் தன் மகனாகவே நினைத்து பாசம் கொள்கிறாள். தன் மகன் ஆசைப்படுகிறான் என்று தன் மருமகளை கலர் புடவை அணியக் கட்டயப் படுத்தி வந்தவனின் முன் நிறுத்தி அவனைச் சந்தோஷப்பட வைக்கிறாள். முதலில் அவனை வெறுத்த மருமகளுக்குப் பின் அவனோடு பிணைப்பு ஏற்படுகிறது. அவள் கர்ப்பமடைகிறாள். இந்த விபரீதங்கள் எல்லாம் தன் பிடிவாதத்தினால் விளைந்தது என்பதை எண்ண மறுக்கும் மாமியார் இப்போது தன் மருமகளை நடத்தை கெட்டவள் என வெறுக்கிறாள். மாமனாரால் அப்படி இருக்க முடிவதில்லை. ஏன் இவனை தன் மனைவியின் கட்டாயத்திற்குப் பணிந்து அழைத்து வந்தோம் என்று தன்னையே நொந்து கொள்கிறார். இப்படிப் போகிறது அந்தக் கதை. இது வரை பட்டது போதாதென்று இன்னம் நிறைய கஷ்டங்கள் பட இருக்கிறாள் அந்த விதவை. அந்தக் காலத்துப் படங்களில் பசுபு லேடி கண்ணாம்பா, அரிச்சந்திரா படத்தில், ஒண்ணாம் மாதம், இரண்டாம் மாதம் என்று பத்து மாதம் லோகிதாசனைச் சுமந்த கஷ்டத்தை ஓயாது ஒப்பாரி வைப்பது போல் விதவையின் துயரங்கள் நீள்கின்றன.

புனர் ஜன்மம் ஒரு நம்பிக்கையாக இருக்கும் வரை தொந்திரவு இல்லை. ஆனால் அதை வாழ்க்கையின் நடைமுறையாகக் கற்பனை செய்வதும் அதை முகாந்திரமாகக் கொண்டு பிராமண சமூகத்தில் ஒரு இளம் விதவையின் அவல வாழ்க்கையை, அது ஏற்கனவே அவலம், இன்னம் அதீதமாக்கிக் காட்டுவது அவசியமற்றவை. கற்பனை கட்டற்றுத் தான் பாய்ந்து ஓடுகிறது.

ஆனால் கிரீஷ் காஸரவல்லி இதை எவ்வளவு தூரம் ஒரு நம்பகமான சித்திரமாக ஆக்கிக்காட்ட முடியுமோ அவ்வளவுக்கு அடக்கியே கையாண்டுள்ளார். மறு ஜன்மம் என்பது தான் நம்மை உறுத்துமே தவிர, அவன் வந்து சேர்ந்த பிறகு நிகழ்பவை எல்லாம் இயல்பாகத் தொனிக்கச் செய்கிறார் காஸரவல்லி. வெகு கால இடைவெளிக்குப் பிறகு இரண்டாம் படமாக நாயி நிரலு படம் பார்த்த போது, காஸரவல்லிக்கு சந்தோஷப்பட, சமூகத்தில் ஒன்றுமே கிடைப்பதில்லையோ, எல்லாமே ஒரே சோகமயக் கதைகளையே இவர் தேர்ந்தெடுக்கிறாரே என்று எண்ணத் தோன்றியது. கொஞ்சம் பழம் காலத்தை மறந்துவிட்டு சமகாலத்தில் கால் வைக்கலாமே என்றும் தோன்றியது. சம காலத்தில் பெண்ணீய வாதிகளைத் தவிர மற்ற பெண்களின் கதி அப்படி ஒன்றும் அதிகம் மாறிவிடவில்லை.

சமீபத்திய, பரிசுகளும் பாராட்டுக்களும் பெற்ற குலாபி டியேட்டர் 1990களில் மேற்குக் கடற்கரையோர மீனவ சமூகத்தில் நிகழும் மாற்றங்களைப் பற்றிப் பேசுகிறது. இந்தியா முழுதும் இந்துக்களுக்கும் முஸ்லீம்களுக்கும் இடையே சுமுக உறவு முறிந்து பதட்டம் நிலவுகிறது. அதோடு டிவி கிராமப் புறங்களிலும் நுழைந்து ஆக்கிரமித்துக் கொள்கிறது. அவ்வளவு தான் காஸரவல்லி நிகழ் காலத் துக்கு வரமுடியும். மற்றபடி, இந்தப் படத்திலும் மையப் பாத்திரமாக வருவது ஒரு பெண் தான். கணவனால் கைவிடப்பட்ட மத்திம வயது ஸ்த்ரீ. முஸ்லீம். கைவிட்டுப் போன கணவன் இன்னொரு இளம் பெண்ணோடு பக்கத்திலேயே இன்னொரு குடிசையில். அவனுக்கு ஒரு பையன். அந்தப் பையனிடம் குலாபிக்கு மிகுந்த பாசம். ஆனால் கைவிட்ட கணவனும் அவனது இரண்டாம் மனைவியும் குலாபியை வெறுத்தே

ஒதுக்குகின்றனர். இவர்கள் எல்லோரும் வாழ்வது கடற்கரையோரம். எல்லோரும் மீனவர்கள். முஸ்லீம்கள் பெரும்பான்மையாக வசிக்கும் கிராமம் அது. குலாபி வீட்டு வேலை செய்து பிழைக்கிறவள். அதோடு பிள்ளைப் பேறுக்கு உதவும் அங்கிருக்கும் ஒரே மருத்துவச்சியும் கூட. ராசியானவள். தினம் மாலை ஆறு மணிக்கு சினிமா பார்க்கப் போய்விடுவாள். சினிமா தியேட்டரிலிருந்து அவசரமாக குழந்தைப் பேறுக்காக அழைக்க அவள் மறுக்க அவளுக்கு டிவி பரிசாகத் தருவதாகச் சொல்லி அழைத்து வரப்படுகிறாள். அவளுக்கு டிவி யும் கிடைக்கிறது. இனி அவள் சினிமா பார்க்க வெளியே போகவேண்டாம். சினிமாவும் சீரியலும் பார்க்க அவள் குடிசைக்கு வரும் கூட்டம் பெருக, அவள் மிகவும் வேண்டப்பட்டவள் ஆகிறாள். அவள் குடிசை யைத் தவிர வாசன்னா என்னும் முதலாளி வீட்டில் தான் டிவி உண்டு. அவள் குடிசையிலும் வெளியிலும் டிவி சீரியல் பற்றித்தான் பெண்களே தம்மிடையே பேசிக்கொள்ளும் ஆண் பெண் உறவுப் பேச்சுக்களும் கேளிக்கைகளும். (எனக்குத் தெரிந்து காஸரவல்லியின் படத்தில் தமாஷீம் கேளிக்கைகளும் முதல் தடவையாக நுழைகின்றன) எல்லார் வீட்டு நடப்புகளும் பரிமாறிக்கொள்ளப்படுகின்றன. அட்டு (குலாபியின் சக்களத்தி மகன்) டிவி பார்க்க குலாபி குடிசைக்கு வருகிறான். அட்டுவைத் தேடி வந்த் குலாபியின் கணவன் தானும் டிவி பார்க்க உட்கார்ந்துவிடுகிறான். மற்ற பெண்கள் குடிசையை விட்டு வெளியே வந்து விடுகிறார்கள். ஒரு பெண், இது தான் சமயம் என்று கைவிட்ட கணவனைத் திரும்ப பெறுவதற்கு யுக்திகள் சொல்லிப் போகிறாள். கணவன் அங்கேயே முகாம் போட்டு விடுகிறான். அவனோடு சண்டை போட வந்த இரண்டாம் பெண்டாட்டியை, 'நான் எங்கே வேணுமானாலும் இருப்பேன். அவளும் என் பெண்டாட்டி தான், அவளை நான் இன்னும் தலாக் செய்துவிடவில்லையே, என்று விரட்டி விடுகிறான்.

குலாபியிடம் மிக நெருக்கமாக இருக்கும் ஒரு பெண், நெத்ரூ ஓடிப் போய் விடுகிறாள். அதே சமயம் குலாபியின் கணவனும் காணாமல் போகிறான். எல்லோரும் நெத்ரூவை குலாபியின் கணவன் தான் கடத்திச்

சென்றுவிட்டான் என்று சந்தேகப் படுகின்றனர். ஒரு ஹிந்துப் பெண்ணை முஸ்லீம் கடத்திவிட்டுச் சென்றுவிட்டான் என்றால் ஹிந்து முஸ்லீம் சமூகத்தினரிடையே மதக் கலவரத்துக்கு இட்டுச் செல்லும் சமாசாரம். இதற்குச் சற்று முன் சுலேமான் என்னும் பணக்கார மீனவன் இவர்கள் மீன் பிடிக்கும் இடத்தில் தன் ஸ்டீம் போட்டைக் கொண்டு வந்து கிடைக்கும் மீனையெல்லாம் அள்ளிச் சென்றுவிடுகிறான் என்று ஒரு உரசல். மேலும் ஹிந்து மீனவர்களையும் அவன் வேலைக்கு இழுத்துக்கொள்கிறான் என்று வேறு ஒரு புகைச்சல். வரசன்னா சுலேமானுக்கு போட்டியான இன்னொரு பணக்கார மீனவன். அவனுக்கு சுலேமானிடம் விரோதம். மீனவர்களுக்கிடையேயான தம் பிழைப்புக்கான போட்டி மத விரோதமாக உருவெடுக்கிறது. இந்த சந்தர்ப்பத்தில் குலாபியின் கணவன் ஒரு ஹிந்துப் பெண்ணைக் கடத்தி விட்டான் என்று ஒரு செய்தி பரவ, குலாபியை விசாரிக்க அவள் தனக்கு எதுவும் தெரியாது எனச் சொல்ல, அவள் சுற்றியிருக்கும் எல்லோராலும் ஒதுக்கப் படுகிறாள். கலவரம் வெடிக்கும் என, முஸ்லீம் குடும்பங்கள் அந்த இடத்தை விட்டு வெளியேறுகின்றன. முஸ்லீம்களுக்கு முஸ்லீம்களிடையே தான் பாதுகாப்பு என்று குலாபியையும் தம்முடன் அழைக்கிறார்கள். குலாபிக்கு தான் வாழும் சமூகத்தை விட்டு வர மனமில்லை. அவர்கள் தன்னைக் கைவிடமாட்டார்கள் என்று நம்புகிறாள். ஆனால், வரசன்னா அவள் வீட்டு சாமான்களை வெளியே எறிந்து அவளையும் குண்டுக் கட்டாகக் கட்டி படகில் வைத்து கிராமத்தை விட்டு வெளியேற்றி விடுகிறார்கள்.

இதனிடையே, சுலேமானின் ஸ்டீம் போட் மாத்திரமல்ல, வெளிநாட்டு மீன்பிடி கப்பல்களே இங்குவந்து மீன் பிடிக்க அரசாங்கம் அனுமதி தந்துவிட்டது என்ற செய்தி பத்திரிகைகளில் வெளிவந்த செய்தி அவர்களை நிலை குலையச் செய்கிறது.

இரு சமூகங்களிடையே ஏதேனும் ஒரு காரணத்தால் ஒரு பிளவு ஏற்படுமாயின், அல்லது, எந்த ஒரு சமூகத்தையும் சேர்ந்த ஒரு செல்வாக்குள்ளவனின் அத்து மீறிய செய்கை அந்த சமூகத்தின் விரோத செய்கையாக உருவெடுத்து விடுகிறது. அதில் ஹிந்துக்களிடையே கருத்து

பேதம் ஏற்படலாம். ஆனால் முஸ்லீம் சமூகத்தைச் சேர்ந்த ஒருவனின் அத்து மீறிய செய்கை ஜமாத்தின் கௌரவ பிரச்சினையாக்கப் பட்டு மதக் கலவரத்திற்கு வழி வகுத்துவிடுகிறது. இதில் குலாபி போன்றவர்களின் இயல்பான நல்ல குணங்களுக்கு ஏதும் மதிப்பு இருப்பதில்லை. இந்தப் படத்தில் குலாபியாக நடிக்கும் உமாஸ்ரீக்கு சிறந்த நடிகைக்கான விருது கிடைத்துள்ளது. மிகவும் அமைதியாக, அடங்கிய வெளிப்பாட்டில் நன்றாகவே உமாஸ்ரீ நடித்துள்ளார், அவர் ஒரு பாப்புலர் சினிமாவைச் சேர்ந்தவராக இருந்தபோதிலும், என்றால், அதற்கு அவர் திறமைமட்டுமல்ல காஸரவல்லியும் காரணம் என்று சொல்ல வேண்டும். எனக்கு நாயி நிரலுவில் மாமனாரக வருபவர் மிகச் சிறந்த நடிப்பிற்கு உதாரணம் என்று சொல்லத் தோன்றுகிறது.

நாயி நிரலுவை விட குலாபி ஒரு நிகழ் கால சமூக மாற்றத்தை குரல் எழுப்பாமல், அதன் நுண்ணிய சிக்கல்களை மறைக்காமல், அதே சமயம் தடித்த கோடுகளால் தீட்டாமல், சித்தரிப்பது மிக முக்கியமான பதிவு என்று சொல்லவேண்டும்.

கடைசியாக ஒரு விஷயம். கன்னட சமூகத்தில் ராஜ்குமாரும் இருக்கிறார்கள் தான். அவரை தெய்வமாக்கிய கன்னட சினிமாவும் சினிமா ரசிகர்களும் உண்டு தான். அவர்களுக்கு கன்னட அரசியல் தலைமையும் தலை வணங்குகிறார்கள் தான். ஆனால் இங்கு கிரீஸ் காஸரவல்லிக்கும் இடம் இருக்கிறது. பி.வி. காரந்துக்கும், கே.வி.சுப்பண்ணாவுக்கு இடம் இருக்கிறது. ஆனால் இங்கு அம்மாதிரி யாருக்குமே இடம் இருப்பதில்லையே. நமக்கு ரஜனிகாந்தும்,, கமலஹாசனுமே, எல்லாமாக, காஸரவல்லியிம், ராஜ்குமாருமாக இருக்கிறார்களே. எத்தகைய கலாசாரத்தை நாம் உருவாக்கி இருக்கிறோம்? காஸரவல்லியுன் குடும்பம் யக்ஷகானாவுடன் நெருங்கிய உறவு கொண்டது. கே.வி.சுப்பண்ணாவும் காஸரவல்லியின் உறவினர் தான். ஆனால் காஸரவல்லியோ, கே.வி.சுப்பண்ணாவோ, யக்ஷகாணா தான் நவீன கன்னட நாடகத்திற்கும் சினிமாவுக்கும் உறபத்தி ஸ்தானம், யக்ஷகானாவை பிரதி செய்து கோமாளித்தனம் பண்ணுவது தான் எங்கள்

பணி என்று கிளம்பவில்லையே. ஏன், நாம் மட்டும் இப்படி……சினிமா என்றால் எல்லாவற்றிலும் ஒரே ரகம், சினிமா என்றால் ஒரே கோமாளித்தனமான சினிமா, நாடகம் என்றால் ஒரே கோமாளித்தனமான நவீன நாடகம்….கோமாளித்தனங்களும் இருக்கட்டும். கொஞ்சம் ஆரோக்கியமானதும் இருக்கலாமே..

வெங்கட் சாமிநாதனின் பிரசுரமான நூல்கள்

இலக்கியம்: விமர்சனம்:

இலக்கிய ஊழல்கள்:

(ஒரு இலக்கிய விவாதம்) ஸிந்துஜாவின் முன்னுரையும், ந. முத்துசாமியின் பின்னுரையும் - (1973)

1. என் பார்வையில் சில கவிதைகள்: கலைஞன் பதிப்பகம், சென்னை - 17 (2000)

2. என் பார்வையில் சில கதைகள், நாவல்கள்: கலைஞன் பதிப்பகம், சென்னை 17 (2000)

3. சில இலக்கிய ஆளுமைகள்: காவ்யா பதிப்பகம், சென்னை (2001)

4. பான்ஸாய் மனிதன்: கவிதா பதிப்பகம், சென்னை - 17 (2001) (1976 எழுத்து பிரசுரம் ''பாலையும் வாழையும்'' புத்தகத்தின் மறுபதிப்பு)

5. இச்சூழலில்: மதி நிலையம், பிருந்தாவன் அபார்ட்மெண்ட்ச், தணிகாசலம் சாலை, தியாகராஜ நகர், சென்னை -17 (2001)

6. விவாதங்கள், சர்சைகள், அமுதசுரபி, அண்ணாநகர் கிழக்கு, சென்னை - 102 (2003)

7. திறந்த ஜன்னல் வெளியே: சந்தியா பதிப்பகம், அசோக் நகர், சென்னை - 83 (2004)

8. புதுசும் கொஞ்சம் பழசுமாக: கிழக்கு பதிப்பகம், மயிலாப்பூர், சென்னை - 4 (2005)

9. கடல் கடந்தும்: விருட்சம் பதிப்பகம், 7, ராகவன் காலனி, மேற்கு மாம்பலம், சென்னை - 33 (2005)

10. இன்னும் சில ஆளுமைகள், எனி இந்தியன் பதிப்பகம், தியாகராய நகர், சென்னை - 17 (2006)

11. யூமா வாசுகி முதல் சமுத்திரம் வரை, எனி இந்தியன் பதிப்பகம், தியாகராய நகர், சென்னை - 17 (2006)

12. தொடரும் பயணம் - இலக்கிய வெளியில் (தொகுதி 1) திரிசக்தி பதிப்பகம், கிரிகுஜா என்க்ளேவ், 56/21, முதல் அவென்யு, சாஸ்திரி நகர், அடையாறு, சென்னை - 20 (2009)

13. தொடரும் பயணம் - இலக்கிய வெளியில் (தொகுதி 2) திரிசக்தி பதிப்பகம், கிரிகுஜா என்க்ளேவ், 56/21, முதல் அவென்யு, சாஸ்திரி நகர், அடையாறு, சென்னை - 20 (2010)

நாடகம்

14. அன்றைய வரட்சியிலிருந்து இன்றைய முயற்சி வரை: அன்னம் வெளியீடு, சிவகங்கை (1985)

15. பாவைக்கூத்து: அன்னம் வெளியீடு, சிவகங்கை (1985)

16. இன்றைய நாடக முயற்சிகள்: தமிழினி பதிப்பகம், ராயப்பேட்டை, சென்னை 14 (2004)

ஓவியம் சிற்பம்...

18. கலைவெளிப்பயணங்கள், (2003) அன்னம் வெளியீடு, 1. நிர்மலா நகர், தஞ்சாவூர், 613007

19. கலை உலகில் ஒரு சஞ்சாரம், சந்தியா பதிப்பகம், அசோக் நகர், சென்னை - 83: (2004)

20. சில கலை ஆளுமைகள், படைப்புகள்: சந்தியா பதிப்பகம் அசோக் நகர், சென்னை - 83 (2004)

சினிமா

21. அக்கிரகாரத்தில் கழுதை (திரைப் பிரதி) காவ்யா பதிப்பகம், கோடம்பாக்கம், சென்னை - 27 (1997)

22. ஏழாவது முத்திரை (பெர்க்மன் மொழிபெயர்ப்பு) தமிழினி பதிப்பகம், ராயப்பேட்டை, சென்னை (2001)

23. திரை உலகில் (கட்டுரைகள்) காவ்யா பதிப்பகம், கோடம்பாக்கம், சென்னை 24 (2003)

மொழிபெயர்ப்பு

24. A Movement for Literature : க.நா. சுப்ரமணியம்: மூலம்: தமிழ்: (ஆங்கில மொழிபெயர்ப்பு - வெங்கட் சாமிநாதன்) சாஹித்ய அகாடமி, புது தில்லி. (20001)

25. தமஸ்: பீஷ்ம சாஹ்னி: ஹிந்தி நாவல்: (தமிழில்: வெங்கட் சாமிநாதன். சாஹித்ய அகாடமி, சென்னை, அண்ணா சாலை, சென்னை- 18 (2004)

26. ஆச்சரியம் என்னும் கிரஹம்: ஷிஞ்சி தாஜிமா (மூலம் ஜப்பான்) (மொழிபெயர்ப்பு: ஆங்கிலம் வழி: வெங்கட் சாமிநாதன், சாஹித்ய அகாடமி, அண்ணா சாலை சென்னை - 18 (2005)

தொகுப்புகள்

27. தேர்ந்தெடுத்த பிச்சமூர்த்தி கதைகள்: தொகுப்பு) சாகித்ய அகாடமி, அண்ணாசாலை, சென்னை - 18 (2000)

28. பிச்சமூர்த்தி நினைவாக: (கட்டுரைத் தொகுப்பு) மதி நிலையம், பிருந்தாவன் அபார்ட்மெண்ட்ஸ், தணிகாசலம் சாலை, தியாகராய நகர், சென்னை -18 (2000)

29. யாத்ரா (இதழ்கள் தொகுப்பு -1), சந்தியா பதிப்பகம், அசோக் நகர், சென்னை - 83 (2005)

30. யாத்ரா (இதழ்கள் தொகுப்பு - 2) சந்தியா பதிப்பகம், அசோக் நகர், சென்னை - 83 (2005)

சுயசரிதம்

31. நினைவுகளின் சுவட்டில்: அகல் வெளியீடு, 342. டி.டி. கே சாலை, ராயப்பேட்டை, சென்னை - 14 (2009)

32. உரையாடல்கள்: (பேட்டிகள்: இலக்கியம், சினிமா, நடனம், தெருக்கூத்து...) விருட்சம் வெளியீடு: 7, ராகவன் காலனி, மேற்கு மாம்பலம், சென்னை - 33 (2004)

33. வியப்பளிக்கும் ஆளுமைகள்: தமிழினி வெளியீடு: ராயப்பேட்டை, சென்னை - 14 (2004)

34. தமிழகக் கலைகளின் இன்றைய முகங்கள்: (கட்டுரைகள் - ஓவியம், சினிமா, இசை, நாடகம்...) எனி இந்தியன் பதிப்பகம், தி.நகர், சென்னை-17(2007) COMMEMORATIVE VOLUME

35. வெங்கட் சாமிநாதன் - வாதங்களும் விவாதங்களும் (அரை நூற்றாண்டு எழுத்து இயக்கம்) சந்தியா பதிப்பகம், சென்னை - 83 (2010)